Khám Phá Sách Sáng Thế Ký

Nghiên Cứu Nội Dung
và Các Vấn Đề
trong Sáng Thế Ký

Bill T. Arnold

RESOURCE LEADERSHIP INTERNATIONAL - 2016
Phiên Bản Quốc Tế

Text copyright © 1998 by Bill T. Arnold

Originally published as *Encountering the Book of Genesis* by Baker Academic, a division of Baker Publishing Group, Grand Rapids, Michigan, 49516, U.S.A. All rights reserved.

Bảo lưu bản quyền. Không được sao chép, lưu trữ trong hệ thống hoặc lưu truyền bất kỳ phần nào của ấn phẩm này dưới mọi hình thức hay phương tiện–như dưới dạng điện tử, photocopy, ghi âm–mà không có sự cho phép bằng văn bản của nhà xuất bản, ngoại trừ các trích dẫn ngắn trong những bài phê bình sách.

Kinh Thánh Tiếng Việt được trích dẫn từ Bản Truyền Thống 1926, trừ những phần có ghi chú bản dịch cụ thể.

Dịch giả: Trần Thị Lan Khuê

Bản Dịch Bản Quyền © 2016 reSource Leadership International

Mã ISBN (Canada): 978-0-9939749-5-3

Thiết kế bìa: Nguyễn Hiền Thư

Bản quyền của một số hình ảnh được dùng trong sách này thuộc phạm vi công cộng (public domain). Bên cạnh đó, một số hình ảnh khác vẫn thuộc quyền sở hữu của tác giả, có các điều kiện áp dụng khác nhau tuỳ vào mục đích sử dụng. Khi cung cấp các thông tin này, chúng tôi tuân giữ các điều kiện đó cũng như giúp quý độc giả dễ dàng tìm kiếm và sử dụng các hình ảnh khi có nhu cầu.

Các bản đồ (trang 65, 67, 118, 119, 164, 214, 238, 242, 260) do Văn Phẩm Hạt Giống chuẩn bị dựa trên: Sémhur. CC-BY-SA-3.0.

https://commons.wikimedia.org/wiki/File:Middle_East_topographic_map-blank.svg

Bản quyền công cộng:

Tháp Babel (Ảnh bìa trước):

https://commons.wikimedia.org/wiki/File:Pieter_Bruegel_the_Elder_-_The_Tower_of_Babel_(Vienna)_-_Google_Art_Project_-_edited.jpg

Charles Darwin (trang 35): J.G de Lint (1867-1936), Atlas van de geschiedenis der geneeskunde, Amsterdam: Van Looy, 1925.

https://commons.wikimedia.org/wiki/Charles_Darwin#/media/File:Charles_Darwin_(1809-1882).jpg.

A-đam và Ê-va (trang 46): Bible Pictures with brief descriptions by Charles Foster, published in 1897, Philadelphia, PA.

https://upload.wikimedia.org/wikipedia/commons/d/d2/Foster_Bible_Pictures_0012-1.jpg

A-đam và Ê-va bị đuổi ra khỏi vườn Ê-đen (trang 56): Julius Schnorr von Carolsfeld, Bible Pictures with brief descriptions by Charles Foster, 1897, Philadelphia, PA, USA.

https://upload.wikimedia.org/wikipedia/commons/d/d5/Foster_Bible_Pictures_0014-1.jpg.

Ptah của Memphis, Ai Cập (trang 69): Walters Art Museum.
https://commons.wikimedia.org/wiki/File:Egyptian_-_Ptah_-_Walters_541017_(2).jpg

Bản sao của Tàu Nô-ê ở Dordrecht, Hà Lan (trang 88): neufal54
https://commons.wikimedia.org/wiki/File:Ark_van_Noach_in_Dordrecht,_Noah%27s_Ark_replica_(public_domain).jpg

Gi-ga-met (trang 91): Rmashhadi.
https://commons.wikimedia.org/wiki/File:Elam_r_(31).JPG.

Tháp Ba-bên (trang 95): Bible Pictures with brief descriptions by Charles Foster, published in 1897, Philadelphia, PA.
https://upload.wikimedia.org/wikipedia/commons/8/88/Foster_Bible_Pictures_0025-1.jpg.

Minh họa về chữ viết tượng hình của người Ai Cập (trang 128): Sebi.
https://commons.wikimedia.org/wiki/File:Abousir_Sahoure_07d.jpg.

Áp-ra-ham dâng Y-sác làm của lễ (trang 172): William A. Foster, The Bible Panorama, 1891.
https://commons.wikimedia.org/wiki/File:The_Bible_panorama,_or_The_Holy_Scriptures_in_picture_and_story_(1891)_(14784886165).jpg.

Nhiều người quan sát di vật này từ U-rơ thấy giống một con chiên đực có sừng bị mắc trong bụi cây (trang 175): Joint Expedition of the British Museum and of the Museum of the University of Pennsylvania to Mesopotamia.
https://commons.wikimedia.org/wiki/File:Ur_excavations_(1900)_(14767229472).jpg.

Dân Phi-li-tin bị người Ai Cập bắt; ở Medinet Habu (trang 196): Faucher-Gudin, from a photograph by Insinger. - G. Maspero - ed. A.H. Sayce - trad. M.L. McClure, *History of Egypt Chaldea, Syria, Babylonia, and Assyria*, VI.C, London, 1903-1904.
https://commons.wikimedia.org/wiki/Category:Reliefs_in_Medinet_Habu_Temple_-_details#/media/File:Philistine_captives_at_Medinet_Habu.jpg.

Từ Sách của Những Người Chết (trang 247): Published by James Wasserman; facsimile made by E. A. Wallis Budge.
https://commons.wikimedia.org/wiki/File:BD_Field_of_Hotep.jpg.

Các Cuộn Biển Chết (trang 301): Effi Schweizer.
https://commons.wikimedia.org/wiki/File:Qumran2.jpeg.

Tác giả giữ bản quyền:

Ảnh tác giả (bìa sau): sử dụng với sự cho phép của Baker Publishing Group.

Thác nước Horseshoe Falls, Tasmania, Úc (trang 27): Flying Freddy, CC-BY-SA 3.0,
https://commons.wikimedia.org/w/index.php?curid=7799538.

Sông Nin (trang 66): Ian Sewell, December 2004. CC-BY 1.0
https://commons.wikimedia.org/wiki/File:Nile.jpg

Dân du mục vẫn còn phổ biến ở Trung Đông (trang 105): Hamed Saber. CC-BY 2.0.
https://commons.wikimedia.org/wiki/File:Pastoral_Nomadism_(266139773).jpg.

Cờ của U-rơ, bảng hiệu hòa bình (trang 115): Geni. CC-BY-SA.
https://commons.wikimedia.org/wiki/File:Standard_of_ur_peace_2013.JPG.

Áp-ram đi qua vùng Nê-ghép (trang 121): Galpaz. CC-BY-SA 4.0.
https://commons.wikimedia.org/wiki/File:Desert_kite5.jpg.

Núi Sô-đôm (trang 140): Bukvoed. CC-BY 3.0.
https://commons.wikimedia.org/wiki/File:Sodom-mount-006.jpg.

Tel Bê-e Sê-ba (trang 171): Daniel Baránek. CC-BY-SA 3.0.
https://commons.wikimedia.org/wiki/Category:Tel_Be%27er_Sheva#/media/File:Tel_Be%27er_Sheva_09.jpg

Hang của Các Tộc Trưởng, Hếp-rôn (trang 179): Ricardo Tulio Gandelman. CC-BY 2.0.
https://commons.wikimedia.org/wiki/File:Cave_of_the_Patriarchs_(5908465487).jpg.

Dải băng ướp xác của Ai Cập (trang 265): Marco Almbauer. CC-BY-SA 3.
https://en.wikipedia.org/wiki/Ancient_Egyptian_funerary_practices#/media/File:Bemalte_Mumienbinde.JPG.

Bảng danh sách các từ đồng ngữ chữ hình nêm tại thư viện ở A-su-ba-ni-pan (trang 281): Fæ. CC-BY-SA 3.0.
https://commons.wikimedia.org/wiki/Category:Cuneiform_text_with_columns#/media/File:Library_of_Ashurbanipal_synonym_list_tablet.jpg.

Đức Chúa Trời gặp Môi-se trên núi Si-nai (trang 291): Morhaf Kamal Aljanee. License:CC-BY-SA 4.0.
https://commons.wikimedia.org/wiki/Category:Sunrises_of_Mount_Sinai#/media/File:The_first_Ray_of_the_Sun_light.jpg.

Dành tặng ba mẹ
Mục sư và Bà Walter L. Arnold
người đã chứng minh chân lý trong lời khuyên Khôn Ngoan:

Hỡi con, hãy nghe lời khuyên dạy của cha,
chớ bỏ phép tắc của mẹ con;
vì ấy sẽ như một dây hoa trên đầu con,
giống như những vòng đeo quanh cổ của con.

Châm Ngôn 1:8, 9

Mục Lục

Lời Giới Thiệu của Người Biên Tập 9
Lời Giới Thiệu của Nhà Xuất Bản 11
Lời Giới Thiệu của Tác Giả 15
Dành Cho Sinh Viên 17
Các Ký Hiệu Viết Tắt 19
Trước Khi Bắt Đầu… 21

PHẦN 1: KHÁM PHÁ CÔNG TRÌNH SÁNG TẠO CỦA ĐỨC CHÚA TRỜI 23

1. Vẻ Hùng Vĩ của Công Trình Sáng Tạo Hoàn Hảo của Đức Chúa Trời 25
2. Lịch Sử Gia Đình Nhân Loại Đầu Tiên 43
3. Bức Tranh Này Có Gì Không Ổn? 63
4. Sự Ô Uế của Tội Lỗi trong Công Trình Sáng Tạo 81

PHẦN 2: GẶP GỠ ÁP-RA-HAM: ĐẦY TỚ TRUNG THÀNH CỦA ĐỨC CHÚA TRỜI 99

5. Khởi Đầu Di Sản Đức Tin của Chúng Ta 101
6. Theo Dấu Áp-ram và Gia Đình Ông 113
7. "Rồi Đức Chúa Trời Ban Cho Ông Giao Ước" (Công 7:8) 137
8. Đứng trên Lời Hứa của Đức Chúa Trời 157

PHẦN 3: GẶP GỠ GIA-CỐP: ĐẦY TỚ RẮC RỐI CỦA ĐỨC CHÚA TRỜI 185

9. Gia-cốp Vật Lộn với Gia Đình 187
10. Gia-cốp Vật Lộn với Đức Chúa Trời 211

PHẦN 4: GẶP GỠ GIÔ-SÉP: ĐẦY TỚ KHIÊM NHƯỜNG CỦA ĐỨC CHÚA TRỜI 227

11. Giô-sép ở Ai Cập 229
12. Giô-sép Cai Trị Khắp Ai Cập 251

**PHẦN 5: KHÁM PHÁ QUYỀN TÁC GIẢ
CỦA SÁNG THẾ KÝ 269**
13. Bằng Chứng về Quyền Tác Giả 271
14. Những Giải Thích về Bằng Chứng 297
Kết Luận 331

Thư Mục Tuyển Chọn Các Tài Liệu Tham Khảo............... 345

Chú Giải Thuật Ngữ... 351

Phụ Lục theo Chủ Đề 363

Phụ Lục theo Câu Kinh Thánh.. 369

Lời Giới Thiệu Của Người Biên Tập

Sức mạnh của hội thánh và sự sống động của từng cá nhân tín hữu có liên hệ trực tiếp đến vai trò của Kinh Thánh trong đời sống của họ. Các tín hữu đầu tiên nhận biết tầm quan trọng này và dành thời gian để thông công, cầu nguyện, cũng như học Lời Chúa. Hai ngàn năm trôi qua, nhu cầu đó vẫn không thay đổi, nhưng có sự thay đổi trong cách tiếp cận Kinh Thánh. Vì khoảng cách lớn về thời gian giữa ngày nay và thế giới thời Kinh Thánh, chúng ta cần được hướng dẫn trở lại thế giới của Cựu Ước và Tân Ước.

Với mục đích đó, Baker Book House xuất bản hai bộ sách giáo khoa về Kinh Thánh, riêng biệt nhưng có liên quan với nhau. Mục đích của hai bộ sách mới này là đem chúng ta trở lại thế giới thời Kinh Thánh, hầu giúp chúng ta vừa có thể hiểu thế giới đó như cách các tín hữu đầu tiên đã hiểu, vừa xem xét thế giới đó với góc nhìn của thời đại này và cho chính thời đại này, từ đó tạo điều kiện thuận lợi cho việc áp dụng các lẽ thật vào hoàn cảnh đương thời.

Bộ sách Khám phá Kinh Thánh (*Encountering the Biblical Studies*) gồm các sách giáo khoa ở trình độ đại học, với hai loạt bài lược khảo dựa trên nền tảng Kinh Thánh Cựu Ước và Tân Ước. Song song với các giáo khoa khám phá Kinh Thánh này là bộ sách hướng dẫn đọc thêm gồm hai tập. Đây là bộ sách giúp giải thích thế giới xung quanh thời Kinh Thánh. Xây dựng trên bộ giáo khoa nghiên cứu cơ bản này là các giáo khoa trình độ đại học ở cấp độ cao hơn, nghiên cứu các sách trong Kinh Thánh. Bộ sách này thường được dùng làm giáo trình giảng dạy của các trường đại học Cơ Đốc.

Một bộ sách khác liên quan, *Engaging Biblical Studies*, cung cấp tài liệu nghiên cứu được dùng cho các khóa học nhập môn và thần học ở trình độ cử nhân.

Hỗ trợ cho các bộ giáo khoa ở cả hai cấp độ này là một bộ sách tham khảo chuẩn có thể dùng để tìm hiểu giải đáp cho những vấn đề cụ thể hay để nghiên cứu sâu hơn các ý tưởng Kinh Thánh. Các sách tham khảo này bao gồm *Baker Commentary on the Bible, Baker Topical Guide to the Bible, Baker Encyclopedia of the Bible, Baker Theological Dictionary of the Bible*, và *Evangelical Dictionary of Theology*.

Bộ sách *Encountering Biblical Studies* và *Engaging Biblical Studies* được viết từ quan điểm của tin lành thuần túy, với sự xác tín mạnh mẽ rằng Kinh Thánh tuyệt đối chính xác và không hề dẫn chúng ta đi sai lạc. Đây là nền tảng vững chắc mà đức tin và cuộc đời của chúng ta cần được xây dựng trên đó, vì nó luôn dẫn đưa độc giả có thiện ý đến với Chúa Giê-xu Christ.

Walter A. Elwell
Tổng Biên Tập

Lời Giới Thiệu của Nhà Xuất Bản

Các khóa học Kinh Thánh phải là trọng tâm trong chương trình giảng dạy tại các trường đại học Cơ Đốc và chủng viện Tin Lành. Đối với Cơ Đốc nhân, Kinh Thánh là nền tảng cho cả đời sống tâm linh và trí tuệ của chúng ta - thật ra là cho *mọi khía cạnh* của đời sống. Nếu những khóa học này là căn bản cho giáo dục Cơ Đốc, thì giáo trình dùng cho những khóa học cũng quan trọng không kém.

Baker Book House đang ra mắt hai bộ sách riêng biệt nhưng có liên quan với nhau cho các khóa học Kinh Thánh cấp độ đại học và chủng viện. Encountering Biblical Studies bao gồm các sách trình độ cử nhân, còn Engaging Biblical Studies trình bày các nghiên cứu cấp độ thạc sĩ (graduate-level).

Khám Phá sách Sáng Thế Ký là một phần trong loạt sách Khám Phá (Encountering) ở cấp độ đại học, và quyển này dựa trên giáo trình lược khảo căn bản *Encountering the Old Testament: A Christian Survey* (*Khám Phá Cựu Ước: Một Nghiên Cứu Cơ Đốc*) của Bill T. Arnold và Bryan E. Beyer. Trong khi giáo trình lược khảo được viết cho sinh viên đại học năm nhất, thì *Khám Phá Sách Sáng Thế Ký* chủ yếu dành cho sinh viên ở trình độ cao hơn.

Thay vì cung cấp các phân tích giải kinh nguyên nghĩa từng câu, *Khám Phá Sách Sáng Thế Ký* tổng quan toàn sách, đặt trọng tâm vào việc rút ra sứ điệp thần học và ý nghĩa thực tiễn của sách. Sách bao gồm phần dẫn nhập và tổng quan tài liệu nghiên cứu với các vấn đề về bối cảnh, giải kinh, văn chương và lịch sử cần thiết đan kết trong phần giải thích bản văn Kinh Thánh. Phần giới thiệu các vấn đề quan trọng thường được đặt ở cuối sách.

Các Nguyên Tắc Chủ Đạo

Trong tiến trình triển khai bộ sách này, ban biên tập, tác giả và nhà xuất bản đã đưa ra các nguyên tắc sau:

- Sách phải phản ánh tính học thuật của tin lành thuần túy trong thời đại của chúng ta.
- Sách phải được viết ở mức độ mà hầu hết các sinh viên ngày nay có thể hiểu.
- Sách phải đáng tin cậy về mặt sư phạm.

- Sách phải bao gồm tài liệu minh họa thích hợp, như hình ảnh, bản đồ, biểu đồ, đồ thị, con số và các ghi chú ngắn bên lề.
- Sách phải thu hút sinh viên qua việc tập trung vào sự dạy dỗ của Kinh Thánh liên quan đến những vấn đề đạo đức và giáo lý quan trọng.

Mục Tiêu

Mục tiêu của *Bộ Sách Khám Phá Kinh Thánh* thuộc hai phạm trù: tri thức và thái độ. Mục tiêu tri thức là (1) trình bày nội dung sự kiện của từng sách Cựu Ước, (2) giới thiệu bối cảnh văn hóa, địa lý, lịch sử, (3) trình bày đại cương các nguyên tắc giải kinh chính yếu, (4) bàn đến các vấn đề quan trọng (ví dụ: tại sao lại có nhiều cách đọc Kinh Thánh khác nhau) và (5) xác chứng niềm tin Cơ Đốc.

Các mục tiêu về thái độ cũng gồm năm phương diện:

1. khiến Kinh Thánh trở thành một phần trong đời sống của sinh viên,
2. chuyển tải lòng yêu mến Kinh Thánh đến với sinh viên,
3. giúp họ trở nên tốt hơn,
4. nâng cao lòng mộ đạo của họ, và
5. khuyến khích họ yêu mến Đức Chúa Trời.

Tóm lại, nếu quyển sách này tạo nền tảng cho việc học Kinh Thánh suốt đời, thì tác giả và nhà xuất bản được ban thưởng hậu hĩ.

Các Chủ Đề Bao Quát

Ba chủ đề thần học chủ yếu chi phối quá trình viết *Khám Phá Sách Sáng Thế Ký* là: Đức Chúa Trời, con người và Phúc Âm vì nó liên hệ đến cá nhân. Khái niệm Đức Chúa Trời là một thân vị - vừa là một Đức Chúa Trời nhưng cũng là Đức Chúa Trời Ba Ngôi - và là một Hữu Thể siêu việt, toàn tại được đan dệt xuyên suốt sách. Ngoài ra, đây cũng là Đức Chúa Trời đã tạo dựng con người theo hình ảnh của Ngài, những con người sa ngã nhưng vẫn là đối tượng của tình yêu cứu chuộc của Ngài. Phúc Âm là phương tiện, là năng lực cá nhân hiệu nghiệm mà Đức Chúa Trời dùng để cứu con người ra khỏi tối tăm và sự chết. Nhưng Phúc Âm không chỉ giải cứu mà còn phục hồi. Phúc Âm trao cho những tội nhân tuyệt vọng giải pháp và sức mạnh để sống đời sống đẹp lòng Chúa, vì họ bước đi trong tình yêu thương đến từ Đức Chúa Trời.

Những Nét Đặc Trưng

Mục đích của nhà xuất bản là cung cấp nguồn tài liệu độc đáo, không đơn thuần là sự đáp ứng nhu cầu thời đại. Một số nét đặc trưng chúng tôi hy vọng sẽ giúp ích cho giáo sư và truyền cảm hứng cho sinh viên bao gồm:

1. Sử dụng nhiều minh họa–hình ảnh, con số, bảng biểu, biểu đồ.
2. Những khung ghi chú giúp khám phá các vấn đề thần học và đạo đức được các sinh viên ngày nay quan tâm tìm hiểu.
3. Bố cục chương và mục tiêu được trình bày ở đầu mỗi chương.
4. Câu hỏi nghiên cứu ở cuối mỗi chương.
5. Bảng chú giải thuật ngữ hữu ích.

Nhà xuất bản tin chắc rằng quyển sách giáo khoa này đạt trình độ sư phạm rất cao và phản chiếu những hiểu biết sâu sắc nhất từ phương diện tâm lý giáo dục. *Khám Phá Sách Sáng Thế Ký* nhận được sự giúp đỡ từ công sức của hai chuyên gia giáo dục. Tiến sĩ Donald E. Ratcliff giúp soạn thảo các mục tiêu của chương và xem lại các câu hỏi nghiên cứu. Tiến sĩ Klaus Issler trình bày cẩm nang dành cho người hướng dẫn (cùng với sự hỗ trợ của Tiến sĩ Ratcliff). Nhà xuất bản chân thành cám ơn hai tiến sĩ.

Lời Giới Thiệu của Tác Giả

Quyển sách này ban đầu được viết như một sách giáo khoa, nghĩa là nó khác với thể loại chuẩn cho các sách giải nghĩa Kinh Thánh về nhiều phương diện. *Khám Phá Sách Sáng Thế Ký* tìm cách giới thiệu với sinh viên các chủ đề chính của sách đầu tiên trong Kinh Thánh, mà không giải nghĩa từng câu hay từng đoạn. Vì lý do này, sách mang tính chọn lọc. Các giáo sư dùng sách này trong lớp có thể bổ sung bài giảng của chính mình vào nội dung sách, tóm tắt và làm nổi bật các chủ đề khác, là những chủ đề không được trình bày trong sách. Ngoài ra, phần ghi chú cung cấp nhiều tài liệu tham khảo về các sách giải nghĩa Sáng Thế Ký tốt nhất, và tất cả những ai ham thích tìm hiểu chi tiết hơn trong từng phân đoạn nên tìm đến nhiều nguồn tài liệu xuất sắc mới xuất bản. Quyển sách này cần được dùng với bản dịch Kinh Thánh đương đại sách Sáng Thế Ký. Sinh viên nên đọc các phần Kinh Thánh chọn lọc được liệt kê ở đầu mỗi chương trước khi tiếp tục đọc chương đó.

Tôi biết ơn các ủy viên quản trị và bộ phận hành chính của Viện Thần Học Asbury về kỳ nghỉ Sa-bát mùa xuân 1997, và việc tạo điều kiện cho tôi dành ra ba tháng tại Tyndale House, Cambridge để hoàn thành bản thảo. Tôi cũng mang ơn tiến sĩ Bruce Winter, người chịu trách nhiệm tại Tyndale House và những nhân viên có năng lực đã giúp cho thời gian của tôi tại đó trở nên thú vị và hiệu quả.

Sinh viên trợ lý của tôi, Christopher F. Morgan, đã khéo léo và nhanh nhẹn đưa ra phần câu hỏi nghiên cứu và ôn bài, cũng như phụ giúp tiến trình biên tập. Tôi biết ơn Tiến sĩ Eugene H. Merrill, người biên tập loạt sách về Cựu Ước, đã giúp cải thiện nhiều điểm trong bản thảo với những đề nghị hữu ích. Jim Weaver và nhân viên của ông tại Baker Book House làm việc rất hiệu quả đúng như đặc tính vốn có của họ.

Cuối cùng, tôi muốn dành tặng quyển sách cho ba mẹ tôi, Mục sư và Bà Walter L. Arnold, người luôn là gương mẫu đức tin cho tôi. Ân điển của Đức Chúa Trời rất rõ ràng và dư dật trong đời sống họ như trong cuộc đời của những người hùng đức tin được mô tả trong Sáng Thế Ký.

Dành Cho Sinh Viên

Lần đầu tiên khám phá sách Sáng Thế Ký một cách hệ thống là một trải nghiệm thú vị. Đó cũng có thể là một áp lực vì có quá nhiều điều để nghiên cứu. Bạn cần nghiên cứu không chỉ nội dung của quyển sách về những khởi đầu này, mà còn phải nghiên cứu thông tin quan trọng về bối cảnh của thế giới mà các tộc trưởng đã sống.

Mục đích của sách giáo khoa này là giúp người đọc bớt nản chí khi khám phá. Để làm điều này, nhiều phương tiện trợ giúp học tập được đưa vào sách. Chúng tôi đề nghị bạn làm quen với sách giáo khoa này bằng cách đọc tài liệu dẫn nhập dưới đây, là phần giải thích những công cụ học tập được cung ứng.

Khung ghi chú

Những ghi chú tập trung vào các vấn đề hiện đang được quan tâm và cho thấy cách sách Sáng Thế Ký nói đến các vấn đề cấp thiết về thần học và đạo đức.

Bố cục chương

Đầu mỗi chương là bố cục ngắn gọn nội dung của chương. *Gợi Ý Nghiên Cứu:* Trước khi đọc hết chương, hãy dành vài phút đọc bố cục. Hãy xem bố cục như tấm bản đồ chỉ đường, và nhớ rằng sẽ dễ dàng đi đến đích hơn nếu bạn biết mình đang đi đâu.

Mục tiêu chương

Ngay đầu mỗi chương là bảng liệt kê ngắn gọn các mục tiêu. Những mục tiêu này mô tả các nhiệm vụ bạn có thể thực hiện sau khi đọc hết chương. *Gợi Ý Nghiên Cứu:* Đọc cẩn thận các mục tiêu trước khi đọc bài. Khi bạn đọc bài, hãy ghi nhớ những mục tiêu trong đầu và ghi chú để giúp bạn nhớ điều mình đã đọc. Sau khi đọc hết chương, quay lại phần mục tiêu để xem bạn có thể thực hiện các nhiệm vụ không.

Thuật ngữ chính và chú giải thuật ngữ

Bạn sẽ nhận biết các thuật ngữ chính trong cả sách khi thấy dòng chữ **in đậm**. Điều này báo hiệu những từ hay cụm từ quan trọng có thể bạn chưa biết. Bạn sẽ tìm thấy phần định nghĩa những từ ngữ này ở cuối sách trong phần chú giải thuật ngữ theo thứ tự bảng chữ cái. *Gợi Ý Nghiên Cứu:* Khi bạn gặp một thuật ngữ chính trong bài, hãy dừng lại và đọc phần định nghĩa trước khi tiếp tục đọc đến hết chương.

Câu hỏi nghiên cứu

Vài câu hỏi thảo luận được đưa ra ở cuối mỗi chương, và chúng có thể được dùng để ôn tập. *Gợi Ý Nghiên Cứu:* Viết ra các câu trả lời phù hợp cho các câu hỏi nghiên cứu để chuẩn bị cho bài kiểm tra.

Đọc thêm

Một danh mục tài liệu hữu ích để đọc thêm được trình bày ở cuối sách. *Gợi Ý Nghiên Cứu:* Hãy dùng danh sách này để tìm hiểu những lĩnh vực bạn đặc biệt quan tâm.

Thị cụ

Một loạt các minh họa dưới hình thức hình ảnh, bản đồ và biểu đồ được đưa vào giáo khoa này. Mỗi minh họa được chọn lựa kỹ càng, và với mục đích không chỉ để tạo thích thú về mặt thẩm mỹ mà còn để độc giả dễ dàng nắm vững bài hơn.

Nguyện hành trình khám phá sách Sáng Thế Ký của bạn sẽ là một cuộc phiêu lưu kỳ thú!

Các Ký Hiệu Viết Tắt

Cựu Ước

Sáng Thế Ký	Sáng	Truyền Đạo	Truyền
Xuất Ê-díp-tô Ký	Xuất	Nhã Ca	Nhã Ca
Lê-vi Ký	Lê	Ê-sai	Ê-sai
Dân Số Ký	Dân	Giê-rê-mi	Giê
Phục Truyền Luật Lệ Ký	Phục	Ca Thương	Ca Thương
Giô-suê	Giôs	Ê-xê-chi-ên	Ê-xê
Các Quan Xét	Quan	Đa-ni-ên	Đa
Ru-tơ	Ru-tơ	Ô-sê	Ô-sê
1 Sa-mu-ên	1 Sa	Giô-ên	Giô-ên
2 Sa-mu-ên	2 Sa	A-mốt	A-mốt
1 Các Vua	1 Vua	Áp-đia	Áp-đia
2 Các Vua	2 Vua	Giô-na	Giô-na
1 Sử Ký	1 Sử	Mi-chê	Mi
2 Sử Ký	2 Sử	Na-hum	Na-hum
E-xơ-ra	Era	Ha-ba-cúc	Ha
Nê-hê-mi	Nê	Sô-phô-ni	Sô
Ê-xơ-tê	Êxê	A-ghê	A-ghê
Gióp	Gióp	Xa-cha-ri	Xa
Thi Thiên	Thi	Ma-la-chi	Mal
Châm Ngôn	Châm		

Tân Ước

Ma-thi-ơ	Mat	1 Ti-mô-thê	1 Ti
Mác	Mác	2 Ti-mô-thê	2 Ti
Lu-ca	Lu	Tít	Tít
Giăng	Giăng	Phi-lê-môn	Phlm
Công Vụ Các Sứ Đồ	Công	Hê-bơ-rơ	Hê
Rô-ma	Rô	Gia-cơ	Gia
1 Cô-rinh-tô	1 Cô	1 Phi-e-rơ	1 Phi
2 Cô-rinh-tô	2 Cô	2 Phi-e-rơ	2 Phi
Ga-la-ti	Ga	1 Giăng	1 Gi
Ê-phê-sô	Êph	2 Giăng	2 Gi
Phi-líp	Phil	3 Giăng	3 Gi
Cô-lô-se	Côl	Giu-đe	Giu
1 Tê-sa-lô-ni-ca	1 Tê	Khải Huyền	Khải
2 Tê-sa-lô-ni-ca	2 Tê		

Thuật ngữ khác

Trước Chúa	TC
Sau Chúa	SC
Truyền Thống Hiệu Đính	TTHĐ
Bản Dịch Mới	BDM
Bản Hiện Đại	BHĐ
Bản Nhuận Chánh	BNC
Bản Dịch của Đặng Ngọc Báu	ĐNB

Trước Khi Bắt Đầu...

Có vài điều bạn cần biết về cấu trúc của sách Sáng Thế Ký trước khi bắt đầu. Trước nhất, bản thân sách Sáng Thế Ký đưa ra những chỉ dẫn rõ ràng. Có vài sách trong Kinh Thánh phân chia đoạn rõ ràng hơn Sáng Thế Ký. Từ ngữ *tôlĕdôt* ('dòng dõi') được dùng mười một lần để phân chia đoạn, thường thấy trong cách diễn đạt 'đây là dõng dõi của .....' Mỗi lần những chữ này xuất hiện là giới thiệu vấn đề về gia phổ hoặc một câu chuyện tiếp theo.[1] Nếu tài liệu sau đó là câu chuyện, thì cụm từ đó thường sẽ được dịch đại loại như 'Đây là câu chuyện của X....' Nếu *tôlĕdôt* giới thiệu một gia phổ, như xảy ra năm lần trong sách, thì có thể thấy lời dịch là 'Đây là dòng dõi của X ...'.

Từ vựng *tôlĕdôt* xuất hiện như một từ mở đầu nhằm sắp xếp sách thành mười một bảng hay phần. Ký thuật về sự sáng tạo của Sáng Thế Ký chương 1 là chương duy nhất không được giới thiệu bằng *tôlĕdôt*, và nó là phần mở đầu cho cả sách.

1:1–2:3	Phần mở đầu
2:4–4:26	*tôlĕdôt* của trời và đất
5:1–6:8	*tôlĕdôt* của con cháu A-đam
6:9–9:29	*tôlĕdôt* của Nô-ê
10:1–11:9	*tôlĕdôt* của con trai Nô-ê (Sem, Cham và Gia-phết)
11:10–26	*tôlĕdôt* của Sem
11:27–25:11	*tôlĕdôt* của Tha-rê (câu chuyện Áp-ra-ham)
25:12–18	*tôlĕdôt* của Ích-ma-ên
25:19–35:29	*tôlĕdôt* của Y-sác (câu chuyện Gia-cốp)
36:1–37:1	*tôlĕdôt* của Ê-sau (được dùng hai lần).[2]
37:2–50:26	*tôlĕdôt* của Gia-cốp (câu chuyện Giô-sép)

---

1. Trong hầu hết trường hợp công cụ *tôlĕdôt* giới thiệu điều xảy ra trong gia đình tộc trưởng hơn là bản thân tộc trưởng. Điều này có nghĩa là hầu hết thông tin về người có tên trong *tôlĕdôt* thường xuất hiện trước chính cụm từ đó. Điều này khiến một số học giả cho rằng *tôlĕdôt* là công thức tóm tắt ở cuối mỗi đơn vị hơn là cụm từ giới thiệu. Xem P.J.Wiseman, *Ancient Records and the Structure of Genesis: A Case for Literary Unity*, ed. Donald J. Wiseman (Nashville: Thomas Nelson, 1985 [1936]) and R. K. Harrison, *Introduction to the Old Testament* (Grand Rapids: Eerdmans, 1969), 543–47.

2. Mệnh đề *tôlĕdôt* được lặp lại trong 36:1a và 9a. Một số người thích chia tài liệu của Ê-sau thành nhiều phần riêng, nên Sáng Thế Ký có mười một bảng cộng với phần mở đầu, tổng cộng là mười hai.

Hãy lưu ý từ ngữ mở đầu *tôlĕdôt* khi bạn đi xuyên suốt Sáng Thế Ký. Bạn có thể xem chúng như những bản lề văn chương để nối nhiều loại tài liệu khác với nhau.

Điều thứ hai bạn cần nhớ là mười một đơn vị trong Sáng Thế Ký được gom lại thành bốn phần lớn hơn. Năm từ ngữ mở đầu *tôlĕdôt* đầu tiên hợp lại với đoạn mở đầu thành một phần dành cho lịch sử thế giới từ lúc sáng tạo đến sự kêu gọi Áp-ra-ham (1:1–11:26). Phần này thường được gọi là Lịch sử Nguyên thủy, vì nó nói đến những thời đại đầu tiên trước sự xuất hiện của **các tộc trưởng** Y-sơ-ra-ên.

Các bảng *tôlĕdôt* còn lại trong Sáng Thế Ký được phân loại theo lịch sử tộc trưởng.

1:1–11:26	Lịch sử Nguyên thủy
11:27–25:18	Áp-ra-ham
25:19–37:1	Gia đình Áp-ra-ham: Y-sác và Gia-cốp
37:2–50:26	Giô-sép

Tôi theo bố cục này khi trình bày cấu trúc của sách.[3]

---

3. Có bằng chứng văn chương mạnh mẽ chứng minh cấu trúc bốn phần này. Xem Gary A. Rendsburg, *The Redaction of Genesis* (Winona Lake, Ind.; Eisenbrauns, 1986). Walter Brueggemann liên hệ bốn phần của Sáng Thế Ký với sự kêu gọi của Đức Chúa Trời: (1) sự kêu gọi tối cao của Đức Chúa Trời, (2) sự kêu gọi bao quát của Đức Chúa Trời, (3) sự kêu gọi mang tính đối lập của Đức Chúa Trời, và (4) sự kêu gọi kín giấu của Đức Chúa Trời (*Genesis*, Interpretation [Atlanta: John Knox, 1982]).

PHẦN 1: KHÁM PHÁ CÔNG TRÌNH SÁNG TẠO CỦA ĐỨC CHÚA TRỜI

Sáng Thế Ký 1–11

Đất và muôn vật trên đất...đều thuộc về Đức Giê-hô-va
Thi Thiên 24:1

1. Vẻ Hùng Vĩ của Công Trình Sáng Tạo Hoàn Hảo của Đức Chúa Trời

Sáng Thế Ký 1:1–2:3

Các từng trời được làm nên bởi lời Đức Giê-hô-va,
Cả cơ binh trời bởi hơi thở của miệng Ngài mà có....
Vì Ngài phán, thì việc liền có;
Ngài biểu, thì vật liền đứng vững bền.

Thi Thiên 33:6,9

Đọc thêm: Thi Thiên 8:3–9

Bố Cục

- Tất Cả Bắt Đầu Như Thế Nào?
- Chi Tiết của Sáng Thế Ký Chương 1
  - Công thức sáng tạo lặp đi lặp lại
  - Tính đối xứng của Sáng Thế Ký chương 1
  - Vai trò của Sáng Thế Ký 1:1–2
- Ý Nghĩa của Sáng Thế Ký Chương 1
  - Quyền tể trị của Đức Chúa Trời
  - Sự tốt lành của công trình sáng tạo
  - Vai trò của loài người

Mục Tiêu

Sau khi đọc xong chương này, bạn có thể:

1. So sánh các vấn đề về tiến trình và sản phẩm trong bản ký thuật về sự sáng tạo, và xem xét sự liên hệ giữa những điều này với các thuyết về nguồn gốc.

2. Phác thảo hai kiểu mẫu văn chương trong Sáng 1: công thức sáng tạo và tính đối xứng giữa hai đơn vị các tạo vật được tạo dựng của mỗi ba ngày.
3. Trình bày một số bản dịch khả dĩ của Sáng 1:1 và tác động của chúng đến các vấn đề trọng tâm được truyền đạt trong chương này.
4. Tóm tắt giáo lý về sự tể trị của Đức Chúa Trời và những cách giáo lý đó được bày tỏ trong Sáng Thế Ký 1.
5. Mô tả các hàm ý của việc con người được tạo dựng theo hình ảnh của Đức Chúa Trời.

Bạn có thường nghĩ về những khởi đầu – khởi đầu sự sống, khởi đầu của thế giới, khởi đầu của nền văn minh - không? Những câu hỏi như thế là nguồn nghiên cứu không dứt trong vòng các dân tộc cổ đại, bao gồm cả người Y-sơ-ra-ên. Những câu hỏi này xâm chiếm tâm trí con người kể từ nền văn minh đầu tiên.

Kinh Thánh mở ra với quyển sách của những khởi đầu, Sáng Thế Ký. Từ 'sáng thế ký' là tựa đề theo tiếng Hy Lạp, có nghĩa là 'những khởi nguyên'. Người Do Thái gọi tên sách này theo từ Hê-bơ-rơ đầu tiên *bĕrē'šît*, 'ban đầu'. Là quyển sách của những khởi đầu, Sáng Thế Ký nói đến sự khởi đầu của thế giới, khởi đầu của lịch sử, bắt đầu của tội lỗi, của sự cứu rỗi và của dân sự Đức Chúa Trời.

Tất Cả Bắt Đầu Như Thế Nào?

Là con người, chúng ta luôn thấy ấn tượng, thậm chí kinh sợ, trước thế giới hùng vĩ xung quanh. Từ những quan sát nguyên thủy đầu tiên về những chuyển động của thiên thể do người Ba-by-lôn cổ đại ghi lại, cho đến những bức hình đáng chú ý về quả đất do tàu con thoi của NASA chụp - tất cả chúng ta đều nhận thấy vẻ hùng vĩ của vũ trụ này.

Thật ngạc nhiên khi chúng ta thật sự biết rất ít về tiến trình sáng tạo. Cuối cùng, chính Kinh Thánh làm cho nó trở thành một trong những vấn đề trọng tâm của tư tưởng Cơ Đốc. Ở đây, trong các sách mở đầu của Kinh Thánh, sự sáng tạo là nền tảng của luật pháp Môi-se. Sau này, sự sáng tạo trở thành lý do để tác giả Thi Thiên ca ngợi Chúa (Thi 19:1–6; 104:24–30) và trở thành câu trả lời của Gióp trước vấn đề của điều ác (Gióp 38). Sự hùng vĩ của công trình sáng tạo của Đức Chúa Trời trở thành kiểu mẫu tiên tri cho sự phục hồi (Ê-sai 66:22–23) và là đoạn mở đầu trong Phúc Âm Giăng (Gi 1:1–5).

Tuy nhiên, mặc dù công trình sáng tạo quan trọng về mặt thần học, nhưng những chi tiết chính xác về tiến trình tạo dựng dường như không quan trọng trong các chương mở đầu của Sáng Thế Ký. Có một tác giả đã nói 'Câu hỏi cái gì được dựng nên đi trước câu hỏi sự sáng tạo xảy ra như thế nào'.[1]

Việc chúng ta thiếu thông tin dẫn đến nhiều cuộc tranh luận liên quan đến sự sáng tạo. Nhiều Cơ Đốc nhân bị vướng vào những tranh cãi về "thuyết ngày - thời kỳ," "thuyết khoảng trống", hay vấn đề tiến hóa rắc rối muôn thuở. Nếu các nhà địa chất đúng và trái đất được 4,5 tỉ năm, thì phải chăng Đức Chúa Trời thình lình tạo dựng trái đất chừng ấy tuổi, hay là một hình thức của thuyết tiến hóa hữu thần tương ứng? Có thể chấp nhận một quả đất già nua mà không có sự tiến hóa không? Mặc dù đây là những câu hỏi quan trọng và cần được nói đến, nhưng chúng không phải mối quan tâm chính của các ký thuật Kinh Thánh về sự sáng tạo.

Sáng Thế Ký chương 1 giúp chúng ta có cái nhìn đúng đắn về vẻ đẹp và sự hùng vĩ của công trình sáng tạo (Ảnh: Flying Freddy).

Vậy thì tại sao chúng ta không có thêm thông tin về chi tiết của sự sáng tạo? Dường như có điều gì khác mà Kinh Thánh quan tâm nhiều hơn so với những vấn đề gây tranh cãi này. Là những độc giả Cơ Đốc, chúng ta phải kết luận rằng Đức Chúa Trời muốn chúng ta nhận được điều gì khác

---

1. Claus Westermann, *Genesis 1–11*, trans. John J. Scullion, Continental Commentary (Minneapolis: Fortress, 1984), 22.

- những điều được bày tỏ rõ ràng hơn - từ những chương này. Mặc dù chúng tôi sẽ bàn cách ngắn gọn những câu hỏi mang tính tranh luận này, nhưng mục đích của chúng tôi là tìm cách xác định những sứ điệp trọng tâm của các ký thuật về sự sáng tạo trong Kinh Thánh

Chi Tiết của Sáng Thế Ký 1

Sáng Thế Ký 1 là khúc mở màn của điều có thể gọi là tuyệt tác văn chương vĩ đại nhất của thế giới. Văn phong tao nhã của nó giống thơ ca hơn và đây là đoạn độc đáo so với các phần truyện kể mà bạn sẽ đọc trong Sáng Thế Ký. Chúng ta bắt đầu bằng cách xem khuôn mẫu lặp đi lặp lại và tính đối xứng của chương này, sau đó xem hai câu đầu tiên có liên hệ thế nào với toàn chương.

Công Thức Sáng Tạo Lặp Đi Lặp Lại

Khi đọc Sáng Thế Ký 1 (hay cụ thể là Sáng 1:1–2:3), bạn nên chú ý khuôn mẫu lặp đi lặp lại tạo nên cấu trúc cho toàn bộ chương.[2] Đặc điểm tiêu biểu của chương 1 là cách tác giả dùng kiểu văn chương này để giới thiệu từng ngày sáng tạo.

Giới thiệu:	'Đức Chúa Trời phán....'
Mạng lệnh:	'Phải có/ ...phải....'
Tường trình:	'thì có như vậy'
Đánh giá:	'và Đức Chúa Trời thấy điều đó là tốt lành'
Dòng thời gian:	'Vậy có buổi chiều và buổi mai'

Có một mức độ thay đổi nào đó trong cách dùng công thức tuần hoàn này. Nhưng một điều không đổi là lời đánh giá từ thiên thượng rằng từng chi tiết trong công trình sáng tạo của Đức Chúa Trời đều là 'tốt đẹp' (Hê-bơ-rơ *tôb*). Trong cách dùng ở chương 1, thuật ngữ này dường như không có ngụ ý về đạo đức hay luân lý, hoặc 'tốt' tương phản với 'xấu' hay 'ác', như trong trường hợp ở Sáng Thế Ký 2. Ở đây, nó mang ý nghĩa tán thành và tán thưởng. Đối tượng được tạo dựng đúng như dự định, không có sai sót hay khiếm khuyết. Vào mỗi ngày tạo dựng, Đức Chúa Trời là người nghệ sĩ tài ba, đã dừng lại để ngắm nhìn và phê chuẩn công việc của chính

---

2. Gordon J. Wenham, *Genesis 1–15*, Word Biblical Commentary 1 (Waco, Tex.: Word, 1987), 6; Westermann, Genesis 1–11, 84–85; and Victor P. Hamilton, *Handbook on the Pentateuch: Genesis, Exodus, Leviticus, Numbers, Deuteronomy* (Grand Rapids: Baker, 1982), 19–20.

mình. Khi ngắm nghía công việc do chính mình tạo ra, Ngài lấy làm hài lòng.

Cuộc tranh luận về thuyết Ngày-Thời Kỳ

Sáng Thế Ký chương 1 đưa ra một vấn đề rắc rối về bản chất của bảy ngày sáng tạo, tập trung quanh từ Hê-bơ-rơ *yôm*, nghĩa là 'ngày'. Phải chăng đó là sáu ngày sáng tạo theo nghĩa đen, nghĩa là mỗi ngày có 24 giờ, mô tả một tuần lễ thật sự mà Đức Chúa Trời tạo dựng thế giới không? Hay 'ngày' đại diện cho một thời kỳ không xác định, và vì vậy nó có tên gọi là ngày-thời kỳ? Đáng tiếc là từ Hê-bơ-rơ có nghĩa là 'ngày' có thể được dùng theo cả hai nghĩa, và vấn đề không thể được giải quyết dựa trên từ liệu đó. Cụm từ 'trong ngày CHÚA, Đức Chúa Trời dựng nên trời đất' trong Sáng 2:4b (BDM) là một ví dụ về 'ngày' mà theo ngữ cảnh trực tiếp chắc chắn có nghĩa là một thời kỳ dài không xác định.

Việc từ liệu đó được dùng như thế nào trong Sáng Thế Ký chương 1 là một câu hỏi khó. Nhưng tệ hơn nữa là vấn đề có liên quan đến một câu hỏi khác có thể gây tranh cãi. Nếu tin vào ngày hai mươi bốn giờ, thì cũng phải chấp nhận thuyết 'trái đất trẻ', là thuyết cần phải được làm cho phù hợp với bằng chứng của địa chất hiện đại. Bằng chứng địa chất hiện thời cho rằng trái đất khoảng 4,5 tỉ năm. Phương thức giải thích của thuyết ngày-thời kỳ dễ làm cho khớp với bằng chứng địa chất hơn. Nhưng nhiều Cơ Đốc nhân sợ rằng nó mở cửa cho các học thuyết tiến hóa.

Chúng ta không nên quá bận tâm đến việc Đức Chúa Trời phải mất bao lâu để dựng nên vũ trụ. Và cũng không nên lấy cuộc tranh luận này làm yếu tố quyết định xem ai thật sự trung thành với Đấng Christ. Đây không phải vấn đề của đức tin. Nếu việc biết Đức Chúa Trời phải mất bao lâu để dựng nên trái đất là điều quan trọng, thì Kinh Thánh đã nói rõ. Bài học quan trọng trong Sáng Thế Ký chương 1 là Ngài thật đã tạo dựng trái đất, và Ngài đã dựng nên cách trật tự và tốt lành trong mọi phương diện.

Bảng 1.1: Các Ngày Sáng Tạo

	Hình dạng			Sự làm đầy
Ngày	Đối tượng được tạo dựng		Ngày	Đối tượng được tạo dựng
1	Một công việc: ánh sáng	→	4	Một công việc: các thể sáng
2	Một công việc: biển và khoảng không	→	5	Một công việc: chim, cá
3	Hai công việc: đất và cây cối	→	6	Hai công việc: các loài thú trên đất và con người

Vai trò của con người trong sự sáng tạo được nhấn mạnh bằng hoạt động của Đức Chúa Trời vào ngày thứ sáu trong công trình sáng tạo (1:24–31). Lần này công thức tuần hoàn bao gồm sự đánh giá thiên thượng với một sự thay đổi tinh tế. Khi Đức Chúa Trời xem xét sự tạo dựng người nam và người nữ, Ngài thấy họ không chỉ 'tốt đẹp' mà là 'rất tốt đẹp' (1:31). Công thức tuần hoàn tạo ấn tượng loài người là thời khắc đỉnh điểm của sự sáng tạo, và Đức Chúa Trời rất hài lòng với con người.

Tính Đối Xứng của Sáng Thế Ký 1

Việc sử dụng công thức sáng tạo để giới thiệu và kết thúc từng ngày cũng tạo nên một cấu trúc đối xứng thú vị cho Sáng Thế Ký chương 1.[3] Nội dung của ba ngày tạo dựng đầu tiên tương ứng với ba ngày cuối cùng, theo cách làm nổi bật ngày thứ ba và ngày thứ sáu. Ngày ba và ngày sáu tương ứng với nhau vì cả hai đều có hai hành động tạo dựng: đất và cây cối vào ngày thứ ba (1:9–13) và loài thú dưới đất và con người vào ngày thứ sáu (1:24–31). Sự tương ứng về nội dung được liên kết bởi hình thức văn chương, vì các yếu tố chính của công thức sáng tạo được lặp lại vào ngày thứ ba và ngày thứ sáu: lời giới thiệu ('Đức Giê-hô-va phán' 1:9,11,24,26) và sự đánh giá từ thiên thượng (dùng *ṭôb*, 1:10,12,25,31).

---

3. Victor P. Hamilton, *The Book of Genesis: Chapters 1–17*, New International Commentary on the Old Testament (Grand Rapids: Eerdmans, 1990), 125; Derek Kidner, *Genesis: An Introduction and Commentary*, Tyndale Old Testament Commentary (Downers Grove: InterVarsity, 1967), 45–46; Allen P. Ross, *Creation and Blessing: A Guide to the Study and Exposition of the Book of Genesis* (Grand Rapids: Baker, 1988), 104; and Wenham, *Genesis 1–15*, 6–7.

Những tương ứng về nội dung chia các ngày sáng tạo thành từng cặp. Các vật thể sáng của ngày thứ tư tương ứng với việc tạo dựng sự sáng vào ngày thứ nhất. Chim và cá được dựng vào ngày năm tương ứng với bầu trời vào ngày hai. Ngoài ra, có lẽ mỗi nhóm ba ngày là đáp ứng của Đức Chúa Trời trước sự hỗn độn và lộn xộn của câu 2 ('vô hình và trống không'), đem lại hình dạng và sự đầy trọn. Ba ngày đầu tiên tạo cho trái đất hình dáng và ba ngày cuối thì làm đầy trái đất. Nếu vậy, phước lành của Chúa cho loài vật và con người ('hãy sinh sản và tăng thêm nhiều', 1:22, 28) là những cách mà theo đó chúng ta tiếp tục hoạt động sáng tạo của Ngài. Giai đoạn 'vô hình và trống không' của sự tạo dựng đơn giản có nghĩa là trái đất trơ trụi, một nơi không có người ở, mà bây giờ phải đầy dẫy loài người và loài vật mà Đức Chúa Trời đã dựng nên.[4]

Việc lặp đi lặp lại công thức tạo dựng và cấu trúc đối xứng của các ngày sáng tạo làm nổi bật tính độc nhất vô nhị của ngày thứ bảy.(2:1–3) Là đỉnh cao của sự tạo dựng, ngày nghỉ Sa-bát của Đức Chúa Trời không như điều chúng ta thường nghĩ về 'sự nghỉ ngơi', như thể Chúa cần nghỉ giải lao sau một công việc hao tốn sức lực. Ngược lại, từ này về cơ bản có nghĩa là 'dừng' và cũng hàm ý sự vui mừng hân hoan và hoàn tất một thành tựu. Khái niệm này quan trọng đối với quốc gia Y-sơ-ra-ên, và vẫn còn là hy vọng cho tín hữu Cơ Đốc, vì câu chuyện sáng tạo xây dựng đến thời điểm này chứng thực rằng 'Đức Chúa Trời hằng sống có nghỉ ngơi'.[5] Đức Chúa Trời tuyên bố hoạt động của mỗi ngày sáng tạo là tốt đẹp, nhưng với ngày này thì Ngài thánh hóa: 'Và Đức Chúa Trời ban phước cho ngày thứ bảy và khiến nó nên thánh' (2:3).

Vai Trò của Sáng Thế Ký 1:1–2

Ngày thứ bảy quan trọng nằm ngoài tầm ảnh hưởng của công thức tạo dựng thể nào, thì hai câu đầu của Sáng Thế Ký cũng quan trọng như vậy. Những từ ngữ mở đầu của Kinh Thánh đặt ra hai câu hỏi có liên hệ với nhau, dẫn đến hai cách giải thích loại trừ lẫn nhau. Trước tiên, chúng ta phải nói đến ý nghĩa của từ đầu tiên của câu 1 *bĕrēšît*, theo truyền thống được dịch là 'ban đầu'. Thứ hai, câu trả lời cho câu hỏi này sẽ ảnh hưởng đến cách ba câu đầu tiên này liên hệ với nhau như thế nào.

---

4. David Toshio Tsumura, *The Earth and the Waters in Genesis 1 and 2: A Linguistic Investigation*, Journal for the Study of the Old Testament—Supplement Series 83 (Sheffield: JSOT, 1989), 17–43.

5. Gerhard von Rad, *Genesis: A Commentary*, trans. John H. Marks, rev. ed., Old Testament Library (Philadelphia, Westminster, 1972), 62.

Vấn đề liên quan đến việc giải thích từ *bĕrēšît* phức tạp và đòi hỏi phải có kiến thức nào đó về tiếng Hê-bơ-rơ để có thể hiểu cách đầy đủ.[6] Tóm lại, danh từ có một giới từ đứng trước thường ở dạng cần một mạo từ xác định, nhất là đối với cụm từ như 'in the beginning (ban đầu).' Nếu không có mạo từ xác định, cách đánh vần đặc biệt của từ này thường xuất hiện trong khuôn khổ hay dạng cấu trúc có một danh từ theo sau, một sở hữu cách/thuộc cách. Tuy nhiên, trong Sáng 1:1, không có mạo từ xác định cũng không có danh từ nào khác gắn liền với nó như phải có. Vì lý do đó, một số học giả lập luận rằng từ ngữ này là một mệnh đề thời gian phụ thuộc: 'Ban đầu khi Đức Chúa Trời dựng nên...,' hay 'Khi Đức Chúa Trời bắt đầu tạo dựng....' Trong trường hợp này, câu 1 phụ thuộc vào mệnh đề chính của câu 2: 'Khi Đức Chúa Trời bắt đầu dựng nên..., trái đất vô hình và trống không...' Một khả năng khác là câu 1 phụ thuộc vào câu 3, còn câu 2 là phần chen vào giữa: 'Khi Đức Chúa Trời bắt đầu tạo dựng.... (bấy giờ trái đất vô hình và trống không...). Đức Chúa Trời phán...'. Cho dù là trường hợp nào, Đức Chúa Trời cũng bắt tay vào việc với bản chất tiền hiện hữu, nguyên thủy. Ngài tạo dựng thế giới từ trước khi vật chất hiện hữu.

Mặc dù những cách dịch này đều có thể chấp nhận được, nhưng quy tắc ngữ pháp tiếng Hê-bơ-rơ không *bắt buộc* như vậy. Có những ví dụ khác trong Cựu Ước có chỉ định về thời gian tương tự mà không có mạo từ xác định, và không cần lấy từ đầu tiên làm mệnh đề phụ thuộc. Thay vào đó, tất cả các bản dịch Cựu Ước cổ và phần lớn các bản dịch và sách chú giải đương đại đều cho rằng cách hiểu truyền thống về những từ mở đầu này là mệnh đề chính độc lập: 'Ban đầu, Đức Chúa Trời dựng nên trời và đất.' Nhưng điều đó vẫn chưa kết thúc vấn đề.

Trong số những người thừa nhận câu 1 theo cách truyền thống, cũng có nhiều khác biệt. Một số người cho rằng câu 1 mô tả một sự sáng tạo đầu tiên hoàn hảo. Giữa câu 1 và câu 2, xuất hiện sự sa ngã của Sa-tan, khiến cho công trình sáng tạo của Đức Chúa Trời bị ô uế. Do đó, câu 2 mô tả tình trạng của trái đất sau sự sa ngã của Sa-tan. Câu 3 bắt đầu mô tả 'sự tái sáng tạo' của Đức Chúa Trời hoặc tái xây dựng lại thế giới hỗn loạn. Điều này thường được gọi là 'thuyết khoảng trống' vì câu 2 mô tả khoảng gián đoạn của một khoảng thời gian không thể xác định. Nhiều người theo quan điểm này xếp loài khủng long và loài vượn người tiền-*Homo sapien (người hiện đại)* vào thời gian gián đoạn không rõ ràng này.

---

6. Bill T. Arnold, "רֵאשִׁית," in *New International Dictionary of Old Testament Theology and Exegesis*, ed. Willem A. VanGemeren, 5 vols. (Grand Rapids: Zondervan, 1997) 3:1025–26.

Tuy nhiên, thuyết khoảng trống không đánh giá cách công bằng về mặt văn chương và ngôn ngữ học đối với bản văn Sáng 1:1-3.[7] Một phương thức tiếp cận quân bình hơn là xem câu 1 là mệnh đề chính độc lập tóm tắt các sự kiện từ câu 2-31.[8] Câu 1 là một tiêu đề hay một lời chú thích phía trên cho cả đoạn. Cách nói 'trời và đất' là phép làm tương phản của người Xê-mít (Semite), một phương pháp tu từ diễn tả tính toàn vẹn (giống như al-pha và ô-mê-ga và mọi mẫu tự ở giữa hai mẫu tự đó). Như vậy câu 1 giải thích mọi vật tồn tại đều hiện hữu bởi hoạt động sáng tạo của Đức Chúa Trời sắp được mô tả trong chương này. Câu 2 mô tả tình huống có trước sự sáng tạo, sự hỗn loạn tiền hiện hữu. Mặc dù cách giải thích này hàm ý sự hiện hữu từ trước của vật chất hỗn loạn, nhưng nó không nhất thiết mô tả sự lộn xộn nằm ngoài tầm kiểm soát của Đức Chúa Trời hoặc đối kháng với tiến trình tạo dựng của Ngài. Ở chỗ khác trong Kinh Thánh, rõ ràng Đức Chúa Trời đã dựng nên vũ trụ từ không có gì cả và Ngài tạo dựng mà không đòi hỏi sức mạnh hay năng lực nào (Thi 33:6, 9; 148:5; Hê 11:3).

Ngoài việc xem câu thứ nhất như một lời chú thích ở phía trên, cũng có thể cho rằng câu thứ nhất mô tả hành động tạo dựng đầu tiên.[9] Như vậy cũng có thể xem câu 1 là một mệnh đề độc lập, và lợi thế ở chỗ đây là cách đọc Sáng 1:1-3 theo kiểu truyền thống và cổ xưa nhất. Phương pháp này giải thích ba câu đầu cách đồng bộ: câu 1 là hành động tạo dựng đầu tiên, câu 2 là hệ quả của câu 1, và câu 3 là lời sáng tạo đầu tiên. Cách giải nghĩa này được xác nhận từ các bản dịch cổ và các học giả hiện đại, và là cách giải thích phù hợp nhất với lời dạy của Kinh Thánh về **creatio ex nihilo** (tức là Đức Chúa Trời tạo dựng vũ trụ từ chỗ không có gì và Ngài tạo dựng cách dễ dàng).

Cho dù chúng ta có giải thích Sáng 1:1-3 như thế nào, thì tâm quan trọng của sự tiền hiện hữu của Đức Chúa Trời vẫn là trọng tâm. Như chúng ta sẽ thấy, các dân tộc cổ đại khác không chỉ quan tâm đến sự tạo dựng thế giới, mà còn quan tâm đến sự tạo dựng các vị thần?! Ngược lại, Y-sơ-ra-ên không hề cố gắng giải thích nguồn gốc của Đức Chúa Trời. Ngài luôn hiện hữu, và trước khi Ngài tạo dựng thì chỉ có mình Ngài. Ngài chỉ phán thì phần còn lại của vũ trụ liền hiện hữu. Đây là ý niệm cấp tiến và mới mẻ ở vùng Cận Đông cổ đại, cũng như đối với các tín hữu hiện đại. Thật vậy, đây là bước đầu tiên trong hành trình đức tin của chúng ta. Nếu

---

7. Ross, *Creation and Blessing*, 718–23.
8. von Rad, *Genesis*, 47.
9. Wenham, *Genesis 1–15*, 11–13.

chúng ta có thể chấp nhận lẽ thật Kinh Thánh lớn này, thì phần còn lại trở nên dễ dàng.

Ý Nghĩa của Sáng Thế Ký 1

Như đã nói ở đầu chương này, các câu hỏi về sự khởi đầu của sự sống và thế giới luôn chiếm hữu tâm trí con người kể từ khi lịch sử bắt đầu. Như chúng ta sẽ minh họa trong chương 3 sau đây, tất cả nền văn hóa cổ đại khác đều dùng **thần thoại** để chứng minh cho bất kỳ điều gì có vẻ như thiết yếu cho sự sống và xã hội con người bằng cách liên hệ thần thoại với hành động nền tảng ban đầu.[10] Nhưng câu trả lời của Kinh Thánh đối với những câu hỏi như thế thì khác. Trong Sáng Thế Ký chương 1, chúng ta thấy người Y-sơ-ra-ên thờ ơ với những lời giải thích mang tính thần thoại về những điều có vẻ quan trọng. Thay vào đó, những điều thiết yếu cho cuộc sống con người được quyết định bởi một Đức Chúa Trời- Đấng sáng tạo và tể trị.

Chúng ta cũng gọi sách Sáng Thế Ký là 'kiệt tác văn chương vĩ đại nhất của thế giới'. Nhưng các độc giả Cơ Đốc hai ngàn năm qua nhìn nhận giá trị của nó không chỉ về mặt nghệ thuật văn chương. Sách cũng là Lời Đức Chúa Trời cho các tín hữu hiện đại. Do đó, việc nói về ý nghĩa thần học của Sáng Thế Ký chương 1 không bao giờ dư thừa. Chúng ta sẽ thấy mệt mỏi, thật ra là không thể đọc phần còn lại của Kinh Thánh, nếu trước nhất không học những bài học về sự sáng tạo. Trong số nhiều khái niệm quan trọng ở đây, tôi sẽ chỉ nhấn mạnh ba khái niệm: **sự tể trị** của Đức Chúa Trời, sự tốt lành của công trình sáng tạo của Ngài, và vai trò của nhân loại trong sự tạo dựng.

Đức Chúa Trời có dùng sự tiến hóa để tạo dựng thế giới không?

Ký thuật về nguồn gốc con người trong Sáng Thế Ký có liên hệ như thế nào với khoa học hiện đại, cụ thể là thuyết tiến hóa? Có nhiều cách trả lời khác nhau cho câu hỏi này kể từ khi Charles Darwin xuất bản *The*

---

10. Raffaele Pettazzoni, "Myths of Beginnings and Creation-Myths," in *Essays on the History of Religions*, trans. H. J. Rose (Leiden: E. J. Brill, 1967), 24–26.

Origin of Species (Nguồn Gốc Các Loài) năm 1859.[11] Tôi trình bày một cái nhìn tổng quan ngắn gọn về ba quan điểm ở đây.

1. 'Những người ủng hộ thuyết tiến hóa hữu thần' tin rằng Kinh Thánh đáng tin cậy và chấp nhận lời dạy của Kinh Thánh cho rằng Đức Chúa Trời dựng nên thế giới. Nhưng Sáng Thế Ký chỉ cho biết *ai* đã tạo dựng, chứ không nói về *cách* Ngài tạo dựng. Những người theo thuyết tiến hóa hữu thần cũng thừa nhận những tiến trình được khoa học hiện đại xác định là phương tiện Đức Chúa Trời dùng để dựng nên con người. Họ chấp nhận những khái niệm như tiến hóa hữu cơ (từ phân tử thành con người) và tiến hóa vĩ mô (từ khỉ thành người) như là những lời giải thích cho nguồn gốc của sự sống. Hầu hết những nhà tiến hóa hữu thần xem Sáng Thế Ký chương 1 là lời giải thích mang tính biểu tượng hay ẩn dụ về sự phụ thuộc của loài người vào Đức Chúa Trời, Đấng Sáng Tạo.

Charles Darwin (1809-1882) (Ảnh: hình vẽ của J.G de Lint [1867-1936])

Mặc dù phương thức giải thích theo tiến hóa hữu thần có thể chấp nhận được, nhưng có một số ý tưởng nhất định về sự tiến hóa rất khó hài hòa với Sáng Thế Ký chương 1-2. Thuyết tiến hóa dạy rằng con người là kết quả của những sự kiện tình cờ, là kết quả của sự chọn lọc tự nhiên và sự sinh tồn của cá thể thích nghi nhất. Mặt khác, Sáng Thế Ký mô tả chân dung hai con người đầu tiên là cha mẹ của toàn thể dòng dõi con người. A-đam và Ê-va được Đức Chúa Trời tạo dựng một cách có chủ ý theo ảnh tượng của Ngài. Giáo lý quan trọng này, được xác nhận ở những chỗ khác trong Kinh Thánh, khó hòa hợp với tính ngẫu nhiên của sự tiến hóa.

---

11. Xem Pattle P. T. Pun, "Evolution," in Evangelical Dictionary of Theology, ed. Walter A. Elwell (Grand Rapids: Baker, 1984), 388–92 để biết thêm chi tiết những phần tiếp theo và phần đầu tư liệu.

Thuyết tiến hóa hữu cơ (sự phát triển từ phân tử thành con người) vẫn chưa được chứng thực cách thỏa đáng thậm chí còn tạo ra những vấn đề lớn hơn cho những người theo tiến hóa hữu thần. Sáng 2:7 dường như nói đến một sự tạo dựng đặc biệt từ vật chất vô cơ hơn là qua hình thái sự sống hiện hữu trước đó: 'Giê-hô-va Đức Chúa Trời lấy bụi đất nắn nên hình người.'

2. Để phản ứng lại các thuyết tiến hóa, một số người chấp nhận quan điểm có thể được gọi là 'thuyết sáng tạo tức thời' (được gọi cách khác là 'thuyết sáng tạo bằng mệnh lệnh'). Quan điểm này chấp nhận lối giải thích theo nghĩa đen cho rằng ngày có hai mươi bốn tiếng trong Sáng Thế Ký chương 1, là quan điểm phải thừa nhận số tuổi của trái đất trẻ hơn. Hầu hết các nhà địa chất tin rằng trái đất vào khoảng 4,5 đến 5 tỉ năm. Nhưng các nhà theo thuyết sáng tạo tức thời nghi ngờ kết luận của kỹ thuật xác định niên đại hiện đại. Cho rằng các gia phổ trong Sáng Thế Ký chương 5 và 11 được dùng cho việc xác định niên đại chính xác, những người theo thuyết sáng tạo tức thời, về cơ bản, chấp nhận bảng niên đại của Tổng giám mục James Ussher (1581–1665), mà trong trường hợp này tuổi của trái đất không quá mười ngàn năm. Các ký thuật về cơn nước lụt toàn cầu là nguyên nhân của những lớp trầm tích lắng đọng và hóa thạch, phần nào đưa ra lời giải thích về quan điểm số tuổi của trái đất già hơn.

3. Một lựa chọn khác là 'thuyết sáng tạo tiệm tiến'. Quan điểm này nhận ra những vấn đề khi sử dụng gia phổ trong Kinh Thánh để định niên đại chính xác. Dưới ánh sáng của bằng chứng mạnh mẽ hậu thuẫn cho tình trạng cổ xưa của trái đất, những nhà tiến hóa tiệm tiến chấp nhận cách giải thích các ngày sáng tạo trong Sáng Thế Ký 1 theo quan điểm ngày-thời kỳ, gán các ngày bằng các thời kỳ địa chất khác nhau. Theo cách này, những người theo thuyết tiến hóa tiệm tiến nhấn mạnh tính chất bổ sung lẫn nhau giữa Sáng Thế Ký và khoa học hiện đại.

Những người theo thuyết sáng tạo tiệm tiến có thể thuộc vài nhóm khác nhau, nhưng tất cả đều chấp nhận tình trạng trái đất cổ và mức độ nào đó của thuyết tiến hóa vi mô (microevolutionary theory). Nói cách khác, những khác biệt giữa các loài sinh vật được giải thích là những đột biến kéo theo sự chọn lọc tự nhiên suốt một khoảng thời gian dài. Tiến hóa vi mô giải thích cho sự đa dạng của sinh vật ngày nay từ những nguyên mẫu do Đức Chúa Trời tạo dựng 'tùy theo loại' (Sáng 1:11). Nhưng người theo thuyết sáng tạo tiệm tiến bác bỏ thuyết tiến hóa vĩ mô (macroevolution) và tiến hóa hữu cơ vì thiếu bằng chứng khoa học.

> Kinh Thánh không nói đến tiến hóa. Khoa học hiện đại nỗ lực giải thích nguồn gốc sự sống với câu hỏi 'như thế nào', còn Kinh Thánh bắt đầu bằng cách trả lời câu hỏi 'ai' và 'việc gì'. Sáng Thế Ký bắt đầu với một Đức Chúa Trời gắn liền với cá nhân, Đấng chủ tâm sáng tạo vũ trụ và tạo dựng loài người theo hình ảnh của chính Ngài. Con người không phải là kết quả của sự tình cờ và chọn lọc tự nhiên. Kinh Thánh và khoa học khách quan không bao giờ mâu thuẫn nhau. Nhưng bất kỳ phương pháp khoa học nào phủ nhận vai trò của Đấng Sáng Tạo là Đức Chúa Trời đều nhanh chóng tự nhận ra mình trái ngược với Kinh Thánh và với những người xem Kinh Thánh là đáng tin cậy.

Sự Tể Trị của Đức Chúa Trời

Các nền văn hóa cổ đại khác trong thời kỳ Cựu Ước có những ký thuật về sự sáng tạo (xem chương 3 bên dưới). Những miêu tả khác nhau về sự sáng tạo có ít nhất hai đặc điểm chung. Thứ nhất, (các) thần tạo dựng thế giới với nhiều khó khăn. Điển hình: sự tạo dựng vũ trụ là kết quả của cuộc tranh chiến lớn nào đó trong vũ trụ, và thường là một thần dùng **ma thuật** để tạo vũ trụ. Thứ hai, vị thần sáng tạo luôn bắt đầu với vật chất nào đó có sẵn từ trước.

Hội thánh đầu tiên nhận biết tầm quan trọng của mạng lệnh trong công thức sáng tạo: 'Phải có sự sáng'. Bản dịch tiếng La-tinh của cụm từ (*fiat lux*) hàm ý cách nói 'sáng tạo bằng **mệnh lệnh**', nhấn mạnh cách thức sáng tạo của Đức Chúa Trời là bằng mệnh lệnh hoặc sắc lệnh thiên thượng. Điều này hàm ý sự tạo dựng không đòi hỏi nhiều nỗ lực của Đức Chúa Trời. Ngài chỉ phán, thì mọi thứ xảy ra. Giáo lý về sự sáng tạo bằng mệnh lệnh dạy về **sự toàn năng** và tể trị của Đức Chúa Trời.

Mặc dù ý nghĩa chính xác của ba câu đầu trong Sáng Thế Ký chương 1 không rõ ràng, nhưng hàm ý của từ 'dựng nên' trong câu 1 thì lại thú vị.[12] Trong suốt cả Cựu Ước, Đức Chúa Trời của Y-sơ-ra-ên luôn là chủ ngữ của động từ Hê-bơ-rơ này (*bārā*), chứ không bao giờ là các thần ngoại giáo hay con người. Hơn nữa, túc từ của động từ này không bao giờ chỉ về vật chất được dùng trong sự sáng tạo, nhưng chỉ về đối tượng của sự sáng tạo. Dù động từ này không thể chứng minh giáo lý *creatio ex nihilo* ('sự tạo dựng từ chỗ không có gì'), nhưng chắc chắn nó hàm ý về sự tự do và quyền năng

---

12. Được dùng lại trong 1:21,27 (ba lần); 2:3; 5:1–2 (ba lần); 6:7 và chỗ khác trong Cựu Ước.

của Đức Chúa Trời cũng như sự tể trị không cần chút nỗ lực nào của Ngài trong việc sáng tạo. Chắc hẳn phải để các phân đoạn khác của Kinh Thánh chứng minh rằng Đức Chúa Trời đã tạo dựng vũ trụ mà không cần đến vật chất có sẵn (Thi 33:6, 9; 148:5; Hê 11:13).[13]

Câu mở đầu của Sáng Thế Ký tạo nền tảng thần học cho mọi niềm tin chân thật phù hợp Kinh Thánh. Yahweh, Chúa của **giao ước** của Y-sơ-ra-ên, cũng là Đức Chúa Trời tối cao của cõi sáng tạo. Đây là lời khẳng định đầu tiên của Kinh Thánh và để bổ sung cho những lời khẳng định sau này của Y-sơ-ra-ên rằng Yahweh là Đức Chúa Trời của sự cứu rỗi.[14]

Sự Sáng Tạo Tốt Lành

Như chúng ta đã thấy, Đức Chúa Trời đánh giá từng yếu tố của công trình sáng tạo và tuyên bố rằng chúng 'tốt lành'. Công thức sáng tạo lặp đi lặp lại đi đến đỉnh điểm vào ngày thứ sáu, khi Đức Chúa Trời tạo dựng con người và ban cho họ vật thực để ăn. Khi Đức Chúa Trời thấy mọi vật Ngài làm nên thì hài lòng ('điều đó thật rất tốt lành'). Cho đến thời điểm này, Kinh Thánh chưa hề đề cập đến điều gì xấu xa hoặc gian ác. Chỉ có sự tốt lành của Đức Chúa Trời và của công trình sáng tạo của Ngài.

Rồi chúng ta sẽ thấy rõ công trình sáng tạo của Đức Chúa Trời bị phá hỏng bởi hành động của con người. Phần còn lại của câu chuyện Kinh Thánh là câu chuyện về sự cứu chuộc khỏi tội lỗi và sự đau khổ. Nhưng xuyên suốt câu chuyện, sứ điệp của Sáng Thế Ký chương 1 là niềm xác quyết rằng công trình sáng tạo của Đức Chúa Trời là hết sức tốt lành, rằng tội lỗi và điều ác bằng cách nào đó đã xâm nhập vào nơi không phải của nó và chúng là những vị khách không mời.

Đức Chúa Trời Ba Ngôi trong Sáng Thế Ký 1?

Vào ngày thứ sáu đỉnh điểm, Đức Chúa Trời đã dựng nên loài người (1:26–27). Sắc lệnh thiên thượng của ngày hôm đó không giống những ngày khác, là những ngày mà sắc lệnh của Đức Chúa Trời nhắm vào trái đất hay phần nào đó của trái đất: 'Nước phải tụ lại...', 'đất phải sanh....?'

---

13. Kenneth A. Mathews, *Genesis 1–11:26*, New American Commentary 1A (Nashville: Broadman, 1996), 128–29.

14. Christoph Barth, *God with Us: A Theological Introduction to the Old Testament,* ed. Geoffrey W. Bromiley (Grand Rapids: Eerdmans, 1991), 9–11.

và 'nước đầy dẫy...'. Còn ngày thứ sáu, Đức Chúa Trời dùng đại từ ngôi thứ nhất số nhiều 'Chúng ta hãy làm nên loài người theo hình ảnh chúng ta và giống như chúng ta' (1:26). Cách nói độc đáo từ thiên thượng nhấn mạnh địa vị của con người được tôn cao trên hết mọi loài thọ tạo.

Có ít nhất sáu cách hiểu về những đại từ số nhiều trong 1:[15] Thứ nhất, một số người lập luận câu này ám chỉ các thần khác, và là dấu tích từ các nguồn tài liệu mang tính thần thoại và đa thần của tác giả. Thứ hai, số nhiều có thể ám chỉ một triều đình trên trời, gồm vô số thiên sứ. Thứ ba, Đức Chúa Trời đang nói với vật nào đó Ngài vừa tạo nên, rất có thể là trái đất. Thứ tư, số nhiều là 'số nhiều về tính uy nghi', thường được các vua chúa dùng. Việc số nhiều về tính uy nghi không được dùng trong tiếng Hê-bơ-rơ cùng với các động từ và đại từ đã khiến hầu hết các học giả phủ nhận lập luận này. Thứ năm, những đại từ này có thể là một ví dụ về 'số nhiều của lòng quyết tâm', trong đó một cá thể nói với bản thân với quyết tâm hành động. Sáng Thế Ký 11:7 được cho là một ví dụ về lời nói thiên thượng: 'Thôi, chúng ta hãy xuống...'. Thứ sáu, số nhiều có thể là 'số nhiều về sự đầy trọn', trong đó Đức Chúa Trời nói với Thánh Linh được đề cập trong 1:2. Rồi Thánh Linh trở thành một cộng sự với Đức Chúa Trời trong sự tạo dựng.

Chúng ta nên cẩn thận khi giải thích thần học về Đức Chúa Trời Ba Ngôi từ đại từ số nhiều dùng ở đây và chỗ khác trong lời nói thiên thượng (xem thêm Sáng 3:22; 11:7; Ê-sai 6:8). Mặt khác, Sáng Thế Ký rất khôn ngoan tinh tế khi nói đến khái niệm số nhiều bên trong sự hiệp nhất. Chính câu tiếp theo (1:27) mô tả một con người số ít được dựng nên như số nhiều, 'người nam và người nữ' (xem Sáng 5:1–2a). Số nhiều của Đức Chúa Trời trong 1:26 báo trước và chuẩn bị cho số nhiều của nhân loại trong 1:26 [16] Một Đức Chúa Trời đã sáng tạo qua cách diễn đạt tình trạng số nhiều của Ngài thế nào, thì con người cũng hiện hữu trong tình trạng số nhiều của họ thể ấy. Với ý nghĩa này, mối quan hệ giữa người nam và người nữ phản chiếu vai trò về cách Đức Chúa Trời quan hệ với chính Ngài như thế nào.

---

15. Xem Hamilton, Genesis 1–17, 132–34, và Eugene H. Merrill and Alan J. Hauser, "Is the Doctrine of the Trinity Implied in the Genesis Creation Account?" in *The Genesis Debate: Persistent Questions about Creation and the Flood*, ed. Ronald F. Youngblood (Nashville: Thomas Nelson, 1986), 110–29 để biết thêm chi tiết.

16. John H. Sailhamer, *The Pentateuch as Narrative: A Biblical-Theological Commentary* (Grand Rapids: Zondervan, 1992), 95–96.

> Mặc dù chúng ta không nên dùng Sáng Thế Ký để chứng minh sự hiện hữu của Đức Chúa Trời Ba Ngôi, phân đoạn này cũng không mâu thuẫn với sự hiểu biết Cơ Đốc về Đức Chúa Trời Ba Ngôi Hiệp Một. Sự xuất hiện như một gợi ý và ý niệm mơ hồ này trong Sáng Thế Ký phải chờ sự bày tỏ đầy đủ cho đến khi 'kỳ hạn đã được trọn' (Ga 4:4).

Vai Trò của Loài Người

Tại đỉnh điểm của ký thuật về sự sáng tạo này, phẩm giá của nhân loại và tầm quan trọng của cặp đôi con người đầu tiên được nhấn mạnh: 'Chúng ta hãy làm nên loài người theo hình ảnh chúng ta và giống như chúng ta' (1:26).

Không thể nói hết ý nghĩa thần học của việc được tạo dựng theo hình ảnh Đức Chúa Trời (theo **imago Dei**, theo cách nói của hội thánh đầu tiên). Có ít nhất ba hàm ý. Thứ nhất, mạng lệnh phải sanh sản và thêm nhiều chắc chắn ngụ ý rằng con người phải tiếp tục hoạt động tạo dựng của Đức Chúa Trời (1:28). Họ phải tiếp tục việc Ngài đã bắt đầu. Thứ hai, con người có quyền thống trị toàn thế công trình sáng tạo vì họ mang hình ảnh của Đức Chúa Trời (1:26). A-đam và Ê-va là những đại diện hữu hình của Đức Chúa Trời trong công trình sáng tạo. Thứ ba, được tạo dựng là những người mang hình ảnh thiên thượng cũng hàm ý loài người được dựng nên cụ thể cho mối tương giao với Đức Chúa Trời. Không giống phần còn lại của sự sáng tạo, đời sống con người không phải là hiện hữu vì chính mình. Nó mang đặc ân được liên hệ với Đức Chúa Trời.[17]

Chương đầu tiên của sách Sáng Thế Ký vô cùng quan trọng để xác định Đức Chúa Trời là ai, chúng ta là ai, và chúng ta liên hệ với thế giới xung quanh như thế nào. Việc nghiên cứu chương này sẽ đưa bạn gia nhập với toàn thể tạo vật ngợi khen Đức Chúa Trời 'vì Ngài ra lệnh, thảy bèn được dựng nên' (Thi 148:5).

Câu Hỏi Nghiên Cứu

1. Làm sao có thể nói rằng sáu ngày trong hoạt động sáng tạo của Đức Chúa Trời có liên hệ với lời tuyên bố trong câu 2 rằng trái đất 'vô hình và trống không'?

---

17. Gerald Bray, "The Significance of God's Image in Man," *Tyndale Bulletin* 42, no. 2 (1991): 224–25.

2. Giải thích hai quan niệm có thể chấp nhận được của hai từ Hê-bơ-rơ đầu tiên trong Sáng Thế Ký, và nói rõ những hàm ý thần học của mỗi quan niệm.
3. Ký thuật về sự sáng tạo trong Sáng Thế Ký khác với các ký thuật sáng tạo của những nền văn hóa cổ đại khác trong những phương diện nào?
4. Giải thích ý nghĩa của câu nói 'loài người được tạo dựng theo hình ảnh của Đức Chúa Trời.'
5. Mô tả ba cách giải nghĩa Sáng Thế Ký 1 dưới ánh sáng của những công bố của khoa học hiện đại.
6. Giải thích những khả năng khác nhau trong việc dùng đại từ ngôi thứ nhất số nhiều 'chúng ta' trong Sáng 1:26.
7. Nhận biết hai định nghĩa của từ vựng Hê-bơ-rơ *yôm* (được dịch là 'ngày') và trình bày cách hai định nghĩa này ảnh hưởng đến việc giải nghĩa Sáng Thế Ký 1.

Thuật Ngữ Chính

Xê-mít

Creatio ex nihilo

thần thoại

sự tể trị

ma thuật

mệnh lệnh

toàn năng

giao ước

Imago Dei

2. Lịch Sử Gia Đình Nhân Loại Đầu Tiên

Sáng Thế Ký 2:4–4:26

Sau nỗi e thẹn đầu tiên vì tội lỗi là sự lạnh nhạt.

Henry David Thoreau (1817–62)[1]

Đọc thêm: Gia-cơ 1:12–15

Bố Cục

- Sáng Thế Ký 2–4 Có Gì Khác?
- Những Sự Kiện Bên Trong Vườn Ê-đen (2–3)
    - A-đam và Ê-va trong Vườn (2)
    - Tính chất lịch sử của A-đam và Ê-va
    - Tình dục là quà tặng của Đức Chúa Trời
    - A-đam và Ê-va bị đuổi khỏi Vườn (3)
    - Nguồn Gốc Điều Ác của Sa-tan là gì?
    - Có phải phụ nữ phải phục tùng đàn ông không?
- Những Sự Kiện Bên Ngoài Vườn Ê-đen (4)

Mục Tiêu

Sau khi đọc xong chương này, bạn có thể:

1. Đối chiếu văn phong của chương 1 với văn phong trong chương 2–4
2. Mô tả ý nghĩa của sự thay đổi trong cách dùng thuật ngữ chỉ về Đức Chúa Trời.
3. Từ Sáng Thế Ký 2, liệt kê những khác biệt giữa sự tạo dựng con người và phần còn lại của công trình sáng tạo của Đức Chúa Trời.
4. Tóm tắt những hàm ý đạo đức trong việc A-đam và Ê-va ăn trái cấm.

---

1. *On the Duty of Civil Disobedience* (1849).

> 5. Nhận ra những đặc điểm của sự cám dỗ từ Sáng Thế Ký 2.
> 6. Chỉ ra khuôn mẫu phạm tội và hậu quả của sự sa ngã được minh họa trong sự vi phạm của A-đam và Ê-va.
> 7. Cho biết động cơ có thể có của vụ án mạng đầu tiên, và ý nghĩa trong sự tương tác giữa Đức Chúa Trời với Ca-in.

Trong Sáng Thế Ký chương 1, tất cả đều tươi sáng và đẹp đẽ. Đức Chúa Trời bắt đầu bằng cách đem ánh sáng vào khung cảnh, và tiếp tục bằng một lời phán, và một thế giới hoàn hảo và tuyệt vời hiện hữu. Thế giới lý tưởng này được hoàn thiện với cặp vợ chồng con người được tạo dựng theo hình ảnh của Ngài và sống vô cùng hòa hợp với Ngài. Nhưng Kinh Thánh nhanh chóng đi đến một thay đổi bi thương! Sáng Thế Ký 1 tươi sáng và đẹp đẽ bao nhiêu thì phần tiếp theo của Sáng Thế Ký đen tối và buồn thảm bấy nhiêu.

Sáng Thế Ký 2–4 Có Gì Khác?

Khi bạn đọc những đoạn này, có lẽ bạn sẽ để ý thấy vài khác biệt lớn so với Sáng Thế Ký chương 1. Tính đối xứng chặt chẽ và công thức tuần hoàn không còn nữa. Phong cách văn xuôi đầy hoan hỉ với nét đặc trưng đậm chất thơ ca cũng không còn. Thay vào đó chúng ta thấy một văn phong tường thuật rất thực tế, hầu như bình dân. Thể văn tường thuật kể những chuyện đã xảy ra với công trình sáng tạo 'tốt đẹp' của Đức Chúa Trời, với sự chú ý đặc biệt vào đỉnh cao của sự sáng tạo, đó là đời sống con người. Loài người trở thành 'nhân vật trung tâm của câu chuyện, giống như trong chương 1 con người là đỉnh điểm.'[2]

Bạn cũng sẽ thấy rằng toàn cảnh vũ trụ của Sáng Thế Ký 1 giờ đây được thay bằng phần miêu tả một khu vườn cụ thể. Thay vì nói chi tiết việc tạo dựng vũ trụ và mọi vật trong đó, Sáng Thế Ký chương 2 kể lại việc xây dựng vườn Ê-đen bằng tình yêu thương, bao gồm các con sông và cây cối. Khung cảnh toàn thể vũ trụ hùng vĩ của Sáng Thế Ký 1 được thay thế trong Sáng Thế Ký 2 bằng một sân khấu nhỏ hơn, nơi vở kịch quan trọng sắp diễn ra. Vì vậy, nhịp điệu cũng chậm lại. Chương 1 dẫn chúng ta đi qua sáu ngày sáng tạo cách nhanh chóng ngoạn mục. Bây giờ, trong chương 2 tốc độ chậm lại đáng kể, thậm chí trong chương 3 còn chậm hơn khi tác giả kể lại chi tiết cuộc tán gẫu giữa Ê-va và người đối thoại không được chào đón. Rõ ràng rằng chi tiết của cuộc trò chuyện, và những sự kiện theo sau,

---

2. Derek Kidner, *Genesis: An Introduction and Commentary*, Tyndale Old Testament Commentary (Downers Grove: InterVarsity, 1967), 58.

vô cùng quan trọng đối với tác giả. Thật vậy, chúng ta có thể kết luận rằng Đức Chúa Trời quan tâm đến bài học chúng ta rút ra từ những lựa chọn bi thương của con người trong vườn Ê-đen hơn là biết chi tiết cách Ngài tạo dựng vũ trụ. Hình như đáp ứng của chúng ta trước khủng hoảng của cám dỗ quan trọng hơn việc tranh cãi về thuyết ngày-thời kỳ hay tiến hóa hữu thần.

Những Sự Kiện Bên Trong vườn Ê-đen (2–3)

Như tôi đã nói trong phần mở đầu, trong sách Sáng Thế Ký từ *tôlĕdôt* xuất hiện mười một lần 'Đây là dòng dõi của...' Bạn để ý sẽ thấy lần đầu tiên nó xuất hiện trong 2:4, thường được dịch đại khái như 'Đây là câu chuyện về sự tạo dựng trời và đất' (theo Bản New Living Translation). Lần xuất hiện kế tiếp là 5:1, nối các đoạn từ 2 đến 4 lại với nhau như một đơn vị văn chương về gia đình nhân loại đầu tiên.[3] Sáng Thế Ký 2 mô tả sự hình thành gia đình trong vườn địa đàng, còn Sáng Thế Ký 3 nói đến sự hư hoại của nó.

Chương 2 và 3 được kết nối hơn nữa bởi sự thay đổi đột ngột trong cách tác giả nhắc đến Đức Chúa Trời. Trong Sáng 1:1–2:3, chúng ta bắt gặp danh xưng 'Đức Chúa Trời' khi tác giả muốn mô tả một Đức Chúa Trời oai nghi chỉ phán thì thế giới hiện hữu. Nhưng Sáng Thế Ký chương 2 và 3 đột nhiên dùng danh xưng 'Giê-hô-va Đức Chúa Trời' (hay Yahweh Đức Chúa Trời), là cách gọi chỉ xuất hiện một lần nữa cách khác lạ trong Ngũ Kinh (Xuất 9:30).[4] Tác giả kết hợp từ ngữ chỉ về Đức Chúa Trời với tên gọi thân mật, riêng tư hơn của Ngài ('Yahweh') trong Sáng Thế Ký chương 2–3 có lẽ vì tác giả muốn tiết lộ rằng Đấng sáng tạo tối cao, oai nghi chính là Đức Chúa Trời yêu thương, gắn liền với cá nhân, Đấng nói chuyện trực tiếp với A-đam và Ê-va và dường như có mối liên hệ thân thiết với họ. Việc dùng những danh xưng cho Đức Chúa Trời trong Sáng Thế Ký 1–3 cũng đóng một vai trò lớn trong những thảo luận có tính học thuật hiện đại về tác quyền của Sáng Thế Ký như chúng ta sẽ thấy trong chương 14.

---

3. Kenneth A. Mathews, *Genesis 1–11:26*, New American Commentary 1A (Nashville: Broadman, 1996), 183–84; and Gordon J. Wenham, *Genesis 1–15*, Word Biblical Commentary 1 (Waco, Tex.: Word, 1987), 49–50.

4. Mặc dù nó xuất hiện hơn hai mươi lần trong Cựu Ước. Xem Victor P. Hamilton, *The Book of Genesis: Chapters 1–17*, New International Commentary on the Old Testament (Grand Rapids: Eerdmans, 1990), 152–53.

A-đam và Ê-va trong Vườn (2)

Sáng Thế Ký chương 2 (thật ra là 2:4–25) thường được xem như bản ký thuật thứ hai về sự sáng tạo. Đúng là việc dựng nên loài người cách cao quý trong Sáng 1:27 được phản chiếu bởi những chi tiết đầy riêng tư, thân mật của Sáng 2:7, và có những điểm tương đương khác giữa hai chương này. Nhưng thực tế, phân đoạn này có phạm vi và chức năng rất khác so với Sáng Thế Ký 1. Kinh Thánh đi nhanh từ sự tạo dựng vũ trụ đến khu vườn phía đông (2:8).

A-đam và Ê-va trong vườn Ê-đen
(Hình vẽ: vô danh)

Trong khung cảnh mở đầu, thế giới là một vùng đất hoàn toàn hoang vắng (2:5). Vấn đề là Đức Chúa Trời chưa cho mưa xuống, và không có con người để chăm sóc trái đất. Nhưng rồi Giê-hô-va Đức Chúa Trời 'nắn nên' người nam giống như người thợ gốm tài hoa nặn một chiếc bình mới bằng cả tình yêu. Chúa đã lấy cơ thể không có sự sống của người nam mà 'thổi' chính hơi thở của Ngài vào phổi anh ta. Đây là điều phân biệt người nam với tất cả những tạo vật khác. Loài người không phải chỉ là một mẩu đất được Đức Chúa Trời nắn nên.[5] Loài người có món quà sự sống bên trong mình, là tặng phẩm của chính Đức Chúa Trời. Hành động truyền hơi sống vào tạo vật bằng đất sét ẩn chứa sự mật thiết của một nụ hôn mặt đối mặt, nói lên sự thân thiết của mối liên hệ cá nhân giữa con người và Đức Chúa Trời.[6] Tất cả chúng ta được tạo dựng để sống trong sự hòa hợp yêu thương và bình an với Đấng Tạo Dựng.

Rồi đoạn Kinh Thánh mô tả khu vườn Đức Chúa Trời chuẩn bị cho cặp vợ chồng loài người đầu tiên (2:8–14). Khu vườn xinh đẹp là một nơi hoàn hảo, với cây cối đem lại sự thích thú và bốn dòng sông hữu ích. Khu vườn tọa lạc ở một nơi gọi là Ê-đen, được liên tưởng với từ liệu Hê-bơ-rơ có

---

5. Wenham, *Genesis 1–15*, 60.
6. Kidner, *Genesis*, 60.

nghĩa là 'thích thú' hay 'vui thích'. Đức Chúa Trời thỏa đáp toàn bộ nhu cầu của A-đam để ông có một cuộc sống cơ bản, lý tưởng. Điều này bao gồm cả cây ở giữa vườn, là nguồn của sự sống - 'cây sự sống' (2:9). A-đam và Ê-va nhanh chóng nhận ra rằng họ không phải là trung tâm của vũ trụ và rằng sự sống không tập trung vào họ. Ngay cả trong một thế giới lý tưởng nơi mọi thứ là thiên đường và Đức Chúa Trời cung ứng mọi điều cần thiết cho một đời sống hạnh phúc, thì con người cũng phải biết rằng Đức Chúa Trời và quà tặng sự sống cũng như sự hiện diện cá nhân của chính Ngài mới là trọng tâm.

Tính lịch sử của A-đam và Ê-va

Các tên được dùng trong câu chuyện về cặp vợ chồng nhân loại đầu tiên và khu vườn của họ mang ý nghĩa tượng trưng.[7] 'A-đam' vừa là tên riêng *vừa là* thuật ngữ chung để chỉ về 'nhân loại'. Trong những chương đầu của Sáng Thế Ký, có lẽ nó không phải là tên riêng, mà chỉ về sự tạo dựng nhân loại nói chung. Các tác giả Cựu Ước thường dùng lối chơi chữ, và cách nói 'Giê-hô-va Đức Chúa Trời lấy bụi đất [*ădāmâ*] nắn nên hình người [*ādām*]' làm nổi bật mối liên hệ của con người với đất (Sáng 2:7). Có bằng chứng ngữ pháp về việc xem 'A-đam' là tên riêng lần đầu tiên trong Sáng 4:25–26 (hoặc có lẽ 5:1–2).[8]

Cũng vậy, tên 'Ê-va' và 'Ê-đen' mang ý nghĩa biểu tượng đối với người kể chuyện. 'Ê-va' (*ḥawwâ*) là cách chơi chữ của động từ 'sống' (live) và do đó giải thích lời nhận xét của người nam rằng nàng sẽ 'trở thành mẹ của cả loài người' (Sáng 3:20). Tên vườn 'Ê-đen' phải được liên tưởng với từ vựng Hê-bơ-rơ 'thích thú' hay 'vui thích'. Cũng rất có thể là các tên khác trong câu chuyện Sáng Thế Ký, chẳng hạn Ca-in và A-bên, đều mang ý nghĩa biểu tượng.

Biểu tượng rõ ràng của những tên này và các đặc điểm khác đã khiến nhiều người cho rằng những sự kiện được mô tả ở đây không có thật về mặt lịch sử. Người ta thường quả quyết rằng câu chuyện Sáng Thế Ký là

---

7. Về cách dùng theo văn chương các danh xưng trong Lịch sử Nguyên thuỷ, xem Richard S. Hess, *Studies in the Personal Names of Genesis 1–11*, Alter Orient und Altes Testament 234 (Kevelaer/Neukirchen-Vluyn: Butzon & Bercker/Neukirchener, 1993), 107–55.

8. Ephraim A. Speiser, Genesis, Anchor Bible 1 (Garden City, N.Y.: Doubleday, 1964), 18; Wenham, *Genesis 1–15*, 32 and 115; và Hess, *Personal Names of Genesis 1–11*, 14–19, 59–65, 131.

bản ký thuật có tính ẩn dụ về nguồn gốc của loài người và là một thí dụ điển hình về ảnh hưởng của tội lỗi trong đời sống con người. Với ý nghĩa này, A-đam và Ê-va đại diện cho nhân loại nói chung, nhưng họ không phải là những nhân vật có thật trong lịch sử trong một nơi có thật được gọi là vườn Ê-đen. Ngoài ra, nhiều người phủ nhận việc con người có tổ tiên là một cặp cha mẹ hay cặp vợ chồng loài người đầu tiên (thuyết độc nhất tổ). Ngược lại, họ tin rằng con người có lẽ từ từ xuất hiện từ nhiều khởi điểm khác nhau (phát sinh từ nhiều nguồn).

Nhưng phương thức giải nghĩa này có nhiều khúc mắc. Chắc chắn khu vườn của Đức Chúa Trời ở về phía đông có tên Ê-đen tượng trưng cho sự hiện diện của Ngài trong một môi trường hoàn hảo. Nhưng việc nhắc đến tên của sông Hi-đê-ke và Ơ-phơ-rát, và các chi tiết khác miêu tả về khu vườn (Sáng 2:10–14), cho thấy người kể chuyện xem đây là một nơi có thật và có tính lịch sử, có lẽ ở vùng Mê-sô-bô-ta-mi. Việc chúng ta không thể định vị khu vườn ngày hôm nay không phải là lý do để nghi ngờ tính xác thực cổ xưa của nó.

Ngoài ra, sự kiện vườn Ê-đen (Sáng 2:4–4:26) được liên kết bởi phần giới thiệu *tôlĕdôt* (*'Đây là ký thuật* về trời và đất', 2:4a) về những người thuộc dòng dõi A-đam (5:1–6:8), dòng dõi Nô-ê (6:9–9:29), v.v... cho đến Áp-ra-ham, Y-sác và các con trai Gia-cốp, tổ phụ của mười hai chi phái của dân tộc Y-sơ-ra-ên. Nói cách khác, bản văn Kinh Thánh dùng gia phổ và văn kể chuyện để vẽ một đường thẳng từ A-đam đến Môi-se và người Y-sơ-ra-ên, và đến các nhân vật còn lại trong lịch sử Cựu Ước. Trong chuỗi liên tục này, đâu là điểm khiến những nhân vật quan trọng đột ngột trở nên thần thoại hay ẩn dụ? Để trả lời câu hỏi này, nó đòi hỏi một sự áp đặt chủ quan lên bản văn. Bản văn Kinh Thánh không có ý nói rằng họ hoàn toàn không phải là những nhân vật lịch sử.

Những truyện kể trong Sáng Thế Ký 1–11 được viết với phong cách nghệ thuật văn chương tuyệt vời, và chắc chắn đây là nguồn thích hợp về biểu tượng và chơi chữ. Không có cơ sở giả định rằng người kể chuyện xem những nhân vật này hoàn toàn không có tính lịch sử. Rất có thể những tên mang tính biểu tượng và lối chơi chữ là để thuật chuyện - một sản phẩm từ trong kỹ năng văn chương của người kể chuyện. Do đó, ký thuật *là* thí dụ điển hình về bản chất của tội lỗi và hậu quả của nó. Nhưng đó cũng là ký thuật lịch sử về cha mẹ đầu tiên của chúng ta và hậu quả từ sự nổi loạn của họ.[9]

---

9. Wenham, *Genesis 1–15*, 90–91.

Cây thứ hai được ban cho là 'cây biết điều thiện và điều ác' (2:9).[10] Mọi điều chúng ta biết về công trình sáng tạo của Đức Chúa Trời đều là 'tốt đẹp', như Sáng Thế Ký 1 đã nhấn mạnh. Bây giờ, lần đầu tiên, chúng ta nghe đến tính khả thi của 'điều ác'. Ý nghĩa chính xác về sự hiểu biết mà một người có được khi ăn trái cây này đã thu hút nhiều sự chú ý của giới học giả.[11] Dường như ý nghĩa của cây tri thức có liên quan đến ý chí tự do về đạo đức, hoặc đến việc quyết định điều gì là đúng mà không quan tâm đến ý muốn Đức Chúa Trời. Mệnh lệnh không được ăn trái của cây này là sự ngăn cấm không được tự ý quyết định điều gì là tốt nhất cho tương lai của mình. Mọi nỗ lực của con người nhằm quyết định phương hướng hành động mà không có khung tham khảo hay nguyên tắc đạo đức từ Đức Chúa Trời ban cho là sự nổi loạn về mặt đạo đức, một sự chiếm đoạt thẩm quyền của Đức Chúa Trời.

Tất cả những gì A-đam và Ê-va thật sự *cần* biết đó là mệnh lệnh 'các ngươi không được ăn trái của cây biết điều thiện và điều ác' (2:7). Luật pháp của Đức Chúa Trời (Lời Ngài dành cho họ) là hiểu biết đủ để có một cuộc sống phong phú trong vườn Ê-đen. Hiểu biết của chính Đức Chúa Trời về điều thiện và điều ác là tuyệt đối và độc lập, giống như bác sĩ hiểu căn bệnh khủng khiếp mà không cần phải nhiễm căn bệnh đó. Con người không nhất thiết phải gặp điều ác mới hiểu được nó. Chúng ta chỉ cần chấp nhận Lời Đức Chúa Trời nói về bản chất của điều ác. Chúa Giê-xu là chuyên gia lớn nhất thế giới về tội lỗi, dù Ngài không hề phạm tội. Đây là loại tri thức mang lại sự sống mà cha mẹ loài người đầu tiên của chúng ta đã có được bằng cách nghe và vâng theo mạng lệnh của Đức Chúa Trời, chấp nhận Lời Ngài liên quan đến quyền lợi cao nhất của chính họ.

Ăn trái cấm đem đến một loại tri thức hoàn toàn khác. Hiểu biết của con người về điều thiện và điều ác chỉ mang tính tương đối và phụ thuộc. Một khi khước từ Lời Đức Chúa Trời về điều tốt nhất cho chúng ta, thì Ngài để mặc chúng ta tự lo liệu. Chúng ta hái và ăn, và rồi thình lình, chúng ta có được một loại hiểu biết hoàn toàn khác về điều ác trong sự hoang mang. Khi con người cố gắng tự quyết định điều gì là đúng, mà không quan tâm

---

10. Một số người nói rằng chỉ có duy nhất một cây ở giữa vườn (và trong chuyện kể), và việc xuất hiện hai cây là kết quả của việc sáp nhập hai truyền thuyết sau này (Claus Westermann, *Genesis 1–11*, trans. John J. Scullion, Continental Commentary [Minneapolis: Fortress, 1984], 212–14; and Gerhard von Rad, *Genesis: A Commentary*, trans. John H. Marks, rev. ed., Old Testament Library [Philadelphia, Westminster, 1972], 78–79). Nhưng điều này không đúng với 3:22.

11. Để tóm tắt các quan điểm và phần thảo luận này, xem Hamilton, *Genesis 1–17*, 163–66, và Wenham, *Genesis 1–15*, 63–64.

đến sự hiểu biết được Đức Chúa Trời bày tỏ, thì người đó đang cố gắng thay thế vai trò của Đức Chúa Trời trong chính cuộc đời mình, cố gắng thay thế Đức Chúa Trời. Lời Đức Chúa Trời phán về sự nổi loạn như thế rất rõ ràng: 'khi các ngươi ăn thì chắc sẽ chết' (2:17).

Vườn Ê-đen không chỉ nói về địa đàng, nơi Đức Chúa Trời sống trong sự hòa hợp tuyệt vời với con người. Đó cũng nói về cách con người liên hệ với nhau. Giê-hô-va Đức Chúa Trời cũng muốn con người tận hưởng tình bạn đầy yêu thương trong vườn. Nhưng không có tình bạn nào thích hợp trong số những tạo vật trong vườn (2:18–20).

Tình dục là tặng phẩm của Đức Chúa Trời

Cặp vợ chồng loài người đầu tiên được dựng nên theo hình ảnh của Đức Chúa Trời là 'người nam và người nữ' (Sáng 1:27). Những từ ngữ này nhấn mạnh tính dục của họ theo cách mà cụm từ 'đàn ông và đàn bà' không nói đến. Lưu ý hình ảnh của Đức Chúa Trời được khắc lên cả hai; không người nào có nhiều hình ảnh của Đức Chúa Trời hơn người kia. Hình ảnh thiên thượng này giúp phân biệt A-đam và Ê-va với các loài thú trong sự sáng tạo của Đức Chúa Trời. Sự tương phản giữa cặp vợ chồng con người và cặp đôi loài vật được tăng thêm khi chúng ta nhận thấy kỹ thuật của Sáng Thế Ký không đề cập đến tính dục giữa các loài thú trên đất như trong cụm từ 'người nam và người nữ'. Chúng được dựng nên 'tùy theo loại' (1:24), mà không có sự đề cập cụ thể nào về tính dục theo giới tính như với con người.

Sự khác biệt này hàm ý tính dục của con người khác với sự sinh sản của loài vật. Tính dục con người không chỉ là cơ chế sinh sản mà Đức Chúa Trời ban cho, hoặc thậm chí là phương tiện để thể hiện cảm xúc mạnh mẽ của con người. Nó bao hàm cả hai, và hơn thế nữa. Tính dục của con người trong sự sắp xếp của Đức Chúa Trời trở thành công cụ cho phước hạnh của giao ước, cả trong mối quan hệ của con người với Đức Chúa Trời và với người bạn đời của mình.[12] Đối với con người, không giống như loài vật, tình dục về bản chất không chỉ là hành động thể xác để sinh sản và tận hưởng khoái lạc. Trong Sáng Thế Ký, tình dục được nâng lên là cách thể hiện tình yêu và cam kết giữa một người nam và một người nữ, tận hiến cho nhau và chỉ dành riêng cho nhau.

---

12. Mathews, *Genesis 1–11:26*, 174

> Đức Chúa Trời thiết lập hôn nhân như sự ràng buộc người nam và người nữ lại với nhau trong một mối liên kết đặc biệt (2:24). Họ hoàn toàn thích hợp cho nhau, và trong hôn nhân họ nhận trách nhiệm làm việc vì phúc lợi của nhau trong sự tận hiến chỉ dành cho nhau. Tình dục là quà tặng của Đức Chúa Trời cho A-đam và Ê-va, và để cho họ vui hưởng với nhau (Châm 5:18–20).
>
> Dù ăn trái cấm không phải là hành động về tình dục (như một số người nói), nhưng tình dục là một cách mà trong đó con người thường cố gắng chiếm đoạt thẩm quyền của Đức Chúa Trời nhất. Ngoài hôn nhân, tình dục phá hủy mối quan hệ. Trong hôn nhân, đó là cách xây dựng mối quan hệ đầy vui sướng của Đức Chúa Trời (1 Cô 7:3–5). Thật khó chống lại những cám dỗ về tình dục vì chúng hấp dẫn đối với ước muốn bình thường và tự nhiên mà Đức Chúa Trời ban cho chúng ta. Nhưng Đức Chúa Trời bảo đảm rằng chúng ta sẽ không bị cám dỗ quá sức chịu đựng, với sự giúp đỡ của Đức Thánh Linh (1 Cô 10:13).
>
> Ngày nay, Đức Chúa Trời muốn Cơ Đốc nhân vui hưởng tình dục trong phạm vi hôn nhân. Tình dục vẫn là một phần trong sự tạo dựng tốt đẹp của Đức Chúa Trời, là phước hạnh cho những người sống trong mối quan hệ chung thủy một vợ một chồng. Chúng ta có thể xem tình dục là quà cưới đặc biệt của Đức Chúa Trời.
>
> Nhưng cũng như bất kỳ quà tặng nào của Đức Chúa Trời, tình dục bị hỏng nếu chúng ta sử dụng sai. Những hướng dẫn của Kinh Thánh về tình dục nhằm bảo vệ chúng ta không dùng sai món quà của Đức Chúa Trời và lạm dụng lẫn nhau. Tình dục tiền hôn nhân và ngoài hôn nhân làm chúng ta tổn thương và làm cho ảnh hưởng của tội lỗi tiếp tục trong cuộc đời chúng ta. Ân sủng của Chúa có thể tha thứ và chữa lành, nhưng hậu quả của tội về tình dục có thể kéo dài suốt đời.

Đức Chúa Trời đã dựng nên con người là một hữu thể có tính xã hội. Khu vườn con người ở không thật sự là vườn *Ê-đen* cho đến khi con người học cách yêu thương. Con người có nhu cầu chia sẻ chính mình cho người có cùng một vị thế trong sự sáng tạo, cho người có địa vị bình đẳng. Câu nói 'Ta sẽ làm nên một người giúp đỡ thích hợp cho nó' không hề hàm ý phụ nữ phụ thuộc đàn ông; ngược lại, nàng là người ngang hàng tương ứng với người nam, trái ngược với những loài vật thấp kém hơn của công trình sáng tạo. Hai giới tính bổ sung cho nhau và cùng hợp tác đầy đủ như nhau trong vườn.

Sáng Thế Ký chương 2 kết thúc với câu nói sâu sắc về hôn nhân và sự trong trắng (2:24–25). Những cộng sự bình đẳng này ràng buộc với nhau trong mối liên hệ vĩnh cửu (họ trở nên 'một thịt'). Trong tương lai, mối liên hệ hôn nhân này sẽ vượt cao hơn gia đình trực tiếp thời thơ ấu của từng cặp vợ chồng. Họ sống vô cùng bình an và hòa thuận với nhau về tình dục, và không có lý do gì để xấu hổ. Bức tranh về vườn Địa Đàng là nền để minh họa mức độ mất mát khi cha mẹ loài người đầu tiên đánh mất địa đàng. Nhưng nó cũng nhắc chúng ta điều gì là thích hợp trong mối liên hệ của chúng ta với Đức Chúa Trời và với nhau qua ân điển phục hồi và cứu chuộc của Ngài.

A-đam và Ê-va Bị Đuổi Khỏi Vườn (3)

Bất kỳ ai từng cảm thấy có lỗi vì đã làm điều lẽ ra không nên làm sẽ hiểu những sự kiện trong Sáng Thế Ký chương 3. Chương này kể lại thể nào tội lỗi vào trong thế gian và phá hỏng Địa Đàng tuyệt vời mà Đức Chúa Trời đã cung ứng trong vườn Ê-đen.

Đoạn mở đầu (3:1–5) nói nhiều về con rắn. Loài sinh vật này khôn khéo và xảo quyệt hơn hết trong các loài được tạo dựng. Câu hỏi mở đầu của nó ('Có thật Đức Chúa Trời bảo....') không phải là câu khơi mào ngây thơ. Đây là một thách thức hiểm độc đối với thẩm quyền của Đức Chúa Trời. Con rắn bắt đầu bằng cách bày tỏ nghi ngờ ý định tốt lành của Đức Chúa Trời. Tuy nhiên, phần còn lại của câu hỏi không thật sự buộc tội Đức Chúa Trời mà để cho Ê-va tự rút ra kết luận: 'Có thật Đức Chúa Trời đã dặn các người không được ăn trái các cây trong vườn không?' (Bản TTHĐ)

Câu trả lời của Ê-va cho thấy bà hiểu rõ lệnh cấm của Đức Chúa Trời trong 2:17. Bà không thể viện cớ là không biết. Nó cũng cho thấy sự ngây thơ, vì nó hàm ý con rắn không thật sự biết câu trả lời. Mặc dù câu trả lời của bà có vẻ như bà bỏ phiếu cho Chúa, nhưng bà lại nói thêm ('các ngươi cũng đừng đụng chạm đến' không có trong mệnh lệnh ban đầu của Chúa), điều đó cho thấy bà đã suy gẫm về những viễn cảnh khi ăn trái cấm. Hành động của bà đã được suy tính trước. Nhiều người đã đi theo dấu chân của bà!

Câu nói tiếp theo của con rắn bộc lộ động cơ của nó và chỉ ra cách Sa-tan hành động: 'Các ngươi chắc chắn không chết đâu... vì Đức Chúa Trời biết rằng khi nào các ngươi ăn trái cây đó thì mở mắt ra, và các ngươi sẽ giống Đức Chúa Trời, biết điều thiện và điều ác' (3:4–5). Đây là lời nói dối ngạo mạn, được chứng minh bởi một lẽ thật bị bóp méo. Thứ nhất, đó là lời nói dối vì nó rõ ràng trái ngược với điều Đức Chúa Trời phán trong 2:17. Một trong những phương cách của Sa-tan là trơ trẽn và ngang nhiên thách thức sự chân thật của Lời Đức Chúa Trời (Gi 8:44). Nó sẽ kiên quyết đứng lên để thách thức lẽ thật của Chúa, và cố gắng làm cho chúng ta tin sự dối trá. Thứ hai, lời nói của Sa-tan chỉ là một phần sự thật, vì, trong một phương diện, A-đam và Ê-va *đã* nhận ra điều thiện và điều ác. Trong sự lô-gíc đã bị bóp méo của con rắn, sự nhận biết này khiến họ trở nên giống Đức Chúa Trời hơn.

Một trong những điều mỉa mai nhất trong Kinh Thánh đó là con rắn cho rằng mình đang cảnh báo A-đam và Ê-va trong khi lại thách thức ý định chân thật của Đức Chúa Trời. Nó muốn họ nghi ngờ rằng Đức Chúa Trời thật sự đang giấu họ điều gì đó, đang ngăn cản họ không có được điều lẽ ra là của họ. Đồng thời, nó muốn họ tin rằng nó, tức con rắn, thật lòng muốn điều tốt nhất cho họ. Về một phương diện, câu hỏi của nó 'Có phải Đức Chúa Trời thật có bảo...?' vang dội xuyên suốt dòng thời gian khi chúng ta có thể nghe giọng nói của Sa-tan suốt phần còn lại của Kinh Thánh, và thật ra là suốt phần lịch sử còn lại. Đây cũng là sự lựa chọn mà tất cả những ai đọc Kinh Thánh đều phải đối diện: thẩm quyền của Đức Chúa Trời và thách thức của thế gian được Sa-tan đỡ đầu.

Nguồn gốc của điều ác trong Sa-tan là gì?

Vấn đề về điều ác là một câu hỏi mang tính triết lý khó và phức tạp. Điều ác không liên quan tới sự tạo dựng hoàn hảo của Đức Chúa Trời, là sự tạo dựng mà chúng ta được nghe lặp đi lặp lại là 'tốt đẹp' (*tôb*, Sáng Thế Ký 1). Điều ác là kẻ xâm lấn từ bên ngoài vào Địa Đàng tuyệt vời của Đức Chúa Trời trong Sáng Thế Ký chương 2, vì nó không bắt nguồn từ Đức Chúa Trời. Vì vậy tội lỗi của Sáng Thế Ký chương 3 luôn làm nảy sinh câu hỏi 'Điều ác từ đâu đến?' và 'Tại sao điều ác lại xuất hiện trong vườn Ê-đen?'

Câu chuyện Sáng Thế Ký chương 3 không nhằm giải thích nguồn gốc của điều ác, vì đây không phải mục đích của nó. Nhưng câu chuyện minh họa nan đề tội lỗi chung của con người. Người kể chuyện chỉ muốn giải thích nguồn gốc của tội lỗi con người, nên người ấy 'không nói đến sự xâm lấn của điều ác, như thể nó tự hiện hữu, mà nói đến sự nổi loạn của vật thọ tạo.'[13]

Sự hiện diện của tội ác trong vườn Ê-đen có trước tội của con người và tạo cơ hội cho con người phạm tội. Thần học Cơ Đốc nói sự sa ngã của

---

13. Kidner, Genesis, 67.

các thiên sứ xảy ra trước sự sa ngã của A-đam và Ê-va. Giống như tội lỗi đầu tiên của con người, sự sa ngã của thiên sứ được cho là do lạm dụng món quà tự do thiên thượng.[14]

Khái niệm thiên sứ sa ngã được dựa trên các phân đoạn như Ê-sai 14:12–14, dù bằng chứng Kinh Thánh không hề kết luận như vậy. Đối với nhiều người, sự kiêu ngạo của Sa-tan, điều dẫn đến sự hủy diệt chính nó, giải thích cho điều ác mà chúng ta trải nghiệm trên đất ngày nay (Lu 10:18–19).

Đáng tiếc thay, Kinh Thánh không đưa ra câu trả lời dứt khoát cho câu hỏi về nguồn gốc điều ác. Nhưng Kinh Thánh có đưa ra hai quan sát hữu ích cho phần thảo luận này. Thứ nhất, chúng ta bắt đầu với sự toàn hảo của công trình sáng tạo của Đức Chúa Trời. Chúng ta có thể ẩn náu trong sự khôn ngoan vô hạn của Đức Chúa Trời và khẳng định sự toàn mỹ trong sự tạo dựng của Ngài. Theo cách khó hiểu đối với chúng ta, nếu không có điều ác, thế giới hẳn sẽ kém tuyệt vời và lý tưởng cho đời sống con người và cho mối liên hệ với Đức Chúa Trời. Đó là một huyền nhiệm. Nhưng điều ác phải là một tiềm năng để cho thế giới này trở thành thế giới tốt đẹp nhất.

Thứ nhì, chúng ta có thể nhấn mạnh bản chất của sự cam kết của con người. Mối liên hệ giữa Đức Chúa Trời và con người đòi hỏi một mức độ nào đó về tác nhân đạo đức tự do đối với con người. Đó là chưa nói con người hoàn toàn có thể lựa chọn hay khước từ ân điển của Đức Chúa Trời bất cứ lúc nào. Ý chí tự do không có tính tự trị hay tự do tuyệt đối. Nhưng ép buộc con người hành động cách đạo đức là gạt ý chí tự do qua một bên, và vì thế làm giới hạn bản chất của tình yêu và mối quan hệ.

Việc sử dụng một nửa sự thật là phương pháp lợi hại nhất của nó. Trên một phương diện, con rắn nói đúng![15] A-đam và Ê-va không chết ngay, mà mắt họ đã mở ra. Họ có được sự hiểu biết vốn dĩ thuộc về Đức Chúa Trời. Tuy nhiên, con rắn bỏ qua không kể hết toàn bộ câu chuyện. Mặc dù nó khôn khéo ca tụng mọi thứ mà Ê-va sẽ được, nhưng nó đã không nói đến điều bà sẽ mất. Nó không giải thích rằng hiểu biết mới này, do có được cách bất hợp pháp, không phải điều bà thật sự muốn. Dù A-đam và Ê-va không chết ngay, nhưng họ bị đuổi khỏi vườn, đó là khởi đầu của tiến

---

14. Donald G. Bloesch, "Sin," in *Evangelical Dictionary of Theology*, ed. Walter A. Elwell (Grand Rapids: Baker, 1984), 1013.

15. R. W. L. Moberly, "Did the Serpent Get it Right?" trong *From Eden to Golgotha: Essays in Biblical Theology*, South Florida Studies in the History of Judaism 52 (Atlanta: Scholars, 1992), 1–27.

trình chết mất. Và đôi mắt mới được mở ra chỉ để thấy sự xấu hổ và tội lỗi của chính họ.

Mặc dù Cựu Ước không nói rõ về nhân thân của con rắn, nhưng Tân Ước thì có. Chúa Giê-xu nhắc đến vườn Ê-đen, nơi con rắn là 'ma quỷ' và 'từ ban đầu đã là kẻ giết người' (Giăng 8:44), và sách Khải Huyền nói trước về sự hủy diệt và thất bại sau cùng của nó (12:8; 20:2,10). Trong khi ấy, Sa-tan vẫn hoạt động trong thế gian, tìm kiếm người để lừa dối về chân lý của Đức Chúa Trời (1 Phi 5:8,9), và ném 'các tên lửa' vào dân của Đức Chúa Trời (Êph 6:16). Nó đặc biệt nhắm vào các tín hữu trẻ là những người mới tin hoặc yếu đuối về tâm linh, hoặc những người không thường xuyên kết nối với các tín hữu khác. Nhưng mục đích xấu xa này chắc sẽ thất bại, nên Cơ Đốc nhân không cần phải sợ Sa-tan, mặc dù họ phải nhận biết mưu chước của nó.

Khuôn mẫu của tội lỗi thật đơn giản: Ê-va nhìn thấy, hái, ăn, và đưa cho (Sáng 3:6–7). Bà biết điều tất cả chúng ta đều biết. Tội lỗi không phải là sự cám dỗ hoặc mong ước tự nhiên về điều gì đó tốt đẹp, mà tội lỗi bắt đầu với cái nhìn chủ tâm, có tính toán, với sự nuôi dưỡng lòng khao khát điều bị ngăn cấm (Gia 1:13–15). Tội cũng lây nhiễm. Nó thường làm hư hỏng những người ở xung quanh bạn, như A-đam đã tham gia vào hành động phản loạn tội lỗi của Ê-va. Thật vậy, đây là bước đầu tiên trong điều sẽ trở thành chủ đề chính của Sáng Thế Ký 4–11: sự lan truyền nhanh chóng của tội lỗi, giống như lửa lan nhanh ngoài tầm kiểm soát.

Những hậu quả có tác dụng ngay tức thì và gây tổn hại, và chúng ta vẫn sống chung với chúng. Đột nhiên người nam và vợ mình không còn thấy thoải mái trước mặt nhau, điều báo trước bản chất mối quan hệ của con người nhiều thế hệ sau này (3:7). Không chỉ thế, mà giờ đây A-đam và Ê-va cũng không thoải mái trong sự hiện diện của Đức Chúa Trời nữa (3:8). Nơi họ từng cảm thấy dễ chịu với Đấng Tạo Hóa, thì giờ lại cảm thấy phải trốn khỏi Ngài. Khi Đức Chúa Trời đối chất với họ về tội lỗi của họ, thì họ bắt đầu tố cáo lẫn nhau mà tất cả chúng ta đều nhận ra, vì điều đó trở thành phương cách đối phó phổ biến với tội lỗi: 'Người phụ nữ Chúa để cạnh con đã cho ....' , 'Con rắn đã lừa dối con' (3:12–13).

Cặp đôi loài người đầu tiên lựa chọn phương cách hành động của họ. Bây giờ đến phiên Đức Chúa Trời. Tội lỗi trong Sáng Thế Ký chương 3 dẫn đến hình phạt từ thiên thượng trên A-đam, Ê-va và con rắn (3:14–19). Những lời tuyên bố này tương ứng với tính chất của tội phạm, và do đó minh họa ân điển và lòng thương xót của Đức Chúa Trời. Là một Đức Chúa Trời thánh khiết và công bình, Ngài không thể không trừng phạt tội lỗi. Nhưng Ngài cũng giới hạn hình phạt cho phù hợp với tội phạm.

Những hình phạt này là thuyết nguyên nhân, nghĩa là chúng giải thích vì sao sự việc lại như hiện có.[16] Loài rắn khó ưa và là kẻ thù thường xuyên của con người; phụ nữ phải chịu đau đớn khi sanh nở; còn đàn ông phải làm việc vất vả mới có ăn. Điều này không có ý nói rằng những biến cố trong vườn Ê-đen không có thật hay không mang tính lịch sử, như thường gặp. Ngược lại, đối với người Y-sơ-ra-ên cổ, **thuyết nguyên nhân** là lời giải thích quan trọng mang tính lịch sử cho trật tự hiện tại của cuộc sống. Như chúng ta sẽ thấy, có nhiều sự kiện mang tính nguyên nhân được ghi lại trong Sáng Thế Ký.

A-đam và Ê-va
bị đuổi ra khỏi vườn Ê-đen
(Hình vẽ:
Julius Schnorr von Carolsfeld)

Tội lỗi trong vườn Ê-đen giải thích lý do con rắn là đáng ghét trong số các loài vật. Con rắn là 'loài quỷ quyệt hơn hết trong số loài thú rừng mà Giê-hô-va Đức Chúa Trời đã làm nên' (3:1). Nhưng sau khi gây cho A-đam và Ê-va phạm tội, nó bị rủa sả nhiều hơn các loài khác (3:14). Quan trọng hơn, Đức Chúa Trời thiết lập một vai trò đối thủ giữa con rắn với con cháu của Ê-va, giữa dòng dõi con rắn và dòng dõi của Ê-va: "người sẽ giày đạp đầu mày, còn mày sẽ cắn gót chân người' (3:15). Không hoàn toàn chính xác khi nói rằng các chi tiết trong câu này *đòi hỏi* phải có sự nhận diện về Đấng Christ học trong dòng dõi người nữ, Đấng đánh bại con rắn. Từ 'hậu duệ' (con cháu trong bản NIV) hoàn toàn có thể có nghĩa là dòng dõi loài người nói chung, vì Ê-va là mẹ của cả loài người (3:20). Mặt khác, những chi tiết trong câu này không ngăn cản cách hiểu như thế, và câu hỏi trở thành Ai là con cháu của Ê-va, người được cho là chiến thắng con rắn?

---

16. Thuyết nguyên nhân là nghiên cứu về nguyên nhân. Cựu Ước thường dùng một câu chuyện cổ để giải thích cách một người hoặc một vị trí địa lý được đặt tên, hoặc để giải thích một phong tục mà tác giả biết được chấp nhận trong xã hội như thế nào. Nhiều học giả hiện đại cho rằng sự có mặt của thuyết nguyên nhân trong chuyện kể có nghĩa là nó có thể không chính xác về mặt lịch sử. Nhưng phương pháp này không cần thiết và không đúng với các truyền thuyết. Xem Allen P. Ross, *Creation and Blessing: A Guide to the Study and Exposition of the Book of Genesis* (Grand Rapids: Baker, 1988), 54–56.

Câu hỏi phải được trả lời bằng lịch sử của dòng dõi loài người.[17] Ê-va có ba con trai. Nhưng toàn bộ gia đình nhân loại được cứu khỏi cơn lụt chỉ có dòng dõi trung thành của Sết, qua con cháu của ông là Nô-ê như chúng ta sẽ thấy. Nô-ê có ba con trai. Nhưng chỉ qua Sem, tổ tiên của Áp-ra-ham, thì mọi dân tộc mới được phước. Dòng dõi thuộc linh này đạt đến đỉnh cao về lịch sử và vật lý trong Chúa Giê-xu ở Na-xa-rét, và theo ý nghĩa này Chúa Giê-xu là con cháu của người nữ. Ngài giày đạp Sa-tan dưới chân và Ngài làm điều đó với tư cách người đại diện cho toàn thể con cháu Ê-va, với tư cách A-đam thứ hai (Rô 5:18; 16:20). Vì vậy, thật đúng đắn khi các học giả Cơ Đốc từ thế kỷ II SC cho rằng Sáng 3:15 là *Phúc Âm tiên khởi (protevangelium)*, tia sáng đầu tiên của Phúc Âm.

Không phải người nữ, người nam hoặc con rắn bị rủa sả (3:14). Đúng hơn, sự hình phạt của họ bao gồm sự gãy đổ những vai trò mà Đức Chúa Trời đã ban cho trong trật tự sáng tạo. Người nữ đã được tạo dựng bình đẳng với đàn ông và mang vai trò người mẹ. Vai trò làm mẹ và làm vợ là quan trọng nhất và được khao khát nhất đối với phụ nữ vùng Trung Đông cổ đại. Nhưng sau khi tội lỗi vào trong thế gian, hai vai trò đó bị hư hoại.

Đàn bà có phải phục tùng đàn ông không?

Hình phạt của Ê-va trong Sáng 3:16 được xem xét rất cẩn thận bởi nhiều nhà giải nghĩa với các kết luận rất khác nhau.[18] Phong trào đấu tranh bình đẳng phụ nữ hiện tại thúc đẩy các Cơ Đốc nhân xem xét lại vai trò phụ nữ trong gia đình, hội thánh và xã hội. Hội thánh đã tranh luận quyết liệt câu Kinh thánh này trong những năm gần đây vì những áp dụng quan trọng của nó.

Ê-va, được xem là đại diện cho phụ nữ, gánh chịu sự trừng phạt gồm hai phương diện trong Sáng 3:16:

Ta sẽ thêm điều cực khổ bội phần trong cơn thai nghén;

ngươi sẽ chịu đau đớn mỗi khi sanh con;

sự dục vọng ngươi phải xu hướng về chồng,

---

17. Xem Carl Friedrich Keil and Franz Delitzsch, *Commentary on the Old Testament*, 10 vols. (Grand Rapids: Eerdmans, 1978 [n.d.]), 1:101–2 để xem thêm thảo luận về vấn đề này; nhưng cũng xem phần cảnh báo của Hamilton, *Genesis 1–17*, 199–200.

18. Xem thêm Hamilton, *Genesis 1–17*, 200–202, và Mathews, *Genesis 1–11:26*, 248–52.

và chồng sẽ cai trị ngươi

Đầu tiên, Ê-va sẽ phải từng trải đau đớn trong lúc sanh nở. Lúc bà có được cảm giác đầy đủ nhất trong cuộc sống theo tục lệ Cựu Ước cũng chính là thời điểm đau đớn. Nhưng sự trừng phạt này cũng có khía cạnh tích cực, vì chính qua sự đau đớn và sanh nở của bà mà Đức Chúa Trời sẽ cung ứng sự cứu rỗi cho thế gian (3:15).

Thứ hai, mối quan hệ của Ê-va với chồng sẽ bị tổn hại vì cớ tội lỗi. Một số người hiểu câu này là **một quy tắc**, hay tuyên bố một sắc lệnh thiên thượng rằng phụ nữ nên hoặc phải luôn phục tùng chồng mình. Nhưng đó là cách hiểu những từ được dùng trong câu này một cách đáng tiếc.

Chúng ta gặp từ 'dục vọng' và 'cai trị' ở 3:16b một lần nữa trong Sáng 4:7b (*těšûqâ* và *māšal*, theo thứ tự). Tội lỗi giống như con thú 'thèm muốn' điều khiển và thống trị Ca-in, nhưng Đức Chúa Trời thách thức Ca-in 'quản trị' ước muốn vô độ của tội lỗi. Có vẻ như nếu tác giả Sáng Thế Ký muốn chúng ta đọc hai câu này chung với nhau, thì dục vọng của Ê-va đối với chồng tương ứng với tội lỗi thèm muốn chộp lấy Ca-in. Đó là ước muốn phá vỡ mối quan hệ bình đẳng được thiết lập vào buổi sáng thế để biến nó thành mối quan hệ thống trị và phục tùng. 'Yêu thương và nâng niu' thoái hóa thành 'thèm muốn và thống trị'.[19]

Chúng ta không nên hiểu Sáng 3:16b là sắc lệnh của Đức Chúa Trời cho phụ nữ phải phục tùng đàn ông giống như chúng ta hiểu 3:16a là ý muốn của Chúa cho phụ nữ phải đau đớn càng nhiều càng tốt khi sanh nở. Nói cách khác, phân đoạn này không phải **quy tắc**, mà là **miêu tả**. Nó giải thích tại sao phụ nữ đau đớn khi sanh con và làm thế nào hôn nhân, điều đẹp đẽ nhất trong các mối liên hệ của con người, cũng chứa tiềm năng bị lạm dụng rất lớn. Nhưng chúng ta không bao giờ được dùng câu này để biện hộ cho sự bạo ngược của đàn ông trong hôn nhân.

Phần còn lại của Kinh Thánh tìm cách ngăn cản hậu quả của tội lỗi. Dù văn hóa thời Cựu Ước chủ yếu là mang tính gia trưởng, nhưng nó xem trọng phụ nữ và đưa ra những bảo vệ quan trọng để bảo vệ phụ nữ tránh khỏi những người nam vô đạo đức. Ngoài ra, một số phụ nữ giữ những chức vụ hoặc vai trò lãnh đạo quan trọng trong quốc gia Y-sơ-ra-ên cổ đại, mà vai trò của vua và thầy tế lễ là những chức vụ duy nhất bị giới hạn. Tương tự, Tân Ước thiết lập những hàng rào phòng thủ nào đó để bảo vệ phụ nữ tránh khỏi sự cai trị không kiểm soát được. Sứ đồ Phao-lô khuyến khích sự thuận phục lẫn nhau trong hôn nhân (Êph 5:22–23).

---

19. Kidner, *Genesis*, 71.

> Phụ nữ trong thời kỳ Tân Ước phục vụ trong nhiều vị trí lãnh đạo thuộc linh, ngoại trừ vị trí trưởng lão hay giám mục.

Cũng vậy, người nam được tạo dựng để hưởng cuộc sống sung mãn trong vườn. Bây giờ anh phải làm việc để tự nuôi mình, mặc dù cuối cùng anh sẽ chết, trở về cát bụi là nơi anh được tạo thành (3:16–19).

Bạn và tôi, và mỗi người đã từng sống đều phạm tội, ngoại trừ Chúa Cứu Thế Giê-xu của chúng ta, bởi vì khuynh hướng hướng về điều ác đã được A-đam và Ê-va khởi xướng. Mỗi con cháu A-đam đều thừa hưởng bản chất bị hư hoại bởi tội lỗi. Các nhà thần học Cơ Đốc đã thảo luận nhiều hàm ý khác nhau về việc A-đam là đại diện cho toàn thể nhân loại. Điều này thường được gọi là giáo lý nguyên tội.[20] Nhiều người phản đối vì họ thấy điều này hàm ý chúng ta bị kết án vì tội của người khác. Nhưng tất cả chúng ta đều xác nhận sự liên đới với A-đam và Ê-va bằng chính tội lỗi của chúng ta. Trong Rô-ma 5:12–21, sứ đồ Phao-lô đối chiếu sự vâng phục của Đấng Christ với *sự bất tuân* của A-đam để cho thấy hiệu quả chung từ sự chết của Đấng Christ trên thập tự giá. Tội lỗi và sự chết bước vào thế gian bởi một người như thế nào, thì sự cứu rỗi và sự sống vào trong thế gian qua một người công bình là Chúa Giê-xu Christ cũng thể ấy.

Sự Kiện Bên Ngoài Vườn Ê-đen (4)

Ân sủng tha thứ của Đức Chúa Trời làm cho cuộc sống khả thi hơn sau khi vườn Ê-đen bị đánh mất. Đôi mắt được khai sáng của A-đam và Ê-va bày tỏ cho họ thấy sự xấu hổ và nhục nhã. 'Lá vả' ban đầu của họ không đủ đối với những sự tàn độc của cuộc sống mới khắc nghiệt bên ngoài vườn (3:7). Nhưng Đức Chúa Trời đã mặc cho A-đam và Ê-va những bộ quần áo thích hợp một cách đầy ân điển (3:21) và họ được phép tiếp tục cuộc sống ở nơi khác.

Những sự kiện bi thảm trong Sáng Thế Ký chương 4 minh họa những thực tế cay nghiệt của cuộc sống mà A-đam và Ê-va giờ đây phải thích ứng bên ngoài vườn Ê-đen. Quan trọng hơn, đoạn này minh họa cho chúng ta thấy thực tế của tội lỗi và tính lây truyền của nó. Ở đây, chúng ta bắt đầu thấy sự lan truyền không thể kiểm soát của tội lỗi, cả về chiều rộng lẫn chiều sâu trong lòng người. Tội lỗi trong lòng người phát triển nhanh biết bao! Trong gia đình đầu tiên, tội lỗi tiến triển trong một thế hệ từ việc xao lãng lời Đức Chúa Trời đến tội giết anh em.

---

20. Về tổng quan, xem Millard J. Erickson, *Introducing Christian Doctrine*, ed. L. Arnold Hustad (Grand Rapids: Baker, 1992), 198–203.

Xung đột nảy sinh giữa các con của A-đam và Ê-va. Chi tiết về xung đột này không rõ ràng, nhưng trong bối cảnh là sự thờ phượng, dường như Ca-in có thái độ kiêu căng. A-bên dâng con chiên tốt nhất, còn hành động của Ca-in do điều ác xui khiến (1 Gi 3:12). Kết quả là tội giết người đầu tiên trên thế giới (Gi 4:8)

Ê-va đã bị dỗ dành phạm tội. Nhưng không ai có thể can ngăn Ca-in đừng phạm tội, ngay cả chính Đức Chúa Trời.[21] Đức Chúa Trời cho Ca-in một cơ hội để ăn năn thái độ tội lỗi: "Nếu con làm điều tốt, thì lẽ nào con không được chấp nhận?" (4:7). Trong một câu được minh họa sinh động mà quý vị nên học thuộc, Đức Chúa Trời cảnh cáo Ca-in rằng nếu ông từ chối làm điều đúng, "tội lỗi rình rập trước cửa, nó thèm con lắm, nhưng con phải quản trị nó" (4:7). Tội lỗi được nhân cách hóa như con thú hoang, "núp" ở cửa, có lẽ là chỗ nghỉ của nó, sẵn sàng vồ lấy con mồi khi bị khiêu khích. Tội lỗi tạm thời ở dưới tầm kiểm soát, nhưng sẵn sàng trở nên nguy hiểm khi bị khiêu khích. Đức Chúa Trời cảnh báo Ca-in phải "quản trị" nó, không để cho tội lỗi tiến triển xa hơn trong tấm lòng buồn phiền của ông. Thật vậy, tội lỗi có thể thâm nhập mọi phương diện của đời sống chúng ta, và nếu không được kiểm soát bởi ân điển của Đức Chúa Trời, thì nó chắc chắn sẽ biến chúng ta thành nô lệ (Rô 1:18–32).

Thất bại của Ca-in trong việc quản trị tội lỗi minh họa cho chu kỳ phát triển đầy đủ của tội lỗi (Gia 1:14–15). Tất cả chúng ta đều bị chính dục vọng xấu xa của mình cám dỗ. Sau khi dục vọng được hình thành trong lòng chúng ta, nó sẽ sinh ra tội lỗi, rồi tội lỗi dẫn đến sự chết. Tuy nhiên, câu chuyện đức tin bắt đầu hé mở trong Sáng Thế Ký là tin tức tốt lành. Chúng ta biết rằng bởi ân điển của Đức Chúa Trời, chúng ta không còn phải làm nô lệ cho dục vọng xấu xa của mình (Gia 1:12). Với sự giúp sức của Ngài, chúng ta có thể chống cự cám dỗ. Nhưng bức tranh tội lỗi trong Kinh Thánh giống bức tranh của một người bơi trên một con sông lớn, ngược dòng thác lớn hàng dặm trường. Người bơi có thể dễ dàng thoát ra khỏi dòng nước, nhưng khi dòng thác trở nên dữ dội hơn và người ấy đến gần thác nước hơn thì càng khó thoát ra khỏi dòng chảy và sức mạnh của dòng nước. Thời gian an toàn nhất và tốt nhất để kháng cự cám dỗ là trước khi nó trở nên quá lớn hay quá mạnh không thể chống lại được. Sự nghi ngờ gia tăng hay suy nghĩ xấu xa nhanh chóng trở thành tội khi chúng ta cứ chăm chú vào đó và để cho nó trú ngụ trong lòng chúng ta.

---

21. Kidner, *Genesis*, 74.

Câu Hỏi Nghiên Cứu

1. Mô tả ý nghĩa của "cây biết điều thiện và điều ác".
2. Giải thích tầm quan trọng của việc Đức Chúa Trời truyền sự sống vào tạo vật là con người.
3. Câu hỏi của con rắn và câu trả lời của người nữ cho độc giả biết gì về họ, theo thứ tự?
4. Vì lý do gì mà các học giả Cơ Đốc đầu tiên gọi Sáng 3:15 là *Phúc Âm tiên khởi*?
5. Có những thay đổi gì trong vai trò của người nam và người nữ sau khi họ phạm tội?
6. Cho ba ví dụ về lối chơi chữ trong Sáng Thế Ký chương 2–4.
7. Trình bày những lý do cho thấy A-đam và Ê-va là những nhân vật lịch sử.

Thuật Ngữ Chính

Ngũ Kinh

Thuyết nguyên nhân

3. Bức Tranh Này Có Gì Không Ổn?

Giê-hô-va Đức Chúa Trời chúng ta đã phán với chúng ta tại Hô-rép rằng: 'Các ngươi ở trong núi nầy đã khá lâu. Bây giờ, hãy quay hướng và tiếp tục hành trình, tiến vào vùng đồi núi dân A-mô-rít và các miền lân cận, tức là vào vùng A-ra-ba, vùng đồi núi, vùng Sơ-phê-la, vùng Nê-ghép, và vùng duyên hải, tiến đến đất dân Ca-na-an và Li-ban, đến tận sông lớn tức là sông Ơ-phơ-rát. Kìa, Ta phó xứ nầy cho các ngươi!"

Phục 1:6–8a

Bài Đọc Chính: Các đoạn trích từ Sử Thi của Atrahasis, the Enuma Elish (thần thoại về sự sáng tạo của người vùng Mê-sô-bô-ta-mi_ ND), Câu Chuyện Sáng Tạo ở Memphis (RANE[1])

Bố Cục

- Ai Là Láng Giềng của Y-sơ-ra-ên?
    - Người Mê-sô-bô-ta-mi
    - Người Ai Cập
    - Các Dân Tộc Sy-ri Pa-lét-tin

- Các Thuyết Cổ Đại về Sự Sáng Tạo và Lịch Sử Loài Người Đầu Tiên
    - Thuyết Cận Đông Cổ Đại
      Tương Đương với Sáng Thế Ký Chương 1
        - Ai Cập
        - Mê-sô-bô-ta-mi
    - Thuyết Cận Đông Cổ Đại
      Tương Đương các Chủ Đề của Sáng Thế Ký 2–4

- Y-sơ-ra-ên: Bức Tranh, Chiếc Gương, hay Cửa Sổ?
- Ý Nghĩa đối với Cơ Đốc Nhân Hiện Đại

Mục Tiêu

Sau khi đọc xong chương này, bạn có thể:

---

1. Bill T. Arnold and Bryan E. Beyer, eds., *Readings from the Ancient Near East: Primary Sources for Old Testament Study* (Grand Rapids: Baker, 2002).

1. Liệt kê các đặc điểm văn hóa của các nước láng giềng của Y-sơ-ra-ên, người Mê-sô-bô-ta-mi, Ai Cập, và các nhóm văn hóa khác trong vùng.
2. So sánh các thần thoại về sự sáng tạo và các ký thuật về con người đầu tiên trong văn học cổ đại với ký thuật về sự sáng tạo của Kinh Thánh.
3. Liệt kê bảy phương diện trong ký thuật Kinh Thánh về lịch sử đầu tiên giúp phân biệt và đối nghịch rõ ràng với các truyền thuyết của nền văn hóa chung quanh.
4. Tóm tắt sự khác biệt giữa quan điểm về sự sống theo Kinh Thánh so với quan điểm phổ biến của cổ đại và hiện đại.

Bạn có bao giờ cảm thấy cô đơn giữa đám đông, hay lạc lõng giữa một nhóm bạn đồng lứa chưa? Đó là cảm nhận mà Y-sơ-ra-ên phải từng trải giữa những láng giềng cổ đại của họ.

Khi nhìn vào Y-sơ-ra-ên, có lẽ các dân tộc khác của thế giới cổ đại đã hỏi: "Tình cảnh này có gì không ổn?" Dường như Y-sơ-ra-ên cực kỳ khác thường trong nhiều phương diện. Sự thật là các dân tộc của vùng Mê-sô-bô-ta-mi và Ai Cập cổ đại có các ký thuật về sự sáng tạo của chính họ và những câu chuyện khác với mô-típ và chủ đề tương tự của Sáng Thế Ký chương 1–4. Mối liên hệ chính xác giữa văn học vùng Cận Đông và Cựu Ước là nguồn nghiên cứu không ngừng của các học giả.

Láng Giềng của Y-sơ-ra-ên Là Ai?

Chúng ta sẽ bắt đầu bằng cách khảo sát các dân tộc khác nhau sống xung quanh Y-sơ-ra-ên. Cũng như các sách còn lại của Cựu Ước, sách Sáng Thế Ký nhiều lần nói đến các nhóm dân khác sống trong vùng Mê-sô-bô-ta-mi, Ai Cập, và Sy-ri Pa-lét-tin thời kỳ cổ đại.[2] Y-sơ-ra-ên là một dân tộc khá nhỏ giữa nhiều dân tộc trong khu vực mà ngày nay là vùng Trung Đông. Trong các nghiên cứu về Cựu Ước, chúng ta nhắc đến vùng này là vùng "Cận Đông cổ đại". Khu vực này bao gồm hầu hết vùng Tây Á: từ I-

---

2. Xem Alfred J. Hoerth, Gerald L. Mattingly, and Edwin M. Yamauchi, eds. *Peoples of the Old Testament World* (Grand Rapids: Baker, 1994) để xem phần khảo sát hữu ích về từng nhóm người quan trọng.

ran hiện đại, I-rắc, và Kuwait ở phía đông cho đến Ai Cập phía tây nam, dọc theo vùng duyên hải Châu Phi.³

Người Mê-sô-bô-ta-mi

Khu vực được gọi là Mê-sô-bô-ta-mi (từ Hy Lạp, nghĩa là "giữa các dòng sông") là một dải đất lớn giữa sông Ơ-phơ-rát và sông Hi-đê-ke. Mê-sô-bô-ta-mi trãi dài từ cửa Vịnh Ba Tư theo hướng tây bắc dọc theo chỗ cong trên dòng Ơ-phơ-rát và theo hướng đông đến sông Hi-đê-ke tại chân Núi Zagros. Các sử gia từ lâu đã nhận biết Mê-sô-bô-ta-mi là nơi khai sinh nền văn minh nhân loại.

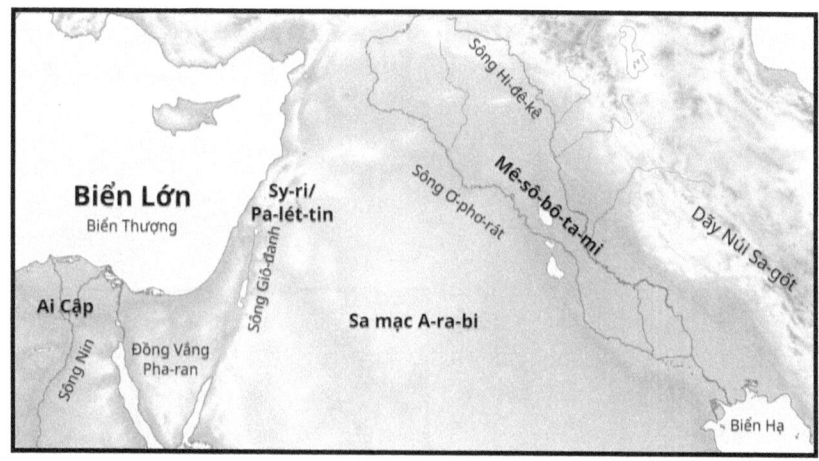

Vùng Cận Đông Cổ Đại

Hơn ba ngàn năm lịch sử Cận Đông cổ đại, Mê-sô-bô-ta-mi là nơi tập trung dân cư của nhiều nhóm dân tộc và văn hóa khác nhau. Quan trọng nhất là người Su-me và các nhóm người Xê-mít đến sau đó. Vào buổi đầu của lịch sử nhân loại, có lẽ người Su-me phát minh ra chữ viết trong vùng phía nam Mê-sô-bô-ta-mi. Chúng ta không thể xác định chắc chắn nguồn gốc của những dân tộc này hoặc mối quan hệ họ hàng của họ với các nhóm dân tộc cổ đại khác.⁴ Không bao giờ nhấn mạnh đủ về tầm quan

---

3. Xem Bill T. Arnold and Bryan E. Beyer, Encountering the Old Testament: A Christian Survey (Grand Rapids: Baker, 1999), 35–44 để biết thêm chi tiết địa lý về Cận Đông cổ đại.

4. Walter R. Bodine, "Sumerians," in *Peoples of the Old Testament World*, ed. Alfred J. Hoerth, Gerald L. Mattingly, and Edwin M. Yamauchi (Grand Rapids: Baker, 1994), 19–22.

trọng của người Su-me và ảnh hưởng của họ trên những phát triển văn hóa sau đó trong lịch sử cổ đại. Họ và các nhóm người Xê-mít theo sau họ trong vùng Mê-sô-bô-ta-mi đã hình thành cơ sở hạ tầng văn hóa cho thế giới Cựu Ước.

Tiếp nối người Su-me là những nhóm người Xê-mít thuộc nhiều dân tộc khác nhau trong một thời gian dài. Gần cuối thiên niên kỷ thứ ba TC, nhóm người Xê-mít đầu tiên, người Ac-cad, đã lên nắm quyền và chiếm đóng vùng nam Mê-sô-bô-ta-mi cùng với người Su-me. Đến cuối thiên niên kỷ, một nhóm Xê-mít khác gọi là người A-mô-rít bắt đầu đến rất đông và thống trị hai ngàn năm tiếp theo trong lịch sử Mê-sô-bô-ta-mi. Người A-mô-rít cuối cùng thiết lập các trung tâm quyền lực chính tại Ba-by-lôn trên dòng Ơ-phơ-rát và tại Assur và Ni-ni-ve xa hơn về phía bắc dọc theo dòng Hi-đê-ke. Người Ba-by-lôn phía nam và người A-sy-ri phía bắc là hai trong số những nhóm người quan trọng nhất vùng Mê-sô-bô-ta-mi và đóng vai trò quan trọng trong lịch sử Cựu Ước. Nhiều học giả tin rằng Áp-ra-ham là người A-mô-rít ở vùng Mê-sô-bô-ta-mi.

Người Ai Cập

Về mặt địa lý, dòng Sông Nin hùng vĩ chiếm lĩnh bờ biển đông bắc Châu Phi. Dòng sông mạnh mẽ này trải dài gần 3.500 dặm từ vùng cao nguyên phía Đông Trung Phi qua các sa mạc phía đông bắc của lục địa cho đến Biển Địa Trung Hải. Những người Ai Cập cổ đại quý trọng dòng sông lớn giàu phù sa mà họ nhận biết là nguồn nước và đất trồng trọt đem lại sự sống này. Một sử gia cổ đại mô tả cách thích đáng rằng Ai Cập là món quà của sông Nin.[5]

Sông Nin (Ảnh: Ian Sewell)

Không như vùng Mê-sô-bô-ta-mi, Ai Cập lại có được sự riêng tư và tương đối tách biệt khỏi thế giới bên ngoài. Đường biên giới sa mạc rộng lớn với Biển Địa Trung Hải về hướng bắc tạo ranh giới địa lý tự nhiên, có nghĩa là Ai Cập ít trải qua chiến tranh xâm lược từ ngoại bang trong lịch sử. Kết

---

5. Herodutus 2.5.

quả là Ai Cập không phải đối diện với nhiều cuộc thâm nhập văn hóa và sắc tộc, là nét đặc trưng của lịch sử vùng Mê-sô-bô-ta-mi.

Ngoài tính lịch sử về những thay đổi không ngừng về quyền lực các nhóm dân mới, lịch sử Ai Cập là lịch sử về sự nắm quyền và sụp đổ của các triều đại hầu hết là người gốc Ai Cập. Một số triều đại chứng kiến Ai Cập phát triển thành các đế quốc to lớn với tầm quan trọng tầm cỡ quốc tế trong lịch sử Cận Đông cổ đại, chẳng hạn Old Kingdom Egypt (triều đại 3-6, khoảng năm 2700–2200 TC), Middle Kingdom Egypt (triều đại 11–13, khoảng năm 2000–1700 TC), và New Kingdom Egypt (triều đại 18–20, khoảng năm 1550–1100 TC). Ai Cập mà chúng ta sẽ gặp khi đọc các câu chuyện về các tộc trưởng trong Sáng Thế Ký có lẽ là Middle Kingdom Egypt, dù Kinh Thánh không cung cấp đủ chi tiết để chắc chắn về điều đó. Câu chuyện Giô-sép có lẽ nên đặt khoảng giữa Middle Kingdom và New Kingdom.

Các Dân Vùng Sy-ri Pa-lét-tin

Sy-ri Pa-lét-tin là khu vực từ khúc quanh phía bắc sông Ơ-phơ-rát dọc bờ biển Địa Trung Hải, về hướng nam đến sa mạc Si-nai. Y-sơ-ra-ên ở về hướng cực nam của Sy-ri-Pa-lex-tin. Ngược với Ai Cập và Mê-sô-bô-ta-mi, vùng Sy-ri Pa-lét-tin không phải là nơi của nền văn minh tiên tiến và các đế quốc đầu tiên trong lịch sử. Thay vào đó, tầm quan trọng về chính trị của nó chính là nhờ vai trò là cầu nối đất liền giữa vùng Mê-sô-bô-ta-mi và Ai Cập, cũng như giữa vùng Tiểu Á và Châu Âu. Trải suốt lịch sử cổ đại, các đế quốc Mê-sô-bô-ta-mi và Ai Cập tìm cách kiểm soát con đường đến Sy-ri Pa-lét-tin vì lý do kinh tế lẫn quân sự-chính trị.

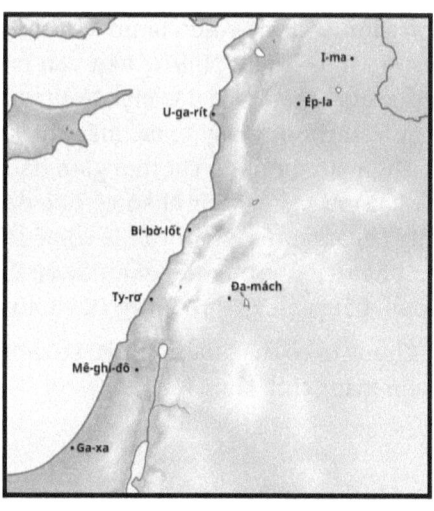

Bản đồ Sy-ri Pa-lét-tin

Cũng như vùng Mê-sô-bô-ta-mi, vùng này là nơi tụ cư của nhiều nhóm dân cổ đại. Người Ca-na-an và A-mô-rít là những dân tộc nổi bật đầu tiên trong lịch sử Sy-ri Pa-lét-tin.[6] Trong số những thành bang quan trọng do những nhóm người này thành lập, thành bang U-ga-rit và I-ma (xem Bản đồ) cung cấp tài liệu bằng văn tự thú vị nhất cho các học giả Cựu Ước. Khoảng năm 1200 TC, một nhóm người Xê-mít khác được gọi là A-ram bắt đầu xuất hiện đông đảo trong vùng. Nhóm người này thành lập những thành bang quan trọng, chẳng hạn như Đa-mách, và đóng vai trò to lớn trong lịch sử Cựu Ước sau này. Tương tự, khoảng năm 1200 TC, nhiều dân tộc có lẽ từ lục địa Hy Lạp và được gọi là Dân Miền Biển (Sea Peoples) bắt đầu xuất hiện dọc bờ biển Địa Trung Hải. Một nhóm trong nhóm Dân Miền Biển này, theo tài liệu Ai Cập thì gọi là "Peleset", đã định cư trên vùng đồng bằng duyên hải tây nam Sy-ri Pa-lét-tin. Cựu Ước gọi là người "Phi-li-tin", một từ liệu cho chúng ta tên gọi "Pa-lét-tin".

Các Thuyết Cổ Đại về Sự Sáng Tạo và Lịch Sử Loài Người Đầu Tiên

Chúng ta có thể cho rằng tất cả các dân tộc xung quanh Y-sơ-ra-ên đều có những truyền thuyết, thần thoại và cổ tích của chính họ nhằm giải thích thế giới hiện hữu như thế nào. Nhưng chỉ những nền văn hóa ven sông lớn của Mê-sô-bô-ta-mi và Ai Cập mới lưu giữ chi tiết của những truyền thuyết này. Những nền văn minh lớn đầu tiên này dùng chữ viết trước nhất theo cách đặc biệt để giữ gìn những ức đoán thần học của nhân loại. Văn chương này bị lạc mất khi các đế quốc lớn đầu tiên biến mất và bị chôn vùi dưới lớp cát thời gian hàng ngàn năm. Nhưng vào thế kỷ XIX và hai mươi, các nhà khảo cổ học đã phát hiện, giải mã và dịch các ký thuật của người Ai Cập và Mê-sô-bô-ta-mi về sự sáng tạo và cơn nước lụt. Sự phát triển tương đối gần đây rõ ràng đã đem lại sự hiểu biết rõ hơn quan điểm của Y-sơ-ra-ên về Đức Chúa Trời, thế giới và con người.

Chúng ta có thể đưa ra nhiều so sánh hợp lý và phần trình bày này chắc chắn mang tính chọn lọc.

---

6. Về mối quan hệ giữa hai nhóm người này, xem Keith N. Schoville, "Canaanites and Amorites," in *Peoples of the Old Testament World*, ed. Alfred J. Hoerth, Gerald L. Mattingly, and Edwin M. Yamauchi (Grand Rapids: Baker, 1994), 167.

Thuyết Vùng Cận Đông Cổ Đại Tương Tự Sáng Thế Ký Chương 1.[7]

Ai Cập

Ký thuật bao quát nhất về sự sáng tạo xuất phát từ Ai Cập là cái được gọi là Thần học Memphite. Ký thuật này dựa trên các bản văn khác về sự sáng tạo, hầu hết là Bản văn Pyramid, nhưng nâng cao vai trò của thần Memphis, Ptah.[8] Không có ký thuật nào khác về sự sáng tạo giống như thế, mặc dù có nhiều tác phẩm riêng biệt được gắn vào các tác phẩm văn chương lớn hơn, trong đó ký thuật thế giới bắt đầu ra sao.

Đặc điểm của các ký thuật về sự sáng tạo của người Ai Cập là tính đa dạng. Tuy nhiên, bên dưới sự đa dạng là **thuyết về nguồn gốc vũ trụ (cosmogony)** trước sau như một. Sự sáng tạo bắt đầu với tình trạng hỗn loạn đầy nước -thần Nun, tuy nhiên đây không phải là thần tạo hóa. Trong thần học Memphite, Ptah là thần tạo hóa, nhưng ở chỗ khác thì thường là thần Atum. Ptah được xem là vật chất của khối nước nguyên thủy; Ptah là tất cả. Bắt đầu với vật chất hỗn loạn mà ông đã gộp vào, ông dùng phép thuật để tạo dựng thế giới bằng sắc lệnh thiên thượng. Giống như bản ký thuật Sáng Thế Ký, hành động sáng tạo bởi lời phán, nhưng không có *creatio ex nihilo* ở đây vì vật chất nguyên thủy lộn xộn thật sự trở thành một phần của vị thần sáng tạo.

Ptah của Memphis, Ai Cập
(Ảnh: Walters Art Museum)

---

7. Xem John H. Walton, *Ancient Israelite Literature in Its Cultural Context: A Survey of Parallels between Biblical and Ancient Near Eastern Texts* (Grand Rapids: Zondervan, 1989), 19–44; Gordon J. Wenham, *Genesis 1–15*, Word Biblical Commentary 1 (Waco, Tex.: Word, 1987), xlvi–l; and Kenneth A. Mathews, *Genesis 1–11:26*, New American Commentary 1A (Nashville: Broadman, 1996), 86–97 để biết thêm chi tiết.

8. Được trích dẫn từ James B. Pritchard, ed., *Ancient Near Eastern Texts Relating to the Old Testament,* 3rd ed. (Princeton, N.J.: Princeton University Press, 1969), 4–6.

Mê-sô-bô-ta-mi

Cách thể hiện thế giới quan rõ nhất của người Mê-sô-bô-ta-mi là câu chuyện sáng tạo được biết đến với tên gọi bằng tiếng Ac-cad *Enuma Elish* (những từ đầu tiên của từ ghép này có nghĩa là 'khi ở trên cao'). Kể từ khi được phát hiện vào thế kỷ XIX, *Enuma Elish* đã thu hút sự chú ý của các học giả cũng như giới không chuyên vì những tương đồng rất giống với ký thuật của Sáng Thế Ký. Câu chuyện nói về cuộc chiến vũ trụ giữa các vị thần chủ lực, trong đó thần Marduk non trẻ và dũng cảm giết chết Tiamat kỳ quái, nữ thần mẹ là hiện thân cho đại dương nguyên thủy. Marduk phân xác bà thành hai, một nửa tạo thành trời, một nửa tạo thành đất. Kingu, Marduk và cha dùng huyết của đồng phạm của nữ thần tạo dựng con người để lao động cực nhọc, còn các thần thì không phải làm việc. Ký thuật tiếp tục với việc kể lại việc xây thành Ba-by-lôn và bữa tiệc lớn trong đền thờ mới của Marduk ở đó, và nhiều điều khác nữa.

Những điểm tương tự với ký thuật trong Sáng Thế Ký thường được trích dẫn. Nhưng trong thực tế, những điểm giống nhau đó không nhiều và xoay quanh vai trò của Tiamat, nữ thần mẹ. Marduk bắt đầu tiến trình tạo dựng bằng cách chia xác chết của bà thành hai khối nước riêng biệt–rõ ràng tương đồng với khối nước của bầu trời vào ngày sáng tạo thứ hai (Sáng 1:6–8). Ngoài ra, tên của bà, Tiamat, có những điểm tương tự rõ ràng với từ Hê-bơ-rơ có nghĩa là vực thẳm trong Sáng 1:2, *těhôm*. Trong nhiều năm qua, nhiều người tranh cãi có một sự liên kết đối xứng giữa hai điều trên, và ít ra Sáng Thế Ký là cuộc bút chiến về vai trò của Tiamat trong sự sáng tạo. Tuy nhiên, hiện nay quan điểm này bị nhiều người bác bỏ.

Có lẽ tài liệu cổ xưa hơn có tên gọi "Epic of Atrahasis" (Sử Thi của Atrahasis) thích hợp để so sánh với Sáng Thế Ký hơn. Sử thi này là lịch sử sơ khai vùng Cận Đông cổ xưa nhất ở hình thức gần như hoàn chỉnh.[9] Nó trình bày theo dòng lịch sử cả sự tạo dựng loài người lẫn việc họ gần như bị tuyệt diệt trong cơn nước lụt trong một trình tự tương tự như ở Sáng Thế Ký. Atrahasis ít ra cũng xác nhận rằng cốt truyện căn bản của Sáng Thế Ký 1–11 được biết đến khắp cả vùng Cận Đông cổ đại.

---

9. W. G. Lambert and Alan R. Millard, *Atra-hasis: The Babylonian Story of the Flood* (Oxford: Clarendon, 1969), and Isaac M. Kikawada and Arthur Quinn, *Before Abraham Was: The Unity of Genesis 1–11* (Nashville: Abingdon, 1985), 41–48.

Thuyết Cận Đông Cổ Đại Tương Tự các Chủ Đề của Sáng Thế Ký 2–4

Atrahasis cũng mô tả một ký thuật thú vị về việc tạo dựng loài người. Trong các thần thoại vùng Mê-sô-bô-ta-mi, nguồn gốc của con người thường dính dáng đến hỗn hợp huyết của vị thần bị giết và nguyên liệu đất sét. Trong sử thi Atrahasis, thịt và huyết của vị thần nhỏ hơn được pha trộn với đất sét. Sau khi các thần khác thổi vào hỗn hợp đó, nữ thần mẹ (Nintu) trộn kỹ thần và người lại với nhau trong đất sét. Từ hỗn hợp đất sét này, Nintu dùng phép thuật để ngắt thành mười bốn miếng, bao gồm bảy nam và bảy nữ. Những điểm tương tự với Sáng 2:7, khi người nam đầu tiên được dựng nên từ bụi đất và được ban cho sự sống bằng sự hà hơi từ thiên thượng, thật rõ ràng.

Ngoài ra, khái niệm về một địa đàng được tưới nước đầy đủ được xác nhận bởi các tài liệu của người Su-me và Uragit (Uragit là thành phố cảng chính ở Sy-ri Pa-lét-tin). Nhưng thần thoại A-đa-pa của vùng Mê-sô-bô-ta-mi có sự so sánh thú vị nhất.[10] Nhân vật chính là A-đa-pa, một thầy tế lễ nổi tiếng khôn ngoan trong vùng Mê-sô-bô-ta-mi thời đầu, người đã đánh mất cơ hội có được sự bất tử. Tên của ông phát âm gần giống "A-đam". Trong thần thoại, A-đa-pa được gọi đến trước vị thần trời để tường trình về việc sai trái ông đã làm. Ea, thần phép thuật, khuyên A-đa-pa khi đi gặp thần trời thì đừng ăn uống. Ông nghe theo lời Ea, nhưng thức ăn đưa cho ông là loại thức ăn có được sự sống đời đời. Rõ ràng có vài điểm tương đồng với A-đam và Ê-va. Cả hai đều được thử nghiệm bởi thần về việc ăn cái gì đó; cả hai đều thất bại, bỏ mất cơ hội có được sự bất tử; và cả hai sự thất bại đều dẫn đến hậu quả trên nhân loại. Nhưng câu chuyện của chúng nhấn mạnh đến những điểm khác nhau. A-đam đã thua, còn A-đa-pa thật sự đã chiến thắng. Những điểm giống nhau giữa A-đa-pa và A-đam khá thú vị, nhưng chúng không thể có gì hơn thế.

Y-sơ-ra-ên: Bức Tranh, Chiếc Gương hay Cửa Sổ?

Vì chúng ta đã khảo sát những ước đoán vũ trụ học được chọn lọc từ các láng giềng Y-sơ-ra-ên, nên bạn có thể hiểu vì sao Y-sơ-ra-ên có vẻ hơi khác thường so với các dân tộc láng giềng. Theo cách nói thông tục thời nay, họ có thể nhìn vào dân Y-sơ-ra-ên và hỏi "Hình ảnh này có gì không ổn?" Họ đã quen với những khác biệt về văn hóa, ngôn ngữ và xã hội học. Nhưng

---

10. Pritchard, *Ancient Near Eastern Texts*, 101–3; Walton, *Israelite Literature*, 63–65.

có những giả định trừu tượng mà trong đó các dân tộc cổ đại dường như giống nhau. Về mặt này, họ phản ảnh lẫn nhau. Nhưng khi nhìn vào Y-sơ-ra-ên, họ không thấy hình ảnh văn hóa của họ. Y-sơ-ra-ên thì khác; không phải là một bức tranh hoặc một chiếc gương. Thay vào đó, Y-sơ-ra-ên đưa ra một cửa sổ nhìn ra một thế giới hoàn toàn khác, hay ít ra là một cách nhìn thế giới hoàn toàn khác. Y-sơ-ra-ên không phải là chiếc gương phản chiếu văn hóa Cận Đông cổ đại. Ngược lại, Y-sơ-ra-ên tượng trưng cho một cửa sổ đem đến cho Cận Đông cổ đại một cái nhìn khác về thế giới.

Thật vậy, Y-sơ-ra-ên cũng thấy mình là độc nhất vô nhị. Các học giả Cựu Ước thường tranh cãi về mức độ khác biệt thật sự của Y-sơ-ra-ên với các láng giềng của mình. Nhưng chính Cựu Ước có nhiều lời tự khẳng định về sự khác biệt, và những khẳng định này dường như tập trung rõ ràng vào mối quan hệ đặc biệt của Y-sơ-ra-ên với Đức Chúa Trời.[11] Nét độc đáo của Y-sơ-ra-ên có thể được mô tả bằng 'hình thể kết hợp của những nét đặc trưng' duy nhất, điều đó minh họa thế nào Y-sơ-ra-ên làm nổi bật những nét nào đó của vùng Cận Đông cổ đại, trong khi lại xóa mờ những đặc điểm khác.[12] Hình thể văn hóa độc đáo của Y-sơ-ra-ên có nhiều nét đặc biệt, nhưng nổi bật nhất là **Thuyết độc thần**, được ngụ ý trong ký thuật về sự sáng tạo của Sáng Thế Ký chương 1 nhưng được nói đến có phần rõ hơn trong Phục 4:35,39 và 6:4. Bắt nguồn từ thuyết độc thần là lệnh cấm Y-sơ-ra-ên không được làm biểu tượng của Đức Chúa Trời bằng vật chất (tức là 'hình tượng'), việc áp dụng các hiệp ước cổ đại vào mối quan hệ thiên thượng-con người (tức là giao ước), và vắng bóng giới tính cũng như sự chết trong những mô tả về Thần của Y-sơ-ra-ên.[13] Tất cả là những đặc điểm độc đáo riêng của Y-sơ-ra-ên, và cho thấy Y-sơ-ra-ên hết sức khác biệt với các dân láng giềng như thế nào.

Tuy nhiên, ký thuật về sự sáng tạo của Y-sơ-ra-ên cũng có những điểm tương tự nào đó với các ký thuật của các láng giềng mình. Ví dụ, tất cả câu chuyện sáng tạo dường như đều bắt đầu với tình trạng hỗn loạn đầy nước. Và cả Ai Cập lẫn Mê-sô-bô-ta-mi đều ngụ ý sự tạo dựng bởi sắc lệnh, giống như sự tạo dựng bởi mệnh lệnh trong Sáng Thế Ký chương 1. Nhưng

---

11. Một học giả hàng đầu đã trích ra 433 phân đoạn trong Cựu Ước nói đến sự khác biệt này (Peter Machinist, "The Question of Distinctiveness in Ancient Israel: An Essay," in *Ah, Assyria . . . : Studies in Assyrian History and Ancient Near Eastern Historiography Presented to Hayim Tadmor*, ed. Mordechai Cogan and Israel Eph'al, Scripta Hiersolymitana 33 [Jerusalem: Magnes, 1991], 203–4, ghi chú 22).

12. Machinist, "The Question of Distinctiveness," 196–212

13. Theodore J. Lewis, "Divine Images and Aniconism in Ancient Israel," *Journal of the American Oriental Society*, 118.1 (1998), 52–53.

những điểm khác biệt thì ấn tượng hơn. Các ký thuật về sự sáng tạo của vùng Cận Đông cổ đại hầu như luôn liên quan đến **thần hệ (theogony)**, hoặc ước đoán về sự ra đời của các thần. Ngược lại, Y-sơ-ra-ên hoàn toàn thừa nhận tình trạng tiền hiện hữu của Đức Chúa Trời ("Ban đầu Đức Chúa Trời...."), và không đưa ra ước đoán nào về nguồn gốc của Ngài. Tương tự, vai trò của con người trong trật tự được sáng tạo là một ví dụ về sự khác nhau giữa Y-sơ-ra-ên và các láng giềng. Trong tất cả các ký thuật của Cận Đông cổ đại, con người đóng vai trò khá tầm thường. Họ được dựng nên hầu như theo cách không được định trước. Nhưng trong Sáng Thế Ký chương 1-2, A-đam và Ê-va là thành tựu hoàn hảo của Đức Chúa Trời, chủ đề trọng tâm của kiệt tác sáng tạo của Ngài.

Bây giờ chúng ta sẽ phân tích chi tiết hơn những khác biệt này được thể hiện thế nào trong Sáng Thế Ký chương 1-4 so với vũ trụ học Cận Đông cổ đại mà chúng ta đã khảo sát. Thế giới quan được bày tỏ trong Sáng Thế Ký 1-4 không chỉ *khác* so với các bản tương ứng trong văn chương của thế giới cổ đại mà còn *đối nghịch* với nó nữa. Y-sơ-ra-ên không chỉ đưa ra một quan điểm thay thế. Hiểu biết của Y-sơ-ra-ên về những sự việc đầu tiên và bản chất của thế giới mang tính loại trừ nhau, và không thể phù hợp với triết lý Cận Đông cổ đại. Quan điểm thay thế về thực tại này có thể được tóm tắt trong bảy bước liên tục hợp lý.[14]

Thứ nhất, mọi thứ duy nhất thuộc riêng Y-sơ-ra-ên cổ đại có thể truy nguyên từ thuyết độc thần đặc biệt của họ. Một số dân tộc trong thế giới cổ đại tin vào nhiều, thậm chí hàng trăm, thần, nhiều như những thế lực xã hội và tự nhiên có trong thế giới. Y-sơ-ra-ên thừa nhận sự hiện hữu của một Đức Chúa Trời, Đấng đã dựng nên các thế lực khác trong thế giới (Gi 1:1). Tất cả những thứ khác đều bắt nguồn cách hợp lý và liên tục từ khái niệm đặc biệt này, là khái niệm xa lạ và mới mẻ trong một thế giới hoàn toàn đa thần này. Các học giả tranh luận kịch liệt về việc Y-sơ-ra-ên có thật sự tin vào một Đức Chúa Trời duy nhất không, hay là các tác giả sau này của thời kỳ lưu đày đã thay đổi sử sách nhằm làm sáng tỏ rằng Y-sơ-ra-ên theo độc thần.[15] Nhưng bằng chứng cho thấy rõ rằng Y-sơ-ra-ên theo thuyết độc thần, dù tín điều của họ không thể hiện rõ do họ thiếu lý luận phân tích cần thiết để hình thành tín điều.[16]

---

14. Xem thêm G. Herbert Livingston, *The Pentateuch in Its Cultural Environment*, 2nd ed.(Grand Rapids: Baker, 1987), 129–30.

15. Bill T. Arnold, "Religion in Ancient Israel," in *The Face of Old Testament Studies*, ed. David W. Baker and Bill T. Arnold (Grand Rapids: Baker, 1999)

16. William F. Albright, *Archaeology and the Religion of Israel* (Baltimore: Johns Hopkins, 1942), 24. Baruch Halpern gọi tín ngưỡng của Y-sơ-ra-ên

Đặc điểm thứ hai về thế giới quan của Y-sơ-ra-ên cổ đại bắt nguồn cách hợp lý từ thần học sáng tạo độc thần của họ. Đức Chúa Trời Tạo Hóa là siêu việt. Ngài không liên kết với thế giới Ngài đã dựng nên.[17] Đây cũng là một khái niệm mới mẻ và đặc biệt. Thế giới quan thông thường thời ấy chấp nhận tính nội tại của các thần. Các thần tương ứng với, hoặc liên kết với, mọi thứ khác đã hiện hữu. Không có những sự phân biệt cứng nhắc trong cõi tạo vật. Điều này có thể được minh họa như trong Biểu đồ 3.1

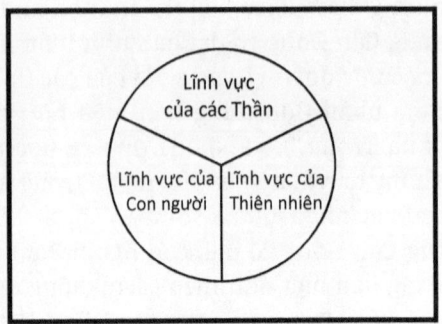

**Biểu Đồ 3.1:
Hệ Thống Thế Giới Khép Kín
của Tư Tưởng Cận Đông Cổ Đại
(Quy luật Tương ứng)**

Vòng tròn này tượng trưng cho hệ thống thế giới khép kín, không có gì nằm ngoài đó hết. Mọi thứ hiện hữu đều ở trong đó, vì tất cả mọi vật liên kết với nhau, kể cả các thần. Ngay cả trong ba lãnh vực của vũ trụ, cũng không có sự khác biệt về sự tinh tế trong bản chất. Sự khác biệt giữa những lãnh vực này là rất tinh tế. Vai trò của các thần và của con người khác nhau, nhưng lại không khác về bản chất thiết yếu. Do đó, trong các ký thuật về sự sáng tạo của Cận Đông cổ đại, các thần được mô tả rất giống con người: sống trong gia đình, thể hiện lòng ghen tỵ, sợ hãi, đố kỵ, và các tình cảm khác.[18]

Ngược lại, với Sáng Thế Ký 1–4 và khái niệm siêu việt thiên thượng của Y-sơ-ra-ên không thể bị nhầm lẫn và được xác định rõ trong phần còn lại của Kinh Thánh. Quan điểm thay thế về thực tại này được đưa ra trong Sáng Thế Ký có những hàm ý sâu xa đối với mỗi đặc điểm khác trong thế giới quan của Y-sơ-ra-ên.

---

thời kỳ quân chủ là "độc thần không ý thức" ("'Brisker Pipes than Poetry': The Development of Israelite Monotheism," in *Judaic Perspectives on Ancient Israel*, ed. Jacob Neusner, Baruch A. Levine, and Ernst S. Frerichs [Philadelphia: Fortress, 1987], 88).

17. Xem Yehezkel Kaufmann, *The Religion of Israel: From Its Beginnings to the Babylonian Exile*, trans. Moshe Greenberg (New York: Schocken, 1972 [1960]), 7–121; and John N. Oswalt, "The Old Testament and Homosexuality," in *What You Should Know about Homosexuality*, ed. Charles W. Keysor (Grand Rapids: Zondervan, 1979), 24–37 để biết thêm về sự tương phản giữa những thế giới quan này.

18. Kaufmann, *The Religion of Israel*, 21–25.

Tương phản với mọi người xung quanh, Y-sơ-ra-ên tin vào một Đức Chúa Trời là Đấng bên ngoài trật tự sáng tạo (xem Biểu đồ 3.2). Ngài tiếp cận dễ dàng với tất cả mọi phần của vũ trụ, vì Ngài đã dựng nên tất cả. Nhưng Ngài không bị ràng buộc bởi cấu trúc của nó hay phải ở trong chu kỳ của nó. Ngài vượt ra khỏi thế giới, đứng ở trên và ở ngoài thực tế thực tại của chúng ta.

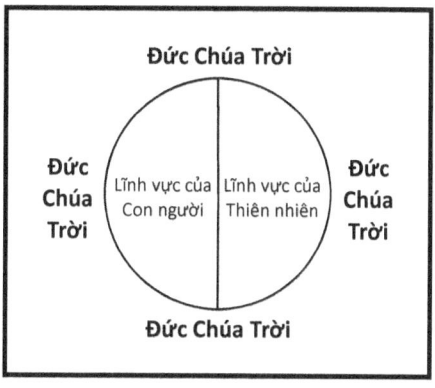

Biểu đồ 3.2:
Thế giới quan của Y-sơ-ra-ên
(Quy luật về tính siêu việt)

Nét đặc trưng thứ ba trong thế giới quan của Y-sơ-ra-ên là hoàn toàn không quan tâm đến nguồn gốc của Đức Chúa Trời. Như bạn đã thấy, các ký thuật sáng tạo khác từ Cận Đông cổ đại bị quyến rũ bởi nguồn gốc của các thần, bao gồm các câu chuyện về sự ra đời của các thần (hay 'thần hệ'). Ngoài những sự ra đời của các thần, người cổ đại còn nghiên cứu về cái chết của các thần. Áp-su, Ti-a-mat và Kin-gu nằm trong số những thần chết bất đắc kỳ tử trong *Enuma Elish*. Vì cớ các thần được xem là liên kết với và tương tự như con người, họ phải có những từng trải như con người, chẳng hạn sự ra đời, chết và nhiều điều khác.

Nhưng Sáng Thế Ký không quan tâm đến những vấn đề như thế. Khi mở đầu bằng những từ: "Ban đầu Đức Chúa Trời....," Sáng Thế Ký lường trước và loại bỏ ý niệm về một phả hệ của Đức Chúa Trời. Đức Chúa Trời không có gia phổ, không có tổ tiên, không có đối thủ. Câu mở đầu này mời độc giả của mọi thế hệ chấp nhận sự thật là vũ trụ và mọi vật trong đó bắt đầu như một ý tưởng trong tâm trí Đức Chúa Trời, Đấng luôn luôn ở đó. Chính Ngài không có khởi đầu hay kết thúc. Thật vậy, tin vào lẽ thật lớn này là chuẩn bị cho bạn để đọc phần còn lại của Kinh Thánh. Nếu Sáng 1:1 là đúng, thì toàn bộ phần còn lại theo sau đều đúng.

Đặc điểm thứ tư trong quan điểm về thực tại của Y-sơ-ra-ên rõ ràng bắt nguồn từ tóm lược ngắn gọn về *Enuma Elish* ở trên. Tức là Đức Chúa Trời là hữu thể phi tính dục. Trong các ký thuật Cận Đông cổ đại tương tự, các thần là những hữu thể có tính dục, có con cái và gia đình. Một lần nữa, các thần chỉ phản chiếu lĩnh vực của con người và thiên nhiên, nơi sự sống ra từ giới tính. Do đó, các thần cũng phải dựa vào hoạt động tình dục để sinh sản.

Trong Sáng Thế Ký, tình dục là một khía cạnh trong sự tạo dựng của Đức Chúa Trời. Chính Ngài là phi tính dục, dù Ngài tạo dựng đàn ông và đàn bà là những hữu thể có tính dục trong ảnh tượng Ngài ("Ngài đã dựng nên người nam và người nữ" Sáng 1:27). Cả hai giới tính đều được nâng lên trong lời tuyên bố đó để cả hai đều được tạo dựng theo hình ảnh Đức Chúa Trời. Và cả hai giới tính đều phản chiếu cách tự nhiên những đặc trưng của phẩm tính của Đức Chúa Trời. Nhưng bản thân Đức Chúa Trời không phải là nam hay nữ, và không có chồng hay vợ. Khác biệt quan trọng này giữa Y-sơ-ra-ên và láng giềng của họ có những phân phúc khác nhau trong lịch sử của Y-sơ-ra-ên, được nhắc lại ở những chỗ khác trong Cựu Ước. Y-sơ-ra-ên cuối cùng sẽ tiếp xúc với tôn giáo thờ cúng sự sinh sản về nông nghiệp của Sy-ri Pa-lét-tin thần thánh (đặc biệt giữa Ba-anh và Át-tạt-tê) được là sự bảo đảm cho sự màu mỡ của mùa màng và gia đình. Về cơ bản, điều này đưa ra một thách thức về ý thức hệ cho Y-sơ-ra-ên và là điều nằm phía sau những cải cách tiên tri của Ê-li và Ê-li-sê (1 Các Vua 17–Các Vua 13).

Đặc điểm thứ năm trong thế giới quan của Y-sơ-ra-ên là sự ngăn cấm phép thuật.[19] Tất cả các dân tộc khác vùng Cận Đông cổ đại đều tin và thực hành nhiều hoạt động phép thuật khác nhau. Họ tin rằng những câu thần chú và những hành động mô phỏng có thể kiểm soát và khai thác quyền lực của các lãnh vực thuộc thần thánh và thiên nhiên. Qua những phương tiện này, người cổ đại tin rằng họ có thể đạt được những lợi ích cho lãnh vực của con người, mà nếu không có những phương tiện này thì không thể đạt được. Bằng cách này, thiên nhiên và các thần bị xem là phụ thuộc vào các thế lực siêu nhiên ngoài tầm kiểm soát của họ.

Thuyết độc thần của Y-sơ-ra-ên và khái niệm về tính siêu việt làm cho điều này trở nên bất khả thi. Đức Chúa Trời Đấng Tạo Hóa không phụ thuộc vào bất kỳ thế lực siêu nhiên nào nằm ngoài sự kiểm soát của Ngài, và không thể bị điều khiển dưới bất kỳ hoàn cảnh nào. Thần học của Y-sơ-ra-ên hoàn toàn ngăn cấm việc sử dụng ma thuật. Là những người theo thuyết độc thần, các tác giả Kinh Thánh không tin rằng ma thuật có liên hệ với các thần khác, mà phụ thuộc vào những sức mạnh cá nhân có thể tự điều khiển. Họ cho rằng ma lực thực ra độc lập với các thần, mặc dù hiếm khi họ thử xác định cụ thể hơn về năng lực đó. Vì thế, ma thuật

---

19. Chỉ trong Ngũ Kinh, xem Xuất 22:18; Lê 19:26, 31; 20:6, 27; và Phục 18:10–11.

tương đương với sự nổi loạn của con người nhằm mở ra những bí mật thiên thượng, làm cho con người ngang hàng với Đức Chúa Trời.[20]

Những ngụ ý của tất cả điều này về lịch sử là đặc điểm thứ sáu của thế giới quan đặc trưng của Y-sơ-ra-ên. Thế giới quan Cận Đông cổ đại làm giảm giá trị của lịch sử.[21] Mặc dù các thần đã can thiệp vào lịch sử, nhưng giữa vòng các dân tộc cổ đại không có khái niệm về một Đức Chúa Trời là Chúa của lịch sử và có một kế hoạch bao quát cho lịch sử. Các thần ngoại giáo là sự phản chiếu của thế giới con người. Các thần có liên quan đến chu kỳ của tự nhiên, là phản ánh của những sự kiện thật sự quan trọng xảy ra trong thế giới thần thoại. Những sự kiện quan trọng này xảy ra bên ngoài thời gian và không gian, và do đó lịch sử không quan trọng.

Trong khi đó, Y-sơ-ra-ên nâng lịch sử lên một mức độ hoàn toàn mới trong thế giới cổ đại. Là Đức Chúa Trời duy nhất, Đấng Tạo Hóa siêu việt hơn thế giới tự nhiên. Y-sơ-ra-ên xem khởi đầu của thời gian và không gian (sự sáng tạo) và khởi đầu của quốc gia Y-sơ-ra-ên (giao ước Môi-se) là quan trọng. Phần còn lại của lịch sử Y-sơ-ra-ên bao gồm cả khi nhìn lại và hướng tới (các nhà thần học nói đến *Urzeit* và *Endzeit*, "thời kỳ khởi đầu" và "thời kỳ cuối cùng"). Lần đầu tiên trong lịch sử con người, người ta quan tâm đến các sự kiện lịch sử đặc biệt vì chúng bày tỏ ý muốn của Đức Chúa cho dân sự Ngài. Và cũng lần đầu tiên có một kế hoạch định rõ từ thiên thượng trong lịch sử mà có điểm kết thúc cụ thể. Người Y-sơ-ra-ên là những người duy nhất trong thế giới cổ đại có **lai thế học** (giáo lý về thời kỳ cuối cùng). Đối với Y-sơ-ra-ên, sự kết thúc của lịch sử được ngụ ý trong phần khởi đầu của nó.

Đặc điểm thứ bảy và cuối cùng trong quan điểm khác biệt của Y-sơ-ra-ên về thực tại là kết quả tự nhiên của quan điểm độc đáo này về lịch sử. Trong khi các dân tộc Cận Đông cổ đại thể hiện thần học của họ dưới hình thức thần thoại hay truyền thuyết, thì Y-sơ-ra-ên chủ yếu quan tâm đến việc viết lịch sử. Y-sơ-ra-ên tin rằng Đức Chúa Trời đã bày tỏ chính Ngài trong các sự kiện trong lịch sử của dân tộc Y-sơ-ra-ên, đặc biệt là giao ước Môi-se tại Si-nai. Nhưng các sự kiện lịch sử của giao ước cũng gắn liền với các sự kiện của các tộc trưởng, cơn nước lụt, vườn Ê-đen, và với cả sự tạo dựng thời gian và không gian. Thay vì là chuyện thần thoại, Y-sơ-ra-ên đã

---

20. Mark W. Chavalas, "Magic," in *Evangelical Dictionary of Biblical Theology*, ed. Walter A. Elwell (Grand Rapids: Baker, 1996), 502.
21. Bill T. Arnold, "The Weidner Chronicle and the Idea of History in Israel and Mesopotamia," in *Faith, Tradition, and History: Old Testament Historiography in Its Near Eastern Context*, ed. Alan R. Millard, James K. Hoffmeier, and David W. Baker (Winona Lake, Ind.: Eisenbrauns, 1994), 129–48.

nâng một **thể loại** văn chương ít được dùng lên tầm cao mới: thuật chép sử. Cựu Ước bắt đầu với chín sách lịch sử (chín sách đầu tiên của **kinh điển** Do Thái),[22] được gọi là Các Sách Lịch Sử Đầu Tiên, và phần lớn các sách tiên tri cũng là văn kể chuyện lịch sử. Vai trò này của văn kể chuyện lịch sử là điều hoàn toàn mới mẻ ở vùng Cận Đông cổ đại. Trong thực tế, sẽ tự nhiên hơn khi gọi các tác giả người Hê-bơ-rơ của Cựu Ước là thủy tổ của lịch sử, thay vì là Herodotus, một sử gia Hy Lạp thế kỷ V TC, người thường được nhắc đến là "Ông tổ của lịch sử".

Tóm lại, Sáng Thế Ký dạy rằng Đức Chúa Trời đã dựng nên con người theo hình ảnh Ngài và giống như Ngài. Đây là lẽ thật về Đức Chúa Trời và vai trò của con người trong trật tự sáng tạo được bày tỏ từ thiên thượng. Chúng ta được tạo dựng để thờ phượng và vui hưởng Ngài mãi mãi. Hễ nơi đâu và khi nào lẽ thật được bày tỏ về Đức Chúa Trời bị khước từ hay xao lãng, thì con người sẽ thay thế Ngài bằng các thần được làm theo hình ảnh của họ. Nếu không phải là Đức Chúa Trời trong Kinh Thánh, thì đối tượng để con người tôn thờ sẽ là hình ảnh hào nhoáng của con người. Thờ thần tượng là khi chúng ta tự biến mình thành thần tượng hay cố tạo lại Đức Chúa Trời theo hình ảnh của chúng ta.

Ý Nghĩa Cho Cơ Đốc Nhân Ngày Nay

Thế giới quan của Y-sơ-ra-ên trình bày một quan điểm về thực tại khác biệt đáng kể so với quan điểm hiện hành ở Cận Đông cổ đại. Những thế giới quan trái ngược này có nhiều hàm ý cho tín hữu ngày nay. Nhưng có hai điều tôi đặc biệt muốn bạn ghi nhớ khi chúng ta tiếp tục cuộc bộ hành qua Sáng Thế Ký.

Thứ nhất, bạn và tôi rất quen thuộc với những lẽ thật trong Sáng 1–4 đến nỗi chúng ta không nhận ra những tư tưởng này thật sự mang đến sự thay đổi như thế nào. Văn hóa hiện đại của chúng ta không chấp nhận phần lớn những gì Kinh Thánh dạy. Nhưng ít nhất những tư tưởng về thuyết độc thần, sự sáng tạo, và giá trị lớn lao của đời sống con người cũng *quen thuộc* với hầu hết mọi người trong xã hội chúng ta. Nhưng với Cận Đông cổ đại thì không như vậy! Sáng Thế Ký 1–4 và thật ra cả phần còn lại của Kinh Thánh, là độc nhất vô nhị và là những câu trả lời hoàn toàn khác cho những vấn đề quan trọng nhất của đời sống. Qua sự thần cảm về thế giới quan của Y-sơ-ra-ên, Đức Chúa Trời ban cho thế giới một cách nhìn khác về thực tại. Kết quả là dân tộc Y-sơ-ra-ên hình thành một nền văn hóa đối nghịch trên thế giới. Hội thánh Cơ Đốc cũng được gọi là phản

---

22. Ngũ Kinh cộng với Giô-suê, Các Quan Xét, Sa-mu-ên và Các Vua

văn hóa ("ánh sáng" và "muối", Mat 5:13–16) trên thế giới, và trình bày cho con người hiện đại cái nhìn khác về lẽ thật.

Thứ nhì, hai quan điểm về lẽ thật, theo Kinh Thánh và không theo Kinh Thánh, là hai quan điểm duy nhất hiện có. Hễ khi nào và ở đâu sự mặc khải Kinh Thánh bị khước từ thì nhân loại sẽ dùng đến một thế giới quan liên quan đến cái chúng ta gọi là quan điểm Cận Đông cổ đại. Nhưng tâm trí con người bị giới hạn trong những điều khả dĩ có thể. Dù chi tiết thay đổi, nhưng nguyên lý triết học cơ bản vẫn như vậy. Trong văn hóa Hoa Kỳ hiện đại, một trong những ảnh hưởng mới đang hịnh hành là cái được gọi là phong trào New Age (phong trào Thời Đại Mới). Đây thật sự chỉ là sự pha trộn của huyền bí học Đông phương và văn hóa dân gian hiện đại, kết quả là "lên đồng", "thiền" và những thứ tương tự. Nhưng nếu chúng ta xem xét kỹ lưỡng cái gọi là phong trào Thời Đại Mới, thì sẽ thấy rằng nó chẳng có gì mới, mà thật ra chỉ là sự lừa dối cũ rích. Mặc khải Kinh Thánh là lời đáp duy nhất cho những làn gió giáo lý mới như thế. Hễ khi nào Đức Chúa Trời chân thật bị khước từ, con người sẽ tìm những cách để thực hiện lời hứa xảo quyệt của con rắn "mắt các người sẽ mở ra, và các người sẽ giống Đức Chúa Trời" (Sáng 3:5). Không có ân điển và chân lý của Đức Chúa Trời, chúng ta không thể vượt qua thất bại của vườn Ê-đen.

Câu Hỏi Nghiên Cứu

1. Vì sao Ai Cập bị tách rời khỏi phần lớn thế giới cổ đại, và điều này ảnh hưởng đến lịch sử chính trị của họ như thế nào?

2. Những điểm giống nhau giữa Sáng Thế Ký chương 2–4 và thần thoại A-đa-pa thuộc vùng Mê-sô-bô-ta-mi là gì? Hai bản ký thuật này khác nhau như thế nào?

3. Trình bày vài cách có thể cho thấy Y-sơ-ra-ên tượng trưng cho cửa sổ đem đến cho Cận Đông cổ đại một cái nhìn khác về thế giới.

4. Giải thích chi tiết ý nghĩa thuyết độc thần của Y-sơ-ra-ên đối với tín ngưỡng của họ.

5. So sánh và đối chiếu quan điểm về lịch sử của Y-sơ-ra-ên với quan điểm của các nước láng giềng.

6. Liệt kê và nhận xét ngắn gọn từng điều trong bảy điều cho thấy thế giới quan của Y-sơ-ra-ên trái ngược với thế giới quan của các dân tộc láng giềng.

7. Sau khi xem xét thế giới quan Cận Đông cổ đại, bạn có thể thấy những phương diện mà phong trào Thời Đại Mới có chung một số

giả định giống như láng giềng của -sơ-ra-ên cách đây hàng ngàn năm không? Mô tả những phương diện mà trong đó quan điểm Kinh Thánh đối nghịch với quan điểm phổ biến ngày nay.

Thuật Ngữ Chính

Dân Miền Biển

Thuyết nguồn gốc vũ trụ

Thuyết độc thần

Thần hệ

Lai thế học

Thể loại

Kinh điển

4. Sự Ô Uế của Tội Lỗi trong Công Trình Sáng Tạo

Sáng Thế Ký 5:1–11:26

Tội ác ở đâu, búa rìu sẽ giáng xuống đấy

Claudia, Hamlet, hồi 4, cảnh 5.

Đọc thêm: Thi 14:1–3; Mat 15:19; Rô 3:23

Bố Cục

- Vậy, Tiếp Theo là Chuyện Gì? Con Cái A-đam và Ê-va (5:1–6:8)
- Cơn Nước Lụt (6:9–9:29)
  - Nhắc lại Thể Loại Truyện Kể
  - Những Điểm Tương Tự với Văn Học Cổ Đại
  - Các vấn đề sau cơn nước lụt (9:18–29)
- Tất Cả Những Dân Tộc Này Từ Đâu Đến?
- Lại Là Sem?
- Nói Thêm về Sáng Thế Ký 1–11

Mục Tiêu

Sau khi đọc chương này, bạn sẽ:

1. Nhận biết những đóng góp quan trọng của gia phổ trong văn chương Kinh Thánh
2. Đối chiếu sự suy đồi dẫn đến cơn nước lụt với hy vọng về những khởi đầu mới được minh họa trong Nô-ê.
3. So sánh và đối chiếu ký thuật về Nô-ê và cơn nước lụt trong Kinh Thánh với các câu chuyện về nước lụt của Ba-by-lôn cổ đại.
4. Truy nguyên ảnh hưởng lời rủa sả của Cham đối với hành vi tội lỗi giữa vòng con cháu ông, người Ca-na-an.

> 5. Dùng ký thuật Kinh Thánh về gia đình Nô-ê và sự kiện tháp Ba-bên để mô tả nguồn gốc về sự đa dạng của con người và những điểm tương đồng của nhân loại.
> 6. Phát biểu những mục đích chính của ký thuật thứ nhì về gia phổ của Sem.
> 7. Tóm tắt và áp dụng tiến trình ba giai đoạn: phước lành, tội lỗi và ân điển có trong cấu trúc của các chương đầu của Sáng Thế Ký.

Mượn lời thoại của Claudius (nhân vật trong tác phẩm Hamlet-ND), chúng ta có thể nói rằng Sáng Thế Ký chương 5–11 nói về búa rìu giáng xuống vì tội lỗi ở khắp nơi.

Sáng Thế Ký chương 3–4 trình bày cách mạnh mẽ chủ đề về bản chất ô nhiễm của tội lỗi và ảnh hưởng của nó trên gia đình nhân loại đầu tiên. Bây giờ, chủ đề này bao trùm Sáng Thế Ký 5–11 (chính xác hơn là 5:1–11:26) để cho thấy ảnh hưởng của tội lỗi trên toàn công trình sáng tạo. Khi gia đình loài người phát triển và các dân tộc bắt đầu xuất hiện, bản chất tàn phá của tội lỗi trong lòng người trở nên rõ ràng. Tội lỗi đã nhanh chóng đi từ việc bỏ qua Lời Đức Chúa Trời (A-đam và Ê-va) đến giết người (Ca-in và A-bên) thế nào, thì nó lan ra như bệnh truyền nhiễm nằm ngoài tầm kiểm soát để làm ô nhiễm toàn thể nhân loại thể ấy. Theo ngôn ngữ âm nhạc, đây là phần mô tả sự mạnh dần lên của tội lỗi.

Như đã nói trong phần mở đầu, từ *tôlĕdôt* trong Sáng Thế Ký là những công cụ bản lề để liên kết các loại tài liệu khác nhau lại, giống như chuỗi hạt. Trong chương 5–11, có bốn phần như thế được liên kết bởi từ *tôlĕdôt*.

- *Tôlĕdôt* của dòng dõi A-đam (5:1–6:8)
- *Tôlĕdôt* của Nô-ê (6:9–9:29)
- *Tôlĕdôt* của các con trai Nô-ê (10:1–11:9)
- *Tôlĕdôt* của Sem (11:10–26)

Tuổi thọ của gia đình A-đam trước cơn nước lụt (Sáng Thế Ký 5)

Người ta nói rằng những người trong gia phổ của A-đam sống lâu đến kinh ngạc: A-đam sống 930 năm, Sết 912 năm, Mê-tu-sê-la 969 năm. Tuổi đời trung bình của các tộc trưởng trước thời kỳ hồng thủy được liệt kê trong Sáng Thế Ký 5 là khoảng 900 năm! Sau nước lụt, tuổi đời được cho là đã giảm đáng kể. Con cháu của Sem sống trung bình 344 năm (11:10–32). Tuổi thọ trung bình từ đó bắt đầu giảm từ từ. Áp-ra-ham sống 175 năm, Gia-cốp 147, và Giô-sép 110.

Tại sao các tộc trưởng trước cơn nước lụt lại sống lâu đến vậy? Nhiều nỗ lực nhằm giải thích tuổi thọ đã được đưa ra. Một số cho rằng các tên trong Sáng Thế Ký chương 5 chỉ về cả cá nhân lẫn di sản bộ tộc của người đó. Mỗi tên có hai con số được kể ra: con số đầu tiên nói đến tuổi thọ thật sự của người đó, còn con số thứ hai chỉ về gia tộc mà người đó lập nên. Vì vậy, ví dụ A-đam sống 130 năm (tổng cộng tuổi đời thật sự của ông). Sau khi Sết ra đời, A-đam sống tượng trưng 800 năm nữa (triều đại của gia tộc ông) trong tổng cộng 930 năm (5:3–5). Vấn đề ở đây là Ê-nóc và Nô-ê là hai người dường như sống đến 365 và 950 năm (5:23;9:29), không kể đến khoảng thời gian của triều đại gia tộc họ.

Những người khác cho rằng từ ngữ chỉ đơn vị thời gian có thể có ý nghĩa hoàn toàn khác trong thời kỳ đầu tiên. Có lẽ từ "năm" trong Sáng Thế Ký 5 có nghĩa là một thời kỳ ngắn hơn 365 ngày của chúng ta. Nhưng trong bảng niên đại cụ thể của câu chuyện nước lụt những năm nói đến trong Sáng Thế Ký 6–9 là khoảng 360 ngày (7:11-12; 8:4, 5, 13, 14).

Chúng ta nên thừa nhận khả năng rằng những tộc trưởng sống trước cơn nước lụt này thật sự sống lâu như vậy. Khó khăn của chúng ta ở đây là hiểu biết của *chúng ta* về tuổi thọ, đó là tiêu chuẩn duy nhất mà nhờ đó chúng ta có thể hiểu cuộc sống cổ đại. Nhưng những người cổ đại khác cũng có những truyền thuyết về việc tổ tiên sống rất lâu trong thời nguyên thủy xa xưa.[1] Phải chăng Sáng Thế Ký 5 phản chiếu ký ức đáng tin cậy nhất về các gia đình loài người đầu tiên mà con người có thể nhớ tới không? Một điều đáng lưu tâm khác là quy luật dịch chuyển dần dà của tự nhiên trong đó các tác động của sự suy tàn và bệnh tật tạo ảnh hưởng trên con người. Những con cháu đầu tiên của A-đam và Ê-va còn thuần khiết về mặt di truyền và ít bị ảnh hưởng bởi hậu quả hư hỏng của tội lỗi.

Ngoài ra, chúng ta không có sự hiểu biết gì về bầu không khí của trái đất như thế nào trước trận hồng thủy. Có khả năng là trái đất chưa hề có mưa, và tác động của tia vũ trụ cùng các yếu tố về môi trường có thể rất khác với môi trường hiện tại xung quanh chúng ta. Về phương diện thần

---

1. Trong Danh Sách Vua Sumer nổi tiếng, sự trị vì của một số vua cổ đại cực kỳ lâu, lâu nhất là 72.000 năm. Xem Thorkild Jacobsen, *The Sumerian King List* (Chicago: University of Chicago, 1939).

> học, có thể Đức Chúa Trời ban cho tuổi đời lâu để con người "sanh sản và gia tăng" theo mạng lệnh của Ngài (Sáng 1:28). Cuối cùng, chúng ta có thể hài lòng với hiểu biết chưa trọn vẹn về bản chất của những tuổi thọ này.²

Chúng ta sẽ cùng nghiên cứu những phần này trong chương này để thấy cách Sáng Thế Ký mô tả tội lỗi ngày càng gia tăng. Các con của A-đam sanh ra con cháu, mà tội của họ cuối cùng dẫn đến sự hủy diệt nhân loại bằng cơn đại hồng thủy (nước lụt). Con cháu Nô-ê cũng không tốt hơn. Tội lỗi của họ sau cơn nước lụt cuối cùng dẫn đến sự bất hòa giữa con người và phân tán về địa lý (tháp Ba-bên).

Tuy nhiên, chúng ta cũng hy vọng thấy qua tất cả những việc này - qua sự hủy diệt và bi kịch khắp thế giới - vẫn còn một chút hy vọng mỏng manh. Sáng Thế Ký 5–11 mô tả chính xác ảnh hưởng của tội lỗi trên nhân loại và thế giới. Nhưng cũng có tia hy vọng yếu ớt xuyên qua tất cả.

Vậy, Tiếp Theo Là Chuyện Gì?
Con Cháu của A-đam và Ê-va (5:1–6:8)

Khi chúng ta kết thúc câu chuyện Sáng Thế Ký 4, gia đình loài người đầu tiên đang gặp vấn đề. Họ đã để mất vườn Ê-đen đẹp đẽ vì tội lỗi. Ca-in giết A-bên, em mình, và bị trừng phạt nặng nề. Con cái của chính Ca-in dường như đang ngày càng tệ hơn thay vì tốt hơn. Một án mạng nữa đã xảy ra, và lần này không có sự ăn năn (4:23–24). Bạo lực đã đi theo gia đình Ca-in và dòng dõi ông dường như không có sự coi trọng mạng sống con người.

Để chuyển sang phần tiếp theo của câu chuyện (tức là cơn nước lụt), Kinh Thánh quyết định dùng một loại văn chương khác: gia phổ. Đây là *tôlĕdôt* của dòng dõi A-đam (5:1–6:8). Bạn cảm thấy thế nào khi đọc các gia phổ trong Kinh Thánh? Đôi khi chúng ta có thể bị cám dỗ lướt nhanh hoặc bỏ hẳn. Nhưng chúng ta bỏ lỡ một phần quan trọng của sứ điệp Kinh Thánh khi bỏ qua các gia phổ. Mỗi phần Kinh Thánh được thần cảm đều có đóng góp cho toàn bộ Kinh Thánh.

---

2. Xem thêm Carl Friedrich Keil and Franz Delitzsch, *Commentary on the Old Testament*, 10 vols. (Grand Rapids: Eerdmans, 1978 [n.d.]), 1:123–24, Derek Kidner, *Genesis: An Introduction and Commentary*, Tyndale Old Testament Commentary (Downers Grove: InterVarsity, 1967), 82–83, and Gordon J. Wenham, *Genesis 1–15*, Word Biblical Commentary 1 (Waco, Tex.: Word, 1987), 130–34.

Các gia phổ đóng vai trò quan trọng trong nhiều sách của Kinh Thánh (1 Sử 1–9; Ru 4:18–22; Mat 1:1–17; Lu 3:23–38). Trong từng trường hợp, chúng có ý nghĩa thần học quan trọng. Gia phổ quan trọng trong các xã hội theo bộ tộc cổ đại, là nơi cung cấp bộ khung sườn cho lịch sử của một dân tộc. Đức Chúa Trời thần cảm cho dân Y-sơ-ra-ên của Ngài dùng đặc điểm văn hóa này để cho thấy Ngài đang hành động trong lịch sử của họ. Bằng cách nghiên cứu các gia phổ khác nhau trong Kinh Thánh, chúng ta biết rằng Đức Chúa Trời đã bảo toàn lời hứa thành tín của Ngài là tạo dựng và ban phước qua gia đình của A-đam đến Áp-ra-ham rồi đến Đa-vít, và cuối cùng qua **Đấng Mê-si**, tức Chúa Giê-xu Christ. Dù Sáng Thế Ký 5–11 mô tả ảnh hưởng có tính tàn phá của tội lỗi con người trên công trình sáng tạo của Đức Chúa Trời, nhưng các gia phổ trong phần này nhắc chúng ta rằng Đức Chúa Trời vẫn đang hành động. Dù con người hướng đến sự hủy diệt, nhưng ân điển của Ngài đang chuẩn bị một lối thoát.

Hai câu đầu của Sáng Thế Ký 5 kể lại câu chuyện Đức Chúa Trời dựng nên A-đam và Ê-va. Những câu này nhắc lại rằng A-đam và Ê-va được dựng nên "giống như hình Đức Chúa Trời" và được Ngài ban phước, một ý cần được tái nhấn mạnh sau khi họ phạm tội và dẫn đến việc đánh mất Địa Đàng. Nhiều thứ đã bị đánh mất. Nhưng vẫn còn nhiều khả năng vì A-đam và Ê-va vẫn mang đặc ân về mối quan hệ với Đức Chúa Trời (xem phần trình bày về *imago Dei* trong chương 1 ở trên).

Gia phổ dùng để làm nổi bật hậu quả của tội lỗi qua điệp khúc không dứt: "A-đam sống 930 năm, *rồi qua đời*" (5:5); "*Sết sống 912 năm, rồi qua đời*" (5:8, và xem 5:11b, 14b, v.v...). Ngay cả trong vườn Ê-đen, Đức Chúa Trời đã cảnh báo về sự chết như là hậu quả tất yếu của tội lỗi ("một khi ngươi ăn, chắc sẽ chết", Sáng 2:17). Tiến trình đó đã bắt đầu khi họ bị đuổi ra khỏi vườn và khỏi cây sự sống. Bây giờ chúng ta thấy A-đam thật sự đã chết, nhưng không chết trước khi có con trai (Sết) "giống như hình tượng mình"(5:3). A-đam vẫn được Đức Chúa Trời ban phước cho sống lâu và ban cho một con trai để ông lưu truyền lại hình ảnh thiên thượng. Nhưng ông cũng truyền cho Sết dấu vết của tội lỗi và sự chết (đọc Rô 5:12).

Mỗi thành viên quan trọng trong dòng dõi A-đam đều góp phần vào kế hoạch của Đức Chúa Trời cho nhân loại bằng cách để lại một đứa con mang hình ảnh và phước lành từ thiên thượng cho thế hệ tiếp theo. Nhưng không con cháu nào đạt được ơn phước đầy trọn của Đức Chúa Trời vì sự chết là số phận cho tất cả họ.

Ê-nóc (5:21–24) được lựa chọn là một ngoại lệ. Ông "đi cùng Đức Chúa Trời", một cụm từ được lặp lại hai lần. Đây là cách nói hiếm hoi của Cựu Ước hàm ý Ê-nóc là một người đặc biệt mộ đạo và thành tâm với Đức Chúa

Trời. Ông đã bước đi cách mật thiết đặc biệt với Đức Chúa Trời. Điều này không có nghĩa là các thành viên khác trong gia đình A-đam là những người không tin kính, nhưng có nghĩa là Ê-nóc là một điểm sáng nổi bật trong gia đình vốn mộ đạo này. Ê-nóc là một trong hai người (Ê-li trong 2 Vua 2:11) mà cửa sự chết không thể thắng hơn. Sự kiện này báo trước và chuẩn bị cho lẽ thật rằng chỉ sự công bình ở tầm cỡ như vậy mới chiến thắng sự chết (1 Cô 15:54–57). Nhưng ngay cả Ê-nóc cũng không hoàn toàn thoát khỏi hậu quả của tội lỗi, vì con trai ông là Mê-tu-sê-la cũng thừa hưởng bản án của sự chết (Sáng 5:27).

Tóm lại, Sáng Thế Ký 5 nói về dòng dõi trung tín của Sết, người 'được chọn' (4:25), đến tận dòng dõi Nô-ê, người giải thoát (5:32). Đến cuối Sáng Thế Ký chương 4, nơi hậu quả của tội lỗi và lòng căm thù đã ngấm vào gia đình Ca-in, thì có lời nhận xét đầy hy vọng về Sết (4: 25–26). Sáng Thế Ký chương 5 dạy rằng ngay cả trước cơn nước lụt, vào giai đoạn sớm nhất trong lịch sử con người, đã có hai loại người: những người trung thành với hình ảnh thiên thượng được ban cho trên hết thảy chúng ta, và những người bạo lực và bất kính (dòng dõi của Sết nghịch với dòng dõi Ca-in).

Trên thước đo thời gian của Sáng Thế Ký, gia phổ của chương 5 chiếm thời kỳ dài nhất trong lịch sử. Giống như một đầu máy video tua nhanh cuốn băng, các gia phổ đưa câu chuyện đi nhanh về phía trước. Sáng Thế Ký 5 liên kết phần lịch sử ban đầu của nhân loại với sự xuất hiện của Nô-ê và cơn nước lụt.

Nhưng trước câu chuyện nước lụt, Sáng Thế Ký đưa vào một đoạn ngắn kỳ lạ về "các con trai của Đức Chúa Trời" và "các con gái của loài người" (6:1–4).[3] Mặc dù một số người cho rằng "con trai của Đức Chúa Trời" là các thiên sứ sa ngã hay quỷ sứ kết hôn với phụ nữ, nhưng có lẽ ở đây không phải ý này.[4] Cụm từ này có thể cũng ám chỉ "con trai tin kính", nghĩa là các thành viên trong dòng dõi trung tín của Sết, những người đã kết thông gia với "con gái của thế gian," là con cháu tội lỗi của Ca-in. Những hôn nhân khác chủng tộc như vậy đã làm phai nhạt ảnh hưởng từ dòng dõi trung tín của Sết.

Dưới ánh sáng của mục đích thần học của câu chuyện Sáng Thế Ký từ vườn Ê-đen đến tháp Ba-bên (11:1–9), Sáng 6:1–4 có đóng góp quan trọng.

---

3. Để biết những cách giải thích phân đoạn này, xem Kidner, *Genesis*, 83–85; Wenham, *Genesis 1–15*, 139–40; and F. B. Huey Jr. and John H. Walton, "Are the 'Sons of God' in Genesis 6 Angels?" in *The Genesis Debate: Persistent Questions about Creation and the Flood*, ed. Ronald F. Youngblood (Nashville: Thomas Nelson, 1986), 184–209.

4. Các thiên sứ dường như không kết hôn hoặc sinh sản (Mat 22:30).

Cho dù chúng ta chọn cách hiểu nào, thì đoạn văn ngắn cũng cho thấy rõ rằng sự lây lan của tội lỗi và điều ác đã đi đến một giai đoạn mới trong lịch sử con người. Cho dù các thiên sứ có kết hôn với con người, hay dòng dõi Sết kết thông gia với dòng dõi Ca-in, thì vấn đề là loài người đã đạt đến sự bùng nổ thật sự về tội ác.

Phân đoạn cuối cùng trong phần *tôlĕdôt* của A-đam (6:5–8) thuật lại nỗi buồn giận của Đức Chúa Trời trước điều ác đang lan rộng gây đau khổ cho gia đình con người. Sáng 6:5 có lẽ là câu được diễn đạt mạnh mẽ nhất trong toàn bộ Kinh Thánh! Nó cho thấy mức độ nguy hiểm và đáng sửng sốt mà tội lỗi và điều ác đã vượt hơn cả dân số con người. Nửa câu đầu cho biết tội ác của con người đã *lan rộng* khắp thế gian đến mức nào: "Đức Giê-hô-va thấy sự hung ác của loài người trên mặt đất rất nhiều..." (6:5a). Nửa câu sau nhấn mạnh tội lỗi đã thâm nhập sâu, đến tận tấm lòng của từng con người:".... và các ý tưởng của lòng họ chỉ là xấu luôn" (6:5b).[5] Đây là câu chủ đề cho Sáng Thế Ký chương 5–11. Mức độ hoàn toàn suy đồi của con người dẫn đến cơn giận phừng thiên thượng: "Ngài lấy làm tiếc vì đã tạo dựng loài người trên mặt đất, và đau buồn trong lòng" (6:6, TTHĐ). Đây không phải là sự hối tiếc nhẫn tâm, mà là phản ứng của người yêu thương sâu đậm. Đức Chúa Trời tiếc vì Ngài đã tạo dựng, và Ngài hứa sẽ tẩy sạch hết mọi thứ "từ loài người cho đến loài súc vật, loài côn trùng, loài chim trời" (6:7).

Nhưng câu chuyện kết thúc với một tia hy vọng mong manh. Có một người là Nô-ê, "được ơn trước mặt Đức Giê-hô-va" (6:8). *Tôlĕdôt* của A-đam đã vất vả đi qua nhiều thời kỳ từ sự sáng tạo cho đến bờ thảm họa. Một người công bình đứng trên con đường của sự hủy diệt công trình sáng tạo.

Cơn Nước Lụt (6:9–9:29)

Khi bạn đọc về Nô-ê và cơn nước lụt, bạn có thể nhớ lại những bài học thời thơ ấu về sự kiện quan trọng này trong lịch sử Kinh Thánh. Câu chuyện này không chỉ sinh động như một bài học trực quan cho trẻ con, mà còn như một mối nối mang tính quyết định trong câu chuyện Kinh Thánh và trong lịch sử con người.

---

5. Kidner, *Genesis*, 85.

Ôn Lại về Thể Loại Truyện Kể

Cách nói quen thuộc "Đây là dòng dõi Nô-ê" (6:9) là khẩu hiệu *tôlĕdôt* mở đầu của phần kéo dài đến 9:29. Các chi tiết rất quen thuộc. Cả thế giới sa vào tội lỗi nghiêm trọng đến nỗi ngay cả dòng dõi trung tín của Sết cũng biến mất, ngoại trừ một người công bình, là Nô-ê. Nô-ê không chỉ là người tốt so với thế hệ xấu xa cùng thời. Sáng Thế Ký nhấn mạnh ông là người hoàn toàn công bình và trọn vẹn, một người

Bản sao của Tàu Nô-ê ở Dordrecht, Hà Lan
(Ảnh: neufal54)

chỉ tận tâm phục vụ và làm vui lòng Chúa (6:9). Cụm từ "giữa những người cùng thời" (BDM) là lời nhắc nhở rằng Nô-ê nổi bật với những cam kết đó. Bạn và tôi phải nhớ rằng lẽ thật của Đức Chúa Trời không được xác định bởi số phiếu đa số. Dân sự Ngài thường được kêu gọi chống lại điều xấu trong thế gian, và phải làm như thế cho dù chúng ta kết bạn với ai.

Trận lụt một phần hay toàn cầu?

Cơ Đốc nhân từ lâu đã tranh cãi cơn nước lụt chỉ là cục bộ hay toàn cầu? Nói cách khác, trận lụt bao trùm toàn địa cầu, hay chỉ một phần trái đất nơi có người ở lúc đó?

Ngôn ngữ của Sáng Thế Ký chương 7 ám chỉ trận lụt toàn cầu. Đức Chúa Trời đã khiến nước tiêu diệt hết mọi sinh vật khỏi "mặt đất" (7:4). Khi nước dâng lên, Kinh Thánh chép "hết thảy những ngọn núi cao ở dưới trời đều bị ngập" (7:19) và "nước phủ cao hơn các đỉnh núi đến bảy mét rưỡi" (7:21, TTHĐ). Ngoài ra, tính chất bao hàm của những câu như "các loài xác thịt sống động trên mặt đất đều bị tiêu diệt" (7:21, TTHĐ) và "diệt sạch mọi sinh vật trên mặt đất" (7:23), hậu thuẫn cho quan điểm trận lụt toàn cầu là hình phạt cho sự gian ác mà không ăn năn.

Mặt khác, từ ngữ Hê-bơ-rơ trong những phân đoạn này không giúp giải đáp vấn đề cách nhanh chóng như chúng ta nghĩ. Điều quan trọng trong cuộc tranh luận này là từ 'trái đất'(*ereṣ*), có thể và thường có nghĩa là 'đất', 'mặt đất', hay 'đất nước'. Như vậy, Sáng 7:4 có thể có nghĩa là 'mặt đất.' Từ 'trời' có thể ám chỉ lượng bầu trời một người có thể nhìn thấy trong tầm mắt mình (mà thường được dịch là 'trời' như trong 1 Vua 18:45).

Do đó, các chi tiết của ký thuật Sáng Thế Ký có thể được dùng để chứng minh trận lụt một phần hoặc toàn cầu. Tương tự, các nhà khoa học thường tranh cãi về những vấn đề như thuyết tiến trình biến đổi đều của địa chất đối nghịch với các thuyết tai biến.[6] Nhưng các lập luận khoa học cũng không thuyết phục.

Mặc dù các tín hữu sẽ tiếp tục tranh luận vấn đề này, nhưng cơn lụt rõ ràng là một sự kiện lịch sử có thật. Chúng ta cũng có thể kết luận rằng nước *ít nhất* bao phủ mặt đất có người ở. Mục đích của cơn lụt là tiêu diệt sự gian ác trên đất, và việc nước lụt bao phủ toàn bộ mặt đất có người ở lúc bấy giờ là điều cần thiết (Sáng 6:7).

Đức Chúa Trời kêu gọi Nô-ê và cảnh báo ông về sự hủy diệt sắp đến. Nô-ê được hướng dẫn cụ thể về việc đóng một chiếc tàu đủ lớn để cứu chính ông, gia đình ông và đủ cho thú vật nhằm phục hồi dân số sau cơn lụt. Điều đáng ngạc nhiên là Nô-ê hoàn toàn vâng lời Đức Chúa Trời. Ông đóng một thuyền lớn theo chỉ dẫn cụ thể của Đức Chúa Trời, chiều dài gấp rưỡi sân bóng đá và cao hơn tòa nhà ba tầng. Ông chắc đã đóng tàu cách xa những vùng nước rộng lớn, hoàn toàn vâng theo Lời Đức Chúa Trời.

Đức Chúa Trời cho mưa xuống bốn mươi ngày và bốn mươi đêm. Nô-ê và gia đình được giữ trong thuyền hơn một năm trong khi nước lụt dâng lên rồi hạ xuống. Nô-ê dùng chim để xem nước có đang rút xuống không, và khi Đức Chúa Trời bảo ông đã đến lúc lên bờ, thì tám con người và loài thú rời khỏi tàu. Nô-ê dựng một bàn thờ cho Chúa và dâng của lễ. Chúa truyền lệnh cho con người lẫn loài vật phải "sanh sản, thêm nhiều và đầy dẫy khắp đất," gợi lại câu chuyện sáng tạo (9:1). Nô-ê và gia đình bước vào một thế giới không có sự sống của con người. Sau đó Đức Chúa Trời lập "giao ước" hoặc lời hứa ràng buộc không bao giờ hủy diệt trái đất bằng nước lụt như thế nữa. Cầu vồng là dấu hiệu của Đức Chúa Trời cho mọi thời đại rằng Ngài thành tín với Lời Ngài phán.

---

6. Steven A. Austin and Donald C. Boardman, "Did Noah's Flood Cover the Entire World?" in *The Genesis Debate: Persistent Questions about Creation and the Flood*, ed. Ronald F. Youngblood (Nashville: Thomas Nelson, 1986), 210–29.

Những Điểm Tương Đồng với Văn Chương Cổ Đại

Giống câu chuyện sáng tạo và lịch sử con người đầu tiên, cơn nước lụt cũng có những điểm tương đồng trong văn chương Cận Đông cổ đại. Thật vậy, nếu xem xét các câu chuyện về nước lụt từ *mọi* nền văn minh ban đầu, kể cả Hy Lạp và thổ dân Châu Mỹ thời xưa, thì không có phân đoạn Cựu Ước nào lại có nhiều tương đồng như câu chuyện nước lụt.[7]

Những câu chuyện tương tự nhất là những câu chuyện từ Ba-by-lôn cổ tại Mê-sô-bô-ta-mi. Phiên bản hoàn chỉnh nhất là một trong những kiệt tác văn chương lớn nhất của Ba-by-lôn, *Gilgamesh Epic*. Đây là câu chuyện cảm động về Gi-ga-met, một vị vua cổ đại của miền nam Ba-by-lôn, đã chống lại sự chết khi ông mất đi người bạn thân của mình. Trên bản gỗ thứ mười một trong số mười hai bản, Gi-ga-met gặp Utnapisktim, người được gọi là "Nô-ê người Ba-by-lôn". Utnapishtim kể lại cách ông có được sự bất tử khi được báo trước kế hoạch thiên thượng về cơn lụt trên đất. Ông sống sót qua cơn lụt trong chiếc thuyền lớn bằng sậy cùng với gia đình và các cặp đôi thú vật. Nhưng đáng tiếc cho Gi-ga-met, sự kiện này không thể lặp lại nên ông chỉ có một chút hy vọng có được sự bất tử. Thất bại, Gi-ga-met đành chấp nhận sự chết tất yếu và tìm nguồn an ủi trong những thành tựu của mình.

Có những phiên bản trước đó về câu chuyện nước lụt từ Ba-by-lôn, nhưng rất rời rạc và không đầy đủ. Đó là sử thi Atrahasis và phiên bản của người Su-me.[8] Điểm thú vị của hai phiên bản này là mỗi cái dường như đặt sự tạo dựng con người theo dòng lịch sử và sự gần như tuyệt diệt trong cơn lụt theo cách tương tự Sáng Thế Ký 1–9.

Những điểm giống nhau giữa Nô-ê và Utnapishtim khá thú vị.[9] Cả hai đều biết thảm họa sắp xảy ra từ vị thần và cả hai đều được chỉ dẫn cụ thể để làm một chiếc tàu được phủ hắc ín. Cả hai đều được bảo khi nào vào tàu, và cả hai đều gìn giữ thú vật trên tàu. Cả hai dùng chim để xem khi nào nước rút, và cả hai chiếc tàu đều ở trên núi. Cả Nô-ê và Utnapishtim đều dâng của lễ cảm tạ.

---

7. Claus Westermann, *Genesis 1–11*, trans. John J. Scullion, Continental Commentary (Minneapolis: Fortress, 1984), 398–406; and Kenneth A. Mathews, Genesis 1–11:26, New American Commentary 1A (Nashville: Broadman, 1996), 98–101.

8. Westermann, *Genesis 1–11*, 400–401.

9. Xem James B. Pritchard, ed., *Ancient Near Eastern Texts Relating to the Old Testament*, 3rd ed. (Princeton, N.J.: Princeton University Press, 1969), 93–97.

Nhưng những điểm giống nhau đáng chú ý này cũng giúp làm nổi bật những khác biệt giữa Sáng Thế Ký 6–9 và các truyền thuyết Ba-by-lôn. Quan trọng nhất trong số đó là lý do có cơn lụt. Không có lời giải thích nào trong *Gilgamesh*, còn sử thi Atrahasis nói rằng sự bùng nổ dân số con người dẫn đến quyết định hủy diệt từ thánh thần. Con người ồn ào cản trở giấc ngủ thánh thần. Ngược lại, Kinh Thánh nhất định cho rằng cơn lụt là do sự gian ác tràn lan của con người. Và Nô-ê được cứu vì mối liên hệ mật thiết giữa ông với Đức Chúa Trời, chứ không phải nhờ thủ đoạn. Dù các ký thuật Ba-by-lôn về bản chất là mang tính thần học, nhưng chúng không hề đạt tới tầm cỡ đạo đức cao của Sáng Thế Ký. Sau cơn nước lụt, khi Utnapishtim dâng của lễ, các thần đói tụ tập xung quanh của lễ giống như ruồi. Những thần nhận được của lễ làm thức ăn, đã không có được con sinh tế nào trong suốt cơn lụt nên bị đói!

Khi so sánh giữa những truyền thuyết về cơn nước lụt từ Sáng Thế Ký và vùng Mê-sô-bô-ta-mi, tôi không có ý nói rằng ký thuật

Gi-ga-met (Ảnh: Rmashhadi)

Kinh Thánh rõ ràng được vay mượn từ các nền văn hóa cổ đại khác nhau. Chúng ta hoàn toàn không có đủ thông tin để xác định tại sao có quá nhiều điểm giống nhau.[10] Nhưng ngoài sự giống nhau đó, chúng hoàn toàn chỉ

---

10. Xem David Toshio Tsumura, "Genesis and Ancient Near Eastern Stories of Creation and Flood: An Introduction," in *"I Studied Inscriptions from before the Flood": Ancient Near Eastern, Literary, and Linguistic Approaches to Genesis 1–11*, ed. Richard S. Hess and David Toshio Tsumura

làm nổi bật sự khác biệt sâu sắc hơn. Một nghiên cứu có tầm ảnh hưởng được thực hiện cách đây nhiều năm đã nói rất hay: "Bộ xương thì giống nhau ở cả hai trường hợp, nhưng thịt và huyết, và trên hết là sinh khí, thì khác nhau.".[11]

Các Vấn Đề Sau Nước Lụt (9:18–29)

Mặc dù cơn lụt đã diệt sạch con người tội lỗi, nhưng tiềm năng phạm tội vẫn còn trong lòng Nô-ê và con cháu ông. Họ có thành công hơn trong việc tránh phạm tội không? Câu trả lời nhanh chóng xuất hiện khi Nô-ê uống quá nhiều rượu và say. Sáng Thế Ký không lên án Nô-ê về điều này. Nhưng Kinh Thánh có nhiều lời cảnh báo về việc say rượu, và có sự không hài lòng được ngụ ý trong ký thuật này.[12] Say sưa và lõa thể là sự hớ hênh nghiêm trọng trong văn hóa bấy giờ, và tại đây, chúng ta thấy một hình ảnh hoàn toàn cách xa hình ảnh đẹp đẽ về Nô-ê trong 6:9 "trọn vẹn trong đời mình, ông đồng đi cùng Đức Chúa Trời".

Sáng Thế Ký thật sự quan tâm hơn đến phản ứng của Cham. Lỗi của Nô-ê là hành vi khiếm nhã, còn Cham thì phạm tội. Phản ứng của Cham cho thấy sự bất kính rõ ràng đối với cha mình, ngược lại với mọi ngăn cấm trong Kinh Thánh và xã hội, không hẳn là nhìn thấy sự trần truồng của cha, mà là ngồi lê đôi mách và làm cho nhiều người biết về sự việc: ông 'kể với hai anh mình' (9:22). Hành động tôn kính và công bình sẽ là nhanh chóng phủ cha lại và không nói với ai. Việc làm của Sem và Gia-phết nói lên phương cách hành động đúng đắn (9:23).

Nô-ê đáp ứng bằng lời rủa sả con trai của Cham là Ca-na-an, và chúc phước cho Gia-phết và Sem (9:24–27). Phân đoạn này chắc chắn liên quan tới mối liên hệ giữa người Y-sơ-ra-ên sau này và tổ tiên của họ trong xứ Ca-na-an. Người Ca-na-an trong Cựu Ước có tiếng xấu là có những tập quán tình dục bị ngăn cấm, và bị đuổi khỏi xứ là 'đất hứa' của Y-sơ-ra-ên vì sự gian ác của họ (Sáng 15:16; Lê 18:3). Ca-na-an là 'kẻ nô lệ hèn mọn nhất'

(Winona Lake, Ind.: Eisenbrauns, 1994), 44–57, và các bài viết khác trong cùng một quyển để xem thêm những bài khảo sát xuất sắc.

11. A. Heidel, *The Gilgamesh Epic and Old Testament Parallels* (Chicago: University of Chicago, 1946), 268. Có khả năng là không hề có sự phụ thuộc văn chương giữa Sáng Thế Ký và các ký thuật tương đồng của Ba-by-lôn, nhưng ở đây chúng ta có thể có "hai quan điểm văn chương về cùng một sự kiện có thật" (Walton, *Isrealite Literature*, 40).

12. Về hành động của Nô-ê và Cham, xem Wenham, *Genesis 1–15*, 198–201.

vì con cháu ông sẽ bị người Y-sơ-ra-ên chinh phục trong cuộc xâm chiếm (xem Sách Giô-suê), là sự ứng nghiệm lời rủa sả.

Một số người đã dùng sai lời rủa sả trong 9:25 để lập luận rằng các nhóm sắc tộc nào đó cao cấp hơn những nhóm khác. Những nhóm như Ku Klux Klan đã đặt hệ tư tưởng mang tính phân biệt chủng tộc của mình trên phân đoạn này, và thậm chí còn lập luận rằng chế độ nô lệ là kế hoạch của Đức Chúa Trời cho những chủng tộc thua kém hơn. Nhưng điều này hoàn toàn sai, và bất công đối với chân lý Kinh Thánh. Lời rủa sả của Nô-ê không phải là vấn đề về chủng tộc, mà là công lý chống nghịch dân Ca-na-an, là dân tộc sẽ trở thành người gian ác nhất của Cận Đông cổ đại. Người Ca-na-an và Y-sơ-ra-ên đều là con cháu của Sem, và chắc chắn rằng đoạn Kinh Thánh này không kết án bất kỳ chủng tộc nào ở địa vị thấp kém hơn giữa các dân tộc trên đất. Mọi cố gắng dùng Sáng 9:24–27 theo cách này là phản Cơ Đốc, và là 'xây lại điều Đức Chúa Trời đã phá bỏ!'.[13]

Việc dùng chim của Nô-ê người Ba-by-lôn

Utnapishtim, anh hùng trong cơn nước lụt của *Sử Thi Gilgamesh*, đã phóng thích chim để tìm nơi trú ẩn theo cách tương tự với con quạ và chim bồ câu của Nô-ê trong Sáng 8:6–12.

Đến ngày thứ bảy,

Ta thả và phóng thích chim bồ câu.

Bồ câu bay đi, nhưng quay lại;

Vì không tìm thấy chỗ trú ẩn nào, nó quay về.

Rồi ta thả và phóng thích một con én.

Con én bay đi, rồi trở lại;

Vì không tìm thấy chỗ trú ẩn nào, nên nó quay về.

Rồi ta thả và phóng thích một con quạ

Con quạ bay đi, và thấy nước đã hạ bớt,

Nó ăn, lượn vòng tròn, kêu lên và không quay về.

Gilgamesh Epic XI, 145–54 (ANET 94–95)

---

13. Kidner, *Genesis*, 103.

Tất Cả Những Dân Tộc Này Từ Đâu Đến?

Sáng Thế Ký 10:1–11:9 là bản ký thuật điều đã xảy ra với con cháu Nô-ê sau nước lụt: "Đây là câu chuyện *[tôlĕdôt]* của Sem, Cham và Gia-phết..." (10:1). Đoạn này có hai phần; một phần dạy rằng mọi dân tộc đều bắt nguồn từ một người, đó là Nô-ê (10:1–32), đoạn kia giải thích sự đa dạng nổi bật và sự phân tán của các gia đình trên đất (11:1–9).

Khái niệm về cái gọi là Bảng Liệt Kê Các Dân Tộc (Table of Nations) (10:1–32) là mối quan hệ qua lại của gia đình con người. Tất cả chúng ta đều là thành viên của một chủng tộc con người vì cùng xuất thân từ một gia đình. Dù chúng ta thuộc các ngôn ngữ, văn hóa và vị trí địa lý khác nhau, nhưng chúng ta đều được đóng dấu *imago Dei* và có cùng phẩm giá về sự hiện hữu của con người. Nhấn mạnh về khác biệt văn hóa và chủng tộc là hủy hoại sự hiệp nhất này và đi ngược với ý muốn của Chúa cho chúng ta. Ngài vui sướng với tính đa dạng phong phú về văn hóa của chúng ta, là điều Ngài đã làm nên. Chúng ta cần học theo Ngài.

Sự kiện nổi tiếng "tháp Ba-bên" (11:1–9) khép lại phần *tôlĕdôt* này, và giải thích sự đa dạng đáng kể về ngôn ngữ và sự phân tán của con người. Dù chúng ta được kết hiệp bởi nguồn gốc chung trong Nô-ê, nhưng dường như chúng ta bị chia cách bởi vô số ngôn ngữ khắp địa cầu. Đoạn này mô tả sự can thiệp của Đức Chúa Trời chống lại niềm kiêu hãnh và sự nổi loạn của con người để phân tán các dân tộc khắp mặt đất, ngăn cản sự hiệp nhất nổi loạn của họ bằng cách làm cho họ dùng các ngôn ngữ khác nhau. Dù sự kiện tháp Ba-bên theo sau Bảng Liệt Kê Các Dân Tộc theo sự phân chia hiện tại của Sáng Thế Ký, nhưng thứ tự theo niên đại đã được đổi lại vì lý do văn chương.

Câu chuyện nhấn mạnh sự phân tán của nhân loại và bản chất tuyệt vọng hiển nhiên của vấn đề tội lỗi. Tội lỗi của con người không phải là mong ước xây thành, mà là động cơ của họ: "Nào chúng ta hãy xây cho mình một cái thành và dựng một tháp có đỉnh cao đến tận trời để chúng ta được nổi danh" (11:4). Kinh Thánh lên án tín ngưỡng vùng Mê-sô-bô-ta-mi với những kim tự tháp, đền tháp (*ziggurats*) làm bằng đá và được xem như những gò đất để làm đền. Sáng Thế Ký mô tả tập tục này là nỗ lực xúc phạm nhằm chiếm đoạt thẩm quyền của Đức Chúa Trời. Thành tựu đầy kiêu hãnh này của con người cũng là sự quay lại nỗ lực của A-đam và Ê-va để được giống như Đức Chúa Trời (Sáng 3:5). Nếu con người hiệp một trong sự chống nghịch, thì điều ác trong thế giới sẽ không có hồi kết thúc: "chúng cùng một dân tộc, chung một ngôn ngữ. Chúng mới khởi công mà đã như thế thì về sau sẽ không có việc gì chúng đã hoạch định mà không làm được" (11:6). Đức Chúa Trời quyết định dù hiệp một và hòa hợp là điều tốt, nhưng bất đồng và ngăn cách vẫn tốt hơn phạm tội và bỏ đạo tập thể.[14]

Chúng ta đã đến đỉnh cao văn chương với tháp Ba-bên. Đức Chúa Trời đã đối phó với tội lỗi theo nhiều cách trong Sáng Thế Ký: rủa sả và đuổi khỏi vườn Ê-đen, cơn nước lụt, và bây giờ là phân tán dòng dõi loài người. Nhưng nan đề tội lỗi trong lòng người vẫn tiếp tục. Là đỉnh điểm văn chương của Sáng 1–11, tháp Ba-bên cho thấy "mọi ngôn ngữ con người đều trở thành ngôn ngữ của sự bất tuân.".[15]

Tháp Ba-bên (Ảnh: vô danh)

Lại Là Sem?

Sáng Thế Ký 11:10–26 là phần *tôlĕdôt* cuối cùng của Sáng Thế Ký 5–11. Phân đoạn này quay lại gia phổ của Sem, đã được liệt kê như một phần trong Bảng Liệt Kê Các Dân Tộc trong 10:21–31. Danh sách con cháu của Sem một lần nữa được liệt kê dưới hình thức khác để chỉ ra dòng dõi những đầy tớ trung tín của Đức Chúa Trời từ A-đam và Sết (Sáng Thế Ký 5) qua Sem và cho đến tương lai.[16] Dù vấn đề tội lỗi vẫn tiếp tục sau trận lụt, nhưng Đức Chúa Trời vẫn cử người đại diện trong thế gian. Ngài đã ban phước cho A-đam và cho ông quyền cai trị toàn trái đất. Ngay cả sau khi đánh mất vườn Ê-đen, Đức Chúa Trời cũng hứa rằng con cháu A-đam sẽ chiến thắng trong cuộc chiến đau đớn với điều ác. Nhưng với vấn đề tội lỗi vẫn tiếp diễn sau trận lụt, và giờ đây còn tệ hại hơn với tháp Ba-bên, thì có hy vọng gì không?

---

14. Như trên, 110.

15. Walter Brueggemann, *Genesis*, Interpretation (Atlanta: John Knox, 1982), 97.

16. Tác giả đã trình bày tài liệu của mình theo cách làm nổi bật dòng dõi của lời hứa. Trước hết ông liệt kê và mô tả các gia đình tách khỏi dòng dõi chính dẫn đến Áp-ra-ham, và sau đó ông hài lòng đặt những gia đình này qua một bên, ông quay lại tiếp tục với dòng dõi chính cách chi tiết hơn. Do đó, dòng dõi từ A-đam đến Sết, đến Nô-ê, đến Tha-rê và Áp-ra-ham thì rõ ràng. Xem Keil and Delitzsch, *Commentary*, 1:37.

Gia phổ này cho thấy dòng dõi của Sem thật sự được ban phước (đọc. 9:26), và đỉnh điểm là trong gia đình Tha-rê, gồm có Áp-ra-ham vâng lời. Gia phổ của Sem đưa chúng ta từ thế giới nguyên thủy với phạm vi vũ trụ, vào thế giới của các tộc trưởng. Chúng ta chuẩn bị bước vào một phần mới của Sáng Thế Ký, trong đó chúng ta sẽ học biết từng tộc trưởng và sự tiếp tục lời hứa thiên thượng dành cho họ. Việc Áp-ra-ham được kêu gọi không phải là tùy hứng. Ông ở trong dòng dõi lâu đời của những người nhận lãnh phước lành và lời hứa của Đức Chúa Trời: A-đam, Sết, Ê-nóc, Nô-ê, Sem. Nếu bạn xuất thân từ dòng dõi của những Cơ Đốc nhân trung tín và tận hiến, thì bạn nên dừng lại ngay bây giờ để cảm tạ Chúa về ảnh hưởng của họ trên đời sống bạn. Cũng hãy cầu xin Chúa giúp bạn một ngày nào đó sẽ truyền lại ngọn đuốc đức tin cho người khác, những người cũng sẽ phục vụ và làm vui lòng Đức Chúa Trời.

Nói Thêm về Sáng Thế Ký 1–11

Trước khi chuyển sang câu chuyện Áp-ra-ham, chúng ta cần xem lại chủ đề thần học của Sáng Thế Ký 1–11, và xem nó liên hệ với phần còn lại của Sáng Thế Ký cũng như toàn bộ Ngũ Kinh như thế nào.[17] Việc xem xét chủ đề "sự sáng tạo/phá huỷ sự sáng tạo/tái sáng tạo" là điều hữu ích vì đó là phương cách nối kết tất cả các phần khác nhau của Sáng Thế Ký 1-11 lại với nhau. Tội lỗi nhân loại nghiêm trọng đến mức nó gần như hủy hoại sự tạo dựng tốt lành của Đức Chúa Trời. Nhưng cho dù tội lỗi có mạnh mẽ đến đâu, thì ân điển Đức Chúa Trời vẫn bảo toàn được một phương cách cứu vớt nhân loại khỏi hậu quả đầy trọn của tội lỗi. Chủ đề này đạt đỉnh điểm trong sự kiện tháp Ba-bên, vì nó có vẻ như không được theo sau bởi 'cơ hội thứ hai' như thường thấy, mà qua đó Đức Chúa Trời bảo toàn nhân loại. Nhưng sau đó chúng ta bắt gặp phần *tôlĕdôt* của Sem một lần nữa. Nó kéo chúng ta đi liên tục cho đến khi chúng ta đến với gia đình Áp-ram, con cháu của lời hứa.

Khái niệm "phước lành-tội lỗi-ân điển" được đặt song song trong phần còn lại của các câu chuyện Sáng Thế Ký. Các tộc trưởng được ban phước với những lời hứa giao ước, và cho dù họ có thất bại, Đức Chúa Trời vẫn gìn giữ lời hứa cho đến khi những lời hứa được ứng nghiệm trong quốc gia Y-sơ-ra-ên. Thật vậy, chủ đề này thể hiện rộng khắp toàn bộ Ngũ Kinh. Vì Môi-se và Y-sơ-ra-ên chắc chắn là đối tượng nhận được ơn phước tốt

---

17. Xem thêm David J. A. Clines, "Theme in Genesis 1–11," in *"I Studied Inscriptions from before the Flood": Ancient Near Eastern, Literary, and Linguistic Approaches to Genesis 1–11*, ed. Richard S. Hess and David Toshio Tsumura (Winona Lake, Ind.: Eisenbrauns, 1994), 285–309.

lành của Đức Chúa Trời. Nhưng, như Sách Xuất Ê-díp-tô Ký và Dân Số Ký giải thích, tội lỗi và sự chống nghịch của họ là nguyên nhân của bốn mươi năm trì hoãn mà họ bị buộc phải lang thang trong đồng vắng. Thế nhưng, đến phần cuối Ngũ Kinh, Y-sơ-ra-ên đứng trên bờ sông Giô-đanh, Đất Hứa ngay tầm tay với.

Sáng Thế Ký 1–11 cho thấy vấn đề tội lỗi mang tính phổ quát, để tất cả chúng ta có thể hiểu được nan đề tội lỗi của chính bản thân. Không ai trong chúng ta được miễn trừ. Nhưng ân điển của Đức Chúa Trời như dòng chảy ngầm xuyên qua tất cả. Ngài luôn gìn giữ một phương cách giải cứu. Lời hứa cho A-đam và Ê-va rằng con cháu họ sẽ đối đầu và cuối cùng chiến thắng dòng dõi con rắn đang chờ được ứng nghiệm. Tiếp tục đi qua Sáng Thế Ký, chúng ta sẽ học biết những chi tiết về phương cách giải cứu của Đức Chúa Trời. Qua dòng dõi Sem và Tha-rê, rốt cuộc Ngài đã chuẩn bị Đấng Mê-si và chiến thắng của Ngài trên tội lỗi và điều ác. Nan đề tội lỗi mang tính phổ quát và cá nhân thế nào, thì giải pháp, tức sự cứu chuộc qua Chúa Giê-xu Christ, là giải pháp cho vấn đề của cá nhân bạn với tội lỗi cũng thể ấy.

Trong phần chính tiếp theo của Ngũ Kinh, tức các câu chuyện về Áp-ra-ham, chúng ta sẽ học về một cá nhân mà đức tin gương mẫu của người đó trở thành phương tiện của ân điển Đức Chúa Trời để cứu thế gian và tất cả mọi người, vì ông vâng theo Lời Đức Chúa Trời. Xuyên suốt Kinh Thánh, Đức Chúa Trời thường dùng những con người yếu đuối hoặc không ngờ tới để hoàn thành mục đích to lớn nào đó của Ngài cho dân sự. Khi làm như vậy, Đức Chúa Trời có thể khẳng định sự vinh hiển của chính mình và bày tỏ sự vĩ đại của chính Ngài. Sứ đồ Phao-lô có thể nói ông tự hào về những yếu đuối của mình, để sức mạnh của Đấng Christ ở trong ông (đọc 2 Cô 12:9–10). Đừng bao giờ đánh giá thấp điều Chúa có thể thực hiện qua bạn, hay những đóng góp từ lòng trung tín của bạn cho những người xung quanh.

Câu Hỏi Nghiên Cứu

1. Nhận biết hai cách hiểu 'con trai của Đức Chúa Trời' kết hôn với 'con gái của loài người'. Chức năng của đoạn này trong câu chuyện là gì?
2. So sánh và đối chiếu truyền thuyết về trận lụt trong Kinh Thánh với truyền thuyết trận lụt vùng Mê-sô-bô-ta-mi.
3. Thực tế tội lỗi vẫn còn ngay cả sau cơn nước lụt như thế nào?
4. Mô tả điều Sáng 10:1–11:9 dạy về sự hiệp nhất và bất đồng.

5. Tại sao gia phổ của Sem được trình bày hai lần, một trong 10:21–31, và lần thứ hai trong 11:10–26?

6. Nhận xét về tuổi thọ được ghi lại trong Sáng Thế Ký 1–11.

7. Trận lụt 'một phần' và 'toàn cầu' nghĩa là gì? Tại sao bằng chứng Kinh Thánh không có tính thuyết phục để trả lời vấn đề này?

8. Mô tả dòng dõi của những người nhận ơn phước Đức Chúa Trời trong Sáng Thế Ký 1–11. Dòng dõi phước hạnh này phù hợp với khung sự sáng tạo/phá hủy sự sáng tạo/tái tạo như thế nào?

Thuật Ngữ Chính

Mê-si

PHẦN 2:
GẶP GỠ ÁP-RA-HAM: ĐẦY TỚ TRUNG THÀNH CỦA ĐỨC CHÚA TRỜI

Sáng Thế Ký 12–25

Bởi đức tin, Áp-ra-ham vâng lời....
Hê 11:9

5. Khởi Đầu Di Sản Đức Tin của Chúng Ta

Sáng Thế Ký 11:27–14:24

Đức Chúa Trời vinh hiển của chúng ta hiện ra với tổ phụ chúng ta là Áp-ra-ham tại vùng Mê-sô-bô-ta-mi trước khi ông đến Cha-ran.

Ê-tiên, Công 7:2b

Đọc thêm: Hê-bơ-rơ 11:8–10

Bố Cục

- Gia đình của Tha-rê 11:27–32)
- Sự kêu gọi Áp-ram và Lời Hứa của Đức Chúa Trời (12:1–9
- Áp-ram ở Ai Cập (12:10–20)
- Rắc rối với Lót (13–14)

Mục Tiêu

Sau khi đọc xong chương này, bạn có thể:

1. Tóm tắt dòng dõi của Tha-rê, việc chuyển đến vùng Mê-sô-bô-ta-mi, và những nhận xét đầu tiên về Áp-ram và Sa-ra trong Sáng Thế Ký 12.
2. Nhận biết và áp dụng các phương diện chính trong sự kêu gọi của Đức Chúa Trời dành cho Áp-ram, bao gồm phương diện thời điểm, sự thay đổi trong mối liên hệ giữa Áp-ram và Chúa, Áp-ram được kêu gọi ra khỏi điều gì và đến với điều gì?
3. Liệt kê những lời hứa Đức Chúa Trời đã thực hiện và ý nghĩa của từng lời hứa đối với Áp-ram và con cháu ông.
4. Cho biết những nhược điểm trong tính cách của Áp-ram được thể hiện trong suốt thời gian ở Ai Cập.
5. Đối chiếu những lựa chọn của Áp-ram và Lót trong đoạn 13 và kết quả của những lựa chọn đó trên từng người.

Bạn sắp bắt đầu một trong những hành trình quan trọng nhất mà bạn từng thực hiện. Đọc và học về sự kêu gọi Áp-ram đi theo Đức Chúa Trời không chỉ là bài tập về kỷ luật mang tính tri thức. Đây là lẽ thật của Đức Chúa Trời về đức tin cứu rỗi, về sự hình thành và duy trì mối liên hệ cá nhân với Đấng Sáng Tạo.

Câu chuyện của Áp-ra-ham (hay 'Áp-ram' theo cách người ta gọi ông cho đến Sáng Thế Ký 17)[1] là một trong những câu chuyện nổi tiếng nhất trong văn chương thế giới. Nhưng Kinh Thánh bỏ đi nhiều chi tiết trong ký thuật về cuộc đời ông. Ví dụ, chúng ta thật sự không có thông tin về bảy mươi lăm năm đầu trong cuộc đời Áp-ram. Đó là vì câu chuyện Áp-ram không chỉ là tiểu sử của vị tộc trưởng vĩ đại của Y-sơ-ra-ên. Trong khi bỏ đi phần nhiều trong bức tranh lớn hơn, Sáng Thế Ký lại phác họa những chi tiết thân thiết về mối quan hệ của Áp-ram với Đức Chúa Trời. Kinh Thánh muốn chúng ta hiểu điều này: Áp-ram trở thành người công bình vì đức tin của ông nơi Đức Chúa Trời.

Vì vậy, trong Sáng Thế Ký, Áp-ram là giải pháp cho vấn đề tội lỗi được vạch rõ trong các đoạn 1–11. Ít ra ông là *khởi đầu* của giải pháp cho vấn đề tội lỗi. Qua ông, Đức Chúa Trời dấy lên dân tộc Y-sơ-ra-ên và cuối cùng là một Đấng Mê-si. Chính qua sự chết của Đấng Mê-si đó mà tất cả những ai tin đều được cứu (Mác 10:45; 1 Phi 3:18).

Gia Đình của Tha-rê (11:27–32)

Câu chuyện về đức tin lớn của Áp-ram là sự tiếp tục của một dòng dõi tín hữu trung tín được tìm thấy qua các gia phổ của Sáng Thế Ký 1–11. Sau khi Ca-in giết A-bên và bị đuổi khỏi sự hiện diện của Chúa (4:16), Sáng Thế Ký trình bày chi tiết dòng dõi trung thành của Sết, trong thời của ông người ta "bắt đầu cầu khẩn danh Đức Giê-hô-va" (4:26). Dòng dõi của Sết bắt nguồn từ Nô-ê, người có ba con trai là Sem, Cham và Gia-phết. Sau trận lụt, chính Sem là người được Đức Chúa Trời ban phước (9:26). Gia phổ của Sem đem chúng ta đến với gia đình tin kính của Tha-rê, cha của Áp-ram (11:27–32). Bằng cách này, Sáng Thế Ký cho thấy rằng cho dù thế giới có xấu xa và đồi bại đến mức nào, Đức Chúa Trời vẫn luôn có một nhóm tín hữu trung tín của mình, mà qua đó Ngài đang hành động để cứu chuộc thế giới (đọc phần trả lời của Đức Chúa Trời cho Ê-li trong 1 Các Vua 19:14–18).

---

1. Sự khác nhau giữa hai tên, Áp-ram và Áp-ra-ham, sẽ được giải thích sau. Ông vẫn là Áp-ram cho đến Sáng Thế Ký 17, khi tên ông được đổi thành tên Áp-ra-ham quen thuộc hơn.

Áp-ram là ông tổ đức tin nổi tiếng của Y-sơ-ra-ên. Nhưng khi bắt đầu với gia phổ của cha ông, Sáng Thế Ký nhắc chúng ta rằng ông cũng là con của Sem, của Sết và A-đam. Đoạn văn này kết nối Áp-ram với Lịch sử Nguyên thủy và đặt lời kêu gọi ông đi theo Đức Chúa Trời tương phản với bối cảnh vũ trụ: Đức Chúa Trời Đấng kêu gọi ông từ bỏ mọi thứ để theo Ngài vào Đất Hứa là Đấng Tạo Hóa và Nâng Đỡ cả vũ trụ trong Sáng Thế ký 1.[2]

Tôlĕdôt của Tha-rê bắt đầu với gia phổ trong 11:27–32, nhưng được mở rộng ra để thêm vào toàn bộ câu chuyện về cuộc đời Áp-ram (11:27–25:11). Khởi đầu của 'câu chuyện Tha-rê' là gia phổ ngắn gọn chứa đựng hai mẫu thông tin quan trọng về bối cảnh mà bạn cần nhớ để hiểu phần còn lại của câu chuyện Áp-ram. Trước tiên, chúng ta được biết trong 11:27–28 rằng anh của Áp-ram, Ha-ran, mất sớm, để lại một người con trai tên là Lót. Lót trở thành người được cho là thừa kế tài sản của Áp-ram, và đóng vai trò quan trọng trong vở kịch được trình diễn. Thứ hai, 11:30 cho chúng ta biết rõ ràng Sa-rai, vợ của Áp-ram (tên của bà sau này cũng được thay đổi) không thể có con. Phụ nữ son sẻ thời Cận Đông cổ được xem là những người vợ không xứng đáng và thường không có hy vọng một sự bảo đảm cho tương lai.

Tha-rê dẫn con trai là Áp-ram, con dâu là Sa-rai, và cháu là Lót, rời khỏi quê hương ở miền nam Mê-sô-bô-ta-mi. Họ dừng lại trước đi đến biên giới Ca-na-an (11:31). Dường như Đức Chúa Trời đã kêu gọi Áp-ram (và có lẽ cả Tha-rê) trước khi họ đi đến U-rơ (chúng ta sẽ xem xét những khó khăn về trình tự thời gian bên dưới). Nhưng chúng ta không biết vì sao họ bất ngờ dừng lại ngay trước Ca-na-an, có thể do bệnh tật, thời tiết, hay lo sợ. Sau khi Tha-rê qua đời tại Ha-ran, Áp-ram tiếp tục đi theo tiếng gọi của Chúa.

Sự Kêu Gọi Áp-ram và Lời Hứa của Đức Chúa Trời (12:1–9)

Công trình sáng tạo hoàn hảo của Đức Chúa Trời đã bị phá hủy bởi tội lỗi của con người (1–11). Phước lành của Ngài đã bị đổi thành rủa sả. Nỗ lực đảo ngược chiều hướng của tội lỗi bằng cách tiêu diệt dòng dõi loài người và bắt đầu lại với một người công bình còn sống sót (Nô-ê) không thành công. Sự rủa sả của tội lỗi đã tràn khắp trong lòng người. Sự kêu gọi Áp-ram và những sự kiện trong cuộc đời ông là bước đầu tiên trên con đường cứu rỗi mới mẻ. Đức Chúa Trời ban phước cho gia đình Áp-ram và dân tộc Y-sơ-ra-ên là kết quả của ơn phước này. Phần còn lại của Kinh

---

2. Gordon J. Wenham, *Genesis 1–15*, Word Biblical Commentary 1 (Waco, Tex.: Word, 1987), 281–82.

Thánh thật sự nói về con đường cứu rỗi này, phương cách chiến thắng tội lỗi và sự chết.

Không xác định được thời gian chính xác giữa gia phổ của 11:27–32 và sự kêu gọi từ bỏ để theo Đức Chúa Trời.[3] Bài diễn thuyết của Ê-tiên trong Tân Ước (Công 7:2–4) nói rõ Áp-ram được kêu gọi khi ông đang ở U-rơ, trước khi sống tại Cha-ran. Điều này có thể hàm ý ông thực hiện ý nguyện của cha và chờ đợi thời điểm của Đức Chúa Trời trước khi vào Ca-na-an. Ý muốn của Đức Chúa Trời cho cuộc đời chúng ta thường được bày tỏ từ từ, và phần khó nhất của sự vâng lời là chờ đợi. Nhưng vâng phục trong thời kỳ chuyển tiếp, trong khi chờ đợi, là sự chuẩn bị tốt nhất để phục vụ Ngài khi chúng ta đến đích theo thời điểm của Ngài.

Một sự thật thú vị là Sáng Thế Ký chỉ dành hai chương cho sự tạo dựng thế giới, một chương cho sự sa ngã của A-đam và Ê-va và ra khỏi Địa Đàng vô tội, nhưng hơn mười ba chương cho câu chuyện của Áp-ram.[4] Sự phân chia này nói gì đó về mục đích và chức năng của Kinh Thánh. Kinh Thánh dường như quan tâm nhiều đến mối quan hệ cá nhân với Đức Chúa Trời và thế giới xung quanh họ hơn là những phức tạp trong việc thế giới được tạo dựng thế nào. Sáng Thế Ký không phải luận án triết học, mà là một sách hướng dẫn thần học. Kinh Thánh trình bày một ký thuật sơ lược về các vấn đề quan trọng khác trong khi lại giải thích tường tận thế nào chúng ta có thể tìm được sự bình an với Đức Chúa Trời, và sống hòa thuận với nhau.

Ký thuật của Áp-ram bắt đầu với lời phán thiên thượng: "Bấy giờ Đức Giê-hô-va phán với Áp-ram...." (Sáng 12:1). Đức Chúa Trời là chủ ngữ của động từ đầu tiên của Kinh Thánh thế nào ("Ban đầu Đức Chúa Trời dựng nên"), thì bây giờ Ngài là chủ ngữ của sự mặc khải mới thể ấy. Ngài đã phán thì thế giới hiện hữu thế nào, thì bây giờ Ngài phán trong sự mặc khải về một kế hoạch cứu rỗi mới thể ấy. Ngài là chủ ngữ của động từ đầu tiên của mối quan hệ mới này, khởi xướng một giai đoạn mới trong câu chuyện Kinh Thánh thế nào, thì Ngài cũng là chủ ngữ của toàn bộ lịch sử cứu rỗi tiếp theo thể ấy.[5]

---

3. Về những khó khăn về niên đại ở đây, xem Victor P. Hamilton, *The Book of Genesis: Chapters 1–17*, New International Commentary on the Old Testament (Grand Rapids: Eerdmans, 1990), 366–68.

4. Victor P. Hamilton, *Handbook on the Pentateuch: Genesis, Exodus, Leviticus, Numbers, Deuteronomy* (Grand Rapids: Baker, 1982), 87.

5. Gerhard von Rad, Genesis: *A Commentary*, trans. John H. Marks, rev. ed., Old Testament Library (Philadelphia, Westminster, 1972), 159.

Mệnh lệnh của Đức Chúa Trời ("Hãy ra khỏi quê hương..." 12:1) đặt trên vai của con cháu từ dòng dõi Sết, Nô-ê và Sem. Ông là người thừa kế truyền thống tin kính lớn, một truyền thống chuẩn bị để ông đứng trước Đức Chúa Trời và đến lượt mình vâng theo mạng lệnh của Ngài. Bây giờ, kế hoạch của Đức Chúa Trời là đem Áp-ram vào mối quan hệ với mức độ sâu sắc và riêng tư hơn, và dùng ông như một công cụ cho mục đích thiên thượng của Ngài cho nhân loại. Dòng dõi công bình vừa là đặc ân, vừa là trách nhiệm.

Dân du mục vẫn còn phổ biến ở Trung Đông (Ảnh: Hamed Saber)

Sự kêu gọi nổi tiếng của Áp-ram trong Sáng 12:1 là mạng lệnh *rời bỏ ba điều và bước vào* một điều: "Hãy ra khỏi quê hương, vòng bà con và nhà cha ngươi mà đi đến xứ Ta sẽ chỉ cho". Ba điều Đức Chúa Trời kêu gọi Áp-ram từ bỏ là nguồn an ninh tự nhiên đối với bất kỳ người du mục vùng Cận Đông cổ đại nào. Đức Chúa Trời liệt kê liên tiếp ba điều, mỗi điều tiếp theo thu hẹp dần cơ sở của sự hậu thuẫn và an toàn cá nhân. (1) Quê hương (hay "xứ sở") là dân tộc của ông và là nhóm người đông đảo nhất mà Áp-ram sống với. (2) Vòng bà con ông (hay "gia đình") nhỏ hơn bộ tộc, nhưng lớn hơn gia đình trực tiếp. Những nhóm như thế trong xã hội bộ tộc cổ đại cho biết xuất thân và sự an toàn cá nhân. (3) Nhà cha ông có lẽ chỉ về lời kêu gọi từ bỏ quyền thừa kế trong gia đình lớn của ông. Từ bỏ nhà cha ông chắc chắn đòi hỏi từ bỏ an toàn về kinh tế. Trên một phương diện, Đức Chúa Trời kêu gọi Áp-ram đi chỉ với ba lô du lịch bộ hành. Đức Chúa Trời loại bỏ bất kỳ điều gì đè nặng trên ông hoặc không cần thiết cho chuyến đi vất vả qua khu rừng rậm. Điều này minh họa cho việc môn đồ hóa Cơ Đốc trong nhiều phương diện. Lời khẳng định của Chúa trên đời sống chúng ta luôn thu hút chúng ta từ bỏ những điều nào đó đằng sau, đồng thời bước vào hành trình mới đi theo Ngài: "Họ lập tức bỏ lưới mà theo Ngài" (Mác. 1:18, xem 1:20).

Đức Chúa Trời kêu gọi Áp-ram từ bỏ mọi thứ trong cuộc sống của ông, là những thứ cung ứng sự an ninh và thoải mái đối với con người trong thời Cận Đông cổ đại. Đức Chúa Trời không chỉ yêu cầu Áp-ram từ bỏ ba điều này, Ngài còn kêu gọi ông *đến với* một điều: "vùng đất Ta sẽ chỉ cho". Từ bỏ mọi thứ là điều khá sửng sốt. Nhưng làm sao Áp-ram lại có thể chấp nhận một sứ mệnh dường như quá mơ hồ như thế? Có lẽ Áp-ram chỉ có thể chấp nhận thực tế rằng "vùng đất".[6]

Đức Chúa Trời không hoàn toàn bỏ mặc Áp-ram mà không có sự hướng dẫn hay hy vọng nào. Ngài thay thế ba điều Áp-ram phải từ bỏ bằng thứ khác - một loạt lời hứa. Trong Sáng 12:2–3, Đức Chúa Trời cho Áp-ram những lời hứa mà chúng trở thành trọng tâm cho phần còn lại của các câu chuyện thời tộc trưởng của Sáng Thế Ký, và thật ra là cho phần còn lại của Kinh Thánh. Ngay sau mệnh lệnh "Hãy đi!" Đức Chúa Trời có năm lời khẳng định "Ta sẽ". Những lời hứa của Sáng 12:1–3 về cơ bản là ba điều: đất đai, con cháu, và phước lành.

Năm Câu "Ta Sẽ" của Sáng Thế Ký

Ta sẽ làm cho ngươi nên một dân lớn, và

Ta sẽ ban phước cho ngươi;

Ta sẽ làm nổi danh ngươi, …

Ta sẽ ban phước cho người nào chúc phước ngươi,
còn kẻ nào rủa sả ngươi

Ta sẽ rủa sả.

Ba lời hứa này quan trọng đối với ý nghĩa của Sáng Thế Ký. Chúng được kết nối với câu chuyện sáng tạo trước đó và với phần còn lại của câu chuyện tộc trưởng theo sau. Những lời hứa này được giới thiệu theo chủ đề trong Lịch sử Nguyên thủy của Sáng Thế Ký 1–11. Đức Chúa Trời đã tạo dựng đất đai (*ereṣ*, "đất" cũng là từ trong Sáng 1:1). Ngài cũng hứa "phước hạnh" và "con cháu", hay dòng dõi, cho cặp vợ chồng đầu tiên trong vườn Ê-đen. Theo cách này, kế hoạch của Đức Chúa Trời cho cá nhân tộc trưởng cũng là kế hoạch nhân từ của Ngài cho toàn thể nhân loại. Khi chúng ta đi tiếp phần còn lại của Sáng Thế Ký, chúng ta sẽ thấy từng lời hứa được mô tả chi tiết và mở rộng về ý nghĩa như thế nào. Khi sứ điệp Kinh Thánh

---

6. Về mạo từ xác định trong tiếng Hê-bơ-rơ, không giống bản dịch King James và New King James, "đến xứ mà Ta sẽ chỉ cho ngươi." được cụ thể hóa trong tư tưởng của Chúa, dù nó không có trong tư tưởng của Áp-ram. Chỉ có một điều ông thực sự có thể hiểu về một điều, vùng đất, là Đức Chúa Trời sẽ bày tỏ rõ ràng hơn sau này. Đức Chúa Trời đã đặt ông trên một con đường để ông bước theo dù Áp-ram không biết nó sẽ dẫn đến đâu (Hê 11:8). Vị đại tộc trưởng đang ở trên một con đường đặc biệt mà Đấng thiết kế và mục đích của nó không bắt nguồn từ con người.

được bày tỏ, những lời hứa này làm thành mục đích của Đức Chúa Trời cho dân sự được chọn của Ngài.

Những lời hứa là mục lục của tất cả những gì chúng ta cầu xin, cho dù chỉ là trong tiềm thức. Điều này đặc biệt đúng đối với một người Xê-mít du mục, không đất đai trong thế giới cổ đại như Áp-ram. Lời hứa về đất đai nói trực tiếp về nhu cầu trước mắt của Áp-ram, còn lời hứa về con cháu đặc biệt ý nghĩa đối với ông khi Sa-rai son sẻ (11:30). Trong bối cảnh cổ, những điều này bảo đảm cho tương lai của một người, là ước mơ về thành tựu và thỏa mãn trong cuộc sống của một người. Câu chuyện Áp-ram vì thế dạy chúng ta cách khám phá sự bảo đảm thật trong đời sống. Ở đây, chúng ta học biết vai trò của quê hương và gia đình, và khám phá rằng bước đi đức tin của chúng ta tạo dựng tương lai.

Thật thú vị, lời hứa tương tự với ba điều Áp-ram hy sinh để đi theo tiếng gọi của Đức Chúa Trời.

Lời Hứa Ba Phương Diện

Sáng 12:1a	Sáng 12:1b-3
Quê hương/đất đai (ʾereṣ)	đất đai (ʾereṣ)
Dân tộc/bộ tộc/gia đình	con cháu/dân lớn
Nhà cha	phước lành

Những điều thuộc về thế gian mà chúng ta bám vào khi dốc sức tìm kiếm sự bảo đảm và thoải mái thật ra chính là những điều cản trở sự an toàn thật. Trong cuộc đời của Áp-ram và các tộc trưởng khác, Sáng Thế Ký cho chúng ta thấy sự bảo đảm và sự thỏa mãn thật trong cuộc sống có được là bởi sống cho Đức Chúa Trời và tin cậy vào lời hứa của Ngài. Chúng ta được giải phóng nhờ lệ thuộc vào Ngài. Chúng ta được tự do qua sự phục vụ của chúng ta. Thuật ngữ chính của những lời hứa là 'phước lành', một từ ngữ xuất hiện năm lần trong 12:2–3. Áp-ram sẽ được Chúa ban phước, nhưng ông cũng sẽ trở thành công cụ của Đức Chúa Trời để đem phước lành cho người khác. Một phần của sự thỏa mãn trong cuộc sống là sống cho người khác. Chúng ta không bao giờ kinh nghiệm điều tốt nhất Đức Chúa Trời dành cho mình cho đến chừng nào chúng ta được Ngài dùng để đụng chạm đến cuộc đời của người khác.

Những lời hứa của Đức Chúa Trời có được thực hiện trong cuộc đời Áp-ram không? Lời hứa Áp-ram và Sa-rai sẽ có con được thực hiện trong Sáng Thế Ký 21, khi Y-sác được sanh ra. Nhưng Đức Chúa Trời không hứa chỉ cho Áp-ram một đứa con, mà là làm cho ông thành một 'dân lớn' (12:2).

Lời hứa này về sau được mở rộng để nhấn mạnh phạm vi của dân tộc đó. Đức Chúa Trời hứa với Áp-ram rằng con cháu ông sẽ nhiều vô số, như sao trên trời và cát bãi biển (Sáng 15:5; 22:17). Nhưng đây không phải là loại lời hứa có thể được thực hiện trong đời Áp-ram: nó phải hoàn toàn được tiếp nhận bởi đức tin. Tương tự, lời hứa rằng ông sẽ hưởng được Ca-na-an là ở tương lai xa (Sáng 15:13–16 nói rõ). Như vậy, Áp-ram phải từ bỏ điều mình đã biết vì điều mình chưa biết. Sáng Thế Ký nhấn mạnh đến phương diện này của tính cách và tầm quan trọng của đức tin lớn của ông.[7] Bản chất của lời hứa hàm ý chúng, phần lớn, *không thể* được hoàn thành trong đời Áp-ram. Cá nhân ông sẽ không có được tất cả lời hứa của Đức Chúa Trời. Nhưng điều tốt hơn là ông có Đức Chúa Trời của mọi lời hứa.[8] Vì thế, ông trở thành gương mẫu cho đức tin Cơ Đốc.

Sáng 12:4 là một trong những câu lạ lùng nhất trong Kinh Thánh. Câu chuyện ghi đơn giản: "Vì vậy Áp-ram rời..." Chúng ta không được biết điều gì đã diễn ra giữa 12:1–3 và 12:4. Áp-ram có tranh cãi với Đức Chúa Trời hoặc thắc mắc về sự kêu gọi của Ngài không? Ông có thao thức suốt đêm đó về khó khăn của chuyến đi, và dường như vô lý khi phải từ bỏ mọi điều trong quá khứ không? Chúng ta không được biết. Đôi khi việc Kinh Thánh cho chúng ta biết cũng quan trọng như việc Kinh Thánh không cho chúng ta biết. Sáng Thế Ký không quan tâm đến việc cho chúng ta biết những chi tiết này. Chúng không cần thiết đối với câu chuyện. Sứ điệp trọng tâm là Áp-ram bắt đầu trong sự vâng phục hoàn toàn lời kêu gọi của Đức Chúa Trời cho cuộc đời mình. Lòng vâng phục như thế là điều Đức Chúa Trời mong muốn nơi tất cả chúng ta.

Áp-ram ở Ai Cập (12:-10–20)

Sáng 12:10–20 kể lại sự ra đi đột ngột và bất ngờ của Áp-ram từ Ca-na-an đến Ai Cập. Không có gì sai với chuyến đi Ai Cập cần thiết này, nhất là trong lúc có nạn đói nghiêm trọng. Người ta có thể lập luận rằng trong sự quan phòng của Ngài, Đức Chúa Trời đã chu cấp cho Áp-ram theo cách này, vì Ai Cập thường là nơi cuối cùng chịu nạn đói trong vùng. Nhưng khi bạn đọc sự kiện này, bạn có thể ngạc nhiên khi nghe Áp-ram bảo vợ nói dối với Pha-ra-ôn về bản chất mối quan hệ của họ để cứu chính ông (12:13, không phải lần duy nhất trong Sáng Thế Ký như chúng ta sẽ thấy). Và bạn có thể nghi ngờ phương cách hơi mờ ám của ông trong việc kiếm được của cải (12:16).

---

7. Nahum M. Sarna, *Understanding Genesis* (New York: Schocken, 1970 [1966]), 100

8. Hamilton, *Handbook*, 95.

Thình lình, hành động của vị anh hùng của chúng ta không được anh hùng cho lắm, khi ông đi từ đức tin đến sợ hãi. Áp-ram đã không đủ sức chống cự lời nói dối cũ rích cho rằng được phép nói một nửa sự thật nếu bạn có thể. Sa-rai thật sự là em gái cùng cha khác mẹ với ông (đọc 20:12), vì vậy ông có thể biện minh cho hành động của mình thật sự không phải là một tội nghiêm trọng.[9] Nhưng Áp-ram có ý lừa dối, nói một nửa sự thật để che giấu nửa kia thì cũng là nói dối! Là anh của Sa-rai, ông sẽ được đối xử cách tôn trọng và vinh dự. Là chồng Sa-rai, ông sợ mình sẽ bị giết.

Từ tình tiết này, chúng ta học được rằng bản tánh của tất cả chúng ta đều không trọn vẹn. Ông đã không tin vào sự bảo vệ của Đức Chúa Trời, và tự ý hành động. Mặc dù ông đã bắt đầu trên con đường đức tin, từ bỏ hoàn toàn để theo Đức Chúa Trời, nhưng hành động của Áp-ram có nguy cơ chống lại chương trình mà Đức Chúa Trời đã bắt đầu. Đây là lần xuất hiện đầu tiên của chủ đề được lặp đi lặp lại khi chúng ta đi qua các câu chuyện thời tộc trưởng trong Sáng Thế Ký. Chủ đề này là lời đe dọa đối với những lời hứa của Đức Chúa Trời trong Sáng 12:1-3. Các lời hứa bị đe dọa bởi hành động của một trong những nhân vật trong câu chuyện.[10] Trong nhiều tình tiết sau này, những lời hứa của Đức Chúa Trời bị tội lỗi làm cho nguy hiểm. Áp-ram bị thúc đẩy bởi nỗi lo sợ cho mạng sống của mình. Nhưng có những lựa chọn, Đức Chúa Trời nhìn thấy nhưng Áp-ram thì không. Ở đây, cũng như trong các trường hợp khác khi lời hứa bị đe dọa, Đức Chúa Trời chứng tỏ sự thành tín với Lời Ngài. Ngài giải cứu Áp-ram khỏi nguy hiểm mà chính ông đã tạo ra, và cung cấp một phương cách để gìn giữ lời hứa của Ngài.

Việc Áp-ram đi xuống và quay về từ Ai Cập cũng báo trước từng trải sau này của dân tộc Y-sơ-ra-ên. Cũng như Áp-ram, gia đình Gia-cốp buộc phải chuyển đến Ai Cập vì nạn đói. Áp-ram được giàu có ở Ai Cập thế nào, thì người Ai Cập cũng cho con cháu Y-sơ-ra-ên vàng bạc và đá quý khi họ rời Ai Cập thế ấy (Xuất 12:35). Đức Chúa Trời đã giáng các tai vạ xuống Ai Cập cả hai lần để giải phóng trước nhất là Áp-ram, sau đó là dân Y-sơ-ra-ên. Có những câu chuyện tương tự khác, nhưng bấy nhiêu cũng đủ cho thấy thời

---

9. Một giả định trước kia là hành động của Áp-ram cũng liên quan đến phong tục vợ-em gái của người Hurrian mà hiện phần lớn đã bị bác bỏ. Xem John H. Walton, *Ancient Israelite Literature in Its Cultural Context: A Survey of Parallels between Biblical and Ancient Near Eastern Texts* (Grand Rapids: Zondervan, 1989), 57–58.

10. Claus Westermann, *Genesis 12–36*, trans. John J. Scullion, Continental Commentary (Minneapolis: Fortress, 1985), 159–68.

gian Áp-ram ở Ai Cập là hình bóng về thời kỳ nô lệ của Y-sơ-ra-ên tại đó và cuộc xuất hành của họ sau đó.[11]

Rắc Rối với Lót (13–14)

Áp-ram khi trở về từ Ai Cập là một người giàu có. Nhưng có nhiều rắc rối phía trước. Sáng Thế Ký chương 13 và 14 kể lại một loại đe dọa khác, lần này là vì Lót, cháu ông. Bởi Áp-ram và Sa-rai không có con, nên Lót được cho là người thừa kế tài sản của Áp-ram. Nhưng hai chương này cho thấy những thói xấu nghiêm trọng trong tính cách của Lót và giải thích Lót đã từng bước rời khỏi vai trò là một trong những nhân vật chính trong bức tranh như thế nào.

Một số người dường như luôn chọn con đường dễ nhất. Không phải là Lót xấu xa; ông chỉ dường như đang lênh đênh mà không có chỗ neo. Ông sống trong áp lực và nguy hiểm, và giống như nhiều người trong chúng ta, cuối cùng ông lạc lối. Khi đứng trước những quyết định khó, ông hành động ích kỷ và, trong một số trường hợp, ông không dứt khoát (như chúng ta sẽ thấy trong Sáng 19:10).

Mối đe dọa đối với lời hứa của Đức Chúa Trời bắt đầu không phải với Lót, nhưng với một sự không đầy đủ khác của vùng đất mà Đức Chúa Trời hứa. Trước tiên, có nạn đói trong Đất Hứa, và Áp-ram buộc phải lánh sang Ai Cập. Bây giờ, một lần nữa xứ lại không thể chu cấp cho cả Áp-ram và Lót. Lót cũng có nhiều tài sản. Như thường thấy, bản chất con người gây cản trở. Có sự cãi vả giữa bọn chăn chiên của Lót và của Áp-ram. Họ quyết định tốt hơn là chia tay và sống ở những vùng khác nhau trong xứ.

Áp-ram lớn tuổi hơn nên việc chọn cho mình phần tốt nhất và để Lót tự lo liệu lấy là điều phải thôi. Nhưng Áp-ram tỏ ra có khả năng giải quyết tình thế, và cho Lót sự lựa chọn giữa việc sống ở vùng đồi núi gồ ghề trung tâm Ca-na-an hoặc sống trong vùng đồng bằng thung lũng phì nhiêu. Sự khôn ngoan của Áp-ram trong tình huống này là kết quả của đức tin.[12] Ông đã buông bỏ tất cả những điều thuộc về vật chất khi đi theo Đức Chúa Trời (Sáng 12:1–3). Đây chỉ là cơ hội để làm mới lại quyết định đó. Và khi Áp-ram bắt đầu cuộc hành trình 'ngay cả khi ông không biết mình đi đâu' (Hê 11:8), ông đã học cách không quyết định dựa trên vẻ bề ngoài, không giống như Lót là người "ngước mắt lên và thấy...." và "chọn cho mình"

---

11. John H. Sailhamer, *The Pentateuch as Narrative: A Biblical-Theological Commentary* (Grand Rapids: Zondervan, 1992), 141–43.

12. Derek Kidner, *Genesis: An Introduction and Commentary*, Tyndale Old Testament Commentary (Downers Grove: InterVarsity, 1967), 118.

(13:10–11). Sự vâng phục của Áp-ram khi đi theo tiếng gọi của Đức Chúa Trời đã chuẩn bị tốt cho ông trước thách thức này.

Lót đã chọn phần đất tốt nhất trong xứ mà không quan tâm đến phúc lợi của bác mình, hoặc sự lựa chọn đó của ông đã đem ông đến rất gần Sô-đôm, thành phố nổi tiếng về tội ác. Việc nói đến Lót đóng trại mình 'gần Sô-đôm' ngụ ý ông không lo lắng đến việc kết giao với đám người xấu, một đặc điểm cuối cùng sẽ khiến ông gặp rắc rối (Sáng Thế Ký 19). Ông cũng ra khỏi những phước lành của Đức Chúa Trời mà ông đã tận hưởng khi còn liên kết với Áp-ram (12:3).

Sáng Thế Ký chương 14 là ký thuật về cuộc chiến thời cổ đại mà trong đó Sô-đôm và Gô-mô-rơ bị bao vây. Đáng tiếc là Lót cũng bị bắt và đưa đi đày. Áp-ram tập hợp lực lượng riêng của mình và giải cứu Lót, giải phóng luôn cả thành Sô-đôm và Gô-mô-rơ. Chúng ta nhanh chóng nhìn thấy hậu quả từ sự lựa chọn của Lót ở chương trước. Tại cuối Sáng Thế Ký 13, Lót thấy trước sự thịnh vượng trong tương lai ở Sô-đôm, trong khi Áp-ram thỏa lòng thờ phượng và sống tại Hếp-rôn (13:18). Nhưng quyết định ích kỷ của Lót đã cho ông một phần thưởng mau chóng bị lấy mất, còn cách đối phó của Áp-ram đặt để ông vào vị trí được tôn trọng giữa các vua của vùng đồng bằng (14:17–24).

Giữa những rắc rối này, Đức Chúa Trời đã tái khẳng định với Áp-ram về những lời hứa của Ngài. Sau khi Lót chọn sống gần Sô-đôm, Đức Chúa Trời bảo Áp-ram xem xét xứ mà ông đang sống, và với một lời nói ngắn gọn đã xác nhận lời hứa ban xứ lẫn lời hứa ban con cháu: "Hãy nhướng mắt lên nhìn từ chỗ ngươi ở cho đến phương bắc, phương nam, phương đông và phương tây: Vì cả xứ nào ngươi thấy ta sẽ ban cho ngươi và cho dòng dõi ngươi đời đời" (13:14–15). Áp-ram học biết rằng đời sống đức tin là điều khả thi nếu ông nhìn vào lời hứa của Đức Chúa Trời, ngay cả khi hoàn cảnh xung quanh dường như kinh khủng. Mặc dù Áp-ram không nhận ra, nhưng đây chỉ mới là khởi đầu cho những tai họa của ông. Nhưng Đức Chúa Trời đã ban thưởng cho lòng khoan dung của ông đối với Lót bằng cách nhắc lại lời hứa ban xứ. Đức Chúa Trời làm gia tăng hiểu biết của chúng ta về sự giàu có của Ngài theo nhu cầu của chúng ta vào lúc đó. Khi các vấn đề của Áp-ram dường như gia tăng, ông cũng bắt đầu hiểu được phạm vi của lời hứa ban xứ tuyệt vời của Đức Chúa Trời: "Hãy đứng dậy đi khắp trong xứ, bề dài và bề ngang; vì ta sẽ ban cho ngươi xứ này" (13:17).

Câu Hỏi Nghiên Cứu

1. Tại sao có thể nói rằng Áp-ram là khởi đầu của giải pháp cho vấn đề tội lỗi được nhận biết trong Sáng Thế Ký 1–11?

2. Vì sao việc câu chuyện của Áp-ram bắt đầu bằng gia phổ của Tha-rê là điều quan trọng?

3. Mô tả ba nguồn đem đến sự an toàn mà Đức Chúa Trời bảo Áp-ram phải từ bỏ, và nhận xét về điều Đức Chúa Trời kêu gọi Áp-ram đi đến.

4. Ba lời hứa của Đức Chúa Trời với Áp-ram là ví dụ về 'sự tái tạo dựng' được nói đến trong chương 4 như thế nào? (Những lời hứa này có liên hệ thế nào với các vấn đề được đề cập trong buổi sáng tạo?)

5. Áp-ram là gương mẫu cho đức tin Cơ Đốc trong phương diện nào?

6. Hành trình đến Ai Cập của Áp-ram báo trước kinh nghiệm sau này của dân tộc Y-sơ-ra-ên như thế nào?

7. Những lựa chọn của Áp-ram và Lót cho thấy gì về tính cách của từng người?

6. Theo Dấu Áp-ram và Gia Đình Ông

Lịch sử và Địa Lý
của Các Câu Chuyện Thời Tộc Trưởng

Bấy giờ, người [Áp-ram] ra khỏi xứ Canh-đê, rồi đến ở Cha-ran. Khi cha người qua đời rồi, Đức Chúa Trời đem người qua xứ nầy là xứ các ông hiện đang ở.

Ê-tiên, Công 7:4 (BNC)

Bố Cục

- Những Nơi Này Ở Đâu Trên Thế Giới?
  - Vùng Mê-sô-bô-ta-mi
    - U-rơ thuộc Canh-đê
    - Cha-ran
  - Ca-na-an
    - Si-chem
    - Cây sồi tại Mô-rê
    - Bê-tên và A-hi
    - Vùng sa mạc
    - Hếp-rôn
    - Cây sồi tại Mam-rê
    - Ghê-ra và Bê-e Sê-ba
- Đi Tìm Áp-ram
  - Phân loại Lịch sử Cổ đại
    - Thời Đại Đồ Đồng Sớm
    - Thời Đại Đồ Đồng Giữa
    - Thời Đại Đồ Đồng Muộn
    - Thời Đại Đồ Sắt

- Những Niên Đại Có Thể Chấp Nhận Cho Các Tộc Trưởng
  - Niên Đại Thời Đại Đồ Đồng Sớm III
  - Niên Đại Thời Đại Đồ Đồng Giữa I
  - Niên Đại Thời Đại Đồ Đồng Giữa II
  - Niên Đại Thời Đại Đồ Đồng Muộn
  - Niên Đại Thời Đại Đồ Sắt
- Tín Ngưỡng của Các Tộc Trưởng

Mục Tiêu

Sau khi đọc xong chương này, bạn có thể:

1. Định vị và mô tả tầm quan trọng của các thành phố chính và vùng địa lý có liên quan đến Áp-ram.
2. Liệt kê thời kỳ khảo cổ chính của lịch sử cổ đại, bao gồm niên đại, các sự kiện chính, những nền văn hóa nổi bật, và những lãnh đạo quan trọng của từng thời kỳ.
3. Mô tả những liên kết được thực hiện giữa các thời kỳ khảo cổ trong lịch sử và các câu chuyện Kinh Thánh về Áp-ram và các tộc trưởng khác.
4. Tóm tắt bằng chứng hậu thuẫn hay bác bỏ từng liên kết giữa các tộc trưởng và thời kỳ khảo cổ.
5. Nhận diện những so sánh và tương phản có thể có giữa các danh xưng chỉ về Đức Chúa Trời trong Kinh Thánh và những tên được sử dụng bởi các tôn giáo của người Ca-na-an lân cận.
6. So sánh khái niệm giao ước với các tập tục tín ngưỡng và văn hóa nổi bật của thời đó.

Đọc Sáng Thế Ký mà không có bản đồ chỉ đường có thể gây lúng túng. Chúng ta đã khám phá nhiều nơi trong Đất Hứa, những nơi Áp-ram đã sống: Hếp-rôn, Bê-tên và A-hi, Bê-e Sê-ba, v.v… Ngoài Ca-na-an, chúng ta cũng phải nhớ quê hương của tộc trưởng ở vùng Mê-sô-bô-ta-mi, cụ thể là thành phố Cha-ran, thành phố tiếp tục đóng vai trò quan trọng trong truyện kể ngay cả sau khi Áp-ram định cư ở Ca-na-an. Chương này sẽ nghiên cứu những nơi này trong thời tộc trưởng cung cấp bản đồ chỉ đường mà bạn cần.

Những Nơi Này Ở Đâu Trên Thế Giới?

Chúng ta đã mô tả những vùng thường được biết đến là vùng Mê-sô-bô-ta-mi và Ca-na-an (hoặc Sy-ri Pa-lét-tin) trong chương I.3 ở trên. Bây giờ chúng ta sẽ xem xét vài nơi cụ thể mà Áp-ram và gia đình đã đi qua.

Mê-sô-bô-ta-mi

Quê hương tộc trưởng dường như ở vùng được gọi là "A-ram Na-ha-ra-im" trong Sáng 24:10 (nghĩa là "xứ A-ram thuộc hai con sông"). Tên này ám chỉ vùng trung tâm Mê-sô-bô-ta-mi, hay cụ thể hơn, miền gần sông Habor và Ơ-phơ-rát.

Hai thành phố chính được nói đến trong câu chuyện là U-rơ và Cha-ran.

U-rơ thuộc xứ Canh-đê (11:28, 31; 15:7)

Cờ của U-rơ, bảng hiệu hòa bình (Ảnh: Geni)

Áp-ram xuất thân từ một thành phố có tên là "U-rơ thuộc xứ Canh-đê". Người biên tập hoặc người người chép về sau nhận ra không phải chỉ có một thành phố được gọi là "U-rơ" ở vùng Cận Đông cổ đại. Vì người Canh-đê không sống trong thế giới cổ đại mãi cho đến gần một ngàn năm sau thời Áp-ram,[1] tên gọi "thuộc xứ Canh-đê" chắc chắn được người chép thuê thêm vào sau này để phân biệt U-rơ *nào*.

Đáng tiếc cho các học giả hiện đại là điều này không thật sự giải quyết vấn đề. Có đến ba thành phố có khả năng là cho quê hương của Áp-ram.[2] Ứng cử viên phù hợp nhất là Urfa (ngày nay gọi là Edessa) vào khoảng hai mươi dặm về phía đông bắc Cha-ran và là U-rơ nổi tiếng hơn trong vùng hạ Mê-sô-bô-ta-mi. Ngày nay, chúng ta cho rằng U-rơ ở hạ Mê-sô-bô-ta-mi là U-rơ mà bản văn nói đến.[3] Nếu đúng như vậy, thì Áp-ram xuất thân từ một trong những thành phố quan trọng nhất của Cận Đông cổ đại. U-rơ là thủ đô hành chính, kinh tế và pháp lý trong thời phục hưng của người Su-me gần cuối thiên niên kỷ III TC. Sau khi người A-mô-rít chiếm lấy vùng vào cuối thiên niên kỷ, U-rơ tiếp tục đóng vai trò quan trọng là một trung tâm văn hóa.

Cha-ran (11:31-32, 12:4-5; 27:43; 28:10; 29:4)

Thành phố Cha-ran nằm ở trên bờ sông Balih, một nhánh của sông Ơ-phơ-rát (xem bản đồ II.6.1). Thành phố thường được nhắc đến trong các bản văn của người Ac-cad từ thành phố Ma-ri là một trung tâm quan trọng của người A-mô-rít suốt nửa đầu thiên niên kỷ thứ hai TC. Đây chính là thời kỳ của các tộc trưởng mà chúng ta sẽ thấy.

Có lẽ bạn để ý thấy Áp-ram có một anh trai cùng tên với thành phố (Sáng 11:27). Điều này có thể gây nhầm lẫn, nhưng tên chỉ giống trong bản tiếng Anh và hoàn toàn là sự trùng hợp ngẫu nhiên. Cách viết tên thành phố bằng tiếng Hê-bơ-rơ thì khác và không liên quan gì đến anh của Áp-ram (và cha của Lót) tên là Ha-ran.

Câu chuyện thời tộc trưởng thường xuyên nhắc đến thành Cha-ran. Ngoài ra, Cha-ran có lẽ là thành phố vô danh của Na-cô, La-ban và Rê-bê-

---

1. Bill T. Arnold, "Babylonians," in *Peoples of the Old Testament World*, ed. Alfred J. Hoerth, Gerald L. Mattingly, and Edwin M. Yamauchi (Grand Rapids: Baker, 1994), 57.

2. Claus Westermann, *Genesis 12–36*, trans. John J. Scullion, Continental Commentary (Minneapolis: Fortress, 1985), 139–40. See also Victor P. Hamilton, *The Book of Genesis: Chapters 1–17*, New International Commentary on the Old Testament (Grand Rapids: Eerdmans, 1990), 363–65, and Gordon J. Wenham, *Genesis 1–15*, Word Biblical Commentary 1 (Waco, Tex.: Word, 1987), 272–73.

3. Eugene H. Merrill, *Kingdom of Priests: A History of Old Testament Israel* (Grand Rapids: Baker, 1987), 25–26, nhất là ghi chú 13.

ca trong Sáng Thế Ký 24. Tất cả những lần nhắc này dường như để chỉ ra rằng Cha-ran là quê hương của tộc trưởng, là nơi đại gia đình của Áp-ram sinh sống. Tại sao ông và gia đình nhỏ của mình lại đến sống ở U-rơ là một vấn đề đang được nghiên cứu. Nhưng sự tạm cư của ông từ U-rơ đến Cha-ran rồi đến Ca-na-an có nghĩa là ông đang đi ngược dòng người A-mô-rít di trú vào lúc đó, thường là từ Sy-ri Pa-lét-tin đến vùng Mê-sô-bô-ta-mi.

Ca-na-an

Trong Sáng 12:4 chúng ta đọc về sự vâng phục đặc biệt của Áp-ram. Ông quyết định đi theo Đức Chúa Trời, "mặc dù ông không biết mình đi đâu" (Hê 11:8). Phần này sẽ theo dấu một vài nơi Áp-ram đã đi qua trong Đất Hứa, và sẽ chuẩn bị để chúng ta đọc phần còn lại của các câu chuyện thời tộc trưởng.[4]

Si-chem (12:6)

Khi Áp-ram rời khỏi Cha-ran, có lẽ ông đi theo trục đường chính nổi tiếng gọi là Via Maris băng Đa-mách, dọc theo bờ biển phía bắc Biển Ga-li-lê, đến Mê-ghi-đô. Từ đó, có lẽ ông tiếp tục đi dọc theo Via Maris về hướng nam một đoạn ngắn trước khi đi vòng vào đất liền hướng đến vùng cao nguyên trung tâm, nơi cuối cùng dẫn tới Si-chem (Sáng 12:6)

Si-chem có truyền thống lâu đời là một thành phố quan trọng của thiên niên kỷ thứ hai TC. Nó được nhận diện là Tel Ba-la-ta, gần Nablus hiện nay. Các nhà khảo cổ đã khám phá những câu khắc tại Ai Cập nhắc đến Si-chem, cho thấy trong thời Áp-ram nó đã trở thành trung tâm đô thị chính.[5] Ở đây, tại khu trung tâm của Ca-na-an, Đức Giê-hô-va đã hiện ra với Áp-ram để đảm bảo với ông về tương lai của ông trong xứ này (12:7).

---

4. Chúng ta không thể trình bày từng tham khảo về địa lý. Một số nơi được nhắc đến trong truyện kể về Áp-ra-ham bị lược bỏ, ví dụ: Đan, Hô-ba, và Đa-mách (14:14). Nhưng chúng ta sẽ khảo sát các địa điểm quan trọng nhất đối với các hành trình của Áp-ra-ham.

5. Cái gọi là Execration Texts từ hai thế kỷ đầu của thiên niên kỷ thứ hai nói rõ về các thành phố của Sy-ri Pa-lét-tin thời đó. Yohanan Aharoni, *The Land of the Bible: A Historical Geography*, trans. Anson F. Rainey (London: Burns & Oates, 1979), 144–47.

Cây Sồi của Mô-rê (12:6)

Bản đồ các cuộc hành trình của Áp-ram

Có một cây sồi nổi tiếng ở đâu đó gần Si-chem có lẽ được chú ý như là nơi mà người ta có thể tìm kiếm những lời sấm truyền thiên thượng. Tên "Mô-rê" có nghĩa là "người thầy", và có lẽ nói lên rằng đây là nơi mà người ta thường tìm cách gặp các thần của họ.[6] Có thể dự đoán trước việc Đức Chúa Trời hiện ra với Áp-ram trong (12:7).

Bê-tên và A-hi (12:8)

Hai thành phố này tọa lạc khoảng mười dặm về phía bắc Giê-ru-sa-lem (xem bản đồ II.6.2). Chắc chắn chúng mang tên gọi khác trong thời Áp-ram. Bê-tên được biết đến với tên gọi Lu-xơ trong thời kỳ đầu của Ca-na-an (Sáng 28:19), nhưng các nhà khảo cổ không hoàn toàn chắc về A-hi.[7]

Đi qua Si-chem, Bê-tên, và A-hi, Áp-ram đến trung tâm Ca-na-an. Tất cả những thành phố này đóng vai trò quan trọng trong lịch sử Y-sơ-ra-ên trong tương lai, và việc chúng có mặt trong câu chuyện Áp-ram chứng thực sự thành tín của Đức Chúa Trời trong việc thực hiện những lời hứa giao ước với Áp-ram.

---

6. Derek Kidner, *Genesis: An Introduction and Commentary*, Tyndale Old Testament Commentary (Downers Grove: InterVarsity, 1967), 115.

7. Wenham, *Genesis 1–15*, 280.

Vùng Nê-ghép (12:9)

Kế đến, Áp-ram đi vào vùng Nê-ghép, một thuật ngữ tiếng Hê-bơ-rơ chỉ vùng sa mạc phía nam Giu-đa (nghĩa đen là vùng đất khô). Nó cũng có nghĩa đơn giản là "miền Nam", và mang ý nghĩa mở rộng là vùng sa mạc giữa các ngọn đồi của Giu-đa và Ca-đe Ba-nê-a. Ca-đe và Bê-re là những thành phố thuộc Nê-ghép xuất hiện trong các câu chuyện về Áp-ram (16:14; và xem 20:1). Vì Nê-ghép thiếu mưa cho nông nghiệp, nên chúng ta có thể nghĩ rằng bất kỳ nguồn nước nào cũng thu hút sự chú ý. Vì vậy các giếng tại Bê-e Sê-ba (21:31–33) và Bê-re La-cha Roi (16:14; 24:62; 25:11) được khắc họa như những địa danh nổi bật ở Nê-ghép.

Khi Áp-ram đến Nê-ghép, ông đã đến biên giới phía nam theo truyền thống của Ca-na-an. Trong Sáng Thế Ký 12, Áp-ram bắt đầu ở Cha-ran tại biên giới tây bắc của Đất Hứa, và vượt qua cả đoạn đường đến Nê-ghép ở phía nam. "Ông không chỉ nhìn thấy điều được hứa cho mình; ông đã đi qua nó, và ông sống và thờ phượng tại đó. Ông đã sở hữu điều đó một cách tượng trưng".[8]

Pa-lét-tin trong thời Áp-ram

Hếp-rôn (13:18; 23:2)

Một trong những địa danh quan trọng nhất trong câu chuyện Áp-ram là Hếp-rôn, tọa lạc khoảng hai mươi dặm về phía nam Giê-ru-sa-lem trong vùng trung tâm Giu-đa (xem bản đồ II.6.2). "Hếp-rôn" là tên người Y-sơ-ra-ên gọi thành đó, tên Ca-na-an trước kia là Ki-ri-át A-ra-ba (Sáng 23:2). Hếp-rôn và cây sồi của Mam-rê gần đó (xem bên dưới) là nơi xảy ra nhiều trong số những sự kiện quan trọng nhất trong câu chuyện của Áp-ram. Sau khi ông đi đến Hếp-rôn trong Sáng 13:18, Áp-ram định cư tại đó cho đến khi ông "đi tiếp" đến ngụ sâu hơn trong vùng Nê-ghép, cuối cùng định cư ở Bê-e Sê-ba (20:1 và 21:31–33). Sa-rai và Áp-ram

---

8. Như trên, 281.

đều được chôn cất trong hang đá Mặc-bê-la gần Mam-rê ở Hếp-rôn, mà Áp-ram đã mua từ Ép-rôn người Hê-tít (23:17; 25:9).

Cây Sồi của Mam-rê (13:18; 14:13; 18:1; 23:17,19; 25:9)

Khi Áp-ram đi đến một vùng mới, ông thường không trú ngụ trong thành phố đã được lập, mà sống tại nơi thánh ngoài trời có cây cối. Khi lần đầu tiên đến Đất Hứa, ông ngụ tại cây sồi của Mô-rê gần Si-chem, nơi ông dựng một bàn thờ cho Đức Giê-hô-va (12:6–7). Ở Hếp-rôn, ông cũng cư ngụ tại cây sồi của Mam-rê, nơi ông cũng dựng một bàn thờ cho Chúa (13:18). Các nhà khảo cổ học ức đoán rằng đây có thể là Ramat el-Khalil, khoảng hai dặm về phía bắc Hếp-rôn.[9] Từ "Mam-rê" là tên của một người A-mô-rít trong Sáng 14:13 và 24. Nhưng ở chỗ khác nó chỉ về vùng rừng gần Hếp-rôn, được cho là thuộc sở hữu của Mam-rê xưa kia. Giống cây sồi của Mô-rê ở Si-chem, nó có thể được chú ý vì là nơi người ta có thể giao thông với các thần. Nếu vậy, dường như thích hợp cho Áp-ram khi dựng bàn thờ cho Gia-vê tại hai nơi này.

Ghê-ra và Bê-e Sê-ba (20:1; 21:31–33; 26:1–6)

Các tộc trưởng đến thăm Ghê-ra, gần Ga-za (20:1; 26:1–6; và xem bản đồ II.6.2) không chỉ một lần. Có lần, Áp-ram hình như đi lang thang giữa Ca-đe và Su-rơ ở vùng cực nam, trong khi đã cắm trại hay thỉnh thoảng viếng thăm Ghê-ra (20:1).[10] Vùng này và những vùng khác của miền nam trở nên đặc biệt quan trọng vì là nguồn nước trong thời kỳ hạn hán và đói kém.

Các giếng nước ở Nê-ghép đặc biệt quan trọng. Thành Bê-e Sê-ba ("giếng bảy") là nơi ký hiệp ước giữa Áp-ram và A-bi-mê-léc, vua của Ghê-ra (Sáng Thế Ký 21). Từ liệu Hê-bơ-rơ có nghĩa là "thề nguyện" được dùng trong lễ ký kết hiệp ước (21:31), sẽ tạo lối chơi chữ thú vị về tên địa danh. Nhưng quan trọng hơn, bây giờ Áp-ram được quyền sử dụng nhiều nguồn nước rất cần thiết ở Nê-ghép.

---

9. Westermann, *Genesis 12–36*, 181.
10. Ephraim A. Speiser, *Genesis*, Anchor Bible 1 (Garden City, N.Y.: Doubleday, 1964), 147–48.

Đi Tìm Áp-ram

Dùng bản đồ để đi theo nơi ở của các tộc trưởng trong hành trình của họ là điều quan trọng. Đáng tiếc thay, việc xác định thời gian của Áp-ram thật khó so với việc là đi theo ông về mặt địa lý. Bạn có thể lưu ý điều này khi đọc vài chương đầu của các câu chuyện tộc trưởng mà Kinh Thánh không ghi chính xác niên đại Áp-ram sống. Sáng Thế Ký không ghi lại các sự kiện đồng thời với các sự kiện khác trong lịch sử thế giới để có thể xác định Áp-ram về mặt thời gian. Phần

Áp-ram đi qua vùng Nê-ghép, theo nghĩa đen có nghĩa là vùng đất khô phía nam (Ảnh: Galpaz)

còn lại của chương này sẽ cố gắng đặt các tộc trưởng vào bối cảnh lịch sử dựa trên điều chúng ta biết về thế giới lúc đó.

Phân Loại Lịch Sử Cổ Đại

Nhiều sự kiện được mô tả trong Kinh thánh, nhất là trong thời đầu của lịch sử Y-sơ-ra-ên, không thể xác định niên đại cách chính xác. Thật vậy, lịch sử nói chung không có niên đại tuyệt đối cho đến những thời kỳ sau này của A-sy-ri và Ba-by-lôn thuộc thiên niên kỷ thứ nhất TC. Vì thế khi các nhà khảo cổ và các sử gia nói đến những thời kỳ lịch sử đầu tiên, chẳng hạn thời kỳ các tộc trưởng của Sáng Thế Ký, họ chia thiên niên kỷ thành các giai đoạn theo ngành kỹ thuật hiện hành lúc bấy giờ: đá, đồng và sắt.[11] Sau nhiều giai đoạn đồ đá khác nhau (thời kỳ đồ đá cũ, đồ đá giữa, đồ đá mới, và thời kỳ giữa đồ đá và đồ đồng), trước tiên con người dựa vào đồng và sau đó là sắt để làm công cụ, vũ khí và các đồ dùng khác. Do đó, chúng ta nói đến Thời Kỳ Đồ Đồng và Thời Kỳ Đồ Sắt theo nghĩa rộng nhất của thuật ngữ.

---

11. Xem thêm Bill T. Arnold and Bryan E. Beyer, *Encountering the Old Testament: A Christian Survey* (Grand Rapids: Baker, 1999), 44–59; and Amihai Mazar, *Archaeology of the Land of the Bible, 10,000–586 B.C.E.* (New York: Doubleday, 1990), 174–231.

Dùng những thuật ngữ này, các nhà khảo cổ không có ý nói rằng người cổ đại đột ngột chuyển từ đá sang đồng, rồi sau đó từ đồng sang sắt. Chúng tôi cũng không có ý nói rằng chỉ đồ đồng được dùng làm công cụ và các đồ dùng khác trong suốt Thời Kỳ Đồ Đồng, còn sắt chỉ được dùng trong Thời Kỳ Đồ Sắt. Một cách tổng quát hơn, chúng ta có thể nói rằng khoảng 3300 TC, kỹ thuật đồ đồng lan tràn khắp vùng Cận Đông cổ đại, và khoảng năm 1200 TC người ta khám phá ra những lợi ích khi sử dụng sắt.

Thời Đại Đồ Đồng (3300–1200 TC) thường được chia thành ba giai đoạn: **Thời Đại Đồ Đồng Sớm** (3300–2000 TC), **Thời Đại Đồ Đồng Giữa** (2000–1550 TC), và **Thời Đại Đồ Đồng Muộn** (1550–1200 TC).

Tính chất lịch sử của Áp-ra-ham

Một số học giả nghi ngờ sự tồn tại của Áp-ra-ham. Vì Kinh Thánh thiếu những đồng bộ lịch sử về Áp-ra-ham với những sự kiện ngoài Kinh Thánh, nên những nhà phê bình văn chương gần cuối thế kỷ XIX thách thức tính lịch sử của Áp-ra-ham (xem phần V bên dưới). Một học giả có ảnh hưởng gọi vị tổ phụ vĩ đại của Y-sơ-ra-ên là "sự sáng tạo tự do của nghệ thuật vô thức."[12] Các học giả sau này cho rằng hoặc Áp-ra-ham là tổ phụ xa trong quá khứ mờ ảo của Y-sơ-ra-ên, người mà hầu như chúng ta không biết gì cả, hoặc ông chỉ là một sự sáng tạo về mặt văn chương của những tác giả Y-sơ-ra-ên sau này. Dù là trường hợp nào, nhiều học giả ngày nay xem việc cho rằng ông có thật hay không là vấn đề không thích hợp.

Tuy nhiên, các quan điểm phê bình văn chương được hình thành vào cuối thế kỷ XX, và tiếp tục tạo ảnh hưởng trên nhiều người nghiên cứu Cựu Ước ngày nay, đã thực hiện trong một bối cảnh mang tính học thuật về vùng Cận Đông cổ đại đã từng cho là khó được biết đến. Một số lượng lớn các bằng chứng có giá trị đã được khám phá vào thế kỷ XX để các học giả nghiên cứu về vùng Cận Đông cổ đại: bộ luật nổi tiếng của Ham-mu-ra-pi, các bản văn Hê-tít từ Tiểu Á, các bản văn tôn giáo và văn chương từ Ugarit, các bản văn quan trọng về xã hội học từ Nuzi cổ đại, các bức thư từ Mari, các bức thư từ Israelite Lachish, các Cuộn Biển Chết, và hàng ngàn bản văn của Ép-la và I-ma ở Sy-ri, đó là chỉ mới kể một số.

---

12. Julius Wellhausen, *Prolegomena to the History of Israel*, trans. J. Sutherland Black and Allan Menzies (Atlanta: Scholars, 1994 [1885]), 320.

Nếu Sáng Thế Ký là bản thảo cổ mới được phát hiện, và nếu sách cũng được dùng trong các phương pháp nghiên cứu triển khai vào thế kỷ XX nghiên cứu về bản văn Cận Đông cổ đại, thì chưa chắc thái độ hoài nghi như thế sẽ thắng thế.[13] Khi các phương pháp văn chương của thế kỷ XIX được làm cho hài hòa cách đúng đắn với các phương pháp khác, bao gồm những so sánh với các xã hội, văn hóa và bản văn Cận Đông cổ đại, thì kết quả sẽ khác hơn nhiều. Tính chất lịch sử của Áp-ra-ham chưa được chứng minh bởi những phương pháp này. Nhưng bối cảnh Cận Đông cổ đại đã soi sáng cho câu chuyện Kinh Thánh và khiến nó có thể miêu tả Áp-ra-ham là một nhân vật có thật trong lịch sử, mà câu chuyện về cuộc đời ông được gìn giữ cách đáng tin cậy trong các câu chuyện Sáng Thế Ký.

Sáng Thế Ký mô tả chính xác Áp-ra-ham rất sớm trong lịch sử của người Hê-bơ-rơ. Về mặt xã hội học, văn hóa của ông là bán du mục giữa vòng các thành bang Ca-na-an, hơn là ở dưới luật pháp Môi-se của người Y-sơ-ra-ên sau này. Về mặt tín ngưỡng, ông nhận thức về sự độc nhất vô nhị của Đức Chúa Trời, thậm chí cả tính siêu việt của Ngài chính là Đức Chúa Trời duy nhất. Cũng tại đây, Áp-ra-ham rõ ràng có trước luật thờ phượng của Môi-se, và thờ phượng Gia-vê sau này. Thật đáng ngờ nếu có một tác giả Y-sơ-ra-ên sau này lại có thể nghĩ và hư cấu nên một tổ phụ như thế, mà không có một đặc điểm nào tiêu biểu cho đời sống và đức tin của người Y-sơ-ra-ên.

Tài liệu đối chiếu thuộc Cận Đông cổ đại khẳng định rằng mô tả của Kinh Thánh về Áp-ra-ham là điều có thể có. Các học giả có thể xác nhận rằng những đặc điểm trong các câu chuyện Áp-ra-ham, chẳng hạn vai trò tổ tiên, sự nghiệp và lối sống, tên tuổi và đức tin của ông, tất cả đều có thể có trong bối cảnh đầu thiên niên kỷ thứ hai.[14] Mặc dù những quan sát này không thể chứng minh ông có thật, nhưng những câu chuyện tương tự của Đông phương cổ đại khẳng định chân dung Áp-ra-ham trong Kinh Thánh là có thể và thậm chí có vẻ chắc chắn.

Đây cũng không phải là vấn đề không thích hợp. Kinh Thánh liên kết đức tin và lịch sử với nhau một cách chặt chẽ. Khái niệm "đức tin mù quáng" thật sự không có trong Kinh Thánh, nơi mà đức tin luôn được bày tỏ qua các sự kiện lịch sử. Kinh Thánh dùng đức tin gương mẫu và cuộc đời của tổ phụ vĩ đại này của Y-sơ-ra-ên như một trong những cột trụ quan trọng nhất trong di sản Cơ Đốc của chúng ta (Rô 4).

---

13. Alan R. Millard, "Abraham," in *Anchor Bible Dictionary*, ed. David Noel Freedman, 6 vols. (New York: Doubleday, 1992), 1:35–41.
14. Millard, "Abraham," 37–40.

Thời Đại Đồ Đồng Sớm (3300–2000 TC)

Thời Đại Đồ Đồng Sớm (3300–2000 TC) chứng kiến sự ra đời của nền văn minh nhân loại. Những đặc điểm nổi bật là việc phát minh ra chữ viết và bắt đầu ghi lại lịch sử. Tại vùng Mê-sô-bô-ta-mi, người Su-me lần đầu tiên sử dụng rộng rãi **chữ hình nêm** để viết, còn ở Ai Cập thì việc dùng **chữ viết tượng hình** được chứng thực rõ ràng. Tại vùng Mê-sô-bô-ta-mi, một loạt các thành bang kiên cố bắt đầu mọc lên, và đến cuối Thời Đại Đồ Đồng Sớm, các đế quốc lớn đầu tiên của người Xê-mít nắm quyền kiểm soát toàn bộ miền nam Mê-sô-bô-ta-mi. Tại Ai Cập, Thời Đại Đồ Đồng Sớm là kỷ nguyên của các kim tự tháp vĩ đại và đỉnh cao của văn hóa Ai Cập. Vì vậy giai đoạn này đánh dấu sự đi lên và sụp đổ của những đế quốc lớn đầu tiên của nhân loại: Vương Quốc Ai Cập Cổ (Old Kingdom Egpyt) và các đế quốc của người Su-me Ac-cad vùng Mê-sô-bô-ta-mi. Đến cuối giai đoạn này, mọi đặc điểm chính của nền văn minh và văn hóa nhân loại đã xuất hiện, tiêu biểu cho lịch sử loài người vùng Cận Đông cổ đại trong nhiều thế kỷ sắp tới.

Liên quan tới Sy-ri Pa-lét-tin, giai đoạn này còn được gọi là Thời Kỳ Ca-na-an. Thời Đại Đồ Đồng Sớm chứng kiến sự gia tăng dân số đột ngột và thành thị hóa vùng Sy-ri Pa-lét-tin. Tại nhiều nơi, có sự chuyển tiếp nhanh chóng từ cuộc sống trong những ngôi làng không có tường bao quanh trở thành các đồn lũy.

Giai đoạn này thường được các nhà khảo cổ học chia nhỏ ra thành bốn giai đoạn nhỏ hơn: Đồ Đồng Sớm I (3300–3000 TC), Đồ Đồng Sớm II (3000–2800 TC), Đồ Đồng Sớm III (2800–2400 TC), và Đồ Đồng Sớm IV (2400–2000 TC). EB-IV còn được gọi là MB-I hay Đồ Đồng Giữa. Đó là nền văn hóa chăn nuôi gia súc mà trong đó không có thành phố lớn sau sự sụp đổ của các trung tâm đô thị đồ sộ của thời đại Đồ Đồng Sớm.

Bảng 6.1: Các Giai Đoạn Khảo Cổ của Lịch sử Cận Đông Cổ Đại[1]

Niên đại độ chừng (TC)	Giai đoạn Khảo cổ	Y-sơ-ra-ên	Cận Đông Cổ Đại
Trước 14000	Thời đại Đồ Đá Cũ (Paleolithic)		Văn hóa tiền hang động
14000–8000	Thời đại Đồ Đá Giữa (Mesolithic)		Văn hóa hang động

8000–4200	Thời đại Đồ Đá Mới (Neolithic)		Cuộc cách mạng thời Đồ Đá Mới: trồng mùa vụ và bắt đầu nền nông nghiệp theo mùa mưa, thuần hóa súc vật, lần đầu tiên định cư lâu dài
4200–3300	Giữa thời đại Đồ Đá và Đồ Đồng(Chalcolithic)		Kim loại thay thế đá để làm ra các công cụ và vũ khí
3300–2000	Đồ Đồng Sớm		Phát minh ra chữ viết Nền văn minh nhân loại ra đời Vương quốc Ai Cập Cổ Vương quốc Su-me và Ac-cad ở Mê-sô-bô-ta-mi Văn hóa Ca-na-an Cổ ở Ép-la
2000–1550	Đồ Đồng Giữa	Các tộc trưởng của Y-sơ-ra-ên	Người A-mô-rít và các nhóm chủng tộc khác đến vùng Mê-sô-bô-ta-mi Đế quốc Ba-by-lôn Cổ Vương Quốc Giữa của Ai-cập
1550–1200	Đồ Đồng Muộn	Nô lệ ở Ai Cập Môi-se Ra Đời Ra khỏi Ai Cập Lang thang trong đồng vắng Y-sơ-ra-ên chinh phục Ca-na-an	Giao thiệp quốc tế và cán cân quyền lực Vương quốc Ai Cập Mới Hùng Mạnh áp dụng thế lực ở vùng Sy-ri Pa-lét-tin Sự nổi lên và sụp đổ của Đế Chế Hê-tít Mới Người Ka-sai kiểm soát vùng Mê-sô-bô-ta-mi
1200–930	Thời Đại Đồ Sắt I	Thời kỳ các quan xét Chế độ quân chủ thống nhất: Sau-lơ, Đa-vít, Sa-lô-môn	Sự xâm lấn của Dân Miền Biển và sự gãy đổ của các thế lực chính Sự nổi lên của các nhóm chủng tộc mới, bao gồm người A-

			ram và Y-sơ-ra-ên Sự nổi lên của A-sy-ri
930–539	Thời Đại Đồ Sắt II	Vương quốc bị phân chia Sự sụp đổ của Y-sơ-ra-ên năm 722 Sự sụp đổ của Giu-đa năm 586	Ai Cập suy yếu A-sy-ri đạt tới sức mạnh lớn nhất trước khi sụp đổ năm 612 Đế quốc Ba-by-lôn mới: Nê-bu-cát-nết-sa
539–332	Thời Đại Đồ Sắt III	Dân Do Thái lưu đày trở về E-xơ-ra và Nê-hê-mi Xây dựng Đền Thờ lần thứ hai và Tường thành Giê-ru-sa-lem	Si-ru chiếm Ba-by-lôn năm 539 Đế quốc Ba Tư

[1] Philip J. King, American Archaeology in the Mideast: A History of the American Schools of Oriental Research (Philadelphia: ASOR, 1983), 282, và Keith N. Schoville, Biblical Archaeology in Focus (Grand Rapids: Baker, 1978), 8–9.

Thời Đại Đồ Đồng Giữa (2000–1550 TC)

Giai đoạn này trong lịch sử Cận Đông cổ đại được đánh dấu bởi phong trào của các nhóm chủng tộc và các đế quốc mới thay thế các thế lực cũ của Thời Đại Đồ Đồng Sớm. Tại vùng Mê-sô-bô-ta-mi, sau cuộc phục hưng ngắn ngủi của nền văn hóa Su-me tại thành phố cổ U-rơ (U-rơ- triều đại III, 2112–2004 TC), đất nước ở dưới sự kiểm soát của phần tử Xê-mít mới, là người A-mô-rít. Ngay đầu thời kỳ Đồ Đồng Giữa, người A-mô-rít đã cai trị vùng Mê-sô-bô-ta-mi từ một vài thành bang kiên cố trong một cán cân quyền lực không chắc chắn. Rồi một cá nhân của thành phố Ba-by-lôn có khả năng củng cố sức mạnh của mình và thiết lập một đế quốc mới khắp vùng Mê-sô-bô-ta-mi: đó là Ham-mu-ra-pi. Ông lên nắm quyền năm 1792 và thiết lập đế quốc A-mô-rít còn gọi là Đế quốc Ba-by-lôn Cổ, tồn tại cho đến năm 1595 TC. Ham-mu-ra-pi nổi tiếng nhất về bộ sưu tập luật pháp, nhiều bộ rất giống luật pháp Môi-se trong Ngũ Kinh.

Tại Ai Cập, sau thời kỳ đen tối và lộn xộn được gọi là "Thời kỳ Trung Gian Đầu Tiên" (First Intermediate Period) (2200–2000 TC), đất nước một lần nữa phồn thịnh suốt Thời kỳ Vương quốc Giữa (2000–1700 TC). Vương quốc Giữa là thời kỳ hòa bình và ổn định, và là thời kỳ trong đó Ai Cập giao thương với Sy-ri Pa-lét-tin, dẫn đến sự thịnh vượng đáng kể. Nhưng đến cuối kỳ Đồ Đồng Giữa, Ai Cập cũng không chống lại sự nổi lên của người Xê-mít. Đây là đặc điểm của thời kỳ này khắp vùng Cận Đông cổ đại.

Sự kiểm soát đất nước của người Ai Cập bản xứ kết thúc khi nhà Hai-sot, người Xê-mít có lẽ từ Sy-ri Pa-lét-tin nắm quyền kiểm soát miền bắc Ai Cập. Nhà Hai-sot cai trị Ai Cập khoảng 150 năm trong thời kỳ được gọi là "Thời kỳ Trung Gian Thứ Hai" (1700–1540 TC). Lần đầu tiên trong lịch sử Ai Cập, đất nước bị xâm chiếm và thống trị bởi người ngoại quốc.

Tại Sy-ri Pa-lét-tin cũng vậy, có những người Xê-mít đang cư ngụ. Sau giai đoạn suy thoái ban đầu, văn hóa của người A-mô-rít khiến cuộc sống tĩnh lặng hồi sinh và các trung tâm thành thị phát triển. Người Ca-na-an đã định cư ở vùng đồng bằng duyên hải và thung lũng ngay từ đầu thế kỷ III có lẽ cũng thuộc dòng dõi A-mô-rít như những người hiện đang lãnh đạo cuộc tái sinh quá trình thành thị hóa. Các thị trấn và thành phố trong câu chuyện Áp-ram chắc chắn đang hưng thịnh như một phần của sự phát triển này. Và lời hứa giao ước mà chúng ta đọc trong Sáng Thế Ký (vô vàn con cháu cùng đất đai để nuôi sống họ) thích hợp cách kỳ lạ với một người A-mô-rít di cư đang đi tìm đất để định cư.

Thời đại Đồ Đồng Giữa cũng được phân ra thành: Đồ Đồng Giữa I (2000–1800 TC), Đồ Đồng Giữa II (1800–1650 TC), và Đồ Đồng Giữa III (1650–1550 TC).

Thời Đại Đồ Đồng Muộn (1550–1200 TC)

Các nhà khảo cổ và nhà lịch sử nói đến Thời đại Đồ Đồng Muộn (1550–1200 TC) như một giai đoạn của chủ nghĩa quốc tế và truyền thông trong vùng Cận Đông cổ đại. Đó là thời của giao thương quốc tế và cán cân quyền lực thế giới, mà Sy-ri Pa-lét-tin bị kẹt ở giữa.

Thời đại Đồ Đồng Muộn được đánh dấu bởi Vương quốc Mới (New Kingdom) hùng mạnh của Ai Cập, sử dụng thế lực đáng kể đối với khu vực ven biển của Sy-ri Pa-lét-tin. Người Ai Cập đã kết thúc thành công tình trạng nô lệ của họ đối với nhà Hai-sot và bước vào giai đoạn mạnh mẽ nhất về chính trị (1550–1100 TC). Các nhà thống trị hùng mạnh của Vương quốc Ai Cập Mới tìm cách cai trị vùng duyên hải Sy-ri Pa-lét-tin để kiểm soát giao thương thương mại với người Aegean và phần còn lại của Tây Á. Những địch thủ của họ là người Hê-tít hùng mạnh đã cai trị từ miền trung Tiểu Á. Các vua Hê-tít đấu tranh chống lại các Pha-ra-ôn của Ai Cập để giành quyền kiểm soát Sy-ri Pa-lét-tin, cuối cùng bất phân thắng bại vào giữa thế kỷ XIII. Đến cuối Thời đại Đồ Đồng Muộn, người Hê-tít và Ai Cập ký hiệp ước hòa bình, chấm dứt sự thù địch giữa hai dân tộc. Tuy nhiên, phần lớn thời kỳ này, người Ai Cập chi phối thành công việc mua bán và vô cùng giàu có và thịnh vượng.

Trong khi Ai Cập nổi trội suốt thời kỳ này, thì Mê-sô-bô-ta-mi trải qua thời kỳ suy yếu chính trị. Sau sự sụp đổ của Đế quốc Ba-by-lôn Cổ của Ham-mu-ra-pi, miền nam Mê-sô-bô-ta-mi bị kiểm soát bởi những người ngoại quốc Ka-sai. Sự cai trị lâu đời của triều đại Ka-sai (hơn ba trăm năm) đã mang lại hòa bình và ổn định cho Ba-by-lôn, dù không mạnh hơn về quân sự. Nhà Ka-sai thích những hiệp ước hòa bình và các phương cách ngoại giao phi quân sự khác nhằm bảo vệ biên giới của họ. Họ dung nạp nhiều yếu tố của nền văn hóa truyền thống Ba-by-lôn và đưa miền nam Mê-sô-bô-ta-mi lên tầm cỡ uy tín quốc tế suốt thời kỳ này. Hệ ngôn ngữ Ba-by-lôn của người Ac-cad trở thành *lingua franca* (hoặc ngôn ngữ quốc tế) của thời đó.

Thời Đại Đồ Sắt (1200–332 TC)

Khoảng 1200 TC, những biến động lớn đã xuất hiện ở vùng Cận Đông cổ đại. Các thế lực chính (đáng chú ý là Ai Cập và Hê-tít) đột ngột suy tàn và bản đồ chính trị thay đổi đáng kể. Hầu hết các học giả đều cho rằng những thay đổi này bắt đầu với sự sụp đổ của thành Troy (khoảng 1250 TC) và sự sụp đổ tiếp theo của các thành phố thuộc thời kỳ Mycenae tại vùng đất liền của Hy Lạp. Những người sống sót hẳn phải chạy trốn theo đường biển dọc miền duyên hải Địa Trung Hải, phá vỡ mọi thế lực chính của thế giới cổ đại. Những người mới đến này được gọi chung là "Dân Miền

Minh họa về chữ viết tượng hình của người Ai Cập (Ảnh: Sebi)

Biển". Một nhóm trong số Dân Miền Biển này, được các nguồn tài liệu Ai Cập gọi là "Peleset", định cư ở phía tây nam đồng bằng duyên hải Sy-ri Pa-lét-tin. Trong Cựu Ước họ được biết đến dưới tên gọi "Phi-li-tin", thuật ngữ làm phát sinh từ ngữ "Pa-lét-tin."

Kết quả từ việc xuất hiện của Dân Miền Biển là sự lan truyền kỹ thuật chế tác đồ kim loại mới, đặc biệt là việc sử dụng sắt làm vũ khí. Dần dà, kỹ thuật làm đồ sắt hoàn toàn thay thế đồ đồng, và các nhà khảo cổ học và sử học nhắc đến giai đoạn sau 1200 TC là Thời Đại Đồ Sắt (1200–332 TC). Giai đoạn này được đánh dấu bởi sự nổi lên của các đế quốc thật sự đầu tiên trên thế giới, tất cả đều từ vùng Mê-sô-bô-ta-mi: A-sy-ri, Ba-by-lôn và Ba Tư. Thời đại Đồ Sắt thường được phân thành ba giai đoạn: Thời đại Đồ Sắt I (1200–930 TC), Thời đại Đồ Sắt II (930–539 TC), và Thời đại Đồ Sắt III (539–332 TC; xem bảng II.6.1). Đây là thời kỳ của chế độ quân chủ, lưu đày và phục hồi của Y-sơ-ra-ên. Lịch sử Kinh Thánh từ khi chấm dứt Ngũ Kinh cho đến kết thúc Cựu Ước nằm trong Thời đại Đồ Sắt.

Các Niên Đại Khả Dĩ Về Các Tộc Trưởng

Sau phần tổng quan ngắn gọn về các giai đoạn khảo cổ trong lịch sử, bây giờ chúng ta thử tìm một niên đại cụ thể hơn cho các tộc trưởng của Y-sơ-ra-ên. Tính chính xác là điều khó có thể- điều tối đa chúng ta có thể làm là tổng quan những đề xuất chung cho niên đại Áp-ram, Y-sác và Gia-cốp còn sống. Hầu hết những gợi ý đi từ Thời Đại Đồ Đồng Sớm cho đến Thời Đại Đồ Đồng Muộn.[15]

Niên Đại thuộc Đồ Đồng Sớm III (2800–2400 TC)

Sự khám phá thú vị về thành phố Ép-la ở Sy-ri cổ cùng với hàng ngàn bản chữ hình nêm đã thu hút nhiều sự chú ý của các học giả Cựu Ước. Trong số những lời tuyên bố đáng chú ý về những bản văn được tìm thấy là sự đồng bộ về lịch sử với Sáng Thế Ký 14, câu chuyện Áp-ram giải cứu Lót. Các bản văn Ép-la, được cho là từ sớm, có liệt kê năm "thành phố thuộc đồng bằng" theo cùng thứ tự mà chúng xuất hiện trong Sáng Thế Ký 16.[16] Nhưng ở đây rõ ràng là việc đọc tên những thành phố này (và một trong những vua được nhắc đến trong bản văn Kinh Thánh, vua Bi-rê-sa)

---

15. Xem thêm John J. Bimson, "Archaeological Data and the Dating of the Patriarchs," in *Essays on the Patriarchal Narratives*, ed. Alan R. Millard and Donald J. Wiseman (Winona Lake, Ind.: Eisenbrauns, 1983), 53–89.

16. David N. Freedman, "The Real Story of the Ebla Tablets: Ebla and the Cities of the Plain," *Biblical Archaeologist* 41 (1978): 143–64.

là có sai sót. Mặc dù một niên đại sớm như thế cho các tộc trưởng là điều khả dĩ, nhưng hiện tại bằng chứng thiên về lựa chọn này vẫn còn tranh cãi.

Niên Đại thuộc Đồ Đồng Giữa I (2000–1800 TC)

Một trong những thuyết phổ biến nhất cách đây vài thập kỷ là ý kiến cho rằng Áp-ram là một thương gia lưu động đi bằng lừa, di chuyển qua lại giữa U-rơ và Cha-ran, và sau này giữa Đa-mách và Ai Cập. Là thương gia lưu động, Áp-ram đã dùng con đường thương mại mở rộng xuyên suốt Mê-sô-bô-ta-mi, Sy-ri Pa-lét-tin, và Nê-ghép vào Ai Cập. William F. Albright và Nelson Glueck cho rằng sự nổi lên của thương mại lưu động dưới triều đại Pha-ra-ôn XII có thể xảy ra cùng lúc với những sự định cư ở Sy-ri Pa-lét-tin.[17] Các hoạt động của Áp-ram dường như rất phù hợp với bối cảnh này.

Nhưng về sau có sự xác định là các niên đại của Albright về vị trí tại Pa-lét-tin là không đúng và những cuộc định cư đã diễn ra trước triều đại XII. Vì nhiều lý do khác nhau, thuyết Albright–Glueck hiện đã bị bỏ.[18]

Niên Đại thuộc Đồ Đồng Giữa II (1800–1650 TC)

Niên đại có vẻ phù hợp nhất cho các tộc trưởng Y-sơ-ra-ên là Đồ Đồng Giữa II, dựa trên cái gọi là Giả Thuyết A-mô-rít.[19] Có thể liên kết lối sống chăn cừu của các tộc trưởng với sự hồi phục đời sống thành thị vào thời Đồ Đồng Giữa I và sự nở rộ của văn hóa A-mô-rít Đồ Đồng Giữa II.

Đến cuối Thời Đại Đồ Đồng Sớm, lối sống thành thị bị phá vỡ khắp vùng Sy-ri Pa-lét-tin. Tất cả các thành phố chính bị hủy phá và nền văn hóa Đồ Đồng Sớm IV (hoặc Thời Đại Đồ Đồng Trung Gian) chứng kiến sự dần dà ổn định của những người A-mô-rít mới đến. Nhưng trong suốt Thời đại Đồ Đồng Giữa I, làn sóng người A-mô-rít thứ hai hóa ra lại góp phần làm mới lại đời sống đô thị, và Đồ Đồng Giữa II trải qua sự phát triển của nền văn

---

17. William F. Albright, *Yahweh and The Gods of Canaan: An Historical Analysis of Two Contrasting Faiths* (Winona Lake, Ind.: Eisenbrauns, 1990 [1968]), 64–73.

18. Bimson, "Archaeological Data," 54–58.

19. Roland de Vaux, *The Early History of Israel*, trans. David Smith (Philadelphia: Westminster, 1978), 58–64, 263–66.

hóa A-mô-rít và sự quay trở lại các thành bang lớn của Sy-ri Pa-lét-tin cổ. Bức tranh về sự di cư và định cư của người A-mô-rít vào cuối thời đại Đồ Đồng Giữa I và suốt thời đại Đồ Đồng Giữa II giới thiệu một bối cảnh thú vị để quan sát lối sống của tộc trưởng được mô tả trong Sáng Thế Ký. Người đề xuất chính của phương thức này cũng đã biện luận cho tính liên tục về chủng tộc giữa người A-mô-rít và người A-ram sau này, là điều giải thích việc mô tả tộc trưởng đầu tiên của Y-sơ-ra-ên là "người A-ram lang thang" (Phục 26:5, BDM).[20]

Niên Đại thuộc Đồ Đồng Muộn (1550–1200 TC)

Một vài học giả lập luận rằng Áp-ram và Gia-cốp sống vào thế kỷ XIV TC.[21] Bằng chứng cho niên đại này đến từ phong tục pháp lý và xã hội được mô tả trong các bản văn thuộc thế kỷ XIV và XV từ Ugarit, và đặc biệt là Nuzi. Các bản văn Thời Đại Đồ Đồng Muộn chứa đựng những điểm tương đồng về văn hóa với các tập tục của tộc trưởng được mô tả trong Sáng Thế Ký. Tuy nhiên, niên đại muộn như thế không thể phù hợp với niên đại Kinh Thánh, và nhiều điểm tương đồng được đề xuất hiện đang bị nghi ngờ.[22]

Định niên đại cho các tộc trưởng vào Thời Đại Đồ Đồng Muộn có vẻ không hợp lý, dù một số tương đồng với các tài liệu Cận Đông cổ đại vẫn có giá trị. Chỉ vì một điểm tương đồng về pháp lý hay xã hội được chứng thực trong bản văn thuộc giai đoạn sau không có nghĩa là phong tục đó không thuộc nền văn hóa đến từ giai đoạn trước. Dân số A-mô-rít tại Ugarit rõ ràng có cùng di sản văn hóa với tổ phụ Y-sơ-ra-ên. Và dân cư Hurrian tại Nuzi đã có tiếp xúc với người A-mô-rít giai đoạn đầu của lịch sử Nuzi. Một số điểm tương đồng với Sáng Thế Ký có giá trị dù chúng không đòi hỏi một niên đại vào Thời Đại Đồ Đồng Muộn cho các tộc trưởng.

---

20. De Vaux, *Early History*, 200–209, and Mazar, *Archaeology*, 224–26.
21. Đặc biệt đọc Cyrus H. Gordon, *Introduction to Old Testament Times* (Ventnor, N.J.: Ventnor, 1953), 100–119.
22. Martin J. Selman, "Comparative Customs and the Patriarchal Age," in *Essays on the Patriarchal Narratives*, ed. Alan R. Millard and Donald J. Wiseman (Winona Lake, Ind.: Eisenbrauns, 1983), 91–139.

Niên Đại thuộc Thời Đại Đồ Sắt (1200–330 TC)

Cuối cùng, một số tác giả ngày nay đang biện luận để ủng hộ cho niên đại vào Thời Đại Đồ Sắt đối với các câu chuyện thời tộc trưởng. Đây thật sự không phải là niên đại cho *các sự kiện* được ghi lại trong các câu chuyện thời tộc trưởng, mà cho chính những câu chuyện đó. Nói cách khác, những học giả này bảo vệ ý kiến cho rằng các tộc trưởng không phải những nhân vật lịch sử, nhưng đúng hơn là các câu chuyện về họ chỉ phản chiếu bối cảnh của Thời Đại Đồ Sắt mà trong đó chúng được viết ra. Nhưng người Y-sơ-ra-ên về sau đã dựng nên những câu chuyện này để giải thích nguồn gốc của họ. Áp-ram và Giô-sép trở thành "hình tượng mang tính hình bóng trước kia" của người Y-sơ-ra-ên sau này, và có thể hoặc không có thể là những nhân vật lịch sử. Y-sác và Gia-cốp là những nhân vật huyền thoại, hoặc hư cấu mà tên của các chi phái sau này được cho là lấy từ tên của họ.[23] Rõ ràng, quan điểm này không công bằng đối với bằng chứng của các bản văn Kinh Thánh lẫn các câu chuyện tương đồng trong các bản văn Cận Đông Cổ.

Tôn Giáo của Các Tộc Trưởng

Đến giờ thì rõ ràng là niên đại chính xác cho các tộc trưởng Y-sơ-ra-ên là điều không thể xác định. Trong phần trình bày các khả năng có thể xảy ra, tôi cho rằng Áp-ram phù hợp nhất với Thời Đại Đồ Đồng Giữa.[24]

Một vấn đề khác liên quan đến câu hỏi Áp-ram sống vào thời nào là bản chất tôn giáo của Áp-ram. Xem qua niềm tin và tập tục tôn giáo trong các câu chuyện tộc trưởng của Sáng Thế Ký cho thấy rằng có nhiều đặc điểm

---

23. Muốn biết ví dụ tiêu biểu về quan điểm này, xem P. Kyle McCarter Jr., "The Patriarchal Age: Abraham, Isaac and Jacob," in Ancient Israel: *A Short History from Abraham to the Roman Destruction of the Temple* (Englewood Cliffs, N.J./Washington, D.C.: Prentice Hall/Biblical Archaeology Society, 1988), 1–29.

24. John Bright, *A History of Israel*, 3rd ed. (Philadelphia: Westminster, 1981), 83–87. Điều này được chứng minh thêm qua việc hầu hết tên riêng trong Lịch sử Nguyên thuỷ (Sáng Thế Ký 1–11) có thể được truy từ thế giới của A-mô-rít đầu thiên niên kỷ thứ hai (Richard S. Hess, *Studies in the Personal Names of Genesis 1–11*, Alter Orient und Altes Testament 234 [Kevelaer/Neukirchen-Vluyn: Butzon & Bercker/Neukirchener, 1993], 5, 103–6). Một số người chọn niên đại sớm hơn một chút; xem Merrill, *Kingdom of Priests*, 78–79.

thú vị. Thứ nhất, có lẽ bạn chú ý thấy truyện kể về Áp-ram dùng nhiều danh xưng khác nhau để chỉ về Đức Chúa Trời, hầu hết đều bắt đầu với "Ên": Ên Sa-đai (17:1), Ên Ê-ly-ôn (14:18), Ên Roi (16:13), Ên Ô-lam (21:33), v.v... Nói chung, hầu hết những danh xưng dạng Ên này được dùng trong đối thoại và lời phát biểu của các ký thuật thời tộc trưởng trong Sáng Thế Ký, chứ không phải trong cốt truyện của câu chuyện.[25] Điều này có thể cho thấy rằng người kể chuyện của Sáng Thế Ký xem Đức Chúa Trời của các tộc trưởng tương đồng với Yahweh của Môi-se (đọc Xuất 6:2–3). Dầu vậy các nguồn tư liệu cổ được dùng để biên soạn các câu chuyện thời tộc trưởng không nhắc đến Yahweh, mà chỉ đề cập đến Ên Sa-đai, hay Ê-lô-him, hoặc các danh xưng Ên- khác. Điều này dường như cho thấy rằng người kể chuyện đã bảo toàn tính chính xác và chân thật thông tin từ nguồn tài liệu gốc. (Chúng ta sẽ quay lại ý này ở phần V bên dưới).

Thứ hai, khái niệm "giao ước" với những lời hứa đi kèm là trọng tâm của đức tin Áp-ra-ham. Dù dường như có nhiều điều về tôn giáo các tộc trưởng được tìm thấy trong các nền văn hóa Cận Đông cổ đại, việc dùng giao ước để giải thích mối quan hệ của Đức Chúa Trời với Áp-ram là điều có một không hai.[26]

Thứ ba, mối quan hệ giữa đức tin của Áp-ram và tôn giáo của người Ca-na-an là điều phức tạp. Mặt khác, không có nhắc đến Ba-anh hay sự thờ cúng khả năng sinh sản mang tính đa thần trong các câu chuyện thời tộc trưởng. Đây là sự khẳng định đáng lưu ý rằng những câu chuyện này là các ký thuật chân thật của Thời Đại Đồ Đồng Giữa, vì Ba-anh nổi lên vào nửa sau thiên niên kỷ thứ hai. Đôi khi trong Thời Đại Đồ Đồng Muộn, Ba-anh trở thành vị thần chính trong tất cả các vị thần của Sy-ri Pa-lét-tin như được minh họa trong các bản văn của Ugarit. En, vị thần sáng tạo rộng lượng của người Ca-na-an, trở nên ít quan trọng trong thần thoại của họ. Phần còn lại của Cựu Ước chứng thực cách hùng hồn về những cuộc chiến đấu của Y-sơ-ra-ên với sự thờ cúng Ba-anh. Và việc hoàn toàn không nhắc đến Ba-anh trong các ký thuật thời tộc trưởng để lộ nguồn gốc Thời Đại Đồ Đồng Giữa của chúng (ít ra là vậy).

Mặt khác, có nhiều điều trong đức tin của Áp-ram có vẻ được lấy từ tín ngưỡng của người Ca-na-an. Các tộc trưởng cảm thấy dễ chịu với danh

---

25. Có một vài ngoại lệ trong chu kỳ Áp-ra-ham, trong đó cả danh xưng dạng Ên- và Yahweh đều xuất hiện chung. Muốn biết khái quát thông tin này, xem Gordon J. Wenham, "The Religion of the Patriarchs," in *Essays on the Patriarchal Narratives*, ed. Alan R. Millard and Donald J. Wiseman (Winona Lake, Ind.: Eisenbrauns, 1983), 161–95.

26. John H. Walton, *Covenant: God's Purpose, God's Plan* (Grand Rapids: Zondervan, 1994), 13–14.

xưng Ên của người Ca-na-an dành cho Đức Chúa Trời và với việc dâng tế lễ trên bàn thờ tạm bằng đồ tự chế mà không có thầy tế lễ hay tiên tri. Và Áp-ram có thể tự do và công khai trò chuyện với những người Ca-na-an thờ phượng và tận hiến cho Ên như là Đức Chúa Trời Cha yêu thương, Đấng tạo dựng vũ trụ (Sáng 14:18–20).

Những đặc điểm này hoàn toàn khác với tôn giáo của người Y-sơ-ra-ên sau này, và chúng hậu thuẫn cho niên đại đầu thiên niên kỷ thứ hai của các sự kiện thời tộc trưởng và các truyền thống được sử dụng trong việc biên soạn Sáng Thế Ký.

Câu Hỏi Nghiên Cứu

1. Mô tả các thành phố cổ ở U-rơ và Cha-ran, nêu rõ vị trí của chúng trong thế giới cổ đại và tầm quan trọng của chúng trong các ký thuật thời tộc trưởng.

2. Hiểu biết của chúng ta về tình hình thế giới Thời Đại Đồ Đồng Giữa có đóng góp gì cho hiểu biết của chúng ta về câu chuyện Áp-ram?

3. Theo các sử gia, "Dân Miền Biển" bắt nguồn từ đâu? Tại sao ảnh hưởng của họ lại quan trọng? Con cháu họ có tên trong câu chuyện Kinh Thánh như thế nào?

4. Mô tả các quan điểm khác nhau của các học giả về những niên đại hợp lý cho cuộc đời Áp-ra-ham, đặc biệt lưu ý những yếu tố khiến nhiều học giả đặt ông vào Thời Đại Đồ Đồng Giữa II.

5. So sánh và đối chiếu tôn giáo của các tộc trưởng với tôn giáo của người Ca-na-an. Những yếu tố này đóng góp thế nào vào những thảo luận bàn về niên đại của các sự kiện trong các ký thuật thời tộc trưởng?

6. Giải thích thế nào tài liệu đối chiếu của Cận Đông cổ đại hỗ trợ việc đánh giá tính lịch sử của Áp-ra-ham.

Thuật Ngữ Chính

Thời Đại Đồ Đồng Sớm

Thời Đại Đồ Đồng Giữa

Thời Đại Đồ Đồng Muộn

Chữ hình nêm

Hệ thống chữ viết tượng hình

7. "Rồi Đức Chúa Trời Ban Cho Ông Giao Ước" (Công 7:8)

Sáng Thế Ký 15:1–17:27

Nhưng đối với lời hứa của Đức Chúa Trời, ông [Áp-ra-ham] không hề nao núng đức tin mà nghi ngờ thắc mắc, nhưng càng tin tưởng mãnh liệt hơn, và như thế đã đem vinh hiển về cho Đức Chúa Trời.

Phao-lô, Rô-ma 4:20 (ĐNB)

Đọc thêm: Rô-ma 4:1–25

Bố Cục

- Mên-chi-xê-đéc và Vua Sô-đôm (14:17–24)
- Xác Định Mối Liên Hệ Đặc Biệt của Áp-ram với Đức Chúa Trời (15)
  - "Ta là Cái Thuẫn cho Ngươi" (15:1–6)
  - "Ta là Đức Giê-hô-va" (15:7–21)
- A-ga và Ích-ma-ên (16)
- Các Dấu Hiệu của Giao Ước Đức Chúa Trời (17)

Mục Tiêu

Sau khi đọc xong chương này, bạn có thể:

1. Nhận diện những sự kiện chính và các khái niệm có liên quan về sự phát triển mối liên hệ giữa Đức Chúa Trời và Áp-ram.
2. Đối chiếu Mên-chi-xê-đéc với Vua Sô-đôm, bao gồm những trao đổi qua lại của họ với Áp-ram.
3. Định nghĩa khái niệm giao ước trong thế giới cổ đại, những lời hứa cụ thể Đức Chúa Trời đã hứa với Áp-ram, và ý nghĩa thần học của giao ước này.
4. Tóm tắt những nỗ lực của Áp-ram nhằm hiểu lời hứa của Đức Chúa Trời bằng cách chấp nhận Ê-li-ê-se ở Đa-mách và sau này lấy A-ga

> làm vợ bé. Đối chiếu những việc này với kế hoạch của Đức Chúa Trời trong việc hoàn thành những lời hứa này.
>
> 5. Mô tả sự phê chuẩn giao ước Đức Chúa Trời lập với Áp-ram, và những lời hứa Ngài thêm vào, cùng những điều kiện đòi hỏi nơi Áp-ram.
> 6. Tóm tắt ý nghĩa thần học về sự đổi tên của Áp-ram và Sa-ra.
> 7. Nêu ý nghĩa thần học của nghi lễ cắt bì.

Tất cả chúng ta đều hiểu cảm giác bất an là như thế nào. Ngay cả khi bạn bè và gia đình yêu thương chúng ta, cho chúng ta mọi lý do để cảm thấy an toàn, thì thỉnh thoảng chúng ta vẫn cảm giác cuộc sống sắp sửa đè bẹp chúng ta. Có thể về lý trí chúng ta biết mình an toàn và được bảo vệ, nhưng lại có cảm giác ngược lại. Tất cả chúng ta đều phải làm cho cân bằng giữa điều chúng ta biết là đúng với điều chúng ta cảm thấy, cân bằng giữa đức tin và cảm xúc.

Thử tưởng tượng sự bất an và bấp bênh mà có lẽ Áp-ram đã cảm nhận. Ông đã từ bỏ mọi thứ để theo Đức Chúa Trời đến một xứ không hề biết, chỉ với những lời hứa nâng đỡ ông. Chúng ta có thể nghĩ rằng Áp-ram cần biết thêm thông tin từ Đức Chúa Trời; mặc cả với Ngài như một điều kiện tiên quyết để vâng phục. Nhưng ngược lại, Sáng Thế Ký vẽ nên bức tranh trong đó mối quan hệ của Áp-ram với Đức Chúa Trời lại sâu sắc thêm. Khi họ ngày càng gần gũi nhau hơn, Đức Chúa Trời ban cho Áp-ram sự bảo đảm ngày càng hơn rằng Lời Ngài là chân thật và tất cả sẽ tốt đẹp cho vị tộc trưởng. Thay vì mặc cả với Đức Chúa Trời, Áp-ram ngày càng học biết tin cậy Ngài hơn.

Mên-chi-xê-đéc và Vua Sô-đôm (14:17–24)

Sau sự giải cứu Lót và các thành phố gần Biển Chết đầy kịch tính của Áp-ram (Sáng Thế Ký 14), rõ ràng có nhiều người biết ơn ông. Khi ông trở về, hai vua đã đón rước ông: Mên-chi-xê-đéc, vua và thầy tế lễ của Sa-lem (có lẽ là Giê-ru-sa-lem), và vị vua Sô-đôm không được nêu tên (có lẽ là Bê-ra trong 14:2). Đáp ứng của họ đối với Áp-ram là đối tượng nghiên cứu về sự tương phản. Một người thì độ lượng và khen ngợi; người kia thì đa nghi và gắt gỏng. Cuộc gặp gỡ giữa họ với Áp-ram tạo một nguy hiểm khác cho việc thực hiện lời hứa, và đưa ra cho Áp-ram một cám dỗ lớn hơn điều ông đã đối diện lâu nay.

Tên của Mên-chi-xê-đéc có nghĩa là "vua của tôi công bình",[1] và ông là một trong những nhân vật bí ẩn nhất trong Kinh Thánh. Trong quyển sách như Sáng Thế Ký, là sách rất quan tâm đến gia phổ, Mên-chi-xê-đéc đột nhiên xuất hiện trong khung cảnh mà không có một gia phổ nào được đề cập. Như tác giả của sách Hê-bơ-rơ trong Tân Ước có nói "không cha, không mẹ, không gia phổ, không có ngày đầu mới sanh, cũng không có ngày rốt qua đời, như vậy là giống Con Đức Chúa Trời, ông làm thầy tế lễ đời đời vô cùng" (7:3). Giống Chúa Giê-xu, Mên-chi-xê-đéc kết hợp chức tế lễ và vua trong thành phố Giê-ru-sa-lem (Thi 110:4). Tác giả Hê-bơ-rơ trình bày để giải thích vì sao chức tế lễ của Chúa Giê-xu thay thế cách hợp lý cho chức tế lễ Lê-vi cổ đại của Cựu Ước, vì Chúa Giê-xu thuộc chi phái Giu-đa chứ không thuộc chi phái tế lễ Lê-vi. Chức tế lễ Lê-vi đã được thực hành trước bởi Mên-chi-xê-đéc, một kiểu mẫu hoặc người dọn đường cho chức tế lễ của Chúa Giê-xu. Chức tế lễ dòng Lê-vi thực chất đã lỗi thời, mà bây giờ được thay thế bởi chức tế lễ tốt hơn của Đấng Christ.[2] Mên-chi-xê-đéc không nhất thiết là phần quan trọng của câu chuyện cứu chuộc, nhưng ông là sự báo trước thiên thượng về Con Đức Chúa Trời.

Mên-chi-xê-đéc chào đón Áp-ram bằng một bữa tiệc dành cho vua[3] và chúc phước cho ông. Với sự chúc phước này của ông, đây là lần đầu tiên lời hứa trong Sáng 12:1–3 được ứng nghiệm rõ ràng trong bản văn, vì ở đây một người đã chúc phước cho Áp-ram. Theo kế hoạch của Đức Chúa Trời, điều này có nghĩa là Mên-chi-xê-đéc sẽ nhận được phước lành của Đức Chúa Trời (12:3). Ngược lại, vua Sô-đôm dường như thô lỗ. Ông không cho Áp-ram gì và cộc lốc phản hồi: "Hãy giao người cho ta, còn của cải thì ngươi thâu lấy" (14:21). Là người chiến thắng trở về từ cuộc chiến, Áp-ram được quyền giữ mọi thứ: người, súc vật và của cải chiếm được. Có lẽ vua Sô-đôm sợ ông làm như vậy. Vì thế ông đưa ra một thỏa hiệp, mà không có sự hòa nhã thường thấy gắn liền với những cuộc trò chuyện thân thiện của vùng Cận Đông cổ đại.

---

1. Gordon J. Wenham, *Genesis 1–15*, Word Biblical Commentary 1 (Waco, Tex.: Word, 1987), 316.
2. Victor P. Hamilton, *The Book of Genesis: Chapters 1–17*, New International Commentary on the Old Testament (Grand Rapids: Eerdmans, 1990), 414–16, và xem Eugene H. Merrill, *Kingdom of Priests: A History of Old Testament Israel* (Grand Rapids: Baker, 1987), 263–65.
3. "Bánh và nước" là thức ăn mỗi ngày, còn Mên-chi-xê-đéc mời "bánh và rượu".

Đây là mối đe dọa lớn cho Áp-ram hơn cả những vị vua thù địch trước kia. Nhận của cải của vua Sô-đôm sẽ là một thỏa hiệp với lời kêu gọi của ông. "Bấu víu vào điều này thì tốt hơn là bấu víu vào chiến thắng vang dội nhất hoặc vào số phận của một vương quốc nào đó".[4] Sau khi dâng cho Mên-chi-xê-đéc một phần mười chiến lợi phẩm, Áp-ram trao phần còn lại cho vua Sô-đôm, ngoại trừ phần chia cho

Núi Sô-đôm (Ảnh: Bukvoed)

những người giúp đỡ ông trong cuộc chiến. Ông từ chối không nhận bất cứ thứ gì từ vua Sô-đôm, và động cơ của ông thật đáng chú ý: "Tôi giơ tay lên trước mặt Giê-hô-va Đức Chúa Trời Chí Cao, Chúa tể của trời và đất, mà thề rằng Tôi sẽ không lấy bất cứ thứ gì của vua" (14:22–23). Mên-chi-xê-đéc đã chúc tụng Đức Chúa Trời, và chúng ta có thể chắc rằng ông được Đức Chúa Trời ban phước. Nếu xem cách đối xử thô lỗ của Sô-đôm với Áp-ram như lời rủa sả, thì chúng ta có thể cho rằng ông sẽ bị báo trả tương tự (12:3). Đây không phải là lần cuối cùng chúng ta nghe về thành Sô-đôm.

Áp-ram có thể dễ dàng giải thích và bào chữa cho việc chấp nhận của cải của Sô-đôm. Nhưng ông đã rút kinh nghiệm từ sai lầm trước đó tại Ai Cập. Nhận lấy của cải từ những người cai trị ngoại bang có thể dẫn đến sự thỏa hiệp về đức tin (Sáng 12:16). Áp-ram đang học tập nhờ cậy hoàn toàn vào sự chu cấp của Đấng Tạo Hóa trời và đất cho tương lai mình.

Xác Định Mối Liên Hệ Đặc Biệt của Áp-ram với Đức Chúa Trời (15)

Không còn nghi ngờ gì, bây giờ bạn đã đến với một trong những chương quan trọng nhất của Kinh Thánh. Phần còn lại của Kinh Thánh xoay qua hai ý chính của Sáng Thế Ký 15: đức tin và giao ước. Sứ đồ Phao-lô nhìn thấy *đức tin* được xưng công bình của Áp-ram (Sáng 15:6) là vấn đề trọng tâm trong định nghĩa của ông về Cơ Đốc giáo (đọc Rô 4 và Ga 3:6). *Giao ước* được mô tả ở đây và trong Sáng Thế Ký 17 trở thành nền tảng cho giao ước Si-nai giữa Môi-se và dân tộc Y-sơ-ra-ên (Xuất 19–24). Hai điều

---

4. Derek Kidner, *Genesis: An Introduction and Commentary*, Tyndale Old Testament Commentary (Downers Grove: InterVarsity, 1967), 121.

này, *đức tin* và *giao ước*, là những lẽ thật liên kết Cựu Ước và Tân Ước với nhau, mô tả cách Đức Chúa Trời yêu thương và cứu chuộc trước nhất là Y-sơ-ra-ên, sau đó là Cơ Đốc nhân của hội thánh đầu tiên.

Bảng 7.1: Những Điểm Tương Đồng của Sáng Thế Ký 15

	Câu 1–6	Câu 7–21
• Đức Chúa Trời tự bày tỏ cho Áp-ram	"Hỡi Áp-ram, ngươi chớ sợ chi, ta đây là một cái thuẫn đỡ cho ngươi, phần thưởng của ngươi sẽ rất lớn" - câu 1	"Ta là Đức Giê-hô-va, Đấng đã dẫn ngươi ra khỏi U-rơ, thuộc về xứ Canh-đê, để ban cho ngươi xứ này làm sản nghiệp" - câu 7
• Áp-ram đặt câu hỏi chi tiết hơn về lời hứa	"Lạy Chúa Giê-hô-va, Chúa sẽ cho tôi chi. Tôi sẽ chết không con...." – câu 2	"Lạy Chúa Giê-hô-va, bởi cớ chi tôi biết rằng tôi sẽ được xứ này làm sản nghiệp"- câu 8
• Đức Chúa Trời đưa ra lời bảo đảm hơn nữa	Con cái đông như sao trên trời- câu 4–5	Lò lớn khói lên với ngọn lửa lòe ra - câu 9–21
	LỜI Đức Chúa Trời	GIAO ƯỚC của Đức Chúa Trời

Sáng Thế Ký 15 có hai phần song song với nhau: câu 1–6 và câu 7–21. Cả hai đều kể lại cuộc đối thoại giữa Đức Chúa Trời và Áp-ram. Những cuộc trò chuyện này tái xác nhận hai lời hứa của Đức Chúa Trời cho Áp-ram trong Sáng Thế Ký 12:1–3: con cháu và đất đai. Cả hai lần, Đức Chúa Trời đều khởi xướng cuộc đối thoại với lời nói mang ý cam đoan và an ủi Áp-ram. Sau đó, Áp-ram đặt câu hỏi để biết rõ hơn. Cuối cùng, Đức Chúa Trời trả lời chi tiết hơn về việc hoàn thành lời hứa.

Câu hỏi của Áp-ram không phải câu hỏi nghi ngờ hay bối rối. Ngược lại, ông muốn tin tưởng hơn rằng Đức Chúa Trời sẽ thực hiện lời hứa của Ngài. Đây cũng là điều tối thiểu mà bất kỳ người Xê-mít lang thang nào của thế giới cổ đại đều muốn tìm kiếm. Ở đây, chúng ta thấy một nỗ lực có thể chấp nhận được của đầy tớ Đức Chúa Trời là muốn tâm trí mình được bao bọc bởi Lời của Đức Chúa Trời nhằm hiểu cách trọn vẹn hơn và đi theo ý muốn Đức Chúa Trời cách trung tín hơn.

"Ta là Cái Thuẫn Của Ngươi" (15:1–6)

Phước lành của Mên-chi-xê-đéc trong đoạn trước đã được tuyên bố cách ngắn gọn "Đáng ngợi khen thay Đức Chúa Trời Chí Cao đã phó kẻ thù nghịch vào tay ngươi" (14:20). Bây giờ, Đức Chúa Trời phán với Áp-ram để khẳng định rằng chiến thắng quân sự ở Sáng Thế Ký 14 là nhờ mối quan hệ đặc biệt của ông với Đức Chúa Trời. Động từ "phó" trong Sáng 14:20 là lối chơi chữ Hê-bơ-rơ, vì nó phát âm rất giống từ "thuẫn" được dùng trong Sáng Thế Ký 15:[5] Nói cách khác, Đức Chúa Trời dùng hoàn cảnh lịch sử của Sáng Thế Ký 14 như một cơ hội để đưa Áp-ram đi xa hơn trong mối quan hệ của ông với Ngài (lưu ý "sau các việc đó" ở Sáng 15:1). Đức Chúa Trời đã bảo vệ và giải cứu Áp-ram trong cuộc chiến với các vua thù địch như thế nào, thì Ngài cũng sẽ là thuẫn đỡ cho ông trong tương lai thế ấy. Và vì Áp-ram đã từ chối các chiến lợi phẩm của cuộc chiến, nên Đức Chúa Trời bảo đảm rằng ông sẽ nhận được "phần thưởng lớn" (15:1).

Những lời bảo đảm đầy an ủi rằng Đức Chúa Trời sẽ bảo vệ và ban thưởng cho Áp-ram được đưa ra như những lý do để Áp-ram không phải lo sợ. Dường như Đức Chúa Trời biết nhu cầu của Áp-ram. Thật sự, Áp-ram lo sợ với lý do chính đáng. Ông vừa đánh bại các dân tộc thù địch, và thành bang gần ông nhất (Sô-đôm) dường như không đánh giá cao nỗ lực giải cứu của Áp-ram. Đức Chúa Trời đang đề cập đến nhu cầu về cảm xúc của Áp-ram bằng những lời bảo đảm hợp lý và đúng lúc. Chúng ta nhớ để cho lẽ thật của Đức Chúa Trời thấm nhuần tâm trí chúng ta khi cảm xúc đe dọa cuốn chúng ta đi.

Có lẽ nghe có vẻ mộ đạo hơn khi chỉ cám ơn Đức Chúa Trời về sự mặc khải mới này, với lời quả quyết về sự an toàn và bù đắp. Nhưng Áp-ram là người đang thực hiện sứ mạng. Ông không thể quên, cũng không muốn quên, lời hứa ban đầu rằng ông sẽ có một con trai. Ở tuổi ông, và với một người vợ son sẻ, dường như đó là điều bất khả thi.[6] Câu trả lời của ông trong câu 2–3 chân thành tìm biết thêm từ Đức Chúa Trời. Đây là lần đầu tiên Áp-ram thật sự gọi danh Đức Chúa Trời. Điều này bày tỏ nhu cầu sâu xa của ông. Đức Chúa Trời đã phó kẻ thù của Áp-ram vào tay ông, nhưng bây giờ Ngài có ban một con trai cho nhà Áp-ram không?.[7]

---

5. "Trao" trong 14:20 là *miggēn*, còn "thuẫn" trong 15:1 là *magēn*.
6. Ông đã bảy mươi lăm tuổi khi rời khỏi Cha-ran; còn Sa-rai sáu mươi lăm tuổi (Sáng 12:4).
7. Hamilton, *Genesis 1–17*, 420.

Áp-ram nhắc đến một Ê-li-ê-se ở Đa-mách trong câu 2. Có nhiều tranh luận giữa các học giả về mối quan hệ của Áp-ram với con người này và sự tương đồng khả dĩ của nó với tập tục của người Hurrian cổ.[8] Mặc dù các học giả không đồng ý, nhưng ở đây rất có khả năng là việc nhận con nuôi. Một người không con có thể nhận một người để người đó chăm sóc ông trong tuổi già. Người con nuôi sẽ chôn cất ông theo đúng nghi thức, và ngược lại người đó có thể mong đợi thừa hưởng tài sản khi người nhận nuôi mình qua đời. Đó là phương cách an sinh xã hội cho người già và là một thỏa thuận kinh doanh tiềm năng mang lại lợi ích cho con nuôi. Chúng ta không biết gì về Ê-li-ê-se này, nhưng có vẻ như Áp-ram cảm thấy đây là lựa chọn duy nhất của ông. Việc tên của Ê-li-ê-se được ghi lại nhấn mạnh ý này cách rõ ràng. Giờ đây, Áp-ram đã lớn tuổi mà những lời hứa của Đức Chúa Trời chưa được thực hiện. Đức Chúa Trời trì hoãn việc thực thi lời hứa của Ngài. Không con trai là một nan đề nghiêm trọng trong cuộc sống Áp-ram.

Câu trả lời tái cam đoan của Đức Chúa Trời vừa sinh động vừa gây kinh ngạc (Sáng 15:4–5). Ngài làm rõ lời hứa trước kia của mình bằng cách nói rằng Áp-ram không cần thiết phải nhận con nuôi. Ông sẽ có một con trai ruột, "con từ gan ruột ngươi ra". Nhưng rồi Đức Chúa Trời đi xa hơn mối quan tâm của Áp-ram về đứa con. Ngài bảo Áp-ram bước ra ngoài và nhìn các vì sao. Không chỉ Áp-ram sinh con trai, mà con cháu ông sẽ nhiều vô số như sao trên trời. Điều này khẳng định lời hứa trong Sáng 12:2 là khiến Áp-ram thành "một dân lớn". Sứ đồ Phao-lô giải thích rằng lời hứa được làm trọn trong vô số tín đồ Đấng Christ (Rô 9:7–8; Ga 3:6–9). Nếu bạn là một tín hữu, bạn là con của Áp-ra-ham!

Ở tuổi ông, chấp nhận lời phán như thế từ Đức Chúa Trời chắc chắn đòi hỏi đức tin vô cùng lớn. Nhưng Áp-ram đủ sức nhận lấy thách thức. Câu nói kinh điển của đức tin Áp-ram trong Sáng 15:6 cho thấy thể nào ông xem Lời Đức Chúa Trời là chân thật. Câu này có hai phần

15:6a–Áp-ram tin Đức Giê-hô-va

15:6b–và Ngài kể sự đó là công bình cho người

Tiếng Hê-bơ-rơ không có danh từ trừu tượng cho chữ 'đức tin', nhưng động từ trong câu 6a có nghĩa là 'tin vào', 'tin cậy' hay 'đặt lòng tin vào'. Hình thức cụ thể được dùng ở đây có thể mang ý nghĩa hành động liên

---

8. Những quan điểm cổ cho rằng những phong tục của riêng người Hurrian (từ thành cổ Nuzi) hoàn toàn tương tự với hoàn cảnh của Áp-ram hầu như hiện đã bị bác bỏ trên toàn thế giới. Nhưng những so sánh với các phong tục Cận Đông cổ đại nói chung vẫn còn thích hợp (Wenham, *Genesis 1–15*, 328–29).

tục hoặc lặp đi lặp lại, ngụ ý đức tin là đáp ứng thông thường của Áp-ram đối với lời Đức Chúa Trời. Đối tượng của đức tin Áp-ram là Đức Giê-hô-va, Yahweh, là tên giao ước thiêng liêng của Y-sơ-ra-ên dành cho Đức Chúa Trời.

Đây không chỉ là sự thừa nhận về lý trí rằng Lời Đức Chúa Trời là đúng. Bản chất của nó *là* như thế, và còn hơn thế nữa. Áp-ram cũng đang chấp nhận chương trình của Đức Chúa Trời, kế hoạch và khuôn mẫu của Ngài cho cuộc đời ông. Đây là sự từ bỏ để bước vào ý muốn của Đức Chúa Trời cho cuộc đời Áp-ram và từ bỏ những tham vọng và kế hoạch của chính ông.

Nửa sau của câu này là đáp ứng của Đức Chúa Trời trước đức tin của Áp-ram. Động từ "kể là" (lần này với chủ ngữ là Đức Chúa Trời) cũng có thể được hiểu là "xem là" hay "cho là", và có thể mang ý nghĩa gán cho cách hợp pháp: "Ngài kể sự đó là công bình cho người" (Bản New King James). Một số người dịch với ý nghĩa tuyên bố: "Chúa tuyên bố ông công bình vì đức tin của ông" (Bản New Living Translation). Từ "công bình" không phải ý tưởng trừu tượng mà con người không thể đạt tới. Ngược lại, như được minh họa trong cuộc đời Áp-ram, công bình là mối quan hệ đúng đắn với Đức Chúa Trời. Chỉ một mình Đức Chúa Trời xác định điều gì là đúng, điều gì là sai. Và chỉ mình Ngài biết điều gì là đúng cho chúng ta. Sống cho Ngài trong đức tin, chấp nhận ý muốn của Ngài cho chúng ta, là sống đời sống công bình. Một đời sống như thế có thể được mô tả là làm vui lòng Đức Chúa Trời, hoặc giống như Đức Chúa Trời. Công bình không phải tiêu chuẩn tuyệt đối, mà là mối quan hệ cá nhân đúng đắn với Ngài, là Đấng duy nhất công bình.[9]

Trong Sáng 15:6, Áp-ram được kể là người được Đức Chúa Trời rất vui lòng trong mắt Ngài. Vị tộc trưởng của Y-sơ-ra-ên đã khám phá rằng một con người hoàn toàn, được chấp nhận và công bình trước mặt Đức Chúa Trời có nghĩa là gì. Theo một nghĩa, đây là sự trở về vườn Ê-đen. Không phải con người có thể quay lại sự hoàn hảo của Vườn tiền A-đam, mà là Đức Chúa Trời có thể hài lòng về chúng ta và nhận chúng ta là của Ngài. Đức tin này là tin cậy tương lai Đức Chúa Trời dành cho chúng ta, ngay cả khi chúng ta sống trong hiện tại hay chết này. Đức tin kết quả trong sự công bình có nghĩa là "kết thúc mọi *'chủ nghĩa hay học thuyết'* (-ism) (không chỉ chủ nghĩa đạo đức, chủ nghĩa giáo điều, lòng mộ đạo, mà còn là thuyết hiện sinh, chủ nghĩa thực chứng, chủ nghĩa Mác, chủ nghĩa tư bản,

---

9. Vì thế, sự công chính trong Cựu Ước là một hành động hơn là một lý tưởng không thể đạt tới. Công chính là điều gì đó chúng ta thực hiện hơn là một chuẩn trừu tượng nào đó chúng ta đạt được.

chủ nghĩa nhân đạo), vì mỗi chủ nghĩa hay học thuyết là phương cách kiểm soát hiện tại. Sự công bình mới này có nghĩa là từ bỏ quyền kiểm soát hiện tại vì cớ một Khởi Đầu."[10]. Áp-ram trở nên một "tạo vật mới; mọi sự cũ đã qua đi, mọi sự đều trở nên mới" (2 Cô 5:17).

Nói về ảnh hưởng của Sáng 15:6 trên Tân Ước không bao giờ là dư thừa. Như chúng ta đã nói, định nghĩa đức tin của câu này đặc biệt quan trọng đối với lập luận của Phao-lô trong Rô-ma 4 và Ga-la-ti 2–4. Tương tự, Gia-cơ dùng câu này để cho thấy đức tin cứu rỗi thật luôn bày tỏ qua hành động (Gia 2:24).[11]

"Ta Là Đức Giê-hô-va" (15:7–21)

Như chúng ta đã nói, Sáng Thế Ký 15 có hai phần song song. Phần đầu (15:1–6) dạy chúng ta về đức tin cứu rỗi. Phần sau (15:7–21) giới thiệu khái niệm 'giao ước', một khái niệm thần học chính trong phần còn lại của Kinh Thánh. Phần đầu khẳng định lời hứa về con cháu, câu 7–21 khẳng định lời hứa về đất đai.

Phần này mở đầu rất giống với phần đầu. Đức Chúa Trời bày tỏ chính Ngài cho Áp-ram bằng những lời an ủi: "Ta là Đức Giê-hô-va, Đấng đã dẫn ngươi ra khỏi U-rơ thuộc về xứ Canh-đê, để ban cho ngươi xứ này làm sản nghiệp" (15:7). Điều này được phát biểu cách có chủ tâm theo cách nói mà sau này người Y-sơ-ra-ên sẽ nhận ra ngay. Thuật ngữ này là cách diễn đạt quen thuộc, thường được dùng để giới thiệu hoặc tóm tắt tầm quan trọng của giao ước Si-nai giữa Yahweh và dân Y-sơ-ra-ên: "Ta là Giê-hô-va Đức Chúa Trời các ngươi, Đấng đã đem các ngươi ra khỏi xứ Ê-díp-tô, đặng ban cho các ngươi xứ Ca-na-an..." (Lê 25:38; và xem thêm Xuất 20:2, Phục 5:6). "U-rơ thuộc xứ Canh-đê" được thay cho "Ai Cập". Do đó, giao ước giữa Áp-ram và Đức Chúa Trời hình bóng về sự cứu rỗi lớn của Yahweh cho Y-sơ-ra-ên trong cuộc xuất hành khỏi Ai Cập và giao ước tiếp theo tại Si-nai.

Đức Chúa Trời nhắc đến "U-rơ thuộc xứ Canh-đê" như là phương tiện để đặt giao ước hiện tại của Ngài với Áp-ram trên hành động giải cứu khỏi Mê-sô-bô-ta-mi trước kia (11.28-31. Và điều này làm hình bóng về giao ước Si-nai, là giao ước dựa trên hành động giải cứu trong quá khứ khỏi Ai Cập

---

10. Walter Brueggemann, *Genesis*, Interpretation (Atlanta: John Knox, 1982), 145–46

11. Muốn biết khái quát cách Tân Ước dùng câu này, xem Brueggemann, *Genesis*, 146–48.

của Đức Chúa Trời (Xuất 20:2).[12] Công thức cho thấy mối quan hệ giữa hai giao ước, giao ước với Áp-ra-ham và giao ước với Môi-se. Điều Đức Chúa Trời đã làm qua Môi-se tại Si-nai là một phần trong kế hoạch lớn hơn, một sự tiếp tục công việc của Ngài qua các tộc trưởng. Và tất cả những điều này là giải pháp của Đức Chúa Trời cho vấn đề tội lỗi đã quấy nhiễu công trình sáng tạo kể từ khi mất vườn Ê-đen.

Sinh tế trong nghi thức hiệp ước vùng Cận Đông Cổ Đại

Cận Đông cổ đại cung cấp một số ví dụ về nghi thức hiệp ước từ đầu thiên niên kỷ thứ hai TC, sử dụng thú vật bị giết. Những ví dụ này không hoàn toàn tương đồng với cách sử dụng con thú trong Sáng Thế Ký 15, nhưng chúng thêm bối cảnh sinh động cho nghi thức kỳ quặc này và xác nhận nguồn gốc ban đầu của ký thuật thời tộc trưởng.[13]

1. Đoạn trích từ bản văn của thành phố A-la-lakh miền bắc Sy-ri, có từ thế kỷ XVIII TC.

Abba-AN nói lời thề của các thần với Ya-rim-lim, rồi ông cắt cổ một con chiên (nói rằng): (Nguyện tôi bị rủa sả) nếu tôi lấy điều tôi đã cho anh.

RANE #22, trang 96–97

2. Một bản văn khác vào thế kỷ XVIII, lần này từ thành phố Ma-ri trên dòng sông Ơ-phơ-rát, mô tả một nghi thức hiệp ước liên quan đến thú vật bị giết.

Tôi đến Ash-lak-ka và họ đem cho tôi một con chó nhỏ và một con dê cái để ký kết giao ước (theo nghĩa đen là "giết một con lừa con") giữa người Ha-ne-an và xứ I-da-ma-ras. Nhưng chiều theo ý của chúa tôi, tôi đã không cho phép dùng con chó nhỏ và con dê cái, mà dùng một con lừa con, con của lừa cái con, giết đi rồi giảng hòa giữa người Ha-ne-an và xứ I-da-ma-ras.

---

12. Richard S. Hess, "The Slaughter of the Animals in Genesis 15: Genesis 15:8–21 and Its Ancient Near Eastern Context," in *He Swore an Oath: Biblical Themes from Genesis 12–50*, ed. Richard S. Hess, Philip E. Satterthwaite, and Gordon J. Wenham, 2nd ed. (Grand Rapids/Carlisle, England: Baker/Paternoster, 1994), 55–65.

13. John H. Sailhamer, *The Pentateuch as Narrative: A Biblical-Theological Commentary* (Grand Rapids: Zondervan, 1992), 152.

> Moshe Held "Philological Noteson the Mari Covenant Rituals," *BASOR* 200 (1970): 33; và xem *ANET* 482

Như trong phần đầu của Sáng Thế Ký 15, những lời an ủi của Đức Chúa Trời đã thúc đẩy Áp-ram đặt câu hỏi. Trong 15:2–3 Áp-ram hỏi về lời hứa ban con cháu, và trong 15:8 ông hỏi làm thế nào ông có thể chắc rằng sẽ hưởng được xứ (xem lại bảng II.7.1). Những câu hỏi của ông không có gì là nghi ngờ hay vô tín, nhất là khi phần đầu của chương đã nhấn mạnh đức tin gương mẫu của Áp-ram. Thay vào đó, ông thừa nhận cảm giác bất an và chỉ tìm kiếm sự xác nhận. Những cảm xúc như thế hoàn toàn tự nhiên, nhất là trong hoàn cảnh thật sự dễ gặp nguy hiểm như Áp-ram. Chúng ta nên theo gương Áp-ram, đừng ngại bày tỏ cảm xúc của mình với Đức Chúa Trời.

Đối với chúng ta, câu trả lời của Đức Chúa Trời dường như khó an ủi: "Hãy bắt đem cho ta một con bò cái ba tuổi, một con dê cái ba tuổi, một con chiên đực ba tuổi, một con cu rừng và một con bồ câu con" (15:9). Áp-ram có lẽ hiểu những lời chỉ dẫn thiên thượng chính là sự bắt đầu một nghi thức dâng sinh tế. Ông giết và mổ các con thú ra làm đôi, để mỗi bên một nửa đối nhau. Nhưng các loài chim thì ông không mổ làm hai. Tối hôm đó, Áp-ram ngủ mê. Đức Chúa Trời bày tỏ cho ông những chi tiết thích đáng về tương lai để bảo đảm với Áp-ram rằng Lời của Ngài là chân thật. Đức Chúa Trời cho Áp-ram biết vắn tắt về lịch sử của Y-sơ-ra-ên. Con cháu của Áp-ram sẽ bị làm nô lệ cho một dân tộc ngoại bang trong bốn trăm năm. Nhưng Đức Chúa Trời sẽ dùng phép lạ giải cứu con cháu ông. Sau bốn thế hệ, Ngài sẽ đem họ trở về Ca-na-an để nhận lấy xứ làm sản nghiệp (15:13–16).

Sau đó bản văn mô tả nghi lễ khác thường, trong đó một lò lửa đang bốc khói và một ngọn lửa cháy rực lòe ngang qua giữa các phần của các con sinh tế (15:17). Ý nghĩa của sự kiện kỳ quặc này là gì? Đôi khi Kinh Thánh mô tả các phong tục và tập quán đặc trưng của nền văn hóa cổ đại đó. Những tập quán như vậy có vẻ lạ, và có thể không phải lúc nào chúng ta cũng hiểu vì sao các nhân vật trong Kinh Thánh lại làm những điều như đã mô tả. Thỉnh thoảng, những phong tục này được soi sáng nhờ các phát hiện khảo cổ từ những nền văn hóa khác có liên hệ gần gũi với văn hóa của Y-sơ-ra-ên cổ đại. Nhưng có lúc chúng ta hoàn toàn không thể biết chắc ý nghĩa chính xác của những tập tục văn hóa nào đó. Điều đáng mừng là trong hầu hết các ký thuật trong Kinh Thánh, nhờ vào ngữ cảnh, chúng ta có thể biết ý nghĩa phong tục ngay cả khi chúng ta không thể biết hết các chi tiết trong hầu hết các trường hợp. Áp-ram rõ ràng hiểu điều ông phải làm với các con thú mà Đức Chúa Trời yêu cầu.

Sự kiện được mô tả ở đây là "giao ước" (tiếng Hê-bơ-rơ là *bĕrît*) trong câu tiếp theo. Thuật ngữ này trong Kinh Thánh mô tả mối quan hệ ràng buộc giữa hai đối tác là con người, hoặc giữa Đức Chúa Trời và con người. Khái niệm này có nền tảng pháp lý và mô tả một thỏa thuận giữa hai đối tác, mà về bản chất, chưa hề có thỏa thuận như thế. Những thỏa thuận như vậy có các nghĩa vụ ràng buộc cho cả hai bên. Đây là một khái niệm thần học phong phú trong Kinh Thánh, vì Đức Chúa Trời tự cam kết với mối quan hệ giao ước với con người, mà trong đó Ngài chấp nhận hết các bổn phận. Để hoàn toàn hiểu vai trò quan trọng của khái niệm này trong Kinh Thánh, bạn cần biết đây cũng là khái niệm nằm dưới từ liệu Anh ngữ "testament" trong tên gọi "Old Testament" (Cựu Ước) và "New Testament" (Tân Ước). Sứ điệp của Tân Ước thật sự là câu chuyện về giao ước mới của Chúa Giê-xu, có nguồn gốc lịch sử và thần học đâm rễ trong giao ước cũ của Y-sơ-ra-ên với Đức Chúa Trời.

Mặc dù một số người phủ nhận rằng Sáng Thế Ký đoạn 15 mô tả giao ước thật sự,[14] nhưng thỏa thuận có tính ràng buộc giữa Áp-ram và Đức Chúa Trời là giao ước đầu tiên trong một loạt những giao ước như thế trong Kinh Thánh. Đây là nền tảng mà giao ước giữa Đức Chúa Trời và dân Y-sơ-ra-ên được đặt trên đó (Xuất 2:24–25). Đây cũng là nền tảng của giao ước với Đa-vít, trong đó Đức Chúa Trời hứa cho Đa-vít một triều đại đời đời để cai trị từ Giê-ru-sa-lem (2 Sa 7), và một giao ước mới trong đó Đức Chúa Trời sai Con cháu Đa-vít đến để thiết lập vương quốc đời đời của Ngài (đọc Lu 1:31–33).

Mặc dù chúng ta có thể chắc chắn về hiểu biết tổng quát của giao ước giữa Đức Chúa Trời và Áp-ram, nhưng ý nghĩa chính xác của các chi tiết thì không. Một trường hợp tương tự thú vị trong Giê-rê-mi 34:18 có thể cho thấy cả hai bên ký kết thường đi qua giữa các miếng thịt và qua đó đặt lời rủa sả trên chính mình: "Những ai vi phạm giao ước của tôi mà không giữ những điều khoản của giao ước đã thực hiện trước mặt tôi, tôi sẽ khiến họ giống như con bê bị mổ làm hai và đi qua giữa các phần thịt của nó." Khi từng bên ký kết thỏa thuận đều đã đi qua các miếng của con sinh đã mổ, họ đang tự nguyền rủa hay ra lệnh rủa sả mình theo ý

---

14. Người ta có thể lập luận rằng thuật ngữ "giao ước" không được dùng theo kiểu quy ước trong chương này, và thật ra nó thật sự có nghĩa là "nghĩa vụ ràng buộc" hoặc "lời bảo đảm trang nghiêm" trong câu 18. Xem Claus Westermann, *Genesis 12–36*, trans. John J. Scullion, Continental Commentary (Minneapolis: Fortress, 1985), 229.

nghĩa tượng trưng. Về mặt hàm ý, họ đang thề nguyện "Nguyện tôi trở nên như những con thú bị giết nếu tôi vi phạm phần cam kết của mình trong thỏa thuận." Trong Sáng Thế Ký chương 15, chính Đức Chúa Trời sáng tạo, thánh khiết đã tự buộc mình vào Lời của Ngài, Đấng đã thề nguyện thực hiện lời hứa của Ngài cho Áp-ram dưới án phạt của sự chết. Vai trò của Đức Chúa Trời trong việc lập giao ước được nâng cao qua việc giao ước hoàn toàn mang tính đơn phương; Áp-ram hoàn toàn thụ động, rơi vào trạng thái hôn mê (15:12).

Mặc dù cách hiểu truyền thống về nghi lễ giao ước này có thể chấp nhận, nhưng người ta ngày càng nhận biết rằng giao ước của Sáng Thế Ký 15 có thể không bao gồm lời tự nguyện rủa. Việc giết các con thú có thể chỉ phê chuẩn giao ước thiêng liêng mà không phải là lời rủa sả tượng trưng.[15] Bản văn dường như đã bỏ qua lời rủa sả như thế để phù hợp với ý niệm giao ước, mà không đòi hỏi phải bao gồm khái niệm tự rủa sả từ thiên thượng. Đức Chúa Trời đã dùng lời thề u buồn và quan trọng nhất để cam kết với Áp-ram. Đức Chúa Trời đã không dè dặt cam kết vì tương lai của Áp-ram bất kể chi tiết của nghi lễ này là gì. Áp-ram có thể tin chắc vào lời hứa của Đức Chúa Trời. Ngài sẽ thực hiện.

Vì vậy, Sáng Thế Ký 15 đặt ra câu hỏi: thật ra, Áp-ram có *tin cậy* Đức Chúa Trời không? Nhưng nó cũng đặt ra câu hỏi ngược lại thật ra Đức Chúa Trời *có thể tin cậy được* không. "Chính đức tin cho phép [Áp-ram] tin cậy Đức Chúa Trời và đức tin khiến Ngài đáng được tin cậy. Còn niềm tin không vững vàng sẽ tự hỏi về sự chậm trễ. Vấn đề này được đưa ra ở đây. Phần còn lại của câu chuyện Áp-ra-ham khảo sát câu trả lời."[16]

A-ga và Ích-ma-ên (16)

Áp-ram và Sa-rai quyết định tự hành động. Thứ nhất, cháu của Áp-ram là Lót dường như là người hợp pháp để thừa kế gia sản của Áp-ram. Nhưng giờ đây ông không thể thừa kế vì đã rời khỏi gia đình và đến Sô-đôm. Sau đó, Áp-ram sắp xếp để nhận nuôi Ê-li-ê-se ở Đa-mách. Nhưng Đức Chúa Trời khẳng định rằng con cháu của chính Áp-ram, đứa con từ chính thân thể ông, sẽ tiếp nhận lời hứa thiên thượng. Rồi câu đầu tiên của Sáng Thế Ký 16 nhắc chúng ta về một thực tế phũ phàng: "Sa-rai... vẫn không sinh con".

---

15. Brueggemann, *Genesis*, 150.
16. John H. Walton, *Ancient Israelite Literature in Its Cultural Context: A Survey of Parallels between Biblical and Ancient Near Eastern Texts* (Grand Rapids: Zondervan, 1989), 54–55.

> ## Chế độ đa thê trong Kinh Thánh
>
> Chế độ đa thê, hay tập quán cùng lúc có nhiều hơn một người phối ngẫu, không phải là kế hoạch lý tưởng của Đức Chúa Trời cho hôn nhân ("đa thê" ám chỉ cụ thể đến việc có nhiều vợ). Kinh Thánh rõ ràng thừa nhận hôn nhân là sự hiệp nhất của một người đàn ông và một người đàn bà (Sáng 2:18,24). Trong Tân Ước, Chúa Giê-xu khẳng định hôn nhân một vợ một chồng là hình thức hôn nhân hợp pháp (Mat 19:4–6).
>
> Nhưng không có chỗ nào trong Kinh Thánh lên án cụ thể chế độ đa thê. Ngược lại, Kinh Thánh thường kể lại những hậu quả đáng thương của tập tục này. Người theo chế độ đa thê đầu tiên là Lê-méc, một người đàn ông nhẫn tâm (Sáng 4:19–24). Gia-cốp có hai vợ và hai nàng hầu. Chính qua cuộc hôn nhân nhiều vợ này mà Đức Chúa Trời ban phước cho gia đình tộc trưởng và bắt đầu thực hiện lời hứa của Ngài là cho con cháu Áp-ra-ham tăng lên. Nhưng gia đình cũng đầy dẫy sự thiên vị, lừa dối, ganh tỵ và phản bội (Sáng 25:28; 27:1–45; 35:22; 38:18–28, v.v...) Một số những vị vua tương lai của Y-sơ-ra-ên cũng có hơn một vợ, nhưng luôn luôn nhận lấy hậu quả tồi tệ: Đa-vít (2 Sa 3:2–5; 13:1–29; 15:1–18:33) và đặc biệt là Sa-lô-môn (1 Vua 11:1–4).
>
> Chế độ đa thê không phải là tiêu chuẩn giữa vòng láng giềng của Y-sơ-ra-ên vùng Cận Đông cổ đại, nhưng nó đã tồn tại như hiện có trong nhiều nền văn hóa, mà tại đó người phụ nữ không được đánh giá cao.[17] Nó không phổ biến giữa vòng người Y-sơ-ra-ên cổ đại. Đa thê là ngoại lệ chứ không phải thói quen. Giữa vòng Y-sơ-ra-ên, hễ nơi nào thực hành đa thê, có thể nói đó là sự thích nghi với các nền văn hóa xung quanh.
>
> Áp-ram và A-ga là trường hợp đặc biệt vì những tương đồng về văn hóa, và mối quan hệ của họ có thể không hoàn toàn được cho là tục đa thê. Tuy nhiên, nó cũng có những hậu quả tiêu cực (Sáng 16:4–16).

Khi đọc chương này, có thể bạn kinh ngạc trước gợi ý của Sa-rai. Bà đem nàng hầu người Ê-díp-tô của mình là A-ga đến cho Áp-ram làm vợ lẽ. Theo tập tục lâu đời ở vùng Cận Đông cổ đại, đứa con do A-ga sanh ra sẽ được kể là con của Sa-rai.[18] Điều này hoàn toàn có thể chấp nhận trong văn hóa thời đó. Và sau mười năm son sẻ (Áp-ram lúc đó tám mươi lăm, còn Sa-rai

---

17. Hamilton, *Genesis 1–17*, 430–37.
18. Fiorella Imparati, "Private Life among the Hittites," in *Civilizations of the Ancient Near East*, ed. Jack M. Sasson, 4 vols. (New York: Scribner, 1995), 1:573–74.

bảy mươi lăm tuổi), có vẻ chắc chắn rằng đây là mục đích của Đức Chúa Trời.

Nhưng câu chuyện Sáng Thế Ký 16 cho thấy rõ ràng đây là vấn đề con dân Đức Chúa Trời có những sắp xếp khác mà không theo chỉ dẫn của Ngài, tìm cách 'giúp Đức Chúa Trời' ra khỏi tình thế khó khăn. Chương này là sự lặp lại có chủ ý của Sáng Thế Ký 3 và tội lỗi của A-đam và Ê-va – Áp-ram 'nghe lời vợ', còn Sa-rai 'lấy và đưa cho chồng'.[19] Đây là sự lặp lại tội lỗi đầu tiên và sự trì hoãn rõ ràng kế hoạch cứu chuộc của Đức Chúa Trời. Nhưng Đức Chúa Trời có thể dùng chính những thất bại của con dân Ngài. Ngài thường kêu gọi chúng ta chờ đợi thời điểm của Ngài. Chúng ta thì chỉ làm cho mọi thứ phức tạp khi chúng ta thay thế Đức Chúa Trời và khởi sự trong khi Ngài không hề định cho chúng ta.

Đến cuối Sáng Thế Ký 16, qua A-ga, Áp-ram có một con trai, là Ích-ma-ên. Câu hỏi bây giờ là: "Ích-ma-ên có phải là con của lời hứa không?" Đức Chúa Trời chắc chắn có kế hoạch cụ thể cho con cháu Áp-ram (16:10–12). Có lẽ Áp-ram và Sa-rai đã đúng khi tự ý hành động. Câu hỏi được nhanh chóng trả lời trong Sáng Thế Ký 17, khi Đức Chúa Trời làm cho những lời hứa của Ngài với Áp-ram trở nên rõ nét hơn.

Dấu Hiệu Giao Ước của Đức Chúa Trời (17)

Trong Sáng Thế Ký 15, Đức Chúa Trời phê chuẩn giao ước với Áp-ram; trong Sáng Thế Ký 17, Ngài khẳng định và thiết lập giao ước. Chương này mở ra với một khuôn mẫu tương tự như hai phần trong Sáng Thế Ký 15. Đức Chúa Trời tự bày tỏ cho Áp-ram trong một lời khẳng định "Ta là" quan trọng khác, nhằm an ủi Áp-ram và kéo ông vào sự phụ thuộc mật thiết hơn nơi Đức Chúa Trời.

Sáng 15:1	"Ta là cái thuẫn đỡ cho ngươi, phần thưởng của ngươi rất lớn".
Sáng 15:7	"Ta là Đức Giê-hô-va, Đấng đã dẫn ngươi ra khỏi U-rơ thuộc xứ Canh-đê để ban cho ngươi xứ nầy làm sản nghiệp".
Sáng 17:1–2	"Ta là Đức Chúa Trời toàn năng... Ta sẽ lập giao ước cùng ngươi, làm cho dòng dõi ngươi thêm nhiều quá bội".

Sáng Thế Ký mô tả một Đức Chúa Trời yêu thương, mọi lúc mọi nơi luôn tìm cách bày tỏ bản tính thật của mình cho con người để mời gọi con người vào mối liên hệ sâu đậm hơn với Ngài. Trong từng trường hợp, việc tự mặc khải của Ngài trao cho Áp-ram cơ hội đến gần Đức Chúa Trời hơn.

---

19. Gordon J. Wenham, *Genesis 16–50*, Word Biblical Commentary 2 (Dallas: Word, 1994), 7–8, 12.

Lần này, Đức Chúa Trời cũng bộc lộ mong muốn sâu sắc nhất của Ngài cho Áp-ram: "hãy bước đi trước mặt Ta và sống thật trọn vẹn" (17:1, TTHĐ). Đây là lời kêu gọi Áp-ram sống đời sống đầu phục ý muốn Đức Chúa Trời cách dứt khoát. Có lẽ bạn thắc mắc Áp-ram còn phải từ bỏ điều gì nữa, sau khi ông đã bỏ mọi thứ để đi theo sự kêu gọi của Đức Chúa Trời (Sáng Thế Ký 12). Nhưng sự kiện trước đây với A-ga là lời cảnh báo tế nhị rằng Áp-ram vẫn còn nhiều điều phải học về sự phụ thuộc nơi Đức Chúa Trời.

Chương này bắt đầu với câu Áp-ram hiện đã chín mươi chín tuổi. Mười ba năm đã trôi qua kể từ khi Ích-ma-ên ra đời. Trong suốt những năm đó, chúng ta hẳn nghĩ rằng Áp-ram đã chấp nhận sự thật Sa-rai sẽ không có con và Ích-ma-ên là người thừa kế của lời hứa thiên thượng. Đức Chúa Trời bắt đầu tập trung vào lời hứa giao ước của Ngài (17:4–8). Áp-ram không chỉ sẽ có con; mà còn trở thành "cha của nhiều dân tộc", và các vua sẽ từ ông mà ra. "Cả xứ Ca-na-an" sẽ là "tài sản đời đời" cho con cháu ông.

Cho đến lúc này, đây là những lời tái xác nhận tuyệt vời về những lời hứa giao ước đã được nói trước đó. Nhưng Đức Chúa Trời cũng tuyên bố rằng Sa-rai, người vợ tám mươi chín tuổi của Áp-ram sẽ có con trai trong vòng một năm nữa (17:21). Bà sẽ trở thành mẹ của các dân tộc, và các vua của các dân sẽ từ nơi bà mà ra (17:16). Lời tuyên bố đáng kinh ngạc là quá sức với Áp-ram. Ông quỳ sấp mặt xuống đất và cười (17:17). Còn Ích-ma-ên thì sao? Đức Chúa Trời đồng ý rằng Ích-ma-ên sẽ được ban phước và trở thành một dân lớn (17:20), nhưng không phải là dân của lời hứa. Sa-rai và Áp-ram sẽ có em bé! Vì Áp-ram cười, nên ông được dặn phải đặt tên con trai là "Y-sác", nghĩa là "cười". Cả hai vợ chồng đều cười cách nghi ngờ khi được báo họ rằng sẽ có con trai (18:12).

Sáng Thế Ký 17 cũng khiến tên được thay đổi – Áp-ram thành Áp-ra-ham và Sa-rai thành Sa-ra. Tên "Áp-ram" có lẽ có nghĩa là "cha được tôn cao". Nhưng bây giờ tên của ông có nghĩa "cha của nhiều dân tộc" (17:5).[20] Từ đây trở đi, Kinh Thánh gọi ông là Áp-ra-ham. Tên của Sa-rai cũng được đổi thành Sa-ra, dù cả hai đều có nghĩa "công chúa". Tên mới của bà chỉ là cách phát âm khác của tên cũ.

Ở đây, chúng ta thấy một nguyên tắc quan trọng thường được lặp lại trong Kinh Thánh. Tên cá nhân trong bối cảnh hiện đại của chúng ta thường chỉ là những cái nhãn giúp nhận diện. Nhưng trong Kinh Thánh, tên riêng cho biết tính cách cá nhân của người đó. Đôi khi, chúng có thể tiết lộ số phận của người đó, ít ra là theo cách cha mẹ người đó nhận biết

---

20. Tên mới có thể chỉ là một biến thể về thổ ngữ của tên cũ. Xem Wenham, *Genesis 16–50*, 21; and Wenham, *Genesis 1–15*, 252.

khi người đó mới được sanh ra. Bất kỳ sự đổi tên nào trong cuộc sống cũng là sự kiện trọng yếu tượng trưng cho sự thay đổi trong tính cách của người đó, và trong trường hợp này là sự biến đổi số phận. Quan trọng hơn khi tên do chính Đức Chúa Trời thay đổi! Đây không chỉ là biểu hiện đầy hy vọng của người hãnh diện vì mới được làm cha/mẹ. Việc đổi tên bày tỏ dấu ấn của chính Đức Chúa Trời trên số phận tương lai của Áp-ra-ham và Sa-ra trong kế hoạch thiên thượng của Ngài. Bản chất về nhân cách của họ thay đổi, và vì vậy vai trò của họ trong lịch sử cũng thay đổi. Cơ Đốc nhân quen thuộc với Tân Ước sẽ nghĩ ngay đến trường hợp thay đổi từ Si-môn thành Phi-e-rơ và Sau-lơ thành Phao-lô (Mat 16:17–18 và Công 13:9). Những ai gặp Chúa sẽ không thể như cũ, và việc đổi tên là cách thức thích hợp tượng trưng cho sự biến đổi đó.

Ngoài đổi tên, Đức Chúa Trời cũng đánh dấu bước ngoặt này trong cuộc đời Áp-ra-ham bằng cách cho ông một dấu hiệu mới của giao ước - phép cắt bì. Việc cắt bì khá phổ biến trong thời cổ đại và được các nước láng giềng của Y-sơ-ra-ên áp dụng rộng rãi.[21] Ở chỗ khác trong Cựu Ước, những kẻ thù truyền thống của Y-sơ-ra-ên, người Phi-li-tin, được gọi cách mỉa mai là "những kẻ không chịu cắt bì", có lẽ ám chỉ người Phi-li-tin là ngoại lệ khi không cắt bì. Chúng ta có thể cho rằng hầu hết các dân tộc cổ đại đều cắt bì vì lý do vệ sinh và vì nó được xem là sự chấp nhận về mặt xã hội.

Nhưng cũng như hầu hết phương diện khác của Y-sơ-ra-ên cổ đại, Đức Chúa Trời biến phong tục xã hội này thành hành động có ý nghĩa tôn giáo. Thay vì thiết lập một lễ nghi hoàn toàn mới làm dấu hiệu của giao ước, Ngài điều chỉnh và biến đổi một phong tục cổ đại quen thuộc, ban cho nó một ý nghĩa mới. Nó sẽ mãi mãi được gắn liền với giao ước đời đời của Đức Chúa Trời và lời tuyên bố không thể thay đổi của Ngài trên cuộc đời Áp-ra-ham. Áp-ra-ham không còn thụ động trong giao ước với Đức Chúa Trời (như trong 15:12). Đây là một hành động đau đớn, tự thực hiện cho mình, được thực hiện nhằm đáp ứng với giao ước độc đáo của Đức Chúa Trời. Việc thực hiện phép cắt bì tượng trưng cho những lời hứa đời đời của Đức Chúa Trời của Y-sơ-ra-ên. Nó cũng thiết lập cách nhận diện mang tính tổ chức cho từng thành viên nam của cộng đồng giao ước.[22] Và đây là quyết định vĩnh viễn! Dấu hiệu không thể bị đảo lại, vì vậy không thể có chuyện quay lưng lại với giao ước của Đức Chúa Trời. Chỗ khác trong

---

21. Dù dường như không được thực hành ở Mê-sô-bô-ta-mi, nhưng phép cắt bì phổ biến giữa vòng hầu hết các dân tộc ở Cận Đông cổ đại. Wenham, Genesis 16–50, 23–24; và xem Nahum M. Sarna, *Understanding Genesis* (New York: Schocken, 1970 [1966]), 131–33.

22. Sarna, *Understanding Genesis*, 131–33.

Kinh Thánh triển khai khái niệm "phép cắt bì tấm lòng" (Phục 10:16; 30:6; Giê 4:4; Rô 2:28–29)61.[23] Lòng trung thành với giao ước không chỉ là việc tuân theo về thể xác, bao gồm những thái độ và ý định sâu kín nhất.

Sáng Thế Ký 17 rõ ràng là chương trọng tâm trong câu chuyện Áp-ra-ham. Nhiều đặc điểm văn chương của toàn bộ câu chuyện dường như hội tụ trong chương này.[24] Đức Giê-hô-va hiện ra với Áp-ram là 'Đức Chúa Trời toàn năng' (tiếng Hê-bơ-rơ là *El Shaddai*), một danh xưng nhấn mạnh quyền năng vô địch và sự thành tín của Đức Chúa Trời nhằm thực hiện lời hứa của Ngài. Danh xưng này sẽ đến lúc được xem là đặc biệt quan trọng đối với các tộc trưởng (Xuất 6:3). Các tên mới của Áp-ra-ham và Sa-ra tạo nên điểm mấu chốt trong câu chuyện. Tất cả những phương diện quan trọng của cuộc đời Áp-ra-ham đan kết trong năm thứ chín mươi chín của cuộc đời ông, khi Sa-ra mang thai Y-sác. Sau biến cố A-ga và Ích-ma-ên (Sáng Thế Ký 16) và mười ba năm dài trôi qua, người ta có thể thắc mắc liệu những lời hứa của Đức Chúa Trời có thay đổi không. Có lẽ sau chừng ấy thời gian, giao ước không còn nguyên vẹn. Nhưng Đức Chúa Trời cam đoan với Áp-ra-ham rằng Ngài vẫn đang hành động và những lời hứa giao ước vẫn chắc chắn.

Câu Hỏi Nghiên Cứu

1. Mô tả cách Mên-chi-xê-đéc và vua Sô-đôm đối xử với Áp-ram. Chúng ta có thể phỏng đoán gì về từng người dưới ánh sáng của Sáng 12:3?

2. Các sự kiện lịch sử của chương 14 chuẩn bị cho cuộc gặp gỡ giữa Áp-ram và Đức Chúa Trời trong chương 15 như thế nào?

3. Giải thích ý nghĩa lẫn tầm quan trọng của Sáng 15:6.

4. Giao ước của Đức Chúa Trời với Áp-ram làm hình bóng về giao ước tại Si-nai ở phương diện nào?

5. Định nghĩa "giao ước", và giải thích tính chất nổi bật của giao ước trong Sáng Thế Ký 15.

6. Câu chuyện về cách đối xử của Áp-ram với A-ga tiêu biểu cho việc "lặp lại chuyện A-đam và Ê-va" như thế nào?

---

23. Xem bài giảng tuyệt vời của John Wesley tựa đề "Phép Cắt Bì của Tấm Lòng," *The Works of John Wesley*, third ed., 14 vols. (Grand Rapids: Baker, 1991 [1872]), 5:202–12.

24. Gary A. Rendsburg, *The Redaction of Genesis* (Winona Lake, Ind.: Eisenbrauns, 1986), 46–47.

7. Là tín hữu thời hiện đại, chúng ta có thể học được gì về đức tin và giao ước từ câu chuyện của Áp-ra-ham?

8. Đứng trên Lời Hứa của Đức Chúa Trời

Sáng Thế Ký 18:1–25:18

Đức tin chắc chắn nói với chúng ta điều giác quan không nói được, nhưng không trái ngược với điều giác quan thấy; nó cao hơn giác quan, chứ không ngược với giác quan.

Blaise Pascal, triết học và khoa học gia người Pháp (1623–62).[1]

Đọc thêm: Công 7:2–8, Hê 11:11–19

Bố Cục

- Con của Lời Hứa và Người Cháu Ngỗ Ngược (18–19)
  - Áp-ra-ham và Sa-ra Tiếp Đãi Khách (18)
  - Sô-đôm và Gô-mô-rơ (19)
- Áp-ra-ham và A-bi-mê-léc (20)
- Con của Lời Hứa- Cuối Cùng Đã Ra Đời?! (21:1–21)
- Thỏa Thuận với A-bi-mê-léc (21:22–34)
- Thử Nghiệm Lớn Nhất của Áp-ra-ham (22)
- Các Vấn Đề trong Gia Đình (23:1–25:18)
  - Sa-ra Qua Đời (23)
  - Người Vợ Thích Hợp Cho Y-sác (24)
  - Áp-ra-ham Qua Đời (25:1–18)

Mục Tiêu

Sau khi đọc xong chương này, bạn có thể:

1. Mô tả những trao đổi qua lại giữa Áp-ra-ham, Sa-ra và ba vị khách trong Sáng Thế Ký 18, nêu bật lời hứa của Đức Chúa Trời về con

---

[1]. *Pensées*, trans. A. J. Krailsheimer (London: Penguin, 1995), number 185.

cháu, kế hoạch hủy diệt Sô-đôm, và sự mặc cả nhằm giải cứu Sô-đôm.

2. Tóm tắt đặc điểm cá tính và hoạt động của Lót trong Sáng Thế Ký 19, đối chiếu sự thỏa hiệp của ông trước môi trường xung quanh với lòng trung thành của Áp-ra-ham.

3. Trình bày ý nghĩa của lời nói nửa sự thật của Áp-ra-ham với A-bi-mê-léc, dẫn đến lời rủa sả, và kết quả lời cầu nguyện của Áp-ra-ham.

4. Mô tả những sự kiện quanh sự ra đời của Y-sác và thỏa thuận giữa Áp-ra-ham và A-bi-mê-léc trong Sáng Thế Ký 21

5. Phân tích các yếu tố văn chương, văn hóa và thần học trong mạng lệnh dâng Y-sác của Đức Chúa Trời, đáp ứng của Áp-ra-ham, và sự thay thế của Đức Chúa Trời vào phút cuối.

6. Liệt kê các sự kiện liên quan đến việc mua đồng ruộng và hang đá để chôn Sa-ra, và mối liên hệ trong việc giao thương với lời hứa của Đức Chúa Trời.

7. Nhận biết những lý do Áp-ra-ham sai đầy tớ đi tìm vợ cho Y-sác, những sự kiện xung quanh chuyến đi tìm, và ý nghĩa của những sự kiện này.

Câu trích dẫn mở đầu của một triết gia Cơ Đốc nhắc chúng ta rằng có những lúc chúng ta phải sống dựa vào đức tin nơi Đức Chúa Trời, và đức tin không nhất thiết phải ngược với hoàn cảnh sống. Thay vào đó, mối quan hệ của chúng ta với Đức Chúa Trời cho chúng ta cái nhìn khác về cuộc sống và thế giới. Chúng ta quyết định và hành động dựa trên niềm xác tín của đức tin chúng ta, và đôi khi điều này có nghĩa là chúng ta hành động mà không có sự bảo đảm về một điều chắc chắn rõ ràng (Hê 11:1).

Như chúng ta đã thấy, Áp-ra-ham trở thành gương mẫu hàng đầu của loại đức tin này đối với các tác giả Tân Ước. Phần đầu của Sáng Thế Ký dành nhiều thời gian cho việc mô tả loại đức tin này là thành phần chính trong mối quan hệ giao ước của Áp-ra-ham với Đức Chúa Trời như thế nào. Bây giờ chúng ta sẽ thấy thế nào đức tin của Áp-ra-ham thể hiện trong những việc thường ngày của cuộc sống, và trong một số việc không thường xảy ra.

Trong những phần cuối trong các tình tiết trong cuộc đời Áp-ra-ham, chúng ta bắt đầu thấy sự phát triển dần dà về lòng tin kính cá nhân của ông. Khi ông tăng trưởng trong sự hiểu biết Đức Chúa Trời và bản tánh Ngài, ông cũng trưởng thành trong mối quan hệ cá nhân với Đức Chúa Trời; ông học biết đứng trên lời hứa của Đức Chúa Trời có nghĩa là gì. Tân ước cũng dạy rằng có sự tăng trưởng tương xứng giữa hiểu biết trong trí và sự thánh khiết trong lòng (Gia 1:2–5). Áp-ra-ham đã minh họa bản chất của đức tin cứu rỗi, thì ông cũng minh họa cho chúng ta tiến trình tăng trưởng Cơ Đốc.

Con của Lời Hứa và Người Cháu Ngỗ Ngược (18–19)

Trong hai chương quan trọng này, chúng ta đọc về sự báo trước việc Y-sác ra đời và cuối cùng loại bỏ Lót khỏi người thừa kế khả dĩ.

Áp-ra-ham và Sa-ra Tiếp Đãi Khách (18)

Với tên giao ước mới và tái lập lời hứa về mối quan hệ của họ với Đức Chúa Trời (Sáng Thế Ký 17), Áp-ra-ham và Sa-ra ắt hẳn cảm thấy sẵn sàng cho bất cứ điều gì trong cuộc sống. Nhưng họ không thể lường trước điều sắp xảy ra. Sự kiện được mô tả trong Sáng Thế Ký 18 là một trong những sự kiện đáng chú ý nhất trong Kinh Thánh.

Áp-ra-ham và Sa-ra đã định cư gần Hếp-rôn, sống trong trại giữa các cây sồi Mam-rê (18:1). Một ngày kia, có ba vị khách đến nhà họ, và Áp-ra-ham đã tiếp họ cách long trọng theo phong tục vùng Cận Đông cổ đại. Ông không đứng chờ ở cửa, nhưng chạy ra gặp họ. Sấp mình xuống đất, ông có nhã ý rửa chân cho họ và mời họ nghỉ ngơi. Ông cũng mời họ chút bánh, nhưng hóa thành một bữa tiệc (18:2–8). Trong thế giới cổ đại, danh tiếng của một người thường được quyết định qua khả năng tiếp đãi khách ấn tượng như thế. Lòng tốt kiểu này cũng phù hợp cho các Cơ Đốc nhân thời hiện đại, là những người có thể tiếp đãi thiên sứ mà không biết (Hê 13:2).

Nhân thân của những vị khách này rất rõ ràng ngay từ câu mở đầu: "Đức Giê-hô-va hiện ra cùng Áp-ra-ham gần cây sồi của Mam-rê..." Câu tiếp theo mô tả cách những vị khách xuất hiện trước Áp-ra-ham trong hình dạng "ba người". Nhưng khi câu chuyện tiếp tục, rõ ràng là những người này không phải người bình thường. Trong cuộc nói chuyện sau bữa ăn, một trong những vị khách dường như biết hết mọi việc; có vẻ như ông biết những điều không người nào có thể biết. Thứ nhất là khi ông ta hỏi Áp-ra-ham "Sa-ra, vợ ngươi ở đâu?" (18:9). Nhưng sau đó ông tuyên bố trong vòng một năm, Sa-ra sẽ sinh một con trai (18:10). Đang núp sau cửa trại, Sa-ra nghe lỏm lời báo trước, bà cười thầm (12:12). Nhưng vị khách biết Sa-ra cười, và biết cả điều bà nghĩ thầm trong đầu (18:13).

Nhân thân của một trong những vị khách này là "Đức Giê-hô-va" trong câu 1 dần dà được khẳng định theo diễn tiến câu chuyện. Lúc đầu, cả ba người dường như đang nói chuyện với Áp-ra-ham (18:9). Sau đó một trong số họ đưa ra lời tiên đoán đầy ngạc nhiên rằng Sa-ra sẽ có một con trai (18:10).[2] Sau đó, bản văn nói rõ rằng đó là "Đức Giê-hô-va", hay Yahweh, Đấng phán với Áp-ra-ham (18:13), điều mà vị tộc trưởng bắt đầu từ từ nhận ra, rõ ràng trong lời thỉnh cầu của ông trong câu 16–33 (nhất là 18:25b). Trong 19:1, hai vị khách được gọi là "sứ giả" hay "thiên sứ". Điều này có nghĩa là Áp-ra-ham và Sa-ra được vinh dự tiếp đón chính Yahweh cùng với hai sứ giả của Ngài trong nhà mình! Đây là một trong những lần hiển hiện như con người nhất của Đức Chúa Trời trong Kinh Thánh. Còn bữa ăn Ngài ăn chung với Áp-ra-ham minh họa cho loại tình bằng hữu mật thiết và riêng tư trong thế giới cổ đại. Thật vậy, Áp-ra-ham trở thành 'bạn của Đức Chúa Trời' (Gia 2:23; và xem Ê-sai 41:8).

Bài học về sự cầu nguyện

Cuộc đối thoại nổi tiếng giữa Đức Chúa Trời và Áp-ra-ham trong Sáng Thế Ký chương 18 minh họa một nguyên tắc chung của nếp sống Cơ Đốc: trưởng thành nghĩa là quan tâm đến người khác. Khi một người trưởng thành trong mối quan hệ với Đức Chúa Trời, người đó tự nhiên học biết cầu thay cho nhu cầu của người khác. Điều này thật sự là kết quả đức tin của Áp-ra-ham. Sự cầu thay của Áp-ra-ham có bốn yếu tố rõ ràng.

1. Ý định từ thiên thượng (18:16–19). Yahweh cân nhắc có nên giấu đầy tớ Ngài là Áp-ra-ham về kế hoạch của Ngài không. Ngài kết luận rằng chắc chắn Ngài sẽ tiết lộ cho Áp-ra-ham điều Ngài định làm vì Ngài biết ông (bản NIV dịch là "chọn ông"), và muốn ông học biết điều gì là đúng (18:19). Quyết định như thế, Yahweh bày tỏ kế hoạch của Ngài cho Áp-ra-ham (18:20–21).

2. Sự do dự từ thiên thượng (18:22). Câu này có một đặc điểm hiếm thấy và khó hiểu của bản văn Hê-bơ-rơ. Trong toàn bộ Cựu Ước, mười tám lần người sao chép Do Thái cổ đại đã sửa đổi bản văn có vẻ không tôn kính, có tính thờ hình tượng, hoặc không thích hợp (được gọi là *tiqqûnê sōfĕrîm*, xem ghi chú 5 bên dưới). Có lẽ ban đầu câu 18 là "Yahweh cứ đứng trước mặt Áp-ra-ham". Nếu vậy, cách đọc này làm nổi bật ý Đức Chúa Trời do dự để cho Áp-ra-ham cơ hội cầu thay cho Sô-đôm.

---

2. "Rồi Đức Giê-hô-va phán" hơi tối nghĩa trong bản NIV, là câu không có trong tiếng Hê-bơ-rơ.

> 3. Lời cầu thay của người đầy tớ (18:23–33). Trong lời cầu nguyện có tính thăm dò nhưng táo bạo của Áp-ra-ham, ông đặt lời cầu xin của mình dựa trên bản tánh của Đức Chúa Trời (18:25). Áp-ra-ham cũng kiên trì với sự quan tâm của mình, đó chính là điểm khiến ông phải giảm dần điều kiện cầu xin sự thương xót: năm mươi người công bình, bốn mươi lăm, bốn mươi, v.v…
>
> 4. Đáp ứng từ thiên thượng (19:29). Lót và hai con gái của ông là những người duy nhất thật sự được cứu, và họ là những người tham gia miễn cưỡng. Yahweh đã nhậm lời cầu nguyện hết lòng và can đảm của Áp-ra-ham, cho dù phần lớn lời cầu xin đó là lời cầu xin không thỏa đáng.
>
> Mặc dù Áp-ra-ham là người cầu nguyện, nhưng chính Đức Chúa Trời là Đấng khởi xướng lời cầu xin đó, thậm chí thúc giục và huấn luyện đầy tớ nhút nhát của mình trong sự cầu nguyện. Có vẻ hoàn toàn rõ ràng rằng cầu thay là kế hoạch và mong ước của Đức Chúa Trời. Đây là bước hợp lý tiếp theo trong sự phát triển tâm linh của Áp-ra-ham, và là điều Đức Chúa Trời rất muốn ông làm.
>
> Ngoài ra, cùng một khuôn mẫu về sự mặc khải và do dự thiên thượng, theo sau là lời cầu nguyện và đáp ứng, được lặp lại ở chỗ khác trong Kinh Thánh. Những bước cầu thay hiệu quả này được bày tỏ qua Môi-se (Xuất 32:7–14 và Dân 14:11–20), A-mốt (A-mốt 7:1–9), và Đa-ni-ên (Đa 9:2–21) và trong số nhiều người khác. Tất cả những ví dụ cầu thay này dường như có nhiều nét giống nhau nào đó. Chúng là kết quả của những người đầy tớ trưởng thành của Đức Chúa Trời bước đi bước kế tiếp trong kế hoạch của Ngài cho họ. Khi tín hữu trưởng thành trong đức tin, họ thấy mình tự nhiên hướng đến nhu cầu của người khác thay vì luôn luôn cầu xin Chúa cho "nhu cầu" của chính mình (mà thường chỉ là ước muốn). Lời cầu nguyện như thế cũng được thúc đẩy bởi con người. Mối quan tâm của Áp-ra-ham dành cho Lót thúc đẩy ông cầu nguyện. Ông can đảm với Đức Chúa Trời vì lòng thương xót và tình yêu của ông dành cho cháu mình.

Mục đích của chuyến viếng thăm của Đức Chúa Trời là kéo Sa-ra vào quyền sở hữu hoàn toàn lời hứa giao ước. Trong chương trước, Đức Chúa Trời đã đúng, Sa-ra đã sanh đứa con của lời hứa (17:16,19,21). Trước đó, phản ứng của Áp-ra-ham là cười (17:17), giống phản ứng của Sa-ra ở đây. Để nhắc lại tiếng cười của họ, cặp cha mẹ mới đầy tự hào đặt tên con là Y-sác, nghĩa là 'cười'.

Chúng ta không biết Áp-ra-ham có cho Sa-ra biết Đức Chúa Trời định cho bà một đứa con trai sau chừng ấy năm không. Nếu không, phản ứng của bà trước tin này chắc chắn không có gì khó hiểu. Nhưng cho dù Áp-ra-ham có báo trước, thì bà cũng khó có thể ép mình tin rằng sau nhiều năm son sẻ, và đã qua thời kỳ sinh sản lâu rồi, bây giờ ở tuổi chín mươi, Đức Chúa Trời lại cho bà thụ thai và làm mẹ (18:11–15). Tiếng cười và sự nghi ngờ của bà không phải là sự ngoan cố chống nghịch ý muốn Chúa, mà là tiếng cười của sự tuyệt vọng và nhiều năm thất vọng.[3] Trong bối cảnh của thời kỳ tộc trưởng, chín mươi không phải là già nua đến tuyệt vọng. Nhưng điều này xảy ra sau nhiều năm mong mỏi có con, và bây giờ bản văn nói rõ Sa-ra đã qua thời mãn kinh (18:11). Theo cách nói của con người, lời tuyên bố của các vị khách là bất khả thi.

Nhưng phản ứng của Sa-ra cũng làm nảy sinh một trong những câu nói ấn tượng trong Kinh Thánh: "Có điều gì quá khó cho Đức Giê-hô-va không?" (18:14, TTHĐ).[4] Thay vì khiển trách Sa-ra vì sự vô tín, Yahweh nhẹ nhàng nhắc nhở bà rằng Đấng biết tên bà và nghe những tư tưởng sâu kín của bà có thể làm cho điều này thành hiện thực. Những năm dài thất vọng và đau buồn của bà sắp kết thúc, vì không có điều gì quá khó đối với Đức Chúa Trời. Đã đến lúc bà nhận lấy vai trò của mình trong lời hứa giao ước, và chuẩn bị mình để trở thành "mẹ của các dân tộc" (17:16).

Ký thuật nổi tiếng về lời cầu xin của Áp-ra-ham cho người công bình trong thành Sô-đôm (18:16–33) cho thấy mối quan hệ của vị tộc trưởng với Đức Chúa Trời đã có một phương diện mới - quan tâm đến người khác hơn bản thân. Cuộc đối thoại trước đó giữa Áp-ra-ham và Đức Chúa Trời (Sáng Thế Ký 12,15,17) liên quan đến tất cả những lời hứa giao ước, và liên quan đến nhu cầu cần lời bảo đảm rằng những lời hứa là chân thật và không thể bãi bỏ.

Khi ba người rời khỏi nhà Áp-ra-ham, họ "nhìn về hướng Sô-đôm", với giọng điệu đáng ngại, gợi ý điều sắp xảy đến. Yahweh cân nhắc, dường như nói lớn với hai người kia, có nên tiết lộ với Áp-ra-ham và kể cho ông kế hoạch của Ngài không. Áp-ra-ham chắc chắn sẽ trở thành một dân lớn và mạnh sức. Nhưng Đức Chúa Trời quyết định nói cho Áp-ra-ham ý định của Ngài, chủ yếu là vì Ngài đã "chọn ông" (hay đơn giản là "biết ông", 18:19). Yahweh thông báo ngắn gọn cho đầy tớ của mình là Ngài muốn quyết định xem Sô-đôm có nên bị hủy diệt vì sự gian ác quá mức của nó không.

---

3. Gordon J. Wenham, *Genesis 16–50*, Word Biblical Commentary 2 (Dallas: Word, 1994), 48.

4. Câu hỏi tu từ này được Giê-rê-mi dùng trong cuộc trò chuyện của ông về quyền tể trị tối cao của Đức Chúa Trời (32:17,27) và một lần khác trong Xa-cha-ri 8:6.

Hai sứ giả bắt đầu từ trên đồi gần Hếp-rôn đi xuống thành Sô-đôm. Áp-ra-ham và Yahweh vẫn còn ở trên đường nhìn ra đồng bằng Biển Chết có thành Sô-đôm bên dưới. Có lý do hợp lý để cho rằng 18:22b có một sự thay đổi cố tình hiếm có trong bản văn. Bản văn hiện hành nói: "Áp-ra-ham vẫn đứng chầu trước mặt Đức Giê-hô-va". Nhưng có bằng chứng cho thấy rằng những người sao chép Do Thái lúc ban đầu đã cố tình thay đổi, bản văn nguyên thủy là "Đức Giê-hô-va vẫn đứng trước mặt Áp-ra-ham".[5] Dường như không thích hợp khi Đức Giê-hô-va Tối Cao lại kiên nhẫn đứng chờ trước đầy tớ của mình. Cho dù là trường hợp nào, cụm từ đó cũng vẽ nên một bức tranh đáng chú ý. Cho dù Yahweh chờ để Áp-ra-ham nói, hoặc Ngài chờ trong khi Áp-ra-ham nói, thì phân đoạn cũng mô tả một Đức Chúa Trời kiên nhẫn, thậm chí khát khao, chờ đợi đầy tớ mình đi giải cứu những nạn nhân khả dĩ của cuộc khủng hoảng. Ký thuật dạy chúng ta cách nhìn của Đức Chúa Trời về sự cầu thay cũng nhiều như dạy về bản chất của chính lời cầu xin.

Một khi Áp-ra-ham được bảo đảm rằng Đức Chúa Trời không tiêu diệt Sô-đôm nếu có năm mươi người công bình sống ở đó, thì ông lý luận rằng một Đức Chúa Trời công bình cũng sẽ thương xót bốn mươi lăm, bốn mươi, ba mươi, hai mươi và cuối cùng là mười người công bình. Dĩ nhiên, Áp-ra-ham không hoàn toàn hành động vì mười con người vô danh, mà cho chính gia đình của mình. Lót và gia đình trực tiếp của Lót đang gặp nguy, và Áp-ra-ham là người duy nhất có thể giúp đỡ. Mục đích của việc mặc cả thiếu dứt khoát của Áp-ra-ham không phải vì Đức Chúa Trời cần chúng ta dỗ dành và cãi lẫy với Ngài. Ngược lại, đây là sự can đảm thăm dò tâm trí và tấm lòng của Đức Chúa Trời. Đây là lĩnh vực mới đối với Áp-ra-ham. Ông biết ý định của Đức Chúa Trời là hủy diệt thành, nhưng ông không biết chắc giới hạn của lòng thương xót của Ngài. Vì cớ Lót, ông sẵn sàng tìm hiểu.

Cuối cùng, Yahweh nhậm lời cầu xin của ông, dù không chính xác như điều ông xin. Đức Chúa Trời đã hủy diệt thành phố, mặc dù không có mười người công bình. Tuy nhiên, Đức Chúa Trời nhớ đến Áp-ra-ham và giải cứu Lót (19:29). Một Đức Chúa Trời công bình và trọn vẹn đã đáp lời theo tinh thần cầu xin thiếu tự tin và bất toàn của đầy tớ Ngài. Áp-ra-ham chưa trở thành nguồn phước cho "mọi dân tộc trên đất" (Sáng 12:3), nhưng sự kiện này báo trước và làm hình bóng cho thực tế đó.

---

5. Đây là một trong chỉ mười tám lỗi về sao chép bản văn cổ (*tiqqûnê sōpĕrîm*), được thực hiện vì nhiều lý do.

Sô-đôm và Gô-mô-rơ (19)

Những sự kiện diễn ra ban đêm ở chương 19 mô tả một sự tương phản không thể nhầm lẫn với những sự kiện của chương trước, xảy ra vào buổi trưa nắng.[6] Các chi tiết của cuộc gặp này thật buồn bã và bất hảo, trong khi những cuộc gặp khác thì thân mật và đầy hứa hẹn. Chương trước đạt đến đỉnh điểm trong sự quan tâm mẫu mực của Áp-ra-ham đối với người khác. Chương này kết thúc với hình ảnh Lót nhục nhã phạm tội loạn luân với con gái mình trong trạng thái say xỉn (19:30–38).

Khi đọc Sáng Thế Ký 19, bạn nên xem lại mâu thuẫn giữa Áp-ra-ham và Lót trong Sáng Thế Ký 13. Khi họ quyết định chia rẽ, Lót chọn sống gần thành phố gian ác: "Lót ở trong thành của đồng bằng và dời trại mình đến Sô-đôm" (19:12). Lòng tham và lạc thú đã thôi thúc ông, và đó là quyết định sẽ dẫn ông đến chỗ hối tiếc.

Khi các sứ giả của Đức Giê-hô-va đến hủy diệt thành phố, đột nhiên Lót thấy mình ở trong tình huống không thể chịu nổi. Ông chào đón và tiếp đãi những vị khách theo yêu cầu của văn hóa và theo như Áp-ra-ham đã làm trong chương 18. Ông không thể để cho những vị khách này qua đêm ở quảng trường công cộng (19:2–3). Lót hẳn biết rằng họ cần được bảo vệ trước những con người bại hoại của Sô-đôm. Ông có thừa lịch sự để cố gắng can thiệp vì cớ họ. Mỉa mai thay, ông nhận ra rằng những vị khách này phải can thiệp vì cớ ông.

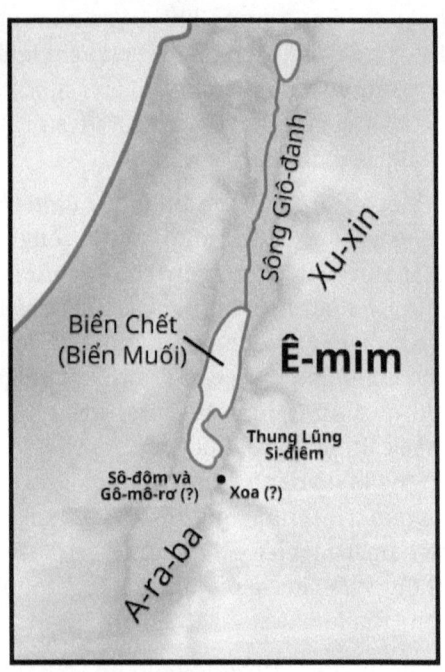

Vị trí của Sô-đôm và Gô-mô-rơ. Nhiều người cho rằng Sô-đôm và Gô-mô-rơ nằm phía dưới vị trí mà ngày nay là đầu phía nam của Biển Chết

---

6. Derek Kidner, *Genesis: An Introduction and Commentary*, Tyndale Old Testament Commentary (Downers Grove: InterVarsity, 1967), 131.

Tuy nhiên, khi bạn đọc câu chuyện của chương 19, có lẽ bạn nhận ra Lót có vẻ miễn cưỡng và gần như bối rối như thế nào. Khi những người nam của Sô-đôm đe dọa cưỡng hiếp hai vị khách, Lót nộp cho họ hai cô con gái đồng trinh của mình để thay thế (19:4–8). Có lẽ Lót hy vọng vị hôn phu của hai cô gái sẽ đến cứu họ, hoặc những kẻ tấn công đồng tính sẽ không quan tâm đến con gái ông. Chúng ta có thể lý luận rằng Lót đang thực hiện trách nhiệm cố gắng bảo vệ những vị khách quan trọng của mình bằng mọi giá. Nhưng việc ông nộp hai con gái có lẽ cũng phản ánh tập quán xấu xa của môi trường tội lỗi xung quanh đã ảnh hưởng đến Lót nhiều thế nào.

Trong những năm đó, Lót và gia đình đã bị mê hoặc bởi thú vui nhục dục và hiển nhiên là bởi sự giàu có và danh tiếng ông có được tại Sô-đôm. Thay vì đem ảnh hưởng đến văn hóa của Sô-đôm, chính Lót đã bị môi trường xung quanh nhào nặn. Ông là người công bình thừa hưởng di sản thánh, nhưng là người sống ngày này qua ngày khác giữa những "đời sống dơ dáy" vô luật pháp, và là người "mỗi ngày nghe thấy việc trái phép của họ, bèn cảm biết đau xót trong lòng công bình mình" (2 Phi 2:7–8). Những năm tháng thỏa hiệp đã khiến Lót dao động. Khi được bảo phải chạy để cứu mạng sống, ông do dự (19:16). Rời bỏ cuộc sống trêu ngươi gần Sô-đôm trở nên quá khó cho ông. Vì vậy Cơ Đốc nhân thời hiện đại phải cảnh giác trước những ảnh hưởng tinh vi và hấp dẫn của môi trường sống không tín ngưỡng.

Tội của Sô-đôm là gì?

Từ lâu người ta cho rằng tội của Sô-đôm là đồng tính luyến ái. Sáng 19:5 chỉ nói rằng những người nam ở Sô-đôm yêu cầu "Dẫn họ ra đây hầu cho chúng ta được biết." Hầu hết các bản dịch đều thừa nhận bản chất tình dục trong câu nói này: "Dẫn họ ra đây để chúng tôi ăn nằm với họ" (Bản New Living Translation, NIV và NKJV). Từ Anh ngữ "sodomy" minh họa một sự thừa nhận từ lâu rằng tội này là đồng tính luyến ái.

Dưới áp lực của nhóm ủng hộ đồng tính luyến ái, một số học giả hiện đại biện luận tội của Sô-đôm được mô tả trong Sáng Thế Ký 18–19 không phải là đồng tính luyến ái. Ngược lại, họ lập luận tội của Sô-đôm là gây rối xã hội chung chung để chống lại Đức Chúa Trời, hoặc tội lạm dụng sự công bằng.[7] Nhưng lời khẳng định này xác thực đến mức nào?

---

7. Walter Brueggemann, *Genesis*, Interpretation (Atlanta: John Knox, 1982), 164.

Sáng Thế Ký trước đó đã lưu ý tình trạng tội lỗi khác thường của Sô-đôm: "Dân Sô-đôm rất gian ác và phạm tội nghiêm trọng với Đức Giê-hô-va" (Sáng 13:13, TTHĐ). Nhưng cụ thể bản chất của tội đó là gì mà chính Đức Chúa Trời nói là "vô cùng gian ác" và Lót, với nhiều khiếm khuyết, cũng nhận biết là "điều ác" (18:20 và 19:7 theo thứ tự)?

Từ vựng Hê-bơ-rơ "biết" (*yāda*) trong câu "hầu cho chúng ta biết họ" (19:5) mang nhiều ý nghĩa, và đúng là từ này chỉ được dùng trong một số ít trường hợp để chỉ quan hệ tình dục. Tuy nhiên, ngữ cảnh là đặc điểm quan trọng nhất để xác định ý nghĩa của một từ được dùng trong một bối cảnh cụ thể. Từ "biết" rõ ràng có ngụ ý về tình dục ở chỗ khác trong Sáng Thế Ký (Sáng 4:1,17,25; 24:16) và dường như đó là ý nghĩa thích hợp nhất ở đây dựa trên phản ứng từ Lót. Nếu không thì việc nộp hai con gái đồng trinh "chưa từng ngủ với người nam nào" (19:8, theo nghĩa đen "chưa từng biết người nam nào") không có ý nghĩa gì. Việc dùng từ "biết" với ý nghĩa rõ ràng về tình dục chỉ sau đó ba câu dường như giải quyết vấn đề.

Thậm chí chúng ta có sự kiện tương tự trong sách Các Quan Xét. Trong Các Quan Xét 19, một người Lê-vi đến Ghi-bê-a thuộc thành Bên-gia-min, viếng thăm và ở đêm tại đó. Một người dân trong thành mời ông đến nhà mình nghỉ, rửa chân cho ông, cho lừa của ông ăn, rồi họ cùng dùng bữa với nhau. Tối hôm đó, những người nam gian ác trong thành bao vây nhà, đấm cửa đòi dẫn vị khách ra ngoài để họ được "biết" (19:22). Tương tự, yêu cầu ghê tởm được đáp ứng bằng việc giao nộp người con gái đồng trinh thế chỗ cho vị khách nam.

Điều dường như hoàn toàn rõ ràng trong cả hai ngữ cảnh này là đồng tính luyến ái là bản chất của lời yêu cầu. Giu-đe câu 7 sẽ xua tan bất kỳ sự nghi ngờ nào về cách hiểu này: "Lại như thành Sô-đôm và Gô-mô-rơ cùng các thành lân cận, cũng buông theo sự dâm dục và sắc lạ, thì đã chịu hình phạt bằng lửa đời đời, làm gương để trước mặt chúng ta."

Đồng tính luyến ái bị lên án thẳng thừng trong Kinh Thánh (Lê 18:22, 20:13; Rô 1:26–27). Các dân tộc láng giềng của Y-sơ-ra-ên dường như xem đây chỉ là sự kỳ quặc, điều đó khiến cho sự lên án của Cựu Ước càng đáng chú ý hơn. Nhưng cụ thể hơn, điều được đưa ra trong Sáng Thế Ký 19 và Quan Xét 19 là hiếp dâm đồng tính tập thể, điều mà ngay cả láng giềng của Y-sơ-ra-ên cũng mạnh mẽ lên án là tồi tệ.[8] Các học giả đương đại bác bỏ cách hiểu này là những người bị ảnh hưởng nhiều bởi áp lực văn hóa

---

8. Wenham, *Genesis 16–50*, 55, 63.

đương thời hơn là bởi sự kiện của ngữ cảnh trước mắt của Sáng Thế Ký 19.

Lót được giải cứu khỏi đám cháy lớn, nhưng đó là bởi lòng trung thành của Áp-ra-ham (19:29). Khi vợ Lót không vâng lời nhìn lại, bà bị mắc kẹt và bị bao trùm bởi những mảnh vụn kim loại chảy ra từ vụ nổ và hóa thành "tượng muối" (19:17,26). Hành động của bà biểu lộ mong ước giữ lấy sự sống, và vì thế bà đã đánh mất nó (đọc Lu 17:32–33).

Truyện kể này vừa minh họa lòng thương xót quá lớn lao của Đức Chúa Trời (trong việc giải cứu một người không xứng đáng và miễn cưỡng như Lót) và cơn giận của Ngài đối với tội lỗi (trong việc hủy diệt thành). Nó cũng dạy chúng ta xem xét các mối quan hệ của mình. Lót là cháu của một người công bình và có đức tin đặc biệt. Bác của ông trở thành phương tiện mà qua đó Đức Chúa Trời ban sự cứu rỗi cho toàn thế giới. Tuy nhiên, vì kết giao với nền văn hóa tội lỗi và bị uốn nắn bởi văn hóa đó, thay vì bởi mối quan hệ với Đức Chúa Trời, Lót đóng vai trò kém vinh quang hơn nhiều trong kế hoạch của Đức Chúa Trời.

Thật vậy, ký thuật kết thúc bằng một sự kiện đáng khinh. Lót đã nài xin sống trong một thành phố nhỏ hơn ở vùng đồng bằng, tức Xoa, thay vì bị trục xuất lên vùng đồi núi (19:18–22). Nhưng sau thảm họa khủng khiếp, Lót khiếp sợ. Ông định cư trên vùng núi, sống trong hang với hai cô con gái (19:30–38). Sợ hãi và tuyệt vọng, hai cô con gái bắt đầu lưu truyền dòng giống cho chính cha mình. Sau khi làm cho cha say, họ bởi cha mình thụ thai vào các đêm liên tiếp. Phần đáng khinh tiếp theo của chuyện kể ở chương 19 này hợp với mục đích của thuyết nguyên nhân khi giải thích nguồn gốc kẻ thù tương lai của Y-sơ-ra-ên, dân Mô-áp và Am-môn (về thuyết nguyên nhân, xem chương 2, ghi chú 16 ở phần trước). Nhưng nó cũng minh họa kết quả cuối cùng của xu hướng thỏa hiệp của Lót với văn hóa xung quanh. Đáng buồn là ông và gia đình ông đã bị ảnh hưởng bởi môi trường sống đầy nhục dục và bốc đồng. Lót đã học điều mà nhiều Cơ Đốc nhân xác thịt ngày nay cần phải nhớ: giao du quá mật thiết với bạn bè không tin có thể dẫn đến hậu quả thảm khốc.

Áp-ra-ham và A-bi-mê-léc (20)

Sau sự tàn phá Sô-đôm, Áp-ra-ham lại đi về hướng nam. Có lẽ những thay đổi lớn trong vùng Hếp-rôn buộc ông phải đi tìm nước (như cuộc cãi vả về giếng nước cho biết rõ điều này, 21:22–24). Dường như gia đình ông cư ngụ tại Ghê-ra, trong khi ông đang ở miền nam giữa Ca-đe và Su-rơ (xem Ghê-ra trên bản đồ II.6.2 phần trước).[9] Vì sợ hãi, một lần nữa Áp-ra-ham lại tuyên bố Sa-ra là em gái, nên A-bi-mê-léc, vua của Ghê-ra, lấy bà làm vợ (20:2).

Lời hứa của Đức Chúa Trời lại bị đưa vào thế nguy hiểm, lần này bị đem đổi để có được an toàn cá nhân. Điều này càng gây nản lòng thêm, nó xảy ra như đã xảy ra ngay sau lời bảo đảm rằng Sa-ra sắp sửa mang thai đứa bé của lời hứa được mong đợi đã lâu (17:16; 18:10). Áp-ra-ham đã là một vị thánh dũng cảm khi cầu thay cho Sô-đôm, thành phố gian ác. Nhưng bây giờ trước vị vua tin kính của "một dân tộc công bình" (20:4, Bản NIV dịch là "dân tộc vô tội"), Áp-ra-ham dường như không thể tin cậy Đức Chúa Trời. Vì sợ hãi, ông đã mạo nhận Sa-ra là em gái để bảo đảm an toàn trong xứ ngoại bang.

Dù có cố gắng hết sức, cũng khó để hiểu vì sao Áp-ra-ham có thể phạm cùng một lỗi đến hai lần. Sa-ra đúng là em gái cùng cha khác mẹ với ông (20:12), và trong chuyến đi Ai Cập trước đó, ông đã giấu toàn bộ sự thật để lừa dối Pha-ra-ôn (12:10–20). Lúc đó, thảm họa được xoay hướng trong gang tấc nhờ sự can thiệp của Đức Chúa Trời. Ngài giải cứu Áp-ra-ham khỏi nguy hiểm do chính ông tạo ra (xem chương 5, Áp-ram ở Ai Cập).

Làm sao Áp-ra-ham có thể lại sụp bẫy một lần nữa? Những hoàn cảnh của việc ông cư ngụ gần Ghê-ra cũng tương tự với hoàn cảnh khi ở Ai Cập. Ông đang ở sát bên vị vua hùng mạnh. Trong cả hai trường hợp, Áp-ra-ham sợ rằng vua sẽ giết ông để được vợ ông. Ông đã nói dối để bảo vệ bản thân, thay vì tin cậy Đức Chúa Trời. Như thế, đời sống của Áp-ra-ham dạy chúng ta rằng đức tin nơi Đức Chúa Trời thường không xua đuổi cám dỗ ngay tức thì. Có thể có những cám dỗ đem đến khó khăn đặc biệt cho tân tín hữu. Trong trường hợp này, hành động tội lỗi trở thành khuôn mẫu tội lỗi, và Áp-ra-ham, vị anh hùng đức tin của chúng ta, dường như có vấn đề với sự thật.

Tuy nhiên, Sáng Thế Ký chương 20 cũng nhấn mạnh cho dù ông có lỗi, nhưng lời cầu nguyện của Áp-ra-ham lại hiệu nghiệm. Gia đình của A-bi-mê-léc và các đầy tớ đều son sẻ bởi vì Sa-ra (20:18). Trong giấc mơ, Đức Chúa Trời cho A-bi-mê-léc biết rằng vị anh hùng của chúng ta là "một đấng tiên tri" và lời cầu nguyện của ông sẽ đem lại sự sống cho vua (20:7).

---

9. Vì Ghê-ra không "ở giữa Ca-đe và Su-rơ" (20:1), nên người ta thường cho rằng tác giả nhầm lẫn về địa lý. Nhưng có vẻ hoàn toàn hợp lý rằng Ghê-ra là căn cứ trại của ông khi Áp-ra-ham di chuyển về hướng nam của xứ (Victor P. Hamilton, *The Book of Genesis: Chapters 18–50*, New International Commentary on the Old Testament [Grand Rapids: Eerdmans, 1995], 59).

Mặc dù không xứng đáng, nhưng Áp-ra-ham vẫn là phương tiện để qua đó Đức Chúa Trời ban sự sống và phước lành cho các dân tộc (12:3). Ông cầu nguyện cho vị vua ngoại bang, cho vợ ông, và tất cả những phụ nữ trong nhà vua, và Đức Chúa Trời ban cho tất cả họ đều có con (20:17). Trớ trêu thay, Đức Chúa Trời lại chưa cho vợ của Áp-ra-ham có con.

Con của Lời Hứa - Cuối Cùng Cũng Ra Đời! (21:1–21)

Tình trạng chờ đợi bắt đầu từ Sáng Thế Ký chương 12, khi Đức Chúa Trời lần đầu tiên hứa ban con cháu cho Áp-ra-ham. Nếu bạn có thể tưởng tượng chưa bao giờ đọc câu chuyện này hoặc chưa biết kết quả, thì bạn cũng có thể hình dung ảnh hưởng của sự mạnh dần trong lời văn, khi những thắc mắc chưa được giải đáp. Vậy, Đức Chúa Trời sẽ làm nên một dân tộc từ Áp-ra-ham. Nhưng qua ai: Lót, Ê-li-ê-se, Ích-ma-ên? Và giao ước này sẽ ra sao nếu Áp-ra-ham bị Pha-ra-ôn Ai Cập hay vua Ca-na-an giết, hoặc nếu Sa-ra thành vợ của người đàn ông khác? Mặc dù Áp-ra-ham đã đạt đến tầm cao thuộc linh mới trong mối quan hệ giao ước với Đức Chúa Trời và học biết cầu thay cho người khác, nhưng ông có bao giờ thôi không lừa dối láng giềng và học tin cậy hoàn toàn vào lời hứa của Đức Chúa Trời không?

Sự chờ đợi cuối cùng được giải quyết ở Sáng Thế Ký 21, khi Sa-ra sanh Y-sác. Nhưng không phải nhờ Áp-ra-ham hay Sa-ra. Ngược lại, *Yahweh* "nhân từ" với Sa-ra, y như "Ngài đã phán", và Ngài đã làm cho bà "điều Ngài đã hứa" (21:1). Sa-ra sinh Y-sác "đúng kỳ *Đức Chúa Trời* đã định" (21:2). Cũng vậy, cha mẹ tự hào đặt tên cho con trẻ là "Y-sác" ("cười"), một lần nữa xác nhận ý muốn của Đức Chúa Trời được hoàn thành (17:19). Sự ra đời này tôn cao sự thành tín của Đức Chúa Trời, chứ không phải thành quả của Áp-ra-ham. Điều này có lẽ rõ ràng khi bản văn nhắc chúng ta rằng Áp-ra-ham đã một trăm tuổi khi sinh Y-sác (21:5).

Tên của Y-sác là lời nhắc về phản ứng hoài nghi của cha mẹ ông khi Yahweh báo trước sự ra đời của ông (18:12). Nhưng bây giờ, vừa tuyệt vời vừa huyền nhiệm, tên của ông không còn gợi lên lòng vô tín nữa, mà là vui mừng và ngạc nhiên. Câu nói của Sa-ra vang lên: "mọi người nghe được sẽ vui cười với tôi" và "Ai dám nói với Áp-ra-ham rằng Sa-ra sẽ cho con bú ư? Vì tôi đã sanh một con trai trong lúc người già yếu" (21:6–7).

Đáng tiếc là lý do vui mừng của người này là nguyên nhân oán giận của người kia. Tại buổi tiệc mừng Y-sác cai sữa (khoảng ba năm sau), mẹ cậu thấy cậu bị Ích-ma-ên chế giễu. Ích-ma-ên lúc ấy khoảng độ mười mấy tuổi.[10] Trong Sáng Thế Ký 21:8–21 chúng ta đọc thấy câu chuyện gay go về yêu cầu của Sa-ra là đuổi A-ga và Ích-ma-ên đi. Dù đây là điều khó cho Áp-ra-ham, nhưng Đức Chúa Trời bảo đảm với ông rằng Ngài cũng ban phước cho Ích-ma-ên và khiến cho chàng trở thành tổ tiên của một dân lớn (so sánh 17:20, và trang 154 ở chương 7). Tuy vậy, Y-sác là con trai của lời hứa được chọn: "từ chính Y-sác sẽ sanh ra dòng dõi lưu danh ngươi" (21:12, đọc thêm Ga 4:21–31).

Thỏa Thuận với A-bi-mê-léc (21:22–34)

Áp-ra-ham tiếp tục sống ở miền nam gần Ghê-ra, và A-bi-mê-léc, vua Phi-li-tin yêu cầu có một hiệp ước lâu dài với ông.[11] Sự tôn trọng của vị vua hùng mạnh đối với Áp-ra-ham chứng tỏ rằng lời hứa của Đức Chúa Trời đang từ từ trở thành hiện thực. Áp-ra-ham trở thành một người đáng kính trong vùng. Dù ông không sở hữu xứ (ông tiếp tục sống trong xứ của người Phi-li-tin "một thời gian dài", 21:34), nhưng nhà vua tin vào phước lành của Đức Chúa Trời ban cho Áp-ra-ham, và vị tộc trưởng có một tương lai bảo đảm. A-bi-mê-léc mong muốn bảo vệ tương lai của chính mình bằng cách liên minh với tộc trưởng Y-sơ-ra-ên (21:23).

Áp-ra-ham nắm lấy cơ hội để làm rõ cuộc tranh cãi về cái giếng quan trọng mà các đầy tớ của A-bi-mê-léc đã chiếm lấy. Trong một hiệp ước bình đẳng điển hình tại Cận Đông cổ đại, giếng nước trở thành tài sản vĩnh viễn của Áp-ra-ham, đổi lại Áp-ra-ham mất bảy con chiên. Sau nhiều lần tái xuất hiện của "lời thề" và "bảy" (những từ ngữ có cùng gốc Hê-bơ-rơ *šbʿ*), chúng ta không ngạc nhiên khi biết nơi đó được gọi là Bê-e Sê-ba, 'giếng thề nguyện' hay 'giếng bảy'. Cuối cùng, Áp-ra-ham "bây giờ có ít nhất một giếng nước mà ông có thể gọi là của mình trong xứ Ca-na-an."[12]

---

10. Từ "chế giễu" nghĩa đen là "đang cười", một cách chơi chữ theo tên của Y-sác. Chúng ta không biết tính chính xác của lời chế giễu của Ích-ma-ên.

11. Dân trong vùng này còn được gọi là "người Phi-li-tin" trong Sáng Thế Ký 26. Người Phi-li-tin được biết đến nhiều trong Thời Đại Đồ Sắt không đến vùng Sy-ri Pa-lét-tin cho đến khoảng năm 1200 TC (xem Quan Xét và 1-2 Sa-mu-ên). Người Phi-li-tin thuộc Thời Đại Đồ Đồng Giữa của thời kỳ tộc trưởng có lẽ cũng là những người mới đến từ Aegean, và do đó, từ này có vẻ hoàn toàn thích hợp đối với tác giả Sáng Thế Ký. Xem Bảng 9.1 chương sau.

12. Gerhard von Rad, *Genesis: A Commentary*, trans. John H. Marks, rev. ed., Old Testament Library (Philadelphia, Westminster, 1972), 238.

Thử Nghiệm Lớn của Áp-ra-ham (22)

Với Sáng Thế Ký chương 22, bạn đã lên đến đỉnh của chuyện kể về Áp-ra-ham, về mặt văn chương lẫn thần học. Đặc tính văn chương của câu chuyện này được mọi người biết đến, được gọi là "câu chuyện được sắp xếp và trau chuốt cách hoàn hảo nhất trong tất cả các câu chuyện về tộc trưởng".[13] Ý nghĩa thần học sâu sắc của câu chuyện đã làm lay động độc giả Do Thái và Cơ Đốc hàng ngàn năm qua. Nếu không nhờ lời báo trước mở đầu của người kể chuyện ("Sau các việc đó, Đức Chúa Trời thử nghiệm Áp-ra-ham", 22:1, TTHĐ), thì độc giả sẽ bị bỏ mặc không có manh mối về kết quả.

Lời hứa về một đứa con là nhu cầu chi phối tất cả và là diễn tiến của câu chuyện Áp-ra-ham. Hy vọng có một con trai rõ ràng là lời hứa trọng tâm của lời hứa ba phương diện cho tộc trưởng: đất đai, con cháu, và phước lành (12:1b-3, và xem trong chương 5). Không có Y-sác, Áp-ra-ham không bao giờ có thể hy vọng có vô số con cháu, nhận lãnh xứ, và trở thành nguồn phước cho các dân tộc.

Tel Bê-e Sê-ba. Đây là nơi Áp-ra-ham và A-bi-mê-léc ký hiệp ước (Ảnh: Daniel Baránek)

Đến đây, câu chuyện đột ngột chuyển hướng. Với sự ra đi của Ích-ma-ên (21:8–21), con đường cho người độc nhất thừa kế các lời hứa cho tộc trưởng trở nên rõ ràng. Tương lai Y-sác dường như chắc chắn. Nay lại có một mạng lệnh đáng lo là dâng Y-sác làm của lễ thiêu (22:2). Áp-ra-ham đã trưởng thành và học được nhiều điều mới mẻ về Đức Chúa Trời và về việc sống trong mối quan hệ với Ngài. Lẽ nào điều này là thật? Lẽ nào rốt cuộc Đức Chúa Trời lại giống các thần khác của thế giới cổ đại? Điều đó chắc hẳn cũng khó hiểu đối với Áp-ra-ham như thế, có lẽ bây giờ Yahweh lại muốn của lễ là con trẻ như các thần khác của Ca-na-an.

---

13. Wenham, *Genesis 16–50*, 95.

Cũng có thể Áp-ra-ham nghĩ rằng có khi nào ông hiểu sai mệnh lệnh chăng? Sự rõ ràng đến mức kinh ngạc của câu 2 xua tan mọi khả năng như thế. Chính mạng lệnh đòi hỏi ba động từ ở dạng mệnh lệnh: Bắt! Đi! Dâng làm của lễ! Mệnh lệnh mở đầu ('bắt/đem') là cách nói lịch sự và trang trọng, điều hiếm thấy khi Đức Chúa Trời nói chuyện với con người (giống như 'xin vui lòng bắt'). Nó cho thấy Đức Chúa Trời sắp bảo Áp-ra-ham làm điều gì đó đáng kinh ngạc.[14] Ngoài ra, với cách dùng lạ về mặt ngữ pháp, động từ này có ba túc từ trực tiếp, mỗi túc từ đánh dấu rõ ràng trong tiếng Hê-bơ-rơ. Ba túc từ này đi từ cái tổng quát đến cái cụ thể hơn mà trong hầu hết các bản Anh ngữ nó không được thể hiện rõ ràng:

Áp-ra-ham dâng Y-sác làm của lễ
(Ảnh: William A. Foster)

BẮT

con trai ngươi

con một ngươi mà ngươi yêu dấu

là Y-sác

Đến lúc này thì không thể có việc hiểu sai.

Các nhà giải nghĩa Do Thái đầu tiên đã minh họa sống động mạng lệnh này cụ thể qua cuộc đối thoại tưởng tượng giữa Đức Chúa Trời và Áp-ra-ham.

"Áp-ra-ham, hãy bắt con trai ngươi!"

"Đứa nào thưa Chúa? Tôi có hai con trai."

"Hãy bắt lấy con một của ngươi!" Chúa trả lời

Áp-ra-ham lý luận "Nhưng thưa Chúa, Ích-ma-ên là con một của A-ga, còn Y-sác là con một của Sa-ra."

---

14. Hamilton, *Genesis 18–50*, 101.

Chúa trả lời: "Con ngươi yêu dấu"

"Chúa ơi, con yêu cả hai đứa."

"Y-sác! là câu trả lời uy nghiêm của Đức Chúa Trời.[15]

Những Điểm Tương Đồng của Sáng Chương 12 và 22

	Sáng 12	Sáng 22
Mệnh lệnh	Đi! Đến xứ không biết ("Ta sẽ chỉ cho ngươi")	Bắt, Đi, Dâng! Đi lên núi không biết ("Ta sẽ nói cho biết")
Đáp ứng	12:4- vâng lời	22:3- vâng lời.[16]

Mạng lệnh đã quá rõ ràng, nhưng không đến mức lo ngại. Có một sự thay đổi sẽ xảy ra. Mạng lệnh thứ hai "Hãy đi" nghe quen thuộc và gióng tiếng chuông cảnh báo bên tai của Áp-ra-ham. Việc phát âm đặc thù trong tiếng Hê-bơ-rơ của động từ này chỉ xuất hiện một chỗ khác nữa trong toàn bộ Cựu Ước - Sáng 12:1. Ở đó, Đức Chúa Trời đã dùng cùng một hình thức cụ thể trong một phong cách văn chương tương tự. Mạng lệnh đầu tiên của Đức Chúa Trời "Hãy đi!" cũng liệt kê ba mức độ tăng dần: ra khỏi quê hương, khỏi bà con và khỏi nhà cha. Bất kỳ hy vọng còn lại nào trong Áp-ra-ham cũng sẽ vụt tắt bởi mạng lệnh cuối cùng "Dâng đứa con làm của lễ thiêu". Đây là của lễ được dùng rộng rãi nhất trong thời Cựu Ước, và bao gồm việc xẻ và thiêu toàn bộ con thú trên bàn thờ. Dù Áp-ra-ham có nghiên cứu và phân tích những từ ngữ này với hy vọng thay đổi ý nghĩa của nó bao nhiêu đi nữa, thì mạng lệnh của Đức Chúa Trời vẫn không thể chối cãi được.

Vai trò tột đỉnh của sự kiện này thật rõ ràng trong cách tác giả so sánh Sáng Thế Ký 22 với Sáng Thế Ký 12. Sự kêu gọi đầu tiên của Áp-ra-ham và thử nghiệm quan trọng đức tin này của ông được đúc trong cùng một khuôn văn chương có chủ đích.

Không chỉ động từ "Đi!" là độc đáo trong cách phát âm đặc thù của hai phân đoạn này, mà cách dùng ba tính từ xác định phẩm tính cũng rất độc đáo. Cả sự vâng lời triệt để của tộc trưởng cũng xuất hiện nhiều lần trong cả hai phân đoạn. Tất cả những điểm tương đồng này nhắm làm nổi bật

---

15. Xem thêm Wenham, *Genesis 16–50*, 105; và Nahum M. Sarna, *Understanding Genesis* (New York: Schocken, 1970 [1966]), 157–59.

16. Trích từ Midrash Rabbah to Genesis (Harry Freedman and Maurice Simon, eds., *Midrash Rabbah*, 10 vols. [London: Soncino, 1961], 1:486).

một khác biệt quan trọng giữa hai chương: Sáng Thế Ký 22 không có lời hứa nào. Trong khi sự kêu gọi Áp-ra-ham có kèm theo lời hứa và lời bảo đảm về sự bảo vệ và phước hạnh của Đức Chúa Trời (12:2–3), còn sự thử nghiệm của Áp-ra-ham chỉ có sự im lặng. Không có lời bảo đảm nào ở đây; không có sự chắc chắn về tương lai.

Rõ ràng tác giả muốn chúng ta thấy việc trói Y-sác là cảnh kết thúc và đỉnh điểm trong hành trình đức tin của Áp-ra-ham, giống như Sáng Thế Ký 12 là khởi đầu của hành trình đó. Vì thế, hai sự kiện này tạo nên một loại kết cấu văn chương cho câu chuyện Áp-ra-ham. Sự tương ứng của Sáng Thế Ký 12 và 22 cũng có ý nghĩa thần học sâu sắc. Sự kêu gọi Áp-ra-ham buộc ông phải từ bỏ mọi thứ quen thuộc và thân thiết với mình, mọi điều có thể đem lại sự an toàn. Nhưng sự kêu gọi dâng Y-sác là một thách thức để giải ước cho lời hứa của Đức Chúa Trời. Sau hai mươi lăm năm hy vọng và cầu nguyện, đứa con của lời hứa được mong đợi từ lâu đã ra đời. Mọi điều Áp-ra-ham hy vọng đều tập trung vào Y-sác. Sáng Thế Ký 12 kêu gọi Áp-ra-ham từ bỏ quá khứ; Sáng Thế Ký 22 kêu ông từ bỏ tương lai!

Dĩ nhiên, Đức Chúa Trời không cho phép Áp-ra-ham hy sinh Y-sác, nhưng Ngài cung ứng con cừu đực để chết thay cho Y-sác (22:13). Nhưng tiết đoạn này minh họa sự từ bỏ triệt để của tộc trưởng để bước vào trong ý muốn của Đức Chúa Trời. Bản chất hành động của Áp-ra-ham rõ ràng trong câu "Áp-ra-ham dậy sớm, thắng lừa" (22:3). Bản năng có thể khiến chúng ta suy đoán điều gì diễn ra trong đêm đó. Chắc hẳn Áp-ra-ham đã trăn trọc, thậm chí còn biện luận với Đức Chúa Trời suốt đêm không ngủ. Nhưng Kinh Thánh chỉ quan tâm đến hành động đức tin của Áp-ra-ham; sự đầu phục mẫu mực của ông với Lời của Đức Chúa Trời, dù đó là việc khó hiểu và đau đớn thế nào.

Có lẽ khó cho chúng ta hiểu làm thế nào Áp-ra-ham có thể quan tâm đến việc vâng phục mạng lệnh kinh khủng của Đức Chúa Trời. Nhưng đó là vì chúng ta không hiểu lời yêu cầu là bài thử nghiệm đức tin của Áp-ra-ham, như người kể chuyện đã nói ngay từ đầu (22:1). Nhiều học giả lập luận rằng Sáng Thế Ký 22 được dựa trên một câu chuyện cổ xưa hơn về dâng con trẻ làm của lễ, và vấn đề được giải quyết khi con cừu đực được dùng thế cho đứa trẻ. Câu chuyện này được một tác giả người Y-sơ-ra-ên sau này lấy làm tấm gương về đức tin của tộc trưởng, và là cuộc luận chiến, hoặc một lập luận chính thức chống lại tập tục dâng tế lễ là con trẻ. Như vậy nó đánh dấu việc loại trừ tập tục đáng ghê tởm và thiết lập một hình thức thay thế đứa trẻ bằng con thú (như con cừu đực thay cho Y-sác).[17]

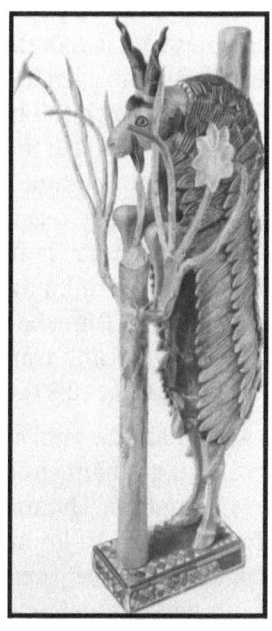

Nhiều người quan sát di vật này từ U-rơ thấy giống một con chiên đực có sừng bị mắc trong bụi cây (Ảnh: Joint Expedition of the British Museum and of the Museum of the University of Pennsylvania to Mesopotamia)

Mặc dù những tục lệ như thế được thực hành ở Ca-na-an cổ đại và không phải là không được biết đến tại Y-sơ-ra-ên, nhưng rõ ràng ở vùng Cận Đông cổ đại quy tắc tiêu chuẩn là dâng thú vật làm con sinh chứ không phải trẻ con. Ý tưởng thay đứa trẻ bằng con thú đã có từ lâu trước thời Áp-ra-ham. Nhưng ý tưởng đó vẫn được biết đến và chúng ta cho rằng đó là điều Áp-ra-ham cũng biết rõ. Luật pháp Kinh Thánh cho phép con thú được dùng thay cho con trai đầu lòng lẽ ra phải được dâng cho Đức Chúa Trời (Xuất 22:29; 34:20). Đây chính là bối cảnh khiến cho mạng lệnh của Đức Chúa Trời đối với Áp-ra-ham là một thử nghiệm thích hợp. Dù luật pháp Y-sơ-ra-ên có sau Áp-ra-ham, nhưng chắc chắn ông biết có những tục lệ như vậy.[18]

---

17. Muốn biết thêm về khuôn văn chương phổ biến của Sáng Thế Ký 12 và 22, xem Nahum M. Sarna, *Genesis: The Traditional Hebrew Text with the New JPS Translation*, JPS Torah Commentary (Philadelphia: Jewish Publication Society, 1989), 150.

18. Ví dụ, xem George W. Coats, *Genesis, with an Introduction to Narrative Literature*, Forms of the Old Testament Literature 1 (Grand Rapids: Eerdmans, 1983), 161.

Không chỉ là sự phản đối tế lễ dâng con trẻ, tác giả còn nhấn mạnh ký thuật này như là một thử nghiệm đức tin của Áp-ra-ham(22:1).[19] Đức Chúa Trời không tìm cách làm cho Áp-ra-ham thất bại thuộc linh. Thay vào đó câu chuyện này minh họa một lẽ thật thuộc linh được dạy trong Tân Ước: chịu đựng thử thách thành công sẽ giúp tín hữu gia tăng khả năng tin cậy và vâng lời Đức Chúa Trời (đọc Gia 1:2–4). Đức Chúa Trời muốn Áp-ra-ham không dâng Y-sác trên bàn thờ, mà dâng Y-sác trong lòng của ông. Nói cách khác, đây là thử nghiệm đức tin lớn nhất của Áp-ra-ham vì ông được bảo phải từ bỏ điều ông yêu mến tột bực - con trai một, người ông yêu, là Y-sác.[20] Đừng bao giờ đặt tình yêu của chúng ta dành cho Đức Chúa Trời trong sự cạnh tranh với tình yêu của chúng ta dành cho ai đó (hay điều gì đó) (Mat 10:37).

Áp-ra-ham đã vượt qua thử nghiệm! Vì ông không từ chối Đức Chúa Trời điều gì, thậm chí còn dâng con trai của chính mình, nên Đức Chúa Trời ban phước cho ông (Sáng 22:15–18). Đức Chúa Trời nhân cơ hội tái khẳng định cả ba lời hứa giao ước với Áp-ra-ham. Con cháu ông sẽ đông như sao trên trời và cát bãi biển. Họ sẽ chiếm lấy xứ của kẻ thù, và trở thành nguồn phước cho mọi dân tộc trên đất, "vì ngươi đã vâng lời ta" (22:17–18).

Những Vấn Đề trong Gia Đình (23:1–25:18)

Ký thuật được kính chuộng này về cuộc đời và đức tin của Áp-ra-ham giờ đã kết thúc. Chỉ còn lại vài vấn đề cuối cùng liên quan đến gia đình tộc trưởng: người vợ thích hợp cho Y-sác, và sự qua đời của Sa-ra và Áp-ra-ham.[21]

Việc dâng Y-sác và Tân Ước

Cơ Đốc nhân luôn nhận ra những điểm tương đồng thâm thúy giữa việc dâng Y-sác trong Sáng Thế Ký 22 và sự chết của Chúa Giê-xu trên thập tự giá. Đối với nhiều tác giả Tân Ước, Áp-ra-ham và Y-sác là những hình bóng về Đức Chúa Cha, và Con Ngài là Chúa Giê-xu. Các thí dụ thấm

---

19. von Rad, *Genesis*, 244.
20. Hoặc có thể là "con trai quý báu mà ngươi yêu mến." Xem Hamilton, *Genesis 18–50*, 97, đặc biệt ghi chú 3.
21. Các tài liệu trong Sáng 23:1–25:18 là phần phụ lục, theo Gary A. Rendsburg (*The Redaction of Genesis* [Winona Lake, Ind.: Eisenbrauns, 1986], 71–77).

nhuần đến nỗi dường như những so sánh này quay trở lại với việc Chúa Giê-xu tự giãi bày nhân thân và sứ mạng Ngài. Những người khác cho rằng mối quan hệ giữa Y-sác và Chúa Giê-xu quay về với truyền thống ra-bi Do Thái, là truyền thống đôi khi cho rằng Y-sác thật sự được dâng làm của lễ chuộc tội vì tội của Y-sơ-ra-ên.[22]

Những lời của Phao-lô trong Rô-ma 8:32 dường như là tiếng vang có chủ ý của việc dâng Y-sác: "Ngài đã không tiếc chính Con mình, nhưng vì chúng ta hết thảy mà phó Con ấy cho, thì Ngài há chẳng cũng sẽ ban mọi sự luôn với Con ấy cho chúng ta sao?" (so sánh Sáng 22:12,16). Với sự so sánh tinh tế này với Áp-ra-ham và Y-sác, sứ đồ Phao-lô nhấn mạnh mối quan hệ Cha-Con trong công tác chuộc tội của Đấng Christ. Do đó, sự chịu khổ và chết của Đấng Christ cũng được đặt vào bối cảnh của sự chịu khổ của Đức Chúa Trời là Cha, vì Ngài phải hy sinh Con mình vì sự cứu rỗi của cả nhân loại. Câu Kinh Thánh nổi tiếng "Vì Đức Chúa Trời yêu thương thế gian đến nỗi đã ban Con Một của Ngài" (Giăng 3:16) có lẽ cũng có ý như vậy.

Việc tập trung vào Y-sác với tư cách là hình bóng của Đấng Christ chỉ được gợi ý trong Tân Ước, nhưng điều này là khả dĩ vì đã có mối liên kết trong Cựu Ước. Truyền thống về sau đã liên kết Núi Mô-ri-a (Sáng 22:2) với Giê-ru-sa-lem, hoặc cụ thể hơn, với ngọn núi mà Sa-lô-môn xây đền thờ (2 Sử 3:1). Vì thế, đây chính là nơi của lễ của người Y-sơ-ra-ên được dâng lên mỗi ngày. Đến kỳ đã định, ý nghĩa chuộc tội của chúng được thay thế bằng sự hy sinh chuộc tội của Đấng Christ. "Hình bóng này đã chỉ về hình thật sẽ xuất hiện trong tương lai, khi tình yêu đời đời của Cha trên trời thực hiện điều đã đòi hỏi nơi Áp-ra-ham; tức là khi Đức Chúa Trời không tha cho Con một Ngài, mà để cho Ngài chết thật sự, điều mà Y-sác chỉ chịu đựng về mặt tinh thần."[23] Các tác giả Tân Ước chắc chắn đã nói tỉ mỉ về sự so sánh này, cho dù có một khác biệt quan trọng giữa Y-sác và Chúa Giê-xu: Tân Ước không có con cừu đực có sừng bị mắc kẹt trong bụi cây! Thật vậy, Chúa Giê-xu đã bị dâng làm của lễ, và trở thành món quà chuộc tội của Cha cho tất cả chúng ta.

Tân Ước ám chỉ nhiều về việc dâng Y-sác, nhưng có ít nhất hai phân đoạn rõ ràng dùng bản văn này. Tác giả Hê-bơ-rơ nói rằng khi Áp-ra-ham dâng Con một mình, ông tin rằng Đức Chúa Trời có thể kêu Y-sác sống lại (11:17–19). Gia-cơ dùng hành động của Áp-ra-ham làm ví dụ cho thấy

---

22. Muốn biết thêm về những quan điểm này, xem Wenham, *Genesis 16–50*, 117–18, và Hamilton, *Genesis 18–50*, 119–23.

23. Carl Friedrich Keil and Franz Delitzsch, *Commentary on the Old Testament*, 10 vols. (Grand Rapids: Eerdmans, 1978 [n.d.]) 1:253.

> đức tin và việc làm luôn đi đôi với nhau trong đời sống người tín hữu (Gia 2:21–23). Cho nên, Gia-cơ và Hê-bơ-rơ chọn việc nhấn mạnh hành động dâng con của Áp-ra-ham thay vì của lễ chuộc tội là Y-sác. Áp-ra-ham trở thành khuôn mẫu cho sự vâng phục trung thành.

Sa-ra Qua Đời (23)

Áp-ra-ham vẫn chưa có đất đai; ông vẫn còn là "ngoại kiều và người xa lạ" trong xứ Ca-na-an (23:4), dù sự giàu có và tiếng tăm của ông có nghĩa là mọi người thừa nhận ông là một "quân trưởng" (23:6). Khi Sa-ra qua đời ở tuổi 127, Áp-ra-ham thấy cần phải tìm một nơi thích hợp để chôn cất. Ông mua một đồng ruộng có hang đá gần Hếp-rôn từ những người dân họ Hếch ở phía bắc với giá bốn trăm siếc lơ bạc.

Khung cảnh về Ép-rôn và người dân họ Hếch có vẻ kỳ quặc với chúng ta vì chúng ta không quen những thương lượng như vậy. Cuộc thương thuyết lịch sự của họ trước các nhân chứng ở cổng thành (23:10) thật sự là một giao dịch chính thức, và hoàn toàn đặc trưng của thời Cận Đông cổ đại. Trước các nhân chứng, Ép-rôn đề nghị cho Áp-ra-ham cả đồng ruộng và hang đá Mặc-bê-la, trong khi Áp-ra-ham chỉ yêu cầu hang đá. Áp-ra-ham nhất định trả tiền đầy đủ. Ép-rôn lịch sự nhắc đến giá trị của tài sản, nhưng hầu như có vẻ xấu hổ khi tỏ ra quá vụ lợi: "chỗ tôi với ngài thì có đáng gì đâu?" (23:15, TTHĐ). Mọi người đều biết chuyện gì đang diễn ra ở đây, họ đều biết thủ tục. Áp-ra-ham đã trả đầy đủ giá được đưa ra cho phần đất, có lẽ là điều ngạc nhiên duy nhất trong giao dịch này.

Dù chúng ta không có đủ thông tin về giá trị tài sản thời tộc trưởng, nhưng dường như bốn trăm siếc lơ bạc là một khoản tiền khổng lồ. Có thể việc đồng ruộng được gắn liền với hang đá là quan trọng. Rất có thể Ép-rôn thật sự mong đợi nhận được một nửa giá trị đúng của nó, và Áp-ra-ham đã đồng ý trả đủ bốn trăm siếc lơ như là cách bày tỏ thiện chí. Điều quan trọng đối với Áp-ra-ham là có quyền sở hữu rõ ràng, nên ông sẵn sàng trả mức cao nhất.

Cuối cùng, Áp-ra-ham cũng sở hữu ít ra là một phần xứ Ca-na-an. Người kể chuyện cẩn thận khi nói rằng hang đá và đồng ruộng Mặc-bê-la ở gần Mam-rê (tức là Hếp-rôn) "trong xứ Ca-na-an" (23:19, và xem 23:2). Đến cuối hành trình, ông có được một cái giếng (Bê-e Sê-ba, 21:22–34) và một nghĩa trang xem như khoản đặt cọc cho lời hứa của Đức Chúa Trời.[24] Chính niềm tin vào sự ứng nghiệm tối hậu lời hứa ban đất đai đã khiến chính Áp-ra-ham (25:9–10), và sau này là Y-sác, Rê-bê-ca, Lê-a (49:29–32), và Gia-cốp (50:13) cùng chôn với Sa-ra trong phần mộ gia đình. Khi chết, các tộc trưởng chiến thắng theo cách họ không có được khi còn sống. Dù họ không lên tiếng, nhưng ngôi mộ gia đình là bằng chứng hùng hồn rằng sự chết không thể ngăn cản họ bước sâu hơn vào lời hứa của Đức Chúa Trời, và bằng cách này, họ là tấm gương cho tất

Hang của Các Tộc Trưởng, Hếp-rôn (Ảnh: Ricardo Tulio Gandelman)

cả chúng ta. Tác giả Tân Ước kết luận: "Tất cả những người trung tín chết mà không nhận được điều Chúa hứa cho họ, nhưng họ trông thấy từ đằng xa và chào đón lời hứa của Đức Chúa Trời" (Hê 11:13, Bản New Living Translation).

Người Vợ Thích Hợp cho Y-sác (24)

Ký thuật về việc trói Y-sác kết thúc bằng gia phổ anh em họ của ông ở Cha-ran (22:20–24). Na-cô, anh trai của Áp-ra-ham có mười hai con trai. Nhưng gia phổ chỉ nhắc đến một cháu gái là Rê-bê-ca. Thật bất thường khi kể tên cháu gái trong danh sách, và tác giả không cho chúng ta biết vì sao Rê-bê-ca lại quan trọng. Nhưng sau khi thiên sứ ngăn cản Áp-ra-ham đừng giết Y-sác, thiên sứ bảo đảm với Áp-ra-ham rằng con cháu ông sẽ đông vô số đếm không xuể. Điều này có lẽ có nghĩa là Y-sác cần một người vợ. Gia phổ ngắn gọn trong Sáng Thế Ký 22 đã báo trước về cuộc tìm kiếm người bạn đời thích hợp cho Y-sác.

---

24. Tình tiết này giải thích sự ứng nghiệm một phần những lời hứa, cũng là chủ đề của Ngũ Kinh. Xem David J. A. Clines, *The Theme of the Pentateuch*, Journal for the Study of the Old Testament—Supplement Series 10 (Sheffield: JSOT, 1978).

Áp-ra-ham có một nan đề. Ông không cho Y-sác quay lại Mê-sô-bô-ta-mi, quê hương ông, nhưng ông cũng cương quyết không để Y-sác cưới người nữ Ca-na-an. Hai lần ông căn dặn đầy tớ trưởng chịu trách nhiệm tìm người con dâu thích hợp "đừng dẫn con ta về xứ đó" (24:6,8). Đã đi xa đến tận đây, giờ đây Áp-ra-ham không cho phép Y-sác quay trở lại (Hê 11:15–16). Nhưng viễn cảnh lấy một người nữ Ca-na-an cũng nguy hiểm không kém. Trong thời Cựu Ước, gia đình là đơn vị giáo dục quan trọng nhất (Phục 6:6–7; Châm 1:8). Áp-ra-ham hiểu vai trò then chốt của người mẹ. Nếu Y-sác có một người vợ không tin, cơ hội có được con cái tin kính là rất ít.

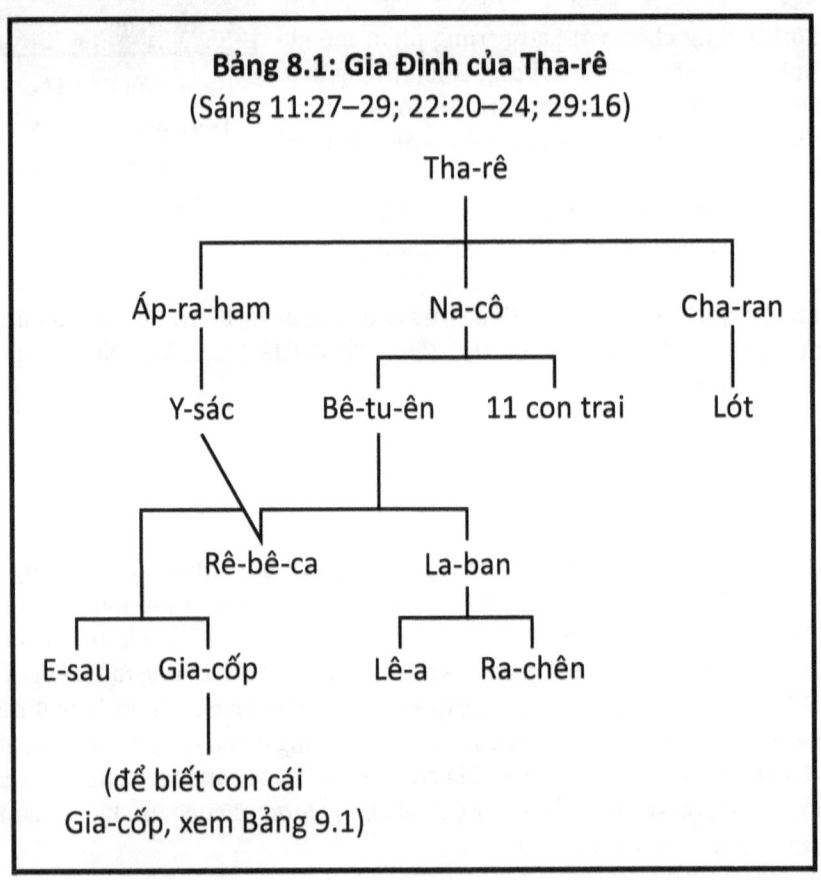

Giải pháp là sai người đầy tớ đáng tin cậy trở về quê hương của tộc trưởng để tìm cho Y-sác người vợ thích hợp. Đầy tớ trưởng của vị "quân trưởng" (23:6) như Áp-ra-ham, thì tự thân ông đã là người quan trọng và có uy quyền.²⁵ Sau khi thề nguyện (ý nghĩa của việc đặt tay lên đùi), người đầy tớ quay về Cha-ran với nhiệm vụ khó hoàn thành là tìm đúng người nữ thích hợp. Theo cách mà chỉ một mình Đức Chúa Trời mới có thể sắp xếp, người đầy tớ gặp Rê-bê-ca và gia đình cô, kể lại nhiệm vụ của ông, và thuyết phục họ cho nàng Rê-bê-ca xinh đẹp và trẻ trung đến Ca-na-an với ông để làm vợ Y-sác.

Khi bạn đọc câu chuyện này, có lẽ bạn bị ấn tượng bởi sự tận hiến và trung thành của người đầy tớ không được nêu tên của Áp-ra-ham, và bởi Rê-bê-ca, một cô gái chăm chỉ. Thật vậy, tất cả các nhân vật của vở kịch lạ lùng này thể hiện tính chất đáng tin cậy phi thường và nhân cách mẫu mực. Nhưng cuối cùng, câu chuyện nói về sự thành tín của Đức Chúa Trời. *Ngài* đã bảo vệ và hướng dẫn người đầy tớ trên đường đi, rồi *Ngài* đưa Rê-bê-ca tới với đúng theo tinh thần của người đầy tớ và đúng lúc. Từ góc nhìn lịch sử nhiều thế kỷ sau, chúng ta có thể thấy thế nào Ngài đã dùng sự vâng phục đặc biệt của một số ít thành viên trong gia đình để giải quyết vấn đề riêng tư, như khuôn khổ để hoàn thành mục đích của Ngài trong **lịch sử cứu rỗi** của chúng ta. Vì chính qua sự kết hợp của Y-sác và Rê-bê-ca mà giao ước và những lời hứa tuyệt vời của nó được kéo dài mãi.

Áp-ra-ham Qua Đời (25:1–18)

Hôn nhân của Áp-ra-ham và Kê-tu-ra có lẽ diễn ra sớm hơn trong cuộc đời ông.²⁶ Người kể chuyện Sáng Thế Ký thích mô tả các sự kiện liên quan đến nhân vật chính mà không bị đứt quãng. Do đó, chúng ta có thể theo dõi sự ứng nghiệm lời hứa theo một đường thẳng trước khi quay ngược lại đọc các chi tiết khác về cuộc đời Áp-ra-ham.

Áp-ra-ham sống đến 175 tuổi (25:7). Con trai ông, Y-sác và Ích-ma-ên, chôn ông trong hang đá Mặc-bê-la mà chúng ta đã biết, nơi trở thành nghĩa trang của tộc trưởng (25:9). Việc chôn cất trong xứ của lời hứa báo trước sự ứng nghiệm Lời của Đức Chúa Trời.

Với Sáng 25:11, chúng ta kết thúc *tôlĕdôt* của Tha-rê bắt đầu ở 11:27, và chi tiết cuộc đời Áp-ra-ham. Nhưng trước khi người kể chuyện tiếp tục

---

25. Liệu người đầy tớ này có phải là Ê-li-ê-se ở Sáng 15:2 thì không rõ. Dường như không chắc ông là người quản gia hiện thời của Áp-ra-ham, dù trước đó ông được cho là người thừa kế. Cũng không chắc là nhân vật được nhận diện trước đó không có tên trong chuyện kể này.

26. Keil and Delitzsch, *Commentary*, 1:261–62.

dòng dõi lời hứa của Y-sác, ông làm tròn câu chuyện với *tôlĕdôt* của Ích-ma-ên (25:12–18).

Điều này cũng làm nổi bật sự thành tín của Đức Chúa Trời trong việc hoàn thành lời hứa của Ngài liên quan đến Áp-ra-ham. Đức Chúa Trời đã tuyên bố con cháu Ích-ma-ên sẽ "sống thù địch với tất cả anh em mình" (16:12), mà khuôn mẫu ứng nghiệm của nó được tìm thấy trong 25:18b.[27] Ngoài ra, Đức Chúa Trời cam đoan với Áp-ra-ham là Ích-ma-ên sẽ là tổ phụ mười hai vị công hầu và trở nên một dân lớn (17:20), điều được ứng nghiệm theo 25:16.[28] Do đó, ngay cả trong các nhân vật thứ yếu của lịch sử cứu rỗi quan trọng này, Đức Chúa Trời vẫn thành tín với Lời Ngài. Điều này thôi thúc độc giả tiếp tục câu chuyện, vì chắc chắn Đức Chúa Trời sẽ thực hiện lời hứa với Y-sác, như Ngài đã làm cho Ích-ma-ên.

Câu Hỏi Nghiên Cứu

1. Chuyến viếng thăm thiên thượng trong Sáng Thế Ký 18 nhằm mục đích gì?
2. Đối chiếu các sự kiện trong Sáng Thế Ký 18 và 19. Tác giả mô tả Áp-ra-ham như thế nào, và mô tả này khác với phần mô tả Lót ra sao?
3. Những điểm giống nhau giữa Sáng Thế Ký 12 và 22 là gì? Những điểm khác là gì? Sự kiện trong Sáng Thế Ký 22 được phân tích là cao trào trong hành trình đức tin của Áp-ra-ham như thế nào?
4. Trình bày ý nghĩa của ngôi mộ của tộc trưởng liên quan đến lời hứa của Đức Chúa Trời.
5. Tại sao Áp-ra-ham cương quyết không cho Y-sác lấy vợ người Ca-na-an?
6. Xem ra tội của Sô-đôm là gì, và tại sao hiểu như vậy trong trường hợp này?
7. Các tác giả Tân Ước nào nhắc rõ ràng câu chuyện Áp-ra-ham dâng Y-sác? Những tác giả này nhấn mạnh nhân vật nào, vì sao?
8. Đọc Sáng Thế Ký 12 và 22 có thể thêm đức tin cho chúng ta là những Cơ đốc nhân trong phương diện nào?

---

27. Mặc dù cụm từ có thể mang ý nghĩa nào đó như là "thị tộc từ dòng dõi Ích-ma-ên đóng trại gần nhau" (xem bản dịch New Living Translation)
28. Wenham, *Genesis 16–50*, 165–66.

Thuật Ngữ Chính

Lịch sử cứu rỗi

PHẦN 3: GẶP GỠ GIA-CỐP: ĐẦY TỚ RẮC RỐI CỦA ĐỨC CHÚA TRỜI

Sáng 25–36

"Ngươi đã có vật lộn cùng Đức Chúa Trời và người ta."
Sáng 32:28

9. Gia-cốp Vật Lộn với Gia Đình

Sáng 25:19–31:55

Ồ, thật đáng tiếc khi lần đầu tập tành lừa dối, chúng ta lại dệt một mớ rối bời!

-Sir Walter Scott (1771–1832).[1]

Đọc thêm: Ô-sê 12:2–5, Rô-ma 9:10–13

Bố Cục

- Về Anh Em Sanh Đôi và Quyền Trưởng Nam (25:19-34)
  - Cặp Song Sinh Chào Đời (25:19–28)
  - Quyền Trưởng Nam Bị Đánh Mất (25:29–34)
- Y-sác và A-bi-mê-léc (26)
- Gia-cốp Cướp Phước Lành (27)
- Chiếc Thang (28)
  - Gia-cốp Trốn Khỏi Ê-sau (28:1–9)
  - Giấc Mơ của Gia-cốp (28:10–22)
- Gia-cốp và La-ban (29–31)
  - Gia-cốp Cưới Con Gái La-ban (29:1–30)
  - Các Con của Gia-cốp (29:31–30:24)
  - Tài Sản của Gia-cốp (30:25–43)
  - Rắc Rối với La-ban (31)

Mục Tiêu

Sau khi đọc xong chương này, bạn có thể:

1. Đối chiếu đặc điểm tính cách của Gia-cốp với Áp-ra-ham, và của Gia-cốp với Ê-sau.

---

1. *Marmion*, cto. 6, st. 17 (1808)

2. Liệt kê các sự kiện xảy ra trước và xung quanh sự ra đời của Gia-cốp và Ê-sau.
3. Tóm tắt những đặc quyền và trách nhiệm của con trưởng nam, và những sự kiện làm thay đổi quyền trưởng nam từ Ê-sau sang Gia-cốp.
4. Khám phá những điểm tương tự giữa cuộc đời Y-sác và Áp-ra-ham.
5. Mô tả bốn người góp phần vào việc sai trái trong sự kiện cướp phước lành như thế nào.
6. Tưởng tượng cảm xúc và trải nghiệm của Gia-cốp khi rời khỏi nhà đi đến Mê-sô-bô-ta-mi.
7. Giải thích ý nghĩa cá nhân, ý nghĩa thần học của giấc mơ của Gia-cốp và những phản ứng của ông.
8. Mô tả những sự kiện dẫn đến hôn nhân của Gia-cốp với Lê-a và Ra-chên.
9. So sánh những mối quan hệ của Gia-cốp với Lê-a và Ra-chên, sự ganh đua được dung dưỡng dưỡng, và hậu quả là sự cay đắng lâu dài và xung đột giữa hai gia đình của Gia-cốp.
10. Kể ra các sự kiện dẫn đến việc ra đi của Gia-cốp và gia đình ông, La-ban đuổi theo và kết tội, và kết quả là giao ước được lập với Gia-cốp.

Phần chính tiếp theo của Sáng Thế Ký đôi khi được gọi là chu kỳ Gia-cốp (25:19–37:1). Nhà thơ và tiểu thuyết gia lớn người Xcốt-len, Sir Walter Scott, đã nắm bắt tinh thần của chu kỳ Gia-cốp bằng khổ thơ nổi tiếng được trích dẫn ở đoạn mở đầu. Mớ rối bời mà Gia-cốp dệt qua sự lừa dối thật sự phức tạp. Nhưng như chúng ta sẽ thấy, Đức Chúa Trời có thể sử dụng và ban phước ngay cả cho Gia-cốp.

Sau khi đọc Lịch sử Nguyên Thủy (1:11–11:26), các phần trong truyện kể về Áp-ra-ham (11:27–25:18), giờ bạn đã sẵn sàng cho phần ba của Sáng Thế Ký - ký thuật về gia đình Áp-ra-ham: Y-sác, Ê-sau và đặc biệt là Gia-cốp. Bạn sẽ nhanh chóng nhận ra rằng đây là một câu chuyện rất khác. Thay vì theo dõi cuộc gặp gỡ của người công bình và mối quan hệ của ông với Đức Chúa Trời, bạn sẽ thắc mắc sao Đức Chúa Trời lại ban phước cho (và dùng) một người như Gia-cốp.

Trong Sáng Thế Ký 1–11, bạn biết về vẻ đẹp của công trình sáng tạo toàn hảo của Đức Chúa Trời, tội lỗi con người bước vào thế gian, và hậu quả tàn phá của tội lỗi. Vấn đề tội lỗi được mô tả chi tiết trong Lịch sử Nguyên thủy là nan đề cho toàn thể chúng ta. Nhưng sau đó trong Sáng Thế Ký chương

12–25, bạn biết rằng Áp-ra-ham là giải pháp cho nan đề tội lỗi của thế giới, hay ít ra là khởi đầu của giải pháp. Đức Chúa Trời xem ông là công bình vì đức tin đặc biệt của ông, và Ngài thiết lập mối quan hệ cá nhân với ông qua giao ước và những lời hứa cho tương lai. Từ quan điểm hiện đại, hậu Tân Ước, chúng ta có thể nhìn ngược lại các thời đại để nhận ra rằng Đức Chúa Trời dấy lên dân tộc Y-sơ-ra-ên để làm ứng nghiệm những lời hứa giao ước với Áp-ra-ham. Cuối cùng, Đấng Mê-si của Đức Chúa Trời (hay "Đấng Christ") ra từ dân tộc đó, và ngày nay là giải pháp vĩnh viễn cho vấn đề tội lỗi của chúng ta (đọc Hê 9:28; 1 Phi 2:24; 3:18).

Nhưng giả sử bạn *không* đọc Sáng Thế Ký từ góc nhìn hiện đại. Giả sử bạn chưa biết kết cuộc câu chuyện được ghi lại trong Tân Ước. Gia-cốp, con trai Y-sác và là con của lời hứa cho Áp-ra-ham, là một nhân vật có vấn đề, với cá tính độc đáo và hoàn toàn có thể dự đoán được. Ông ta sẵn sàng sử dụng (hoặc lạm dụng?) bất kỳ ai vào bất cứ lúc nào vì lợi ích cá nhân. Thỉnh thoảng, ông quỷ quyệt và lừa dối; đôi lúc, thiếu hiểu biết về Đức Chúa Trời và sự kêu gọi của Ngài. Đây không phải là cách sống của con cháu Áp-ra-ham. Ký thuật tạo căng thẳng giữa thực tế hiện tại (nhân cách có vấn đề của Gia-cốp) và hy vọng tương lai về những lời hứa giao ước. Nó khiến chúng ta tự hỏi "Tại sao?" mọi chuyện lại như vậy, và "Tại sao không" như đáng phải có.

Nếu không biết rõ hơn, bạn có thể cho rằng những lời hứa giao ước đang gặp nguy hiểm nghiêm trọng trong tay của tên vô lại này. Và thật vậy, nếu kết quả chỉ tùy thuộc vào một mình Gia-cốp, thì chúng ta có lý do để báo động. Nhưng Sáng Thế Ký muốn chúng ta biết điều này: lời hứa là *của* Đức Chúa Trời và *từ* Đức Chúa Trời. Ngài sẽ không để Lời Ngài qua đi (Ê-sai 40:8).

Về Cặp Song Sinh và Quyền Trưởng Nam (25:19–34)

Trong Sáng 25:19, một *tôlĕdôt* mới bắt đầu: "Đây là câu chuyện của Y-sác, con trai Áp-ra-ham." Như chúng ta đã nói, người biên tập Sáng Thế Ký đã sắp mười một *tôlĕdôt* thành bốn đơn vị lớn hơn (xem lại trang 22). Cho đến bây giờ, bạn đã đi qua Lịch sử Nguyên thủy và truyện kể về Áp-ra-ham. Đơn vị chính thứ ba này có *tôlĕdôt* của Y-sác (thật ra là câu chuyện của Gia-cốp) và Ê-sau (36:1–37:1).[2]

---

2. Cần nhớ rằng *tôlĕdôt* thường không giới thiệu điều xảy ra với một tộc trưởng cụ thể, mà là trong gia đình tộc trưởng đó. Vì vậy, "ký thuật" của Y-

Sáng Thế Ký chương 25 mô tả con cháu Áp-ra-ham và Ích-ma-ên (25:2–4 và 13–15 theo thứ tự). Cả hai đều có số lượng con cháu ấn tượng, bao gồm mười hai "công hầu" của Ích-ma-ên hay mười hai người cai trị bộ tộc (25:16). Nhưng cũng như những chỗ khác, tác giả Sáng Thế Ký nhanh chóng tiếp tục với dòng dõi lời hứa, nghiêm túc cho biết điều gì xảy đến với con cháu Ích-ma-ên.

Y-sác có tổng cộng hai con trai! Số lượng con cháu khá khiêm tốn này lúc đầu có thể không tạo ấn tượng với chúng ta bằng mười hai chi tộc trưởng của Ích-ma-ên. Nhưng tác giả Sáng Thế Ký dành gần mười hai chương (25:19–37:1) cho hai con trai Y-sác, trong khi con của Ích-ma-ên chỉ nói đến trong vài câu ngắn.[3] Trong kế hoạch cứu rỗi của Đức Chúa Trời, bề ngoài có thể khiến thất vọng, nhưng điều tác giả muốn bày tỏ là con cháu lời hứa giao ước của Đức Chúa Trời.

Sáng 25:19–34 kể lại sự ra đời của cặp song sinh và vấn đề quyền trưởng nam. Tác giả nhanh chóng đi tiếp để mô tả tất cả những sự ra đời quan trọng của các cháu trai Áp-ra-ham trước câu chuyện ngắn gọn của chính Y-sác (ở Sáng Thế Ký chương 26). Điều này cho thấy tầm quan trọng của việc lần theo những lời hứa cho tộc trưởng qua sự ra đời của con cháu của lời hứa. Y-sác nhanh chóng trở thành nhân vật phụ một khi cặp song sinh chào đời.

Sự Ra Đời của Cặp Song Sinh (25:19–28)

"Dòng dõi" (*tôlĕdôt*) của Y-sác bắt đầu với sự ra đời của cặp song sinh của Y-sác và Rê-bê-ca. Câu nói Rê-bê-ca không có khả năng thụ thai (25:21) cho thấy vấn đề kinh khủng của một người vợ son sẻ. Cũng như Sa-ra trước kia (và sau này là Ra-chên, Sáng 29:31; 30:1–2), Rê-bê-ca không có khả năng sinh con trai cho dòng dõi lời hứa bởi Đức Chúa Trời là điều rất quan trọng. Như Sa-ra và Áp-ra-ham đã chờ hai mươi lăm năm Y-sác mới ra đời, Rê-bê-ca và Y-sác cũng phải chờ hai mươi năm (so sánh 25:20 và 26).

Trong truyện kể về Áp-ra-ham, sự ra đời của đứa con của lời hứa bị hoãn lại. Chúng ta theo chân Áp-ra-ham và Sa-ra trong hành trình của

---

sác ở đây giới thiệu truyện kể về Gia-cốp (25:19), cũng như ký thuật của Tha-rê giới thiệu truyện kể về Áp-ra-ham (11:27).

3. Victor P. Hamilton, *The Book of Genesis: Chapters 18–50*, New International Commentary on the Old Testament (Grand Rapids: Eerdmans, 1995), 174.

họ và cùng đau khổ với họ vì không có con. Y-sác cuối cùng chào đời trong Sáng Thế Ký 21, từ đó chúng ta nhìn thấy Áp-ra-ham và Sa-ra trưởng thành trong mối quan hệ của họ với Đức Chúa Trời. Nhưng vấn đề son sẻ ở đây được giải quyết rất khác. Lần này, sự son sẻ của bà tộc trưởng và tin tức bà thụ thai được ghi lại trong một câu đáng chú ý, gần đoạn mở đầu của phần này (25:21). Dù có sự trì hoãn hai mươi năm, nhưng mối quan tâm của tác giả không phải là hành động và những tranh chiến của Y-sác và Rê-bê-ca trong thời gian trì hoãn như với Áp-ra-ham và Sa-ra. Lần này, mối quan tâm là hành động và hành vi của đứa con của lời hứa, tức Gia-cốp, khi chàng ra đời.

Trong suốt thời kỳ thai nghén khó khăn của Rê-bê-ca, Đức Giê-hô-va tiết lộ bà biết bản chất mối quan hệ của cặp song sinh, là chủ đề quan trọng cho phần còn lại của câu chuyện về Gia-cốp.

Hai nước hiện ở trong bụng ngươi,

và hai thứ dân sẽ do lòng ngươi mà ra;

dân này mạnh hơn dân kia,

và đứa lớn phải phục đứa nhỏ (25:23).

Gia-cốp và Ê-sau cuối cùng sẽ trở thành hai dân quan trọng là Y-sơ-ra-ên và Ê-đôm. Điều đó làm ứng nghiệm lời hứa với Áp-ra-ham ở Sáng 12:1–3 và ở chỗ khác. Ngoài ra, điều này còn minh họa chủ đề phổ biến trong Kinh Thánh là em thay thế anh, như chúng ta đã thấy với Ca-in và A-bên, Y-sác và Ích-ma-ên.[4] Chính cuộc chiến giữa Gia-cốp và Ê-sau làm chi phối "lịch sử gia đình" của Y-sác. Và sự mặc khải thiên thượng này trình bày tỉ mỉ chủ đề chính của chu kỳ Gia-cốp xuất hiện ở đầu đơn vị này, đóng vai trò tương tự như lời hứa của Đức Chúa Trời ở đầu chu kỳ Áp-ra-ham (Sáng 12:1–3).[5]

Cặp song sinh mới ra đời từ bé đã khác nhau (25:25–27). Ê-sau đỏ au và đầy lông, lớn lên thành một người đàn ông dũng cảm, táo bạo ưa thích những hoạt động ngoài trời. Em trai Gia-cốp thì trầm lặng thích ở trong nhà. Ngay cả lúc sinh ra, những cuộc chiến tương lai của họ cũng được báo trước. Gia-cốp lọt lòng nắm gót chân anh mình, do đó được đặt tên "Gia-cốp" có nghĩa là "Cầu Đức Chúa Trời Bảo Vệ", nhưng nghe giống như

---

4. Sẽ còn những người khác nữa - đặc biệt là Đa-vít và các anh. Bill T. Arnold, "בכר" *New International Dictionary of Old Testament Theology and Exegesis*, ed. Willem A. VanGemeren, 5 vols. (Grand Rapids: Zondervan, 1997) 1:659.

5. Gordon J. Wenham, *Genesis 16–50*, Word Biblical Commentary 2 (Dallas: Word, 1994), 169, 180.

từ "gót chân". Qua những hành động của Gia-cốp, ông làm giảm giá trị của tên mình thành từ đồng nghĩa với "Người Hất Cẳng", "Kẻ Lừa Dối" hay "Kẻ Gian Lận" (xem Sáng 27:36).[6] Hãy nhớ rằng các tên trong Cựu Ước thường phản ánh cá tính của người đó, tên của Gia-cốp không báo trước một tương lai lạc quan về mối quan hệ với Ê-sau. Như chúng ta sẽ thấy, Gia-cốp được đặt tên cách thích hợp. Ông là người lừa dối, người tìm cách hất cẳng anh trai mình.

Tiên tri Ô-sê đã tóm tắt cách thích hợp cuộc đời Gia-cốp.

Trong bụng mẹ, Gia-cốp đã nắm gót anh mình; lúc trưởng thành, nó đấu tranh với Đức Chúa Trời (12:3, TTHĐ)

Những cuộc đấu tranh với gia đình và Đức Chúa Trời chiếm phần lớn những trang còn lại của sách Sáng Thế Ký.

Câu chuyện chào đời kết thúc với một ghi chú đáng buồn và có tính chất báo trước: "Y-sác ...yêu Ê-sau, còn Rê-bê-ca yêu Gia-cốp" (25:28).

Sự thiên vị của cha mẹ gieo tai họa cho gia đình này trong nhiều năm sau và gây ra nỗi đau vô cùng lớn (đọc Sáng 37:3).

Đánh Cắp Quyền Trưởng Nam (25:29–34)

Quyền của con trai trưởng đem đến nhiều lợi ích trong văn hóa Cựu Ước.[7] Khi người cha qua đời, con trưởng nam thừa kế gấp đôi phần gia sản (Phục 21:17). Con trai cả cũng có địa vị đặc biệt suốt cuộc đời, chỉ đứng sau người cha là chủ gia đình (Sáng 43:33). Những trách nhiệm và đặc ân này thông thường sẽ được chính thức trao cho con trai đầu lòng trong lời chúc lúc hấp hối của cha.

Là con đầu lòng của Y-sác, Ê-sau có trách nhiệm và đặc ân đặc biệt này vì ông sẽ được kêu gọi tiếp tục dòng dõi trung tín của Áp-ra-ham và là

---

6. Derek Kidner, *Genesis: An Introduction and Commentary*, Tyndale Old Testament Commentary (Downers Grove: InterVarsity, 1967), 152.

7. Bill T. Arnold, "בכר," in *New International Dictionary of Old Testament Theology and Exegesis*, ed. Willem A. VanGemeren, 5 vols. (Grand Rapids: Zondervan, 1997) 1:659. Các tập tục Cận Đông cổ đại cho thấy rõ quyền của con trưởng có thể được mua và bán giữa các anh em, mặc dù sự trao đổi này dường như không ảnh hưởng đến vị trí của Ê-sau trong gia đình, như Sáng Thế Ký 27 đã minh họa. Về phong tục trao đổi quyền thừa kế ở Cận Đông cổ đại, xem Nahum M. Sarna, *Genesis: The Traditional Hebrew Text with the New JPS Translation*, JPS Torah Commentary (Philadelphia: Jewish Publication Society, 1989), 180–81.

người thừa kế lời hứa giao ước Đức Chúa Trời cho tộc trưởng. Với ý nghĩa này, sự kiện tô canh đỏ tiếp tục chủ đề về người được cho là thừa kế trong câu chuyện của Áp-ra-ham. Trước tiên, Lót được cho là người thừa kế của Áp-ra-ham, rồi sau đó là Ê-li-ê-se, rồi đến Ích-ma-ên. Bây giờ Ê-sau có trở thành người thừa kế của Y-sác, và là người tiếp tục giao ước của tộc trưởng không?

Có lẽ khi Gia-cốp đề nghị mua quyền trưởng nam của Ê-sau, ông không nghĩ đến bất kỳ quyền lợi đặc biệt (hay trách nhiệm), mà đề cập đến quyền ưu tiên trong gia đình nói chung. Gia-cốp tự đặt mình vào vị trí có quyền ưu tiên của người anh.[8] Làm như vậy, ông chuẩn bị con đường có được đặc quyền phước lành lớn hơn trong Sáng Thế Ký 27.

Người kể chuyện của chúng ta không lên án hành động của Gia-cốp, nhưng phê phán sự thờ ơ của Ê-sau về trách nhiệm và đặc ân gia đình: "Vì vậy Ê-sau khinh quyền trưởng nam" (25:34). Theo cách đánh giá này, tác giả Tân Ước tán thành việc dùng Ê-sau làm ví dụ về người đánh mất ân điển của Đức Chúa Trời và gây rắc rối và ô uế vì "rễ đắng" trong đời sống (Hê 12:15–17). Ê-sau đã chọn thỏa mãn trước mắt với những ước muốn vật chất hơn là địa vị tiếp nối trong gia đình tộc trưởng, bởi đó ông cũng từ bỏ vai trò của mình trong dòng dõi giao ước của Áp-ra-ham. Đưa ra quyết định ngu dại như thế là đặc điểm của tất cả chúng ta khi từ bỏ những lợi ích lâu dài của lòng trung tín, vì sự thỏa mãn trước mắt đối với những ước muốn tầm thường của con người.

Mặc dù người kể chuyện phê bình Ê-sau, nhưng rõ ràng Gia-cốp cũng không phải vô tội và là người tham gia bất đắc dĩ. Ông hăm hở nắm lấy cơ hội vì lợi ích bản thân, không quan tâm đến phúc lợi của anh mình. Về mặt này ông giống Ca-in, người đã giết A-bên em mình. Gia-cốp không muốn làm "người giữ anh mình" (Sáng 4:9), mà ông chọn điều khiển Ê-sau trong cuộc chiến đấu liên tục để có được thế trội hơn. Rõ ràng, anh chàng vô liêm sỉ này, "Kẻ Dối Gạt" này, là Gia-cốp, không hề giống Áp-ra-ham. Khi chúng ta biết thêm về Gia-cốp và tính cách bất lương của ông, câu hỏi của câu chuyện là "Giờ đây chuyện gì sẽ xảy đến cho giao ước của Áp-ra-ham và lời hứa của Đức Chúa Trời?"

Y-sác và A-bi-mê-léc (26)

Một khi cặp song sinh Gia-cốp và Ê-sau ra đời, Y-sác nhanh chóng trở nên mờ nhạt. Đây là đoạn duy nhất trong Sáng Thế Ký dành cho Y-sác, và

---

8. Claus Westermann, *Genesis 12–36*, trans. John J. Scullion, Continental Commentary (Minneapolis: Fortress, 1985), 418.

sau chương 27, ông hiếm khi được nhắc lại cho đến lúc qua đời (35:28–29). Việc đặt chương này ở đây không gây gián đoạn như chúng ta nghĩ, vì nó đóng vai trò văn chương trong cách trình bày đối xứng trong chu kỳ Gia-cốp.[9]

Chương này thuật lại thế nào Y-sác bị buộc lòng phải đi khỏi quê hương vì nạn đói, tuyên bố vợ mình là em gái với cố gắng đáng khinh là cứu chính mình, chịu đựng những cuộc tranh cãi về quyền sử dụng nước với người Phi-li-tin xung quanh, và quan trọng nhất là với đức tin nhận lấy lời hứa Đức Chúa Trời cho Áp-ra-ham. Nếu các chi tiết của câu chuyện nghe quen thuộc, thì cũng có lý do chính đáng. Ý nghĩa của ký thuật này xem ra rõ ràng: Y-sác là người thừa kế xứng đáng từ cha mình là Áp-ra-ham, ngay cả những khiếm khuyết.[10]

Nạn đói buộc Áp-ra-ham trốn khỏi đất hứa thế nào (12:10–20), thì bây giờ Y-sác cũng đi qua Ghê-ra thể ấy, một trong những nơi trước kia Áp-ra-ham đã đóng trại (20:1). Áp-ra-ham đã cư xử với vua A-bi-mê-léc của Phi-li-tin như thế nào, thì bây giờ Y-sác cũng vậy, dù đây có lẽ là vị vua kế vị với cùng tước hiệu.[11] Giống như Áp-ra-ham, Y-sác tuyên bố vợ mình là em gái, bóp méo mối quan hệ vì sợ mất mạng, lại cũng giống Áp-ra-ham (so sánh 26:7 với 12:13; và 20:11). Y-sác cũng phạm cùng một lỗi như Áp-ra-ham, nhưng được giải cứu bởi lòng thương xót của Đức Chúa Trời theo cùng một cách.

Dân Phi-li-tin của thời tộc trưởng

Người ta thường cho rằng người Phi-li-tin của Sáng Thế Ký 21 và 26 tiêu biểu cho việc ghi sai niên đại lịch sử. Người Phi-li-tin không đóng vai trò chủ đạo trong lịch sử Cựu Ước cho đến thời các quan xét và sự nổi lên của chế độ quân chủ (xem sách Các Quan Xét và 1 Sa và 2 Sa). Các nguồn tài liệu bên ngoài Kinh Thánh nhắc đến sự xuất hiện của người Phi-li-tin ở miền nam Sy-ri Pa-lét-tin khoảng 1200 TC. Các bản văn Ai Cập kể họ như một nhóm phụ của Dân Miền Biển, người "Peleset", định cư ở vùng đồng bằng duyên hải tây nam Pa-lét-tin, và thật ra đã làm phát

---

9. Sáng 26 tương tự Sáng Thế Ký 34, mà thoạt nhìn cũng tưởng là sai chỗ. Xem Gary A. Rendsburg, *The Redaction of Genesis* (Winona Lake, Ind.: Eisenbrauns, 1986), 58.

10. Có nhiều đề cập tương xứng về Áp-ra-ham trong chương này hơn bất kỳ chương nào sau đó của Sáng Thế Ký (Wenham, *Genesis 16–50*, 194).

11. Hamilton, *Genesis 18–50*, 192.

sinh từ "Pa-lét-tin".¹² Do đó, sự có mặt của họ trong các câu chuyện về tộc trưởng được cho là không hợp lý về lịch sử hoặc ghi sai niên đại nhiều thế kỷ. Nhiều người ngày nay cho rằng tác giả Sáng Thế Ký đã chiếu sai hoàn cảnh chính trị thời của ông (tức chế độ quân chủ rất lâu sau này, khi người Phi-li-tin trở nên hùng mạnh) vào thời kỳ tộc trưởng xa xưa.¹³

Nhưng giả định này làm nảy sinh thêm nhiều vấn đề khó giải quyết. Người Phi-li-tin sau này, kẻ thù ác liệt của dân Y-sơ-ra-ên Thời Đại Đồ Sắt, khác với những người Phi-li-tin trong Sáng Thế Ký về cách xử sự và về chính quyền.¹⁴ Người Phi-li-tin sau này hiếu chiến và sống trong năm thành phố thuộc đồng bằng duyên hải ("năm thành bang", bao gồm Gát, Ga-za, Ách-ca-lôn, Ách-đốt và Éc-rôn). Những người Phi-li-tin Thời Đại Đồ Sắt sau này được cai trị bởi "các vua chúa" (*sĕrānîm*). Ngược lại, người Phi-li-tin trong Sáng Thế Ký sống gần Ghê-ra và Bê-e Sê-ba, và được cai trị bởi các vua của Ghê-ra, được biết đến với tước hiệu "A-bi-mê-léc". Những khác biệt cơ bản giữa người Phi-li-tin Thời Đại Đồ Đồng được mô tả trong các ký thuật về tộc trưởng và người Phi-li-tin Thời Đại Đồ Sắt sau này gây khó khăn cho việc xem xét những điều Sáng Thế Ký nhắc đến và coi như là sai niên đại. Một tác giả thuộc Thời Đại Đồ Sắt phản ảnh thời kỳ lịch sử của chính ông đã hư cấu người Phi-li-tin rất khác so với người Phi-li-tin chúng ta biết trong các câu chuyện tộc trưởng. Các mô tả trong Sáng Thế Ký có vẻ là những ký thuật xác thực về hoàn cảnh lịch sử thật của Thời Đại Đồ Đồng, hơn là nhớ lại quá khứ từ lịch sử về sau.

Sẽ hợp lý hơn khi so sánh người Phi-li-tin trong Sáng Thế Ký với nhóm người như là người Cáp-tô-rim thuộc đảo Cơ-rết (Phục 2:23). Do đó, thuật ngữ "Phi-li-tin" có thể được dùng để chỉ nhóm người Aegean đầu tiên là tiền bối của người Phi-li-tin sau này. Trên một phương diện, những người Cáp-tô-rim này đại diện cho làn sóng Dân Miền Biển đầu tiên từ Aegean.

---

12. Xem phần trình bày về chuyển tiếp Thời Đại Đồ Sắt ở chương 6 (tr. 130).

13. Ephraim A. Speiser, *Genesis*, Anchor Bible 1 (Garden City, N.Y.: Doubleday, 1964), 200; and John A. Van Seters, *Abraham in History and Tradition* (New Haven, Conn.: Yale University Press, 1975), 52–54.

14. Xem thêm Kenneth A. Kitchen, "Philistines," in *Peoples of Old Testament Times*, ed. Donald J. Wiseman (Oxford: Clarendon, 1973), 56–57; Hamilton, *Genesis 18–50*, 94, với phần thư mục chung ở ghi chú 30; và David M. Howard Jr., *"Philistines," in Peoples of the Old Testament World*, ed. Alfred J. Hoerth, Gerald L. Mattingly, and Edwin M. Yamauchi (Grand Rapids: Baker, 1994), 237–38.

**Dân Phi-li-tin bị người Ai Cập bắt; ở Medinet Habu
(Hình vẽ: Faucher-Gudin)**

Không thể tưởng tượng được là Y-sác dường như có thể phạm sai lầm giống như cha, nhưng điểm chính của câu chuyện này là ông cũng tin Lời Đức Chúa Trời và cũng hành động dựa trên lời hứa của Đức Chúa Trời như Áp-ra-ham. Những lời hứa quan trọng của giao ước được nhắc lại và khẳng định với Y-sác (26:2–5,24). Không chỉ những lời hứa quan trọng cho Áp-ra-ham được lặp lại, nhưng chúng được mở rộng và nâng lên cho Y-sác. Đức Chúa Trời nhấn mạnh rằng Ngài sẽ ban cho Y-sác sự hiện diện của Ngài trong xứ (?"Ta sẽ ở cùng ngươi" 26:3; và xem 26:24), và giục ông đừng đi xuống Ai Cập nhưng cứ ở trong phạm vi của Đất Hứa. Phải có đức tin thì Y-sác mới ở lại Ca-na-an trong cơn đói kém, nhưng Đức Chúa Trời tỏ lòng thương xót với dân Phi-li-tin. Không chỉ vậy, mà đáng kể hơn là Y-sác gặt được "bội trăm phần" trong năm đó (26:12). Đức Chúa Trời thật sự thành tín khi ban phước cho Y-sác.

Những cuộc tranh cãi với A-bi-mê-léc về quyền sử dụng nước cho thấy tính cách trung tín của Y-sác. Nếu chúng ta thất vọng vì thất bại của ông tại Ghê-ra, thì bây giờ chúng ta phải ấn tượng bởi chiến thắng của Y-sác tại

Rê-hô-bốt (26:16–22). Sự dàn xếp trước đó giữa Áp-ra-ham và người Phi-li-tin đã bị quên lãng hoặc phớt lờ. Y-sác đã thịnh vượng rất nhiều, người Phi-li-tin ghen tỵ muốn đuổi ông ra khỏi Ghê-ra. Hai lần giếng nước của cha ông bị chiếm đoạt và ông bị đuổi ra khỏi vùng. Cuối cùng, tại địa điểm thứ ba, họ được để cho bình an, vì vậy Y-sác đặt tên chỗ đó là Rê-hô-bốt, hoặc "Rộng Rãi" (26:22). Y-sác đã khôn ngoan tìm cách tránh đối đầu, và khoan nhân chấp nhận bất kỳ vùng đất nào người Phi-li-tin cho. Khi A-bi-mê-léc và nhóm người của ông ta đòi kết ước, Y-sác cũng lịch sự đồng ý. Nhưng ngay khi họ ra về, một giếng nước ngọt rất nhiều nước được phát hiện (26:32). Cho dù có thất bại, nhưng Y-sác không đánh mất đức tin vào lời hứa, hoặc vào khả năng ban thành công của Đức Chúa Trời.

Gia-cốp Cướp Phước Lành (27)

Sáng Thế Ký 27 bao hàm sự hiểu biết chính xác về lời chúc lúc hấp hối. Trong tư tưởng Cựu Ước, phước lành sau cùng của người cha còn hơn là lời cầu nguyện cho tương lai con cái. Thay vào đó phước lành đóng vai trò quan trọng trong việc quyết định số phận con cháu, giống như phước lành của Gia-cốp cho con cái ở gần cuối Sáng Thế Ký minh họa thích hợp cho điều này (chương 48–49). Do đó, phước lành là quyền được giao cho người cha, trong đó ông được ân điển của Đức Chúa Trời hướng dẫn để ban của cải thuộc linh và thuộc thể, tất cả những điều đó không thể thay đổi được.[15] Thay vì là lời cầu nguyện, phước lành sau cùng giống lời tiên tri hơn, mà việc ứng nghiệm được chính Đức Chúa Trời đảm bảo.

Tất cả bốn người tham gia vào tình tiết này hầu như đều có lỗi như nhau.[16] Ê-sau đã cưới hai người vợ Hê-tít ở Ca-na-an làm cho cha mẹ mình đau lòng (26:34–35). Tầm quan trọng của việc tránh những hôn nhân như vậy thể hiện rõ từ sự cương quyết của Áp-ra-ham rằng Y-sác phải kết hôn trong gia đình tộc trưởng là những người thờ phượng Yahweh ở Cha-ran (24:3–4). Nhưng Y-sác cũng có lỗi vì không cương quyết yêu cầu Ê-sau như vậy. Áp-ra-ham đã cẩn thận sắp xếp để Y-sác cưới Rê-bê-ca; vì sao Y-sác không sắp xếp tương tự cho Ê-sau? Sự kiên nhẫn của Y-sác (hầu như là thụ động) trong cách cư xử với A-bi-mê-léc là nhân cách cao thượng (Sáng 26), còn ở đây là sự dửng dưng hay thờ ơ. Thay vì gọi cả hai đứa con đến nhận phước lành theo thông lệ, ông dại dột chỉ gọi con trai mình thích, là Ê-sau, mà "món ngon" của người đó là món cha thích (27:4). Dù chúng ta

---

15. Carl Friedrich Keil and Franz Delitzsch, *Commentary on the Old Testament*, 10 vols. (Grand Rapids: Eerdmans, 1978 [n.d.]), 1:277.
16. Kidner, *Genesis*, 155; and Wenham, *Genesis 16–50*, 215–16.

có thể bị cám dỗ chỉ trách Rê-bê-ca và Gia-cốp vì tham gia vào thủ đoạn, còn người kể chuyện thì trách cả Y-sác và Ê-sau.

Nhưng Rê-bê-ca và Gia-cốp có lỗi của riêng họ. Rê-bê-ca đã nhận được những lời đảm bảo chắc chắn của chính Đức Chúa Trời khi cặp song sinh vẫn còn trong bụng: "đứa lớn sẽ phục đứa nhỏ" (25:23). Lời tuyên bố thiêng thượng này nằm ngay đầu truyện kể về Gia-cốp để làm rõ ý muốn của Đức Chúa Trời, cũng như lời hứa của Sáng 12:1–3 nằm ngay đầu truyện kể về Áp-ra-ham. Nhưng dù có lời hứa của Đức Chúa Trời trong tay, Rê-bê-ca vẫn không hành động trong tình yêu và lòng khoan dung để chờ đợi thời điểm của Ngài. Ngược lại, bà hành động cách xảo quyệt để đảm bảo tương lai cho con trai mình thích nhất. Còn về phần mình, Gia-cốp sẵn sàng đi theo mưu kế của bà. Lý do duy nhất ông phản đối là sợ bị phát hiện hơn là không đồng tình về đạo đức: "Có lẽ cha sẽ rờ mình con chăng, coi con như kẻ phỉnh gạt, thì con chắc lấy cho mình sự rủa sả, chớ chẳng phải sự chúc phước đâu" (27:12).

Hậu quả của tất cả những hành động này thật đáng chú ý. Thoạt tiên, bạn có thể nghĩ rằng Gia-cốp và Rê-bê-ca thoát được. Nhưng Rê-bê-ca buộc phải gửi Gia-cốp yêu dấu của bà đi Mê-sô-bô-ta-mi mà bà nghĩ chỉ trong "ít lâu" (27:44), nhưng thực tế là hai mươi năm. Bà sẽ không bao giờ gặp lại Gia-cốp. Về phần mình, Gia-cốp phải chạy trốn để giữ mạng sống. Khi ở Mê-sô-bô-ta-mi, ông bị lừa gạt cưới Lê-a không xinh đẹp để có thể lấy Ra-chên. Việc ông yêu Ra-chên và con của bà hơn gây ra xung đột trong phần đời còn lại của mình. Giống Áp-ra-ham trước đó, những nhân vật này không sẵn sàng trông đợi Đức Chúa Trời hoàn thành ý muốn của Ngài trên cuộc đời họ. Dù cuối cùng, Đức Chúa Trời trung tín với Lời Ngài và hoàn thành mục đích của Ngài qua họ, nhưng họ đã làm cho cuộc sống mình khó khăn vì theo đuổi ý riêng.

Trong khi các câu chuyện Kinh Thánh khác minh họa hành vi mẫu mực của các anh hùng đức tin vĩ đại của chúng ta, thì chương này mô tả tình trạng dễ phạm sai lầm của từng thành viên trong gia đình được chọn. Cả bốn nhân vật đều phạm lỗi: Ê-sau liều lĩnh trong hôn nhân, Y-sác thiên vị cách ngớ ngẩn, Rê-bê-ca trơ tráo có tính toán, và Gia-cốp lợi dụng cách dối trá. Nhưng bất chấp tất cả, ân điển của Đức Chúa Trời vẫn còn và mục đích của Ngài cho dòng dõi được chọn Áp-ra-ham vẫn tiến triển.

Chiếc Thang (28)

Hôn nhân bất hạnh của Ê-sau trở thành lý do để Rê-bê-ca gửi Gia-cốp đi (27:46). Trên thực tế, bà biết được bí mật rằng Ê-sau đang lập kế hoạch giết Gia-cốp. Tính cấp bách của tình hình khiến bà đến gặp Y-sác và nài nỉ gửi Gia-cốp trở về quê hương tộc trưởng để tìm một người vợ thích hợp, như đầy tớ của Áp-ra-ham đã làm cho Y-sác (Sáng Thế Ký 24). Hy vọng duy nhất để tìm được người vợ tin kính cho Gia-cốp là gia đình của Bê-tu-ên tại Mê-sô-bô-ta-mi (xem bảng II.8.1). Có lẽ vì không biết tình hình, Y-sác cũng cứu Gia-cốp khỏi cơn thạnh nộ của Ê-sau.

Gia-cốp Thoát Khỏi Ê-sau (28:1–9)

Lời chúc tạm biệt của Y-sác trở thành cơ hội để ôn lại và nhắc lại lời hứa giao ước vô cùng quan trọng cho Gia-cốp. Khi Y-sác tiễn đứa con của lời hứa quay về Pha-đan A-ram, quê hương của gia đình Áp-ra-ham. "Pha-đan A-ram" hoặc đồng bằng A-ram (28:2, 5–7) là vùng xung quanh Cha-ran về phía tây bắc Mê-sô-bô-ta-mi. Đây là quê hương của Áp-ra-ham theo truyền thuyết, và được cho là nơi thích đáng để tìm một người vợ thích hợp cho tộc trưởng (Sáng Thế Ký 24). Ông nhắc lại phước lành gồm ba phương diện mà bây giờ phải trở thành đặc quyền cho cuộc đời Gia-cốp (28:3–4). "Phước lành của Áp-ra-ham" gồm lời bảo đảm quen thuộc lúc đó về đất đai và con cháu, được tuyên bố trong danh "Đức Chúa Trời Toàn Năng", danh xưng của Đức Chúa Trời thời tộc trưởng (*Ên Sha-đai*, Sáng 17:1).

Gia-cốp lên đường có lẽ là để tìm cho mình người vợ thích hợp, nhưng thật ra là trốn khỏi cơn giận của Ê-sau. Lần đầu tiên trong cuộc đời ông ở trong tình trạng dễ bị nguy hiểm. Ông là người yêu thích gia đình, bị buộc phải rời gia đình. Ông làm cho chính anh mình trở nên xa lạ, và bây giờ phải rời cha mẹ để đi đến một xứ ắt hẳn xa lạ mà ông hoàn toàn không biết. Ông có lời hứa của Đức Chúa Trời trong tay, nhưng ông chưa có kinh nghiệm với Ngài, cũng không có mối quan hệ cần thiết với Đức Chúa Trời để tìm được an ủi nhiều trong "phước lành của Áp-ra-ham". Đây là lúc Gia-cốp tìm thấy niềm xác tín của mình về Đức Chúa Trời và về bản thân.

Hãy thử hình dung việc đọc truyện kể này như thể bạn không biết về kết quả. Ê-sau có đuổi theo Gia-cốp và tìm cách giết ông không? Gia-cốp có bao giờ quay về Ca-na-an không? Điều gì xảy ra một khi ông đến Mê-sô-bô-ta-mi? Ông có cưới ai đó trong gia đình Áp-ra-ham và tiếp tục dòng dõi của lời hứa không? Sự hồi hộp gia tăng bởi bức tranh này: con của *lời hứa*, Gia-cốp, chạy trốn *khỏi Đất Hứa*. Làm sao lại như thế được, và sẽ được giải quyết ra sao? Ngay cả nếu ông cưới một người vợ thích hợp và quay về Ca-na-an, thì làm thế nào những lời hứa cho Áp-ra-ham được ứng nghiệm trong cuộc đời của một người khác biệt quá xa với *đức tin* của Áp-ra-ham?

Khi bóng Gia-cốp khuất sau chân trời, tất cả những vấn đề này đang chờ được giải quyết.

Giấc Mơ của Gia-cốp (28:10–22)

Chúng ta sẽ không phải chờ câu trả lời lâu. Tại "một chỗ kia" trên đường từ Bê-e Sê-ba đến Cha-ran, Gia-cốp phải dừng lại nghỉ đêm (28:10–11). Cô đơn và lo sợ, và một thân một mình xa nhà, ắt hẳn là một trải nghiệm xương máu. Theo phong tục Cựu Ước, những lữ khách buộc phải nghỉ đêm ở một nơi xa lạ được dân địa phương tiếp nhận (xem lại Sáng 19:1–3, và so sánh Quan Xét 19:11–21). Phong tục cổ đại không cho phép lữ khách chịu đựng những khắc nghiệt của thiên nhiên bên ngoài suốt đêm (đặc biệt xem Quan 19:15, 17–20). Cho dù Gia-cốp không thể tìm một chủ nhà thân thiện, hoặc không sẵn sàng chấp nhận sự giúp đỡ, kết quả vẫn như nhau. Ông cô đơn, buộc phải nằm dưới đất.

Lấy một cục đá và chuẩn bị chỗ ngủ, Gia-cốp yên vị qua đêm (28:11). Ông không thể biết trước điều gì xảy ra tiếp theo. Trong giấc mơ, ông thấy một chiếc thang (rất có thể là cầu thang gác có bậc thay vì những thanh ngang) nối trời và đất.[17] Cầu thang là con đường hai chiều: thiên sứ đang "đi lên đi xuống trên đó" (28:12). Ý nghĩa về các thiên sứ trong phân đoạn không rõ ràng, nhưng có lẽ họ là lực lượng tuần tra của Đức Chúa Trời, có thể tiếp cận trời và đất - toàn bộ trái đất. Cho dù Gia-cốp lang thang ở đâu trên hành trình của mình, lực lượng của Đức Chúa Trời cũng đang canh giữ và bảo vệ ông (xem lời nói của Đức Chúa Trời trong 28:15).[18] Đến tận bây giờ, đây là những lực lượng mà Gia-cốp không nghĩ đến. Cả cuộc đời mình, ông đã trông cậy vào chính khả năng riêng để điều khiển và lừa gạt. Bây giờ, trong giờ phút dễ bị tấn công trong giấc mơ đến từ Đức Chúa Trời,

---

17. Cuộc gặp gỡ có những điểm chỉ về Mê-sô-bô-ta-mi không thể nhầm lẫn được. Cụ thể, chiếc thang nhắc đến kim tự tháp Ba-by-lôn, hoặc tháp đền, với những đoạn dốc bên ngoài nối trời và đất. Việc nhận diện địa danh là "cổng trời" (28:17) là sự nhắc lại thuyết nguyên nhân của tên gọi Ba-by-lôn theo tiếng Ac-cad "cổng của các thần" (Bill T. Arnold, "Babylonians," in *Peoples of the Old Testament World*, ed. Alfred J. Hoerth, Gerald L. Mattingly, and Edwin M. Yamauchi [Grand Rapids: Baker, 1994], 43–44). "Lời ám chỉ lại càng mang tính gợi ý nhiều hơn khi xem xét trong mối liên hệ với hành trình đến Mê-sô-bô-ta-mi của Gia-cốp" Mesopotamia" (Speiser, *Genesis*, 220). See further, Nahum M. Sarna, *Understanding Genesis* (New York: Schocken, 1970 [1966]), 193.

18. Allen P. Ross, *Creation and Blessing: A Guide to the Study and Exposition of the Book of Genesis* (Grand Rapids: Baker, 1988), 489.

Ngài làm cho ông nhận biết rằng một kế hoạch lớn hơn đang được thực hiện trong cuộc đời ông.

Điểm cốt lõi của phân đoạn là sự xuất hiện của Đức Chúa Trời trong giấc mơ và tuyên bố của Ngài về những lời hứa giao ước của Áp-ra-ham cho Gia-cốp (28:13–15). Ở đây, Đức Chúa Trời xác nhận lời hứa giao ước gồm ba phương diện của Áp-ra-ham - đất đai, con cháu và phước lành: "Ta sẽ cho ngươi và dòng dõi ngươi đất mà ngươi đang nằm..... các chi họ thế gian sẽ nhờ ngươi và dòng dõi ngươi mà được phước." Những lời tương tự vẫn đang văng vẳng bên tai Gia-cốp, vì cha ông đã tiễn ông lên đường với lời nhắc nhở ông là người thừa kế "phước lành được ban cho Áp-ra-ham" (28:3–4). Nhưng giấc mơ lại khác. Cha của Gia-cốp giao cho ông ý nghĩa về mối quan hệ với Đức Chúa Trời là một việc. Giấc mơ này lại là vấn đề hoàn toàn khác. Sự cô đơn và tình trạng dễ bị tấn công ngoài trời khiến ông đặc biệt dễ tiếp nhận sứ điệp của Đức Chúa Trời. Bây giờ là lúc ông quyết định điều mình thật sự tin. Ông không còn có thể sống dựa vào sức mạnh đức tin của cha mẹ mình. Đã đến lúc Đức Chúa Trời của Áp-ra-ham và Y-sác trở thành Đức Chúa Trời của cả *Gia-cốp*.

Những lời hứa giao ước có chức năng tương tự trong câu chuyện này cũng như trong các câu chuyện Áp-ra-ham trước đó. Cũng như những lời bảo đảm của Đức Chúa Trời về các lời hứa giao ước đối với Áp-ra-ham trong Sáng Thế Ký 15 báo trước những sự kiện sau này trong cuộc đời Áp-ra-ham (và phần còn lại của Kinh Thánh), thì những lời bảo đảm này đối với Gia-cốp chỉ về những sự kiện tiếp theo trong câu chuyện Gia-cốp.[19] Những hoàn cảnh trong cuộc đời Gia-cốp được kể lại trong nhiều chương kế tiếp của Sáng Thế Ký ứng nghiệm lời hứa ở đây và một lần nữa cho thấy Đức Chúa Trời thành tín với Lời Ngài.

Gia-cốp có nhiều điều phải suy nghĩ về chuyến đi của mình: sự đe dọa của Ê-sau, sự cần thiết phải rời gia đình, mối nguy hiểm khi đi xa một mình, sự mơ hồ về điều ông sẽ gặp tại Mê-sô-bô-ta-mi, và liệu ông có thể quay lại không. Lời hứa kết luận của Đức Chúa Trời dường như đặc biệt đáp ứng nhu cầu của Gia-cốp: "Nầy, Ta ở cùng ngươi, ngươi đi đâu sẽ theo gìn giữ đó, và đem ngươi về xứ này; vì ta không bao giờ bỏ ngươi cho đến khi ta làm xong những điều ta đã hứa cùng ngươi" (28:15). Khi bạn đọc các chương tiếp theo của Sáng Thế Ký, hãy nhớ rằng Đức Chúa Trời cũng sẽ chứng tỏ Lời Ngài là chân thật cho cuộc đời bạn.

Khi Gia-cốp thức dậy, ông có những đáp ứng mang tính thờ phượng đối với giấc mơ, tất cả đều thích hợp. Ông thừa nhận sự hiện diện của Đức

---

19. John H. Sailhamer, *The Pentateuch as Narrative: A Biblical-Theological Commentary* (Grand Rapids: Zondervan, 1992), 193.

Giê-hô-va ở nơi này, là nơi chưa được đặt tên trong câu chuyện cho tới thời điểm này. Ông dựng một vật kỷ niệm bằng đá mà ông dùng để gối đầu, đổ dầu lên, rồi đặt tên chỗ đó là Bê-tên, hoặc "nhà của Đức Chúa Trời" (28:16–19). Nỗi lo sợ Gia-cốp đã trải qua là nỗi sợ trong tinh thần tôn kính vì ở trong sự hiện diện của Đức Chúa Trời, và là một trải nghiệm mới cho Gia-cốp (28:17)

Chúng ta có thể bị cám dỗ khi đọc lời hứa nguyện của Gia-cốp với sự nghi ngờ (28:20–22). Gia-cốp hứa nguyện rằng *nếu* Đức Chúa Trời thật sự bảo vệ ông trên đường đi, cung ứng nhu cầu cho ông, và cho phép ông trở về Ca-na-an, *thì Yahweh* sẽ là Đức Chúa Trời của Gia-cốp. Ngoài ra, Gia-cốp còn hứa dâng một phần mười, trọn một phần mười của tất cả thu nhập, cho Chúa. Nếu chúng ta nghi ngờ Gia-cốp thông đồng hoặc lừa đảo, thì chúng ta hầu như hiểu khá rõ nhân cách của ông cho đến thời điểm này. Điều này giống như nỗ lực đáng thương của Gia-cốp nhằm thao túng Đức Chúa Trời, như ông đã làm với người khác.

Tuy nhiên, bản chất của lời hứa nguyện trong Cựu Ước cho thấy rằng hứa nguyện của Gia-cốp cũng là một đáp ứng thích hợp trước giấc mơ mặc khải của Đức Chúa Trời, nếu không phải là một sự biểu lộ đức tin trưởng thành.[20] Hầu hết những lời hứa nguyện là những câu nói có điều kiện được phát ra trong hoàn cảnh tuyệt vọng. Rất có khả năng lời hứa nguyện như thế là đáp ứng tự nhiên của đức tin, trong đó Gia-cốp tự hứa quay lại thờ phượng Yahweh một khi những lời hứa thiên thượng được thực hiện. Phần còn lại của câu chuyện Gia-cốp cho thấy cách Đức Chúa Trời làm thành lời hứa của Ngài, và hứa nguyện của Gia-cốp sau này trong câu chuyện khiến cho cách hiểu này thích hợp hơn (xem Sáng 35:1–3, 14–15).

Đây là cuộc gặp gỡ đầu tiên của Gia-cốp với Đức Chúa Trời. Đức tin của cha mẹ ông đã trở thành đức tin của ông. Đức tin đó không phải là đức tin trưởng thành như của Áp-ra-ham, nhưng dẫu vậy, đó là bước đi mới mẻ đối với Gia-cốp. Những sự kiện thay đổi gần đây trong đời sống gia đình khiến ông không thể chỉ dựa vào năng lực bản thân để lừa gạt, nói dối và ăn cắp. Khi Đức Chúa Trời đối mặt ông tại Bê-tên, ông trưởng thành về thuộc linh, chọn nhận lấy trách nhiệm về chính mối quan hệ của mình với Đức Chúa Trời. Những lời hứa của Đức Chúa Trời đến trong giấc mơ, nhưng đáp ứng của Gia-cốp đến khi ông tỉnh táo. Ông thấy thế giới của giấc mơ còn thuyết phục và hấp dẫn hơn thế giới cũ của sự sợ hãi, lừa gạt và tội lỗi. Ông quyết định nắm lấy thực tế của giấc mơ.[21] Đây là bài học

---

20. Wenham, *Genesis 16–50*, 224.
21. Walter Brueggemann, *Genesis*, Interpretation (Atlanta: John Knox, 1982), 246.

quan trọng cho tất cả chúng ta. Đến một lúc nào đó, tất cả chúng ta phải nắm lấy những lời hứa tuyệt vời của Đức Chúa Trời cho chính mình, và bước ra bằng đức tin, tự mình cam kết với Ngài. Đức Chúa Trời không có cháu đâu!

Trong giấc mơ, Đức Chúa Trời cam kết với kẻ chạy trốn xảo quyệt, y như Ngài đã có lần cam kết với Áp-ra-ham (Sáng Thế Ký 15). Giấc mơ về chiếc thang là bài học trực quan sống động cho Gia-cốp, Đức Chúa Trời đã xuống với ông và ở với ông trong chuyến đi. Thiên đàng đã đến trên đất. Thật vậy, Kinh Thánh lặp lại điệp khúc này. Đức Chúa Trời cũng đến với những kẻ chạy trốn khác nữa. Đây thật sự là đặc điểm riêng của Đức Chúa Trời- Ngài đến với những người chống nghịch để ở với họ và cứu họ. Cuối cùng, khi Ngài chọn trở thành người tìm kiếm và cứu vớt người hư mất, Ngài được gọi là "Đức Chúa Trời ở cùng chúng ta" (Em-ma-nu-ên, Mat 1:23). Gia-cốp buộc phải đáp ứng với sự hiện đến của Đức Chúa Trời thế nào, thì chúng ta cũng phải như vậy.

Gia-cốp và La-ban (29–31)

Gia-cốp là một người mới. Nhưng đức tin vừa mới có không thể gạt bỏ nhu cầu phải đối diện với những quyết định trước đó của ông trong cuộc sống. Vẫn cần phải trốn khỏi Ê-sau và Ca-na-an, và không còn chọn lựa nào khác ngoài việc tiếp tục đến Mê-sô-bô-ta-mi.

Gia-cốp Kết Hôn với Các Con Gái La-ban (29:1–30)

Với khuôn mẫu chúng ta đã chứng kiến trước đó, cảnh mở đầu của phần này là vị tộc trưởng đến một nơi xa lạ bình an, và gặp mặt người vợ tương lai tại giếng nước (so sánh Sáng Thế Ký 24). Sự bảo vệ và hướng dẫn của Đức Chúa Trời rõ ràng với Gia-cốp như đối với đầy tớ của Áp-ra-ham, người đã đi đến Mê-sô-bô-ta-mi tìm vợ cho Y-sác. Khi Gia-cốp gặp Ra-chên xinh đẹp, em bà con của mình, ông ngập tràn cảm xúc (29:10–11). Cho đến lúc đó, những lời hứa trong giấc mơ về chiếc thang đang có hiệu lực.

Gia-cốp dường như không chỉ sẵn sàng gia nhập vào gia đình La-ban (29:14). Nhưng khi gặp cậu là La-ban, Gia-cốp cũng gặp một người biết ít nhiều về lừa gạt và xảo quyệt. Thật vậy, Gia-cốp đã gặp được đối thủ của mình. Qua La-ban ông sẽ uống cạn 'chén thuốc lừa dối của chính mình'.[22]

---

22. Kidner, *Genesis*, 159.

Gia-cốp cảm thấy tuyệt vọng trong tình yêu với Ra-chên. Kể từ khi ông đến Mê-sô-bô-ta-mi với hai bàn tay trắng và không thể có được món quà cưới bình thường (cái giá để đưa cho gia đình cô dâu), ông đã trao một phần rất đáng kể trong năng suất làm việc của mình - bảy năm.[23] Tình yêu sâu sắc đến nỗi ngay cả giá đắt này "chỉ bằng đôi ba bữa vì yêu nàng" (29:20).

Nhưng La-ban đã qua mặt kẻ lừa gạt tài tình. Gia-cốp lừa dối cha và gạt anh mình thế nào, thì bây giờ ông bị chính cậu mình lừa dối thế ấy. Tại tiệc cưới, La-ban đã thay Ra-chên bằng cô con gái đầu kém xinh đẹp Lê-a. Buổi sáng hôm sau, Gia-cốp thấy mình cưới Lê-a thay vì Ra-chên yêu dấu. Khi ông than phiền với cậu về sự lừa dối này, La-ban giải thích phong tục ở đây là con gái lớn phải kết hôn trước, và Gia-cốp vẫn có thể cưới Ra-chên trong vòng một tuần nữa, với điều kiện làm việc thêm bảy năm nữa. Gia-cốp đã mắc bẫy. Ông đồng ý với điều khoản, và bây giờ có hai vợ. Sự oán giận La-ban và thiên vị đối với Ra-chên sẽ gây bất hòa trong gia đình, khiến ông đau đớn trong quãng đời còn lại. Trong tuổi già, ông yêu thương con trai Ra-chên là Giô-sép hơn, yêu thương nhiều đến nỗi các con của Lê-a muốn giết Giô-sép, như chúng ta sẽ thấy (Sáng 37:3–4, 18).

Một thắc mắc hợp lý là làm thế nào La-ban có thể thắng trong một sự lừa dối lạ lùng như vậy. Làm thế nào Gia-cốp có thể nhầm lẫn như thế? Chắc chắn thì giờ tối khuya trong phòng tân hôn và mạng che mặt dày của cô dâu Lê-a góp phần vào thủ đoạn này. Nhưng hiển nhiên không chỉ có vậy! Rất có thể buổi tiệc cưới do La-ban tổ chức là một thủ đoạn có chủ tâm nhằm làm cho Gia-cốp không còn tỉnh táo vì cớ rượu (29:22). Bản văn cũng có những hàm ý về mặt từ ngữ rằng việc say rượu là một phần của câu chuyện.[24]

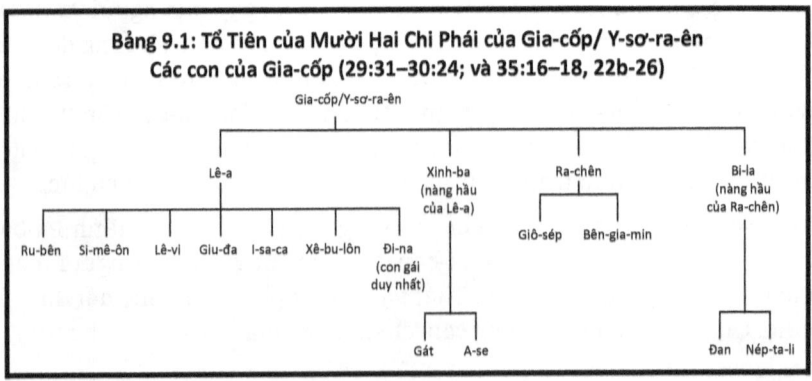

---

23. Westermann, *Genesis 12–36*, 466.
24. Hamilton, *Genesis 18–50*, 262–63.

Các Con của Gia-cốp (29:31–30:24)

Phần này cho thấy Đức Chúa Trời thành tín hoàn thành những mục đích của Ngài, cho dù qua những hành động lừa dối của La-ban và Gia-cốp, và sự căm thù ghen ghét của các bà vợ Gia-cốp. Ngài đã hứa ban cho Gia-cốp, cháu Áp-ra-ham, vô số con cháu. Nguồn gốc của tám trong số các chi phái của Y-sơ-ra-ên ra từ chính Lê-a bất hạnh và nàng hầu của bà.

Hôn nhân của Gia-cốp gặp sóng gió ngay từ đầu: "Lê-a bị ghét… còn Ra-chên lại son sẻ" (29:31). Cả hai người phụ nữ đều muốn điều người kia có. Lê-a cảm thấy sanh con cho Gia-cốp sẽ chiếm được tình yêu của ông, còn Ra-chên mong ước có con như Sa-ra trước kia. Việc sanh con biến thành cuộc tranh đua. Mỗi người vợ đưa cho Gia-cốp nàng hầu của mình (Xinh-ba và Bi-la) nhằm có nhiều con hơn người kia. Mặc dù tập tục này được chấp nhận về mặt xã hội ở vùng Cận Đông cổ đại, nhưng nó đã gây ra những nan đề trong gia đình tộc trưởng trước đó (Sáng Thế Ký 16). Thỏa thuận liều lĩnh của Ra-chên về trái táo rừng (một loại thuốc thời nguyên thủy được cho rằng giúp sinh sản) đem lại kết quả thật mỉa mai vì nó không giúp ích cho Ra-chên nhưng lại giúp Lê-a sanh thêm con (30:14–21). Cuối cùng, Ra-chên cũng có một con trai, không phải nhờ táo rừng: "Đức Chúa Trời nhớ lại Ra-chên, bèn nhậm lời và cho nàng sanh sản" (30:22).

Qua tất cả mọi thủ đoạn và ganh đua, Đức Chúa Trời vẫn kiên định thực hiện lời hứa về con cháu cho Áp-ra-ham, Y-sác và Gia-cốp. Sự ra đời và đặt tên cho mười một con trai đầu của Gia-cốp tạo trọng điểm văn chương của cấu trúc đối xứng tỉ mỉ trong truyện kể Gia-cốp.[25] Đây là bước ngoặc của câu chuyện, nhất là việc Ra-chên sanh Giô-sép (30:22–24). Đây là mục đích của việc Gia-cốp sống tại Mê-sô-bô-ta-mi lâu đến vậy, dù có thể ông không hoàn toàn nhận ra. Các con do Lê-a, Ra-chên và các nàng hầu sanh ra cho ông cuối cùng sẽ trở thành mười hai chi phái của dân tộc Y-sơ-ra-ên. Đúng lúc, Đức Chúa Trời sẽ đem Đấng Mê-si đến cho thế gian qua Y-sơ-ra-ên. Từ tầm nhìn của con người, chúng ta kinh ngạc trước sự oán giận và cay đắng phân chia gia đình này. Nhưng chính qua gia đình bất thường này mà lời hứa của Đức Chúa Trời bước tới một bước phi thường. Từ tầm nhìn thiên thượng, ân điển của Đức Chúa Trời đang hành động trong đời sống của một số người đâu đâu. Chúng ta nên biết ơn vì sự cứu rỗi của chúng ta dựa trên ân điển của Đức Chúa Trời, hơn là công sức con người.

---

25. Rendsburg, *Redaction of Genesis*, 65–66. See also Westermann, *Genesis 12–36*, 409.

Sự Thịnh Vượng của Gia-cốp (30:25–43)

Đức Chúa Trời ban cho Gia-cốp có con cái khi ông ở Mê-sô-bô-ta-mi. Nhưng Ngài cũng ban phước cho ông bằng cách làm gia tăng cách lạ lùng bầy gia súc của ông với La-ban. Đúng với bản tính, La-ban cố gắng giới hạn thành công của Gia-cốp trong bầy súc vật bằng cách đem tất cả những con có đốm và có rằn ra xa ở một khoảng cách an toàn, để bảo đảm rằng Gia-cốp không thể làm tăng bầy súc vật của mình. Gia-cốp đã kết hợp việc gây giống chọn lọc với niềm tin mê tín thời đó trong việc chăn nuôi. Lạ lùng thay, bầy súc vật của ông lớn nhanh và ông trở nên khá giàu có (30:43). Chắc chắn ông thành công nhờ ân điển của Đức Chúa Trời hơn là ông nghĩ.

Rắc Rối với La-ban (31)

Không chỉ xung đột cay đắng giữa các bà vợ vây lấy Gia-cốp, mà chính ông cũng bị lôi kéo vào sự tranh cãi với La-ban. Thành công của ông dẫn đến ganh tỵ và oán giận (31:1–2), điều này gợi ý đã đến lúc quay về Ca-na-an. Nhưng Gia-cốp cũng là người được giao sứ mạng thiên thượng kể từ giấc mơ về chiếc thang tại Bê-tên. Yahweh đã kêu gọi Gia-cốp qua việc làm nhớ lại sự kêu gọi đầu tiên của Áp-ra-ham (31:3; so sánh 12:1–2), và rõ ràng đã đến lúc rời khỏi gia đình La-ban. Đã đến lúc hai mươi năm lưu trú của Gia-cốp phải chấm dứt. Ông đã có lời hứa nguyện với Đức Chúa Trời (tại Bê-tên) và một người anh phải đối diện ở nhà.

Gia-cốp Rời Khỏi Mê-sô-bô-ta-mi (31:1–21)

Gia-cốp thấy cần thiết phải lén lút chuồn đi, chắc chắn vì hai mươi năm giúp việc ông biết rõ thủ đoạn của La-ban. Ông biết cậu mình sẽ không sẵn lòng để cho ông đi. Công việc của Gia-cốp rất quan trọng đối với La-ban.

Việc Ra-chên ăn cắp các pho tượng thờ trong nhà (*tĕrāpîm*) đã khiến nhiều học giả nghiên cứu (31:19). Cho dù chúng là gì, Ra-chên có lẽ đang tìm cách bảo đảm tương lai tốt đẹp cho chuyến đi của mình đến Ca-na-an.

La-ban Đuổi Theo Gia-cốp (31:22–42)

La-ban đã không chú ý vì bận hớt lông chiên, thời điểm bận rộn nhất trong năm (31:19). Đến khi ông nhận ra Gia-cốp bỏ trốn thì đã quá muộn. Nhưng ông tập họp một lực lượng đáng kể và đuổi theo Gia-cốp cùng gia đình ông, bắt kịp họ ở Ga-la-át, phía đông sông Giô-đanh gần Đất Hứa. Trong cuộc đối đầu sau đó, La-ban buộc tội Gia-cốp ăn cắp các pho tượng thờ trong nhà, điều mà Gia-cốp không hề biết. Ông để cho La-ban lục soát tất cả tài sản, nhưng không có kết quả. Ra-chên đã xấu hổ giấu giếm các pho tượng của cha, còn Gia-cốp bắt đầu lời chỉ trích kịch liệt dài dòng mà trong đó ông nhiếc móc La-ban vì đã bạc đãi ông nhiều năm qua.

> ### Pho tượng thờ trong Nhà của La-ban là gì? (Sáng 31:19)?
>
> Nhân cơ hội nhanh chóng rời khỏi Mê-sô-bô-ta-mi để bắt đầu hành trình đến Ca-na-an, Ra-chên đã lấy cắp "các pho tượng thờ trong nhà" (*tĕrāpîm*) của cha mình. Cho dù có vô số học giả chú ý đến những vật này, nhưng chúng ta vẫn còn những câu hỏi không có câu trả lời về chúng. *Tĕrāpîm* chính xác là cái gì, và tại sao Ra-chên lại lấy cắp?[26]
>
> Các nghiên cứu nguyên học của từ này vẫn không có kết luận. Chúng được coi là "các thần" trong phần sau của đoạn này (31:30,32). So sánh với các nền văn hóa Cận Đông cổ đại khác cho thấy các hình ảnh của những vị thần (thường là những tượng nhỏ hình người) thường được cho là bảo vệ gia đình, và những pho tượng này có thể là hình ảnh của những tổ phụ đã qua đời. Đôi khi chúng được dùng để biết ý muốn của các thần và tiên đoán tương lai.
>
> Nhưng có thể có lý do nào đó trong số những lý do nằm sau hành động của Ra-chên không? Nhiều người tìm thấy điểm tương đồng trong bản văn pháp lý của người Ac-cad ở Nuzi, được cho là phản ánh nền văn hóa xã hội của miền tây bắc Mê-sô-bô-ta-mi thời bấy giờ.[27] Trong trường hợp này, việc sở hữu những tượng trong gia đình là lời khẳng định phần gia tài tốt nhất, trong đó Ra-chên bảo đảm tương lai tài chánh của chồng

---

26. Muốn biết thêm chi tiết, xem Wenham, *Genesis 16–50*, 273–74; và Hamilton, *Genesis 18–50*, 291.
27. Speiser, *Genesis*, 249–51.

> mình. Nhưng cách giải thích này có nhiều vấn đề cần suy xét, và thường bị nghi ngờ. Các bản văn được phát hiện gần đây hơn tại I-ma (ở Sy-ri) làm dấy lên vấn đề về mối liên kết giữa việc sở hữu các pho tượng của gia đình và quyền thừa kế. Nhưng những điều này cũng không đi đến kết luận.
>
> Chúng ta có một số bằng chứng cho rằng những tượng nhỏ này được xem như bùa hộ mạng, hay nguồn đem đến sự bảo vệ và phước lành - một loại bùa phù hộ hay vật may mắn. Trong trường hợp này, chúng có thể không mang nhiều ý nghĩa tín ngưỡng, cũng không là vật bảo đảm về pháp lý hay tài chánh cho tương lai của Gia-cốp. Ra-chên chỉ cảm thấy bất an khi rời khỏi gia đình để theo chồng và Lê-a, người chị thù địch của mình, đến một xứ sở xa lạ.
>
> Vậy có phải Ra-chên bị thúc giục bởi sự sợ hãi, lòng sùng đạo, tham lam hay trả thù? Chúng ta có thể không bao giờ biết chắc bản chất của những pho tượng gia đình này là gì. Nhưng chúng rất quan trọng đối với La-ban (31:30), và dường như có lẽ chúng tiếp tục là vấn đề cho Gia-cốp cho đến khi ông dẹp bỏ chúng trước khi tiếp tục đến Bê-tên (35:2).

Gia-cốp và La-ban Lập Giao Ước Chia Tay (31:43–55)

Đề nghị lập giao ước hay hiệp ước của La-ban ắt hẳn khiến Gia-cốp ngạc nhiên. Ông đã ra đi vì sợ hãi, nhưng giờ chính La-ban lại đề nghị hòa bình. Trong một phân đoạn minh họa hiệp ước vùng Cận Đông cổ đại giữa hai bên bình đẳng, La-ban và Gia-cốp lập một đài kỷ niệm bằng đá, dâng của lễ và ăn uống vui vẻ với nhau, đặt tên thích hợp cho đài kỷ niệm đó theo tiếng địa phương của họ (tên A-ram của La-ban và tên Hê-bơ-rơ của Gia-cốp), và tuyên bố đài kỷ niệm là nhân chứng cho cam kết của từng người về chính sách hòa bình không xâm lược.

Gia-cốp ắt hẳn rất sẵn sàng thoát khỏi một La-ban hám của và tham lam. Bây giờ, gần đến Đất Hứa, ông chắc chắn phải đối phó với anh mình là Ê-sau. Hiệp ước cùng tồn tại hòa bình với La-ban tốt hơn rất nhiều so với việc bỏ lại công việc dở dang ở Mê-sô-bô-ta-mi, trong khi cố gắng hoàn thành việc ông đã bỏ lại phía sau hai mươi năm trước khi đến Ca-na-an. Sự có mặt của ông tại biên giới của Đất Hứa ắt hẳn nhắc ông nhớ đến lời hứa của Đức Chúa Trời trong giấc mơ về chiếc thang tại Bê-tên: "Ta ở cùng ngươi, ngươi đi đâu, sẽ theo gìn giữ đó, và đem ngươi về xứ nầy; vì ta không bao giờ bỏ ngươi cho đến khi ta làm xong những điều ta đã hứa cùng ngươi" (28:15).

Ông có thật sự đến đất hứa bình an với gia đình mới của lời hứa không? Và nếu có thì ông sẽ nhận được loại tiếp đón nào từ người anh mà ông đã làm cho xa cách?

Câu Hỏi Nghiên Cứu

1. Câu chuyện về sự ra đời ở Sáng Thế Ký 25 báo trước mối quan hệ tương lai giữa Gia-cốp và Ê-sau như thế nào?

2. Tại sao tác giả Kinh Thánh nói rằng Ê-sau "khinh quyền trưởng nam của mình"?

3. Y-sác tỏ ra là người thừa kế xứng đáng từ cha mình là Áp-ra-ham về phương diện nào, cả trong những khiếm khuyết và trong những phẩm chất tốt đẹp nhất?

4. Tác giả cho biết lỗi lầm của cả bốn nhân vật trong Sáng Thế Ký 27 như thế nào?

5. Tại sao xem đáp ứng của Gia-cốp trước giấc mơ là đáp ứng của đức tin là điều hợp lý?

6. Mô tả hai xung đột liên quan đến Gia-cốp khi ông lưu trú tạ Mê-sô-bô-ta-mi.

7. Giải thích ý nghĩa có thể chấp nhận được của "các tượng thờ trong nhà" của Sáng Thế Ký 31.

10. Gia-cốp Vật Lộn với Đức Chúa Trời

Sáng 32:1–37:1

Từ loại gỗ cong vẹo đã tạo nên con người,
chẳng có thể chạm khắc thứ gì hoàn toàn ngay thẳng được.

Immanuel Kant, triết gia người Đức (1724–1804).[1]

Đọc thêm: Ma-la-chi 1:2–3; Hê-bơ-rơ 11:9, 20–21

Bố Cục

- Gia-cốp Gặp Đức Chúa Trời, Gia-cốp Gặp Ê-sau (32–33)
    - Gia-cốp Chuẩn Bị Gặp Ê-sau (32:3–21)
    - Gia-cốp Gặp Đức Chúa Trời (32:22–32)
    - Gia-cốp Gặp Ê-sau (33)
- Đi-na Bị Hãm Hiếp (34)
- Trở Lại Bê-tên (35)
- Phần Kết về Ê-sau (36)

Mục Tiêu

Sau khi đọc xong chương này, bạn có thể:

1. Dựa vào nỗi sợ hãi của Gia-cốp đối với người anh xa lạ của mình, nhận diện phương cách Đức Chúa Trời dùng để bảo đảm với Gia-cốp về sự bảo vệ thiên thượng.
2. Tóm tắt các bước Gia-cốp chuẩn bị để đối mặt với Ê-sau, và những nỗ lực tránh xung đột.

---

1. "Idee zu einer Allgemeinen Gesichte in Weltburgerlicher Absicht" (1784), được trích trong Isaiah Berlin, *Crooked Timber of Humanity*, ed. Henry Hardy (New York: Knopf, 1990).

3. Nói rõ những sự kiện liên quan đến cuộc gặp gỡ của Gia-cốp với Đức Chúa Trời tại Phê-ni-ên và sự thay đổi tâm tánh từ việc đổi tên Gia-cốp thành Y-sơ-ra-ên.

4. So sánh cuộc gặp gỡ của Gia-cốp và Ê-sau với cuộc gặp của Gia-cốp với Đức Chúa Trời.

5. Mô tả những sự kiện xung quanh việc hãm hiếp Đi-na, nhấn mạnh mạng lệnh tránh hôn nhân khác chủng tộc với người không tin, hành động thiếu cao thượng của những người có liên quan, sự cáo buộc ngụ ý về vai trò của Gia-cốp trong sự việc và sự chậm trễ trong chuyến đi đến Bê-tên.

6. Nghiên cứu đáp ứng của Gia-cốp trước sự kêu gọi trở về Bê-tên của Đức Chúa Trời, bao gồm việc loại bỏ những vật cản trở họ về mặt thuộc linh.

7. Mô tả việc Đức Chúa Trời hiện ra với Gia-cốp khi ông đến Bê-tên, những lời hứa Ngài dành cho ông tại đó, và những sự kiện cuối cùng của ký thuật về Gia-cốp trong Kinh Thánh.

8. Tóm tắt ý nghĩa văn chương và thần học của năm bảng *tôlĕdôt* tạo thành cấu trúc cơ bản của các truyện kể về tộc trưởng.

Cho đến thời điểm này, có rất ít bằng chứng cho thấy Đức Chúa Trời chạm trổ được gì từ chính khúc gỗ cong vẹo này, tức Gia-cốp.

Đức Chúa Trời đã làm nhiều việc cho Gia-cốp. Ngài đã ban cho Gia-cốp quyền trưởng nam của gia đình và phước lành của cha. Đức Chúa Trời đã bảo vệ Gia-cốp cách kỳ diệu và ban phước cho ông của cải vật chất dư dật. Ngài đã cho ông một gia đình lớn đông con cái, điều rất quan trọng trong văn hóa lúc đó, và Đức Chúa Trời thậm chí còn lập lại hòa bình trong mối quan hệ của Gia-cốp với La-ban. Ngoài ra, Đức Chúa Trời còn ban cho Gia-cốp yếu tố quan trọng nhất của toàn bộ câu chuyện Sáng Thế Ký này: lời hứa giao ước.

Nhưng Gia-cốp vẫn không phải là Áp-ra-ham. Đáp ứng đức tin của ông trước giấc mơ về chiếc thang tại Bê-tên (Sáng Thế Ký 28) là một bước đi đúng hướng. Nhưng đối với Gia-cốp, ông còn cả một chặng đường dài để có thể hoàn thành lời hứa nguyện ở đó (32:20–22).

Phần tiếp theo của Sáng Thế Ký là phần còn lại của *tôlĕdôt* của Y-sác (32:1–35:29 mà thật ra là câu chuyện về Gia-cốp) và *tôlĕdôt* của Ê-sau (36:1–37:1). Câu chuyện kể lại trải nghiệm của Gia-cốp và gia đình ông khi trở về Đất Hứa.

Gia-cốp Gặp Đức Chúa Trời, Gia-cốp Gặp Ê-sau (32–33)

Gia-cốp ắt hẳn hết sức nhẹ nhõm khi giải quyết xong khủng hoảng với La-ban tại Ga-la-át ở biên giới Đất Hứa (chương 31). Sáng Thế Ký 32–33 thuật lại sự trở về Ca-na-an của Gia-cốp. Căn cứ vào việc ông đã lừa gạt anh mình là Ê-sau hai mươi năm trước khi ông rời Ca-na-an, ông có đủ lý do để lo lắng về hai người thân đang ôm mối hận thù vì những lý do khác nhau tại hai địa điểm khác nhau. Với La-ban thì đã nguôi ngoai, bây giờ ông có thể tập trung vào mâu thuẫn chưa được giải quyết tại quê nhà Ca-na-an.

Lần cuối cùng Gia-cốp nhìn thấy Ê-sau là lúc Ê-sau đang lập mưu giết ông (27:41). Bây giờ, Gia-cốp đang quay về Đất hứa, cuộc gặp gỡ với Ê-sau tất yếu hiện ra phía trước. Cơn giận của người anh xa cách này là rào chắn cho sự phát triển xa hơn của Gia-cốp. Về địa lý, ông có thể tránh gặp mặt Ê-sau trên đường quay về Bê-tên. Nhưng về phương diện thuộc linh, ông phải giải hòa với anh mình để đến Bê-tên, nơi ông sẽ hoàn thành lời hứa nguyện với Đức Chúa Trời.[2]

Trong một đoạn văn ngắn giữa Sáng Thế Ký 31 và 32, người kể chuyện cho chúng ta biết La-ban đi đường của ông, còn Gia-cốp đi đường của Gia-cốp (31:55–32:2).[3] Nhưng Gia-cốp không đi một mình. Sau khi La-ban ra đi, Gia-cốp được gặp "thiên sứ của Đức Chúa Trời" tại Ma-ha-na-im. Giống các thiên sứ trong giấc mơ về chiếc thang ở Sáng Thế Ký 28, những thiên sứ của khải tượng mới này được cho là để bảo đảm với Gia-cốp về sự hiện diện che chở của Đức Chúa Trời.[4] Giấc mơ tại Bê-tên đã an ủi Gia-cốp khi ông rời khỏi Ca-na-an thể nào, thì giờ đây sự hiện thấy tại Ma-ha-na-im cũng an ủi ông như vậy khi ông quay về.

---

2. Derek Kidner, *Genesis: An Introduction and Commentary*, Tyndale Old Testament Commentary (Downers Grove: InterVarsity, 1967), 167.

3. Đôi khi bản văn Hê-bơ-rơ có số chương và câu khác với bản dịch Anh ngữ, mà hầu hết dựa trên bản dịch Hy Lạp cổ (bản Septuagint), là bản dịch thỉnh thoảng chia bản văn ở những chỗ khác nhau. Ở đây, chương 32 trong tiếng Hê-bơ-rơ bắt đầu với câu trong bản Anh ngữ là 31:55, có nghĩa là các câu còn lại của đoạn 31 cũng khác.

4. Có nhiều liên kết bằng lời có chủ ý giữa khải tượng Bê-tên và Ma-ha-na-im. Xem Gordon J. Wenham, *Genesis 16–50*, Word Biblical Commentary 2 (Dallas: Word, 1994), 281; and Carl Friedrich Keil and Franz Delitzsch, *Commentary on the Old Testament*, 10 vols. (Grand Rapids: Eerdmans, 1978 [n.d.]), 1:301.

Gia-cốp Chuẩn Bị Gặp Ê-sau (32:3–21)

Với hy vọng Ê-sau sẽ mở rộng vòng tay tiếp đón mình, Gia-cốp sai sứ giả đi đến Sê-i-rơ thuộc miền nam Transjordan để báo tin ông quay về: "Các ngươi hãy thưa cùng Ê-sau, *chúa ta*, ...Gia-cốp, *kẻ tôi tớ chúa* có nói .... xin sai đi nói cho *chúa* hay trước" (32:4–5). Mặc dù cử chỉ lịch sự này là phổ biến ở Đông phương cổ đại, nhưng sự hạ mình như thế đối với anh em song sinh là điều khác thường. Thông điệp trau chuốt này là sự ngụ ý thừa nhận lỗi lầm và hàm ý

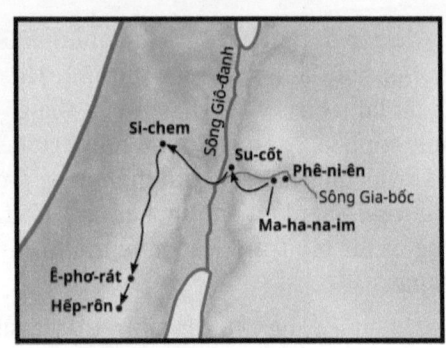

Hành trình của Gia-cốp trong xứ Pa-lét-tin

từ bỏ những đặc quyền mà Gia-cốp đã cướp lấy từ anh mình.[5] Nói rằng ông đã có gia súc, lừa, chiên, dê và đầy tớ hàm ý Ê-sau có quyền lấy chúng. Giọng nô lệ của Gia-cốp phủ nhận lời tuyên bố của Đức Chúa Trời với Rê-bê-ca trước khi sanh về đứa nào sẽ cai trị đứa nào (25:23), và lời chúc của Y-sác cho Ê-sau, điều không thể sửa đổi trong văn hóa thời đó (27:40). Gia-cốp sẵn sàng để cho Ê-sau xử mình, vì ông lo sợ điều xấu nhất.

Tin tức do các sứ giả đem về *không* khiến ông yên lòng. Ê-sau đang trên đường đi gặp Gia-cốp với một đội quân riêng gồm bốn trăm người. Rõ ràng là những lời xin lỗi trống rỗng không đủ, và đội quân của Ê-sau đang đến là sự khủng hoảng lớn nhất trong cuộc đời Gia-cốp. Ông đã nhờ đến phương cách liều mạng để thu phục anh mình. Trước tiên, ông chuẩn bị cho tình huống xấu nhất bằng cách chia gia đình và tài sản thành hai nhóm với cố gắng liều lĩnh nhằm cứu ít nhất một nhóm. Rồi ông làm điều mà hầu hết chúng ta đều làm trong cơn khủng hoảng cùng cực: ông cầu nguyện. Trong một trong những lời cầu nguyện tuyệt hay của Sáng Thế Ký (32:9–12), Gia-cốp dường như rõ ràng tập chú vào hy vọng sống sót duy nhất của mình: "Xin Đức Chúa Trời giải cứu tôi khỏi tay Ê-sau, anh tôi". Lời hứa của Đức Chúa Trời tại Bê-tên là ban phước cho Gia-cốp và ở với ông (chương 28) là nền tảng chắc chắn cho lời nài xin của Gia-cốp, mà chúng ta thấy rõ trong lời của ông "Ngài có phán dạy...." (32:12).[6]

---

5. Claus Westermann, *Genesis 12–36*, trans. John J. Scullion, Continental Commentary (Minneapolis: Fortress, 1985), 506–7.

6. Như trên, 511.

Cầu nguyện suông thôi chưa đủ, Gia-cốp còn chuẩn bị một món quà lớn cho Ê-sau, phù hợp với sở thích của người nông dân, và ông gửi cho Ê-sau nhiều đợt: dê, cừu non, cừu đực, lạc đà, bò và lừa (32:13–21). Với mỗi nhóm súc vật, ông ra lệnh cho sứ giả nói với Ê-sau "kẻ tôi tớ chúa là Gia-cốp" đang theo sau chúng tôi. Thay vì cho là hối lộ, chúng ta nên hiểu lời nói của chính Gia-cốp là lời giải thích về món quà: "Mình đem lễ nầy dâng trước cho Ê-sau nguôi giận đã, ...có lẽ người tiếp rước mình..." (32:20). Có lẽ việc lặp đi lặp lại tên Gia-cốp sẽ khiến phản ứng của Ê-sau trở nên dịu đi. Thật dễ phê bình Gia-cốp là thiếu đức tin sau khi khẩn thiết cầu nguyện như vậy. Nhưng điều có vẻ thích hợp hơn là người kể chuyện muốn chúng ta thấy Gia-cốp sợ hãi và bối rối, có lẽ với một chút nghi ngờ trộn lẫn trong đức tin của ông.[7]

Gia-cốp Gặp Đức Chúa Trời (32:22–32)

Gia-cốp điếng người khi nghĩ đến cuộc gặp Ê-sau. Ông đã dùng hết sức lực để chuẩn bị chu đáo cho cuộc gặp sắp tới với anh mình. Thế mà ông đã gặp Đức Chúa Trời, điều ông hoàn toàn không hề chuẩn bị.[8]

Cuộc gặp kỳ lạ của Gia-cốp với Đức Chúa Trời tại Phê-ni-ên là tình tiết chính trong chuyến trở về Ca-na-an của Gia-cốp. Nó được sắp xếp vào bản văn giữa sự chuẩn bị gặp Ê-sau (32:3–21) và cuộc gặp gỡ chính Ê-sau (33:1–20). Đặc trưng chính yếu của tình tiết trọng tâm này là việc đổi tên Gia-cốp thành Y-sơ-ra-ên. Giống những chỗ khác trong Kinh Thánh, việc đổi tên trong tuổi trung niên tượng trưng cho sự thay đổi tâm tính (Áp-ram thành Áp-ra-ham, Si-môn thành Phi-e-rơ). Đây là câu trả lời của Đức Chúa Trời cho khuynh hướng lừa lọc và hám lợi của Gia-cốp. Đức Chúa Trời ở trong những hoàn cảnh và những vụ việc của cuộc đời Gia-cốp, hành động để biến đổi tâm tánh ông. Đi kèm với sự biến đổi là phước lành quan trọng của Đức Chúa Trời.

Gia-cốp dường như không ngủ được (ông đã dự định ở trong trại đêm đó, 32:21). Ông thức dậy giữa đêm, đem gia đình và bắt đầu băng qua rạch Gia-bốc trong đêm tối hiểm nguy. Rạch Gia-bốc là một nhánh từ đông sang tây của sông Giô-đanh khoảng hai mươi lăm dặm về phía bắc Biển Chết (xem bản đồ III.10.1). Dù chúng ta không biết chắc, nhưng dường như Gia-

---

7. Wenham, *Genesis 16–50*, 291.
8. Gerhard von Rad, *Genesis: A Commentary*, trans. John H. Marks, rev. ed., Old Testament Library (Philadelphia, Westminster, 1972), 320.

cốp quay lại bờ phía bắc Gia-bốc sau khi gia đình đã đi qua an toàn.[9] Trong mọi tình huống, ông không thể trốn tránh cảnh cô độc (32:24). Cô đơn là thời điểm của Đức Chúa Trời nhằm có cuộc gặp gỡ. "Khi mọi thứ đều bị đe dọa, một đêm cầu nguyện không phải là gánh nặng, mà là dây an toàn."[10]

Bản văn chỉ nói "một người vật lộn với ông cho đến rạng đông" (32:24b). Nhân thân của "người" này lúc đầu chưa rõ. Là độc giả, chúng ta bị bỏ rơi trong bóng tối của cuộc gặp gỡ ban đêm, giống như Gia-cốp vật lộn với vị khách cho đến sáng. Nhưng khi trời sáng, Gia-cốp đánh bại người đó, tuy nhiên người đó làm cho Gia-cốp bị thương tật vĩnh viễn. Có lẽ nghi ngờ người đó không phải chỉ là người tấn công bình thường, Gia-cốp không cho người đó đi nếu không chúc phước cho ông. Người đó trả lời bằng một câu hỏi: "Tên ngươi là gì?" Câu trả lời của Gia-cốp là một sự thú tội, vì ông đang thừa nhận ông đúng với tên đó, như Ê-sau đã nhận xét nhiều năm trước đó (27:36). Ông là người lừa đảo từ lúc mới sanh, và tình trạng khó xử hiện tại với Ê-sau là hậu quả. Vị khách bí ẩn đêm đó đã đổi tên Gia-cốp thành Y-sơ-ra-ên 'Đức Chúa Trời chiến đấu/cai trị', vì người nói 'ngươi đã vật lộn cùng Đức Chúa Trời và người ta, và ngươi đều thắng' (32:28).

Bây giờ khi tin chắc rằng ông không vật lộn với con người, nên Gia-cốp cũng hỏi tên người đó. Một số tín ngưỡng cổ đại xem việc sở hữu tên của một người là điều quan trọng vì đó là phương cách có được lợi thế quyền lực, vì vậy vị khách từ chối. Thay vào đó, 'người ban phước cho Gia-cốp tại đó' (32:29b). Hoàn toàn không nhận thức được, nhưng đây chính là điều Gia-cốp muốn và cần. Ông đã có được phước lành của cha bằng mánh lới và sự lừa gạt. Bây giờ, khốn khổ vì sợ hãi trước sự trả thù của Ê-sau, cuộc vật lộn của ông hóa thành quyết tâm mãnh liệt, và ông đi ra tàn tật, được ban phước và được đặt lại tên Y-sơ-ra-ên. Lần này phước lành được lấy cách hợp pháp. Để ghi khắc sự kiện không thể quên này, ông gọi chỗ đó là Phê-ni-ên, hoặc 'mặt của Đức Chúa Trời' vì ông đã thấy mặt của Đức Chúa Trời và được sống sót (32:30).

Cuộc vật lộn dẫn tới kết thúc đỉnh điểm của cuộc "chiến đấu và dò dẫm suốt một đời".[11] Gia-cốp nhận ra rằng ông đã vật lộn với chính Đức Chúa Trời suốt cuộc đời, chứ không phải với Ê-sau ở Ca-na-an hay La-ban ở Mê-sô-bô-ta-mi. Ông cũng học được rằng phước lành thật sự và tốt nhất đến từ sự vâng phục ý muốn của Đức Chúa Trời, chứ không từ sự chiếm đoạt

---

9. Victor P. Hamilton, *The Book of Genesis: Chapters 18–50*, New International Commentary on the Old Testament (Grand Rapids: Eerdmans, 1995), 329; and Wenham, Genesis 16–50, 195, 292.

10. Joyce G. Baldwin, *The Message of Genesis 12–50*, The Bible Speaks Today (Downers Grove/Leicester: InterVarsity, 1986), 137.

11. Kidner, *Genesis*, 169.

quỷ quyệt từ anh em mình. Cuối cùng, ông biết rằng trong đường lối của Đức Chúa Trời, sức mạnh đến từ sự yếu đuối, là điều chuẩn bị cho ông gặp Ê-sau.

Gia-cốp Gặp Ê-sau (33)

Sự kiện ở Phê-ni-ên làm gián đoạn mạch câu chuyện. Nó xảy ra giữa thời điểm Gia-cốp chuẩn bị gặp Ê-sau và cuộc gặp gỡ đó. Nhưng đồng thời, việc Gia-cốp vật lộn với Đức Chúa Trời đã dọn đường cho cuộc đoàn tụ với Ê-sau, và do đó nâng cao hiệu quả của một trong những cuộc đoàn tụ cảm động nhất trong Kinh Thánh.

Nhiều điểm trong câu chuyện cho thấy Gia-cốp là một con người mới sau từng trải tại Phê-ni-ên.[12] Khi thấy anh mình đang đi đến, Gia-cốp lại chia gia đình mình ra như đã làm trước đây (32:7–8; 33:1–2). Nhưng lần này, dường như không có chiến thuật quân sự gì cả, chỉ là đảo ngược thứ tự lòng yêu mến của ông đối với các bà vợ: vợ lẽ, Lê-a, Ra-chên. Gia-cốp trước sự kiện Phê-ni-ên 'cẩn thận ở lại sau lễ vật được phân chia (32:17–21), trong khi Gia-cốp sau sự kiện Phê-ni-ên 'đi trước' gia đình đến gặp Ê-sau (33:3). Mức độ hạ mình thể hiện trong lời chào chính thức của ông (33:3) và lời khẳng định trả lại 'phước lành' ông đã lấy cắp của Ê-sau (33:11) cho thấy mức độ đổi khác nơi con người Gia-cốp.[13] Gia-cốp thật sự trở thành Y-sơ-ra-ên, khiến cho một học giả gọi tình tiết này là "Gia-cốp tại Gia-bốc, Y-sơ-ra-ên ở Phê-ni-ên."[14]

Sự ngạc nhiên lớn (và nhẹ nhõm!) trong câu chuyện là Ê-sau cũng thành một người khác so với hai mươi năm trước. Trước kia ông không muốn gì khác ngoài trả thù Gia-cốp (27:41) còn bây giờ ông áy náy chạy đến đón em mình trở về nhà (33:4). Dường như bốn trăm người không phải là đội quân được sai đi đánh Gia-cốp, mà là lực lượng bảo vệ Gia-cốp trên đoạn đường về nhà còn lại. Sự thay đổi trong Ê-sau rõ ràng nhất trong sự tương

---

12. Hamilton, *Genesis 18–50*, 343; and Wenham, *Genesis 16–50*, 304.

13. Câu "Hãy nhận lấy phước lành được đem đến cho anh…" (Bản dịch New King James) không được rõ nghĩa trong hầu hết bản Anh ngữ hiện đại, là những bản dịch dùng từ "lễ vật" hoặc "quà tặng." Nhưng từ này chú ý cho thấy nỗ lực của Gia-cốp để đền bù tội lỗi của ông hai mươi năm trước. Xem Nahum M. Sarna, *Genesis: The Traditional Hebrew Text with the New JPS Translation*, JPS Torah Commentary (Philadelphia: Jewish Publication Society, 1989), 230.

14. Allen P. Ross, *Creation and Blessing: A Guide to the Study and Exposition of the Book of Genesis* (Grand Rapids: Baker, 1988), 546–59.

phản giữa cách hai anh em tiến đến với nhau: Gia-cốp "sấp mình xuống đất bảy lần", còn Ê-sau "chạy đến trước mặt người, ôm choàng cổ mà hôn" (33:3–4).[15] Rõ ràng Đức Chúa Trời cũng đã hành động trong lòng Ê-sau, và ông khát khao được làm hòa với em mình.

Gia-cốp cũng nhẹ nhõm khi được tha thứ và giải hòa với anh mình đến nỗi ông liên tưởng cuộc gặp Ê-sau với cuộc gặp gỡ Đức Chúa Trời trong Sáng Thế Ký chương 32. Ông nói với Ê-sau "được thấy mặt anh thật chẳng khác gì được thấy mặt Đức Chúa Trời, và anh đã vui lòng tiếp nhận em", trong đó rõ ràng ám chỉ đến sự kiện Phê-ni-ên (33:10). Gia-cốp đã thấy mặt Đức Chúa Trời trong chương 32 và vẫn được sống thế nào, thì bây giờ ông cũng thấy mặt anh mình và còn sống thể ấy.

Sau cuộc đoàn tụ vui vẻ này, hai anh em chia tay, Ê-sau quay về Sê-i-rơ, còn Gia-cốp đi vào bên trong Đất Hứa (33:16–20). Tại Si-chem, Gia-cốp cư ngụ gần thành phố, mua một mảnh đất nhỏ, và dựng bàn thờ (xem bản đồ III.10.1). Thật thích hợp khi Gia-cốp thờ phượng Đức Chúa Trời tại Si-chem, vì đây là nơi Đức Chúa Trời lần đầu tiên hiện ra với Áp-ra-ham khi ông vào Ca-na-an, Áp-ra-ham đã xây một bàn thờ ở đó (12:6–7). Và cũng giống như Áp-ra-ham, Gia-cốp mua một miếng đất trong xứ mà cuối cùng sẽ thuộc về con cháu ông. Tên bàn thờ là *Ên Ên-ô-hê Y-sơ-ra-ên*, "Đức Chúa Trời là Chúa của Y-sơ-ra-ên", thừa nhận rằng giờ đây Gia-cốp đã nhận thức đầy đủ ý nghĩa của đêm tối tại rạch Gia-bốc khi tên ông được đổi thành Y-sơ-ra-ên. Đức Chúa Trời của Áp-ra-ham, Đức Chúa của Y-sác, bây giờ trở thành Đức Chúa Trời của Y-sơ-ra-ên.

Thật là một kết thúc tuyệt vời cho câu chuyện của Gia-cốp! Đáng tiếc là việc nhắc đến Si-chem cũng là sự kiện mở đầu cho chương tiếp theo.

Đi-na Bị Hãm Hiếp (34)

Đôi khi thật khó hiểu vì sao một số tiết đoạn lại được ghi lại trong Kinh Thánh. Việc hãm hiếp Đi-na là một trong những sự kiện kinh khủng dường như không có giá trị cứu chuộc, và không rõ điều người kể muốn chúng ta nhận được gì qua ký thuật này. Tuy nhiên, như chúng ta sẽ thấy, nó đóng một vai trò hấp dẫn trong bối cảnh của Sáng Thế Ký.

Đi-na là con gái của Lê-a, do đó là thành viên của một bộ phận không được yêu quý nhiều trong gia đình Gia-cốp. Gia-cốp chưa bao giờ yêu Lê-a nhiều như ông yêu Ra-chên (29:30), và rốt cuộc ông thương các con của

---

15. John H. Sailhamer, *The Pentateuch as Narrative: A Biblical-Theological Commentary* (Grand Rapids: Zondervan, 1992), 199; and Westermann, Genesis 12–36, 524.

Ra-chên, là Giô-sép và Bên-gia-min, hơn các con của Lê-a (xem lại gia đình Gia-cốp ở trang 0). Sự thiên vị như thế gây tai họa cho gia đình kể từ khi Y-sác và Rê-bê-ca đối xử không công bằng với Gia-cốp và Ê-sau (25:28), và cách đối xử thiên vị tiếp tục là nguyên nhân gây rắc rối lớn trong suốt phần còn lại của Sáng Thế Ký.

Mối nguy của hôn nhân khác chủng tộc với người Ca-na-an ngoại giáo không khác gì mấy với điều nhìn thấy trên bề nổi của các truyện kể trong Sáng Thế Ký. Áp-ra-ham từng lo lắng Y-sác kết hôn ngoài gia đình tộc trưởng, như Ích-ma-ên đã làm (21:21; 24:3–4), còn Ê-sau làm cha mẹ thất vọng với cuộc hôn nhân với người Hê-tít không tin (26:34–35; 27:46; 28:8). Mối nguy hiểm khi Gia-cốp lưu trú lâu dài tại Si-chem, rất gần với đích đến cuối cùng của ông, tức Bê-tên, là kém khôn ngoan hơn cả.

Những bạn bè mới của Đi-na tại Ca-na-an đem đến cho cô rắc rối. Giao du quá thân thiết với những cư dân của thành phố khiến cô dễ bị hoàng tử địa phương tấn công, tên là Si-chem. Bản văn không nói rõ đây là vụ cưỡng hiếp hay dụ dỗ, nhưng hậu quả như nhau: "chàng cướp đi và nằm với nàng" (34:2).

Phản ứng của Gia-cốp cho thấy sự thờ ơ đối với Đi-na và tính lưỡng lự: "ông làm thinh về việc đó" cho đến khi các anh của Đi-na từ ngoài đồng trở về (34:5). Nếu Gia-cốp dường như trầm lặng, thì những người con khác của Lê-a lại công khai nổi giận trước hành động của Si-chem. Thay vì gánh trách nhiệm xử lý tình huống rõ ràng là nguy hiểm Gia-cốp lại để cho các anh của Đi-na thương lượng với hoàng gia của Si-chem.

Việc cầu hôn rõ ràng không thể chấp nhận được đối với các anh của Đi-na. Nhưng họ dùng cơ hội của một đám cưới sắp diễn ra như một mưu đồ để lừa gạt cư dân ở Si-chem (34:13). Họ giả vờ chấp nhận lời cầu hôn của Si-chem, với một điều kiện: tất cả người nam trong thành phải đồng ý chịu cắt bì như các con trai của Y-sơ-ra-ên. Trong khi những người nam trong thành phố không còn sức lực sau cuộc phẫu thuật, thì Si-mê-ôn và Lê-vi lợi dụng họ và giết họ. Đây là một minh họa đáng thương của toàn bộ câu chuyện cho thấy dấu hiệu giao ước lớn của Đức Chúa Trời với Áp-ra-ham, phép cắt bì (17:9–14) trở thành thủ đoạn để các con trai Gia-cốp trả thù người Si-chem.

Si-chem là nhân vật duy nhất mà người kể chuyện hoàn toàn lên án, dù anh ta không hoàn toàn đồi bại và không phải là không có điểm tốt bù lại (34:3,19). Sự kiện đáng buồn là không ai trong câu chuyện hành động cao thượng. Đi-na nhiều lắm cũng chỉ là ngây thơ và bất cẩn, còn các anh nàng thì tàn bạo và khát máu. Si-mê-ôn và Lê-vi có lẽ bị xui giục bởi sự công bằng, nhưng họ đã nói dối và hành động thiếu suy nghĩ khi giải quyết vấn đề.

Toàn bộ ký thuật cũng là lời kết tội tế nhị đối với Gia-cốp. Ông đã trì hoãn chuyến đi đến Bê-tên, được cho là vì những ích lợi đầy cám dỗ của việc buôn bán với người Si-chem (34:10). Sự lạnh nhạt của ông đối với các con của Lê-a dẫn đến lời nói lập lờ và sự lẳng tránh khi con gái Lê-a bị lạm dụng. Thay vì hành động mạnh mẽ và dứt khoát, ông đã do dự và để cho các con trai quá hăng hái của mình chịu trách nhiệm. Sự thờ ơ của Gia-cốp trong việc Đi-na bị quấy rối hoàn toàn ngược với lòng yêu mến của ông dành cho các con trai của Ra-chên sau này trong câu chuyện Sáng Thế Ký, là Giô-sép và Bên-gia-min.[16] Tương tự, sau khi hành vi khủng khiếp được thực hiện, Gia-cốp khinh thường Si-mê-ôn và Lê-vi, không phải vì sự trừng phạt khắc nghiệt của họ, sự lừa dối hay việc họ lạm dụng nghi thức cắt bì thiêng liêng, mà vì hành động gây chiến đã đem lại hậu quả tiêu cực tiềm ẩn cho ông. Lưu ý đại từ trong lời ông quở trách họ: "Bây xui cho tao bối rối, làm cho dân xứ nầy ..... oán ghét tao vậy. Tao đây chỉ có ít người, nếu họ hiệp lại đánh tao thì chắc tao và cả nhà tao đều bị tàn hại" (34:30). Có lẽ Si-mê-ôn và Lê-vi quá hăng hái là sai lầm, nhưng ít ra sự quan tâm của họ là dành cho Đi-na, em gái mình, điều này ngụ ý rằng Gia-cốp không quan tâm đến cô là con gái của mình.[17]

Thất bại của Gia-cốp là rõ ràng khi đối chiếu với Sáng Thế Ký 32.[18] Ở đó Gia-cốp đã đau khổ và vật lộn với Đức Chúa Trời, bước ra thành một người mới. Ông nhanh chóng và hạ mình làm hòa với anh, và trở về Đất Hứa cách khải hoàn. Nhưng ở đây, một lần nữa ông sợ và lo lắng. Bây giờ chiến tranh lại bước vào gia đình ông, lần này với chính các con ông thay vì anh của ông. Ông có thể đi khập khiễng ra khỏi Phê-ni-ên thành 'Y-sơ-ra-ên', nhưng sự kiện cho thấy vẫn còn đó những đặc điểm của 'Gia-cốp' ngày xưa.

Trở Về Bê-tên (35)

Câu chuyện Gia-cốp là câu chuyện về những cuộc vật lộn, vật lộn giữa Gia-cốp và Ê-sau, giữa Gia-cốp và La-ban, và giữa Gia-cốp và Đức Chúa Trời. Cuối cùng, Gia-cốp quay về Bê-tên để tìm sự bình an với Đức Chúa Trời, mặc dù sự bình an với gia đình vẫn chưa tìm thấy.

Sáng Thế Ký chương 34 kết thúc với sự sợ hãi; Gia-cốp sợ rằng các láng giềng Ca-na-an sẽ trả thù cho cuộc thảm sát Si-chem (35:30). Nhưng mạng

---

16. Wenham, *Genesis 16–50*, 308.
17. Như trên, 317.
18. Như trên, 318.

lệnh của Đức Chúa Trời quay về Bê-tên là lời nhắc nhở khéo rằng Ngài sẽ bảo vệ Gia-cốp. Cuộc gặp đầu tiên của ông với Đức Chúa Trời xảy ra tại Bê-tên (xem lại Sáng Thế Ký 28) khi ông đang chạy trốn lưỡi gươm của Ê-sau. Đức Chúa Trời đã bảo đảm với ông rằng Ngài sẽ đi với Gia-cốp và bảo vệ ông trong các hành trình của ông, Gia-cốp thật sự đã hứa nguyện trở về Bê-tên và thờ phượng Đức Chúa Trời tại đó, với điều kiện Đức Chúa Trời thành tín giữ Lời Ngài.

Tiếng vang từ mạng lệnh quay về Bê-tên của Đức Chúa Trời nghe quen thuộc. Mạng lệnh "Đứng dậy, đi lên Bê-tên" tương tự mạng lệnh mà Rê-bê-ca và Y-sác đã nói để bắt đầu câu chuyện khi họ bảo ông chạy khỏi Ca-na-an đến nhà La-ban ở Mê-sô-bô-ta-mi: "Đứng dậy, trốn ...." và "Đứng dậy, đi..." (27:43; 28:2) Ngoài ra, mạng lệnh của Đức Chúa Trời cho Gia-cốp có những tương tự với lời kêu gọi ban đầu dành cho Áp-ra-ham bắt đầu hành trình đức tin lớn của ông (12:1), và với mệnh lệnh đi đến Mô-ri-a để dâng Y-sác làm của lễ (22:2). Với lời giới thiệu đó, đoạn cuối cùng về Gia-cốp hoàn tất và kết thúc chu kỳ Gia-cốp và đặt ông bên cạnh ông nội Áp-ra-ham trong tư cách người thừa kế hợp pháp lời hứa cho tộc trưởng.

Trong trường hợp này, Gia-cốp cũng mau chóng vâng lời như Áp-ra-ham đã từng (12:4; 22:3). Ông dọn sạch các 'thần ngoại bang" trong gia đình và yêu cầu họ làm cho mình được thanh sạch do sự ô uế gây ra bởi cuộc chiến với Si-chem (35:2–5). Chúng ta không rõ về bản chất thật của "các thần ngoại bang" này. Chúng có thể là tài sản lâu đời của gia đình hoặc là chiến lợi phẩm mới có được từ cuộc thảm sát Si-chem (34:27–29). Cho dù nguồn gốc từ đâu, có lẽ chúng tương tự với bùa may mắn, cũng như ngụ ý bông tai đôi khi được dùng như vật trang sức tôn giáo rẻ tiền để xua đuổi điều ác. Gia đình Gia-cốp có hành động dứt khoát loại bỏ bất kỳ điều gì ngăn cản họ trên con đường bước vào mối quan hệ sâu sắc hơn với Đức Chúa Trời. Việc chúng được chôn dưới cây sồi tại Si-chem nhằm chế giễu những vật thờ cúng này là vô giá trị và đáng khinh, rằng thật ra không có thần nào cả.¹⁹ Thật vậy, bất cứ điều gì ngăn trở chúng ta trên hành trình tăng trưởng tâm linh đều là vật vô giá trị, cho dù nó có thể có giá trị đối với thế gian (Hê 12:1).

Như vậy, Gia-cốp và gia đình quay về Bê-tên, nơi ông thực hiện điều đã hứa nguyện hơn hai thập niên trước (28:20–22). Bàn thờ ông dựng tại đó (Bê-tên, "Đức Chúa Trời của Bê-tên" 35:6–8) liên kết đoạn cuối hành trình của Gia-cốp với điểm xuất phát của nó, nơi giấc mơ về chiếc thang, tại đó

---

19. Điều này có thể tiếp nối lời chế giễu trong câu chuyện Gia-cốp về sự vô ích của những tượng thần xa lạ như thế (xem Hamilton, *Genesis 18–50*, 375).

lần đầu tiên Đức Chúa Trời tỏ mình cho Gia-cốp.[20] Đây là lời xác nhận về cuộc gặp gỡ đó. Gia-cốp hiểu rằng Đức Chúa Trời ở với ông trong hành trình và cho bất kỳ thành công nào cũng đều nhờ bàn tay ân điển của Đức Chúa Trời.

Kinh Thánh và hôn nhân pha trộn

Hành động của Si-mê-ôn và Lê-vi trong việc trả thù cho em gái cũng làm nổi bật quan điểm của Cựu Ước về một vấn đề khác: hôn nhân khác chủng tộc với người Ca-na-an không tin. Điều này thể hiện một phần sau câu nói "Gả em gái chúng tôi cho ai chẳng chịu phép cắt bì, ấy là một việc chúng tôi làm không được" (34:14). Các tộc trưởng hiểu rằng họ được biệt riêng khỏi các dân tộc xung quanh, và rằng hôn nhân khác chủng tộc là không thể chấp nhận. Các con trai của lời hứa (Y-sác và Gia-cốp) quay về quê hương của tộc trưởng để tìm vợ tại đó, còn các con trai của dòng dõi không được chọn (Ích-ma-ên và Ê-sau) kết hôn với người nữ địa phương.

Cựu Ước nghiêm cấm hôn nhân khác chủng tộc với dân ngoại bang (Phục 7:3). Tác giả sách Các Vua nỗ lực cho thấy các người vợ ngoại bang của Sa-lô-môn đã dẫn ông đi đến thất bại cuối cùng (1 Vua 11:1–6). Nhiều năm sau đó, E-xơ-ra và Nê-hê-mi thậm chí dùng sự ly hôn như là phương tiện để đảo ngược hậu quả gây hư hoại trên cả nước qua những cuộc hôn nhân pha trộn (E-xơ-ra 9-10 và Nê-hê-mi 13:23-27).

Nhưng trong tất cả những việc này, vấn đề bao quát là lòng trung thành tôn giáo. Khi Y-sơ-ra-ên sắp băng qua sông Giô-đanh để chiếm lấy Ca-na-an, lệnh cấm hôn nhân pha trộn tập chú vào vấn đề bội đạo. Chúa cảnh báo rằng người vợ Ca-na-an "sẽ dụ con trai người lìa bỏ ta mà phục sự các thần khác, rồi cơn thạnh nộ của Đức Giê-hô-va nổi lên cùng người, diệt người cách vội vàng" (Phục 7:4). Sa-lô-môn trở thành bằng chứng bi thương cho thấy lời cảnh báo này là cần thiết.

Nhưng có thể có ngoại lệ. Ví dụ Ru-tơ người Mô-áp trở thành vợ của người Bết-lê-hem có tiếng, và cuối cùng bà đóng vai trò quan trọng trong lịch sử cứu rỗi. Bà trở thành tổ mẫu của cả Đa-vít và Chúa Giê-xu (Ru 4:16–22; Mat 1:5). Nhưng Ru-tơ đã hoàn toàn gia nhập vào dân Y-sơ-ra-ên, và quan trọng hơn là đi theo Đức Chúa Trời của Y-sơ-ra-ên, như câu nói kinh điển của bà với Na-ô-mi: "Dân sự của mẹ là dân sự của con;

---

20. Westermann, *Genesis 12–36*, 511.

> Đức Chúa Trời của mẹ là Đức Chúa Trời của con" (Ru 1:16, TTHĐ). Hôn nhân khác chủng tộc rõ ràng không phải là vấn đề về chủng tộc trong Cựu Ước. Ngược lại, mối quan tâm là thực tế đó là kết hôn với người có những cam kết và niềm xác tín hoàn toàn khác khiến cho việc trung tín với Đức Chúa Trời trên con đường dài trở nên vô cùng khó khăn. Thật vậy, kinh nghiệm của Y-sơ-ra-ên là gần như không thể trung tín với Đức Chúa Trời khi kết hôn với người ngoại bang.
>
> Đây không hề là vấn đề chủng tộc. Nó có vẻ mang tính chủng tộc trong Cựu Ước chỉ vì mỗi nhóm chủng tộc thường bao gồm quốc gia và tín ngưỡng của riêng họ. Nhưng trong môi trường đa văn hóa, đa nguyên, thì hôn nhân giữa các chủng tộc không phải là vấn đề. Ngược lại, Tân Ước nói rõ ràng vấn đề là hôn nhân với người không tin. Lời của Sứ đồ Phao-lô với người Cô-rinh-tô là lời cảnh báo rằng những mối quan hệ ràng buộc với người không tin sẽ dẫn đến sự thỏa hiệp trong mối quan hệ của người đó với Đức Chúa Trời (2 Cô 6:14–16). Cơ Đốc nhân hiện đại không nên lên án hôn nhân giữa các chủng tộc, mà nên kiên quyết tránh hôn nhân giữa những niềm tin khác nhau.

Giống như đêm đầu tiên của ông tại Bê-tên cách đây nhiều năm, Đức Chúa Trời hiện ra với Gia-cốp lần nữa (35:9–15). **Sự hiển hiện** này tiêu biểu cho lời khẳng định mạnh mẽ nhất về những lời hứa cho tộc trưởng mà Gia-cốp chưa từng nhận lãnh. Đức Chúa Trời bắt đầu bằng cách nhắc lại cho Gia-cốp từng trải của ông tại Phê-ni-ên. Ông không còn là Gia-cốp kẻ lừa đảo; bây giờ ông là Y-sơ-ra-ên. Lời tái khẳng định như thế là cần thiết sau sự kiện khủng khiếp tại Si-chem. Đức Chúa Trời bày tỏ chính Ngài là Ên Sha-đai, Đức Chúa Trời Toàn Năng, cho Gia-cốp như Ngài đã làm cho Áp-ra-ham (17:1). Tên của tộc trưởng nhấn mạnh quyền năng vô địch của Đức Chúa Trời và sự thành tín thực hiện lời hứa của Ngài. Và thật vậy, Đức Chúa Trời đã thành tín! Gia-cốp bây giờ đã an toàn trở về Ca-na-an, và ông có được vô số phước hạnh.

Nhưng lời hứa về sự bảo vệ và quay về là cận cảnh. Khải tượng của Đức Chúa Trời cho Gia-cốp rộng và sâu hơn nhiều so với mối quan tâm trước mắt của Gia-cốp là được an toàn và ổn định ở Ca-na-an. Những lời hứa dài hạn được ban cho trong giấc mơ về chiếc thang được nhắc lại cho Gia-cốp: vô số con cháu và xứ (so sánh 28:13–14 với 35:11–12). Những lời hứa phải mất cả trăm năm mới thành hiện thực, và vượt xa mong đợi của Gia-cốp. Thật vậy, khải tượng về những lời hứa cho tộc trưởng có yếu tố chưa được nghe nói đến kể từ thời Áp-ra-ham: các vua sẽ ra từ dòng dõi của Gia-cốp

(17:6,16). Lời hứa này hình bóng về Đấng Mê-si sẽ đến, vấn đề trọng tâm trong kế hoạch cứu rỗi tối hậu của Đức Chúa Trời.[21]

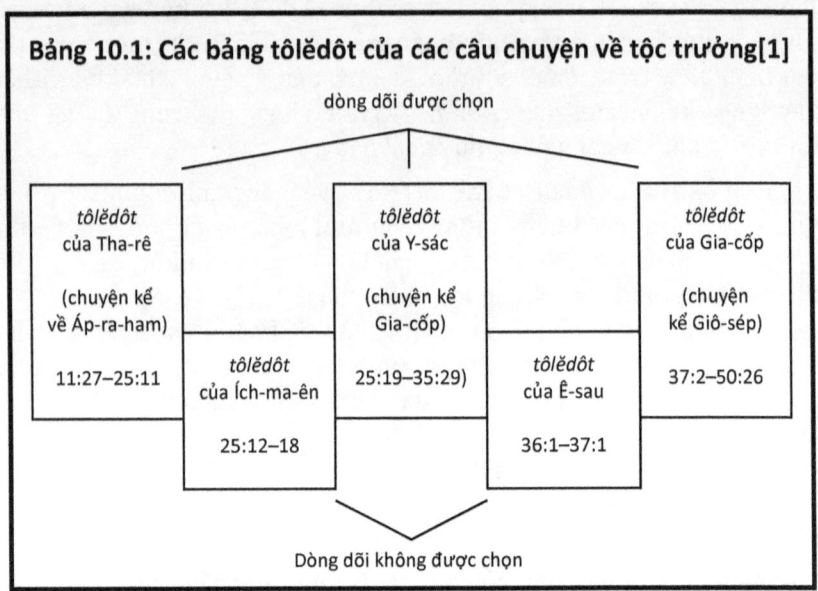

[1] Westermann, *Genesis 12–36*, 548, và Wenham, *Genesis 16–50*, 168, 322, 344 và nhiều nơi khác.

Các phần còn lại của Sáng Thế Ký 35 có nhiều chi tiết khác nhau nhằm hoàn tất câu chuyện Gia-cốp (35:16–29). Ở đây, chúng ta đọc thấy sự ra đời của Bên-gia-min, cái chết thảm thương của Ra-chên, sự qua đời của Y-sác, và tội loạn luân của Ru-bên với Bi-la. Cũng có danh sách đầy đủ mười hai con trai của Gia-cốp vì Bên-gia-min đã được sanh ra. Bộ sưu tập những mục linh tinh này với ký thuật về hai cái chết (của Ra-chên và Y-sác) quay ngược về lịch sử tộc trưởng. Nhưng sự ra đời của Bên-gia-min cũng hướng đến câu chuyện của Giô-sép (Sáng Thế Ký 37–50), và cuối cùng là câu chuyện đầy đủ hơn của dân tộc Y-sơ-ra-ên. Vì thế, Sáng Thế Ký 35 là bước chuyển từ thời kỳ tộc trưởng sang thời kỳ đầu của dân Y-sơ-ra-ên.[22]

Phần Kết về Ê-sau (36)

Tôlĕdôt - gia phổ của Ê-sau được ghi lại trong Sáng Thế Ký 36 (chính xác hơn là 36:1–37:1). Chương này giải thích thế nào con cháu Ê-sau đến sống

---

21. Baldwin, *Genesis 12–50*, 150.
22. Westermann, *Genesis 12–36*, 557.

tại Núi Sê-i-rơ thay vì Ca-an-an đích thực (xem bản đồ III.10.1). Giống Gia-cốp em mình, Ê-sau phát triển thành một dân lớn, người Ê-đôm, cư ngụ tại vùng phía nam và phía đông Biển Chết. Do đó, phân đoạn này là sự ứng nghiệm lời tiên tri thiên thượng và phước lành của tộc trưởng trong Sáng 25:23 và 27:39–40. Nó cũng giải thích mối quan hệ tương lai giữa dân Y-sơ-ra-ên và Ê-đôm. Mối quan hệ này thường thù địch, dù ý thức về quan hệ họ hàng vẫn luôn ở ngay dưới bề mặt (Phục 23:7; Áp-đia 10–12).

Bây giờ rõ ràng năm bảng *tôlĕdôt* của các truyện kể về tộc trưởng có một cấu trúc được đan kết cẩn thận. Sau khi ghi lại sự qua đời của Áp-ra-ham (25:7–11), gia phổ của con trai cả của ông là Ích-ma-ên được ghi lại (25:12–18). Ghi chép về sự qua đời của Y-sác (35:27–29) có cùng khuôn mẫu, theo sau là gia phổ của Ê-sau (đoạn 36). Trong cả hai trường hợp, gia phổ là những mắc xích, kết nối các câu chuyện lại với nhau trong đó thế hệ này mở đường cho thế hệ tiếp theo.[23] Do đó, dòng dõi không được lựa chọn của Ích-ma-ên và Ê-sau lần lượt theo sau lịch sử gia đình hoàn chỉnh hơn của dòng dõi được chọn: *tôlĕdôt* của Tha-rê, là câu chuyện của Áp-ra-ham; *tôlĕdôt* của Y-sác là câu chuyện của Gia-cốp; và *tôlĕdôt* của Gia-cốp là câu chuyện về Giô-sép.

Tác giả đã cố tình kết hợp nghề nghiệp của Áp-ra-ham, Gia-cốp và Giô-sép theo cách làm nổi bật vai trò của họ trong lịch sử cứu rỗi. Và như chúng ta mong đợi ở Sáng Thế Ký, cụm từ *tôlĕdôt* giới thiệu một bước quan trọng mới trong cốt truyện và trong trong trường hợp này, để cập ngắn gọn nhánh phụ thuộc của gia đình rồi để nó qua một bên trước khi tiếp tục mạch chính của câu chuyện.[24]

Vai trò của những người vợ ngoại bang của Ê-sau được nêu bật (36:2–5) để nhấn mạnh rằng Ê-sau đã bước ra ngoài lời hứa thiên thượng cho tộc trưởng. Gia phổ của ông cũng bao gồm chi tiết cho biết con cháu ông, giống với con cháu của Ích-ma-ên trước ông, cư ngụ ngoài đất hứa (36:6–8; và so sánh 25:18). Sau khi kết lại dòng dõi không được lựa chọn của Ê-sau, người kể chuyện bây giờ chuẩn bị đi theo lời hứa của Đức Chúa Trời qua con cháu của Gia-cốp, điều mà ông sẽ làm trong phần chính cuối cùng của Sáng Thế Ký, truyện kể về Giô-sép.

---

23. Sarna, *Genesis*, 230.
24. Kidner, *Genesis*, 177.

Câu Hỏi Nghiên Cứu

1. Ghi lại các sự kiện theo trình tự dẫn đến cuộc gặp gỡ giữa Ê-sau và Gia-cốp. Gia-cốp lập kế hoạch làm cho anh mình nguôi giận như thế nào? Kế hoạch của ông đã thay đổi sau khi ông gặp Đức Chúa Trời ra sao?
2. Giải thích ý nghĩa của việc đổi tên Gia-cốp.
3. Cuộc gặp gỡ của Gia-cốp với Đức Chúa Trời chuẩn bị cho ông gặp Ê-sau như thế nào?
4. Vì sao hôn nhân khác chủng tộc không được chấp nhận đối với các tộc trưởng? Loại hôn nhân khác chủng tộc nào mà Cơ Đốc nhân được cảnh báo không nên, và tại sao?
5. Lời kết tội tất cả nhân vật chính nằm rải rác xuyên suốt bản ký thuật về sự cưỡng hiếp Đi-na và cuộc tàn sát người Si-chem khéo léo đến mức nào?
6. Giải thích cấu trúc được sắp xếp cách cẩn thận về năm bảng *tôlẻdôt* của các câu chuyện về tộc trưởng.
7. Là tín hữu thời hiện đại, chúng ta có thể học gì về lời hứa của Đức Chúa Trời từ ký thuật Kinh Thánh về Gia-cốp?

Thuật Ngữ Chính

Sự hiển hiện

PHẦN 4: GẶP GỠ GIÔ-SÉP: ĐẦY TỚ KHIÊM NHƯỜNG CỦA ĐỨC CHÚA TRỜI

Sáng Thế Ký 37–50

Chúa ở với Giô-sép và tỏ lòng nhân từ cùng chàng.
Sáng 39:21

11. Giô-sép ở Ai Cập

Sáng Thế Ký 37:2–41:57

Nhưng trước hết hãy tìm kiếm nước Đức Chúa Trời và sự công bình của Ngài, thì Ngài sẽ cho thêm các ngươi mọi điều ấy nữa.

Chúa Giê-xu, Mat 6:33

Bố Cục

- Bối Cảnh của Truyện Kể về Giô-sép
  - Tương Phản Giữa Ê-sau và Gia-cốp
  - Điều Gì Khác Biệt Trong Câu Chuyện Giô-sép?
  - Điều Gì Tương Tự Trong Câu Chuyện Giô-sép?
- Giô-sép và Các Anh (37)
  - Câu Chuyện về Hai Giấc mơ (37:2–11)
  - Giô-sép Ở Dưới hố (37:12–24)
  - Giô-sép Trong Nhà Phô-ti-pha (37:25–36)
- Giu-đa Chen Vào Phần Giữa (38)
  - Giu-đa và Ta-ma (38:1–30)
  - Nhiệm Vụ của Sáng Thế Ký 38
- Giô-sép Cai Trị Khắp Ai Cập (39–41)
  - Giô-sép Coi Sóc Nhà Phô-ti-pha (39)
  - Quan Hầu Rượu và Quan Hầu Bánh của Pha-ra-ôn (40)
  - Giấc Mơ của Pha-ra-ôn (41)

Mục Tiêu

Sau khi đọc xong chương này, bạn có thể:

1. Mô tả cách Đức Chúa Trời cứu giúp trong lúc gặp bất công và hoạn nạn, và cách Ngài dùng những khó khăn để đem đến sự tăng trưởng, như được minh họa qua sự nô lệ và bị bỏ tù của Giô-sép.

2. Nhận biết câu chuyện Giô-sép là phần thứ hai của truyện kể gồm hai phần về Gia-cốp và nói về gia đình của Gia-cốp nói chung.

3. Nhận ra những đặc điểm của Sáng Thế Ký 37–50 khiến cho những chương này khác biệt với phần còn lại của Sáng Thế Ký, cũng như những đặc điểm kết nối chúng với ba mươi sáu chương đầu.

4. Tóm tắt nguyên nhân và kết quả sự thiên vị của Gia-cốp đối với Giô-sép, và hậu quả gia tăng vì giấc mơ và chiếc áo choàng của Giô-sép.

5. Kể lại những sự kiện dẫn đến việc Giô-sép bị bán làm nô lệ và đem sang Ai Cập.

6. Giải thích ý nghĩa của phần chen giữa nói về Giu-đa trong Sáng Thế Ký 38, kể cả ý tưởng cho rằng tội này thường dẫn đến tội khác, và Đức Chúa Trời hoàn thành mục đích của Ngài, thay đổi tâm tánh con người, và phần chen giữa này góp phần làm tăng kịch tính và tương phản về mặt văn chương.

7. Mô tả sự nổi lên về quyền lực chính trị của Giô-sép, nhận diện tính đối xứng và các thành phần văn chương khác trong các chương này.

8. Đối chiếu thế giới quan Ai Cập với cái nhìn được mô tả trong lời giải thích giấc mơ của Giô-sép.

Bạn có bao giờ bị cám dỗ chỉ quan tâm đến quyền lợi ích kỷ của bản thân dù gây bất lợi cho người khác không? Bạn có thể bị tổn thương đặc biệt khi sự việc dường như không thể nào nghịch lại bạn. Nếu vậy, bạn sẽ nhận được nhiều ích lợi khi đọc phần tiếp theo của Sáng Thế Ký.

Trong chương này, bạn sẽ biết về Giô-sép và ông đã bị chính các anh mình đối xử cách đáng hổ thẹn và bị bán làm nô lệ cách bất công như thế nào. Rồi ông còn bị vu cáo và bị bỏ tù vô cớ, nơi ông bị bỏ quên và làm hao mòn những năm tháng đẹp nhất của cuộc đời.

Dù vậy, chàng thanh niên Giô-sép trung tín luôn cố gắng chỉ làm điều phải và là người ngay thẳng. Phần Kinh Thánh tuyệt vời này dạy chúng ta rằng Đức Chúa Trời ban phước cho những ai trước hết đặt Chúa là chủ trong đời sống họ trên bất kỳ điều gì khác, kể cả sự thoải mái, thăng tiến hay an toàn cá nhân. Lời nói vĩ đại của Chúa Giê-xu về việc tìm kiếm vương quốc và sự công bình của Đức Chúa Trời trên hết không bảo đảm rằng chúng ta sẽ thành công như Giô-sép cuối cùng đã thành công. Nhưng Ma-thi-ơ 6 đang nói đến *nhu cầu* của chúng ta (cái chúng ta ăn, mặc và điều xảy đến cho chúng ta). Giô-sép minh họa thế nào những người trung tín với Đức Chúa Trời không có lý do gì để lo lắng cho dù dường như mất hết tất cả.

Không phải tất cả những sự kiện kinh khủng này xảy ra với Giô-sép chỉ trong vài năm ngắn ngủi, rồi sau đó ông được giải cứu khỏi mọi bất công này. Ngược lại, chuyện xảy ra suốt một khoảng thời gian dài, và dường như không có sự báo thù hay đảo ngược tình thế. Thế nhưng Đức Chúa Trời đã lo liệu cho Giô-sép ngay giữa lúc khó khăn nhất nếu có thể tưởng tượng được. Ngài không chỉ lo liệu cho cá nhân Giô-sép, nhưng quan trọng hơn, Ngài hành động qua và trong hoàn cảnh kinh khiếp của cuộc đời ông để bảo vệ dân Y-sơ-ra-ên. Phần ký thuật này giải thích thế nào các con của Gia-cốp đến cư ngụ tại Ai Cập thay vì Đất Hứa. Như thế, đây là phần mở đầu cho câu chuyện cứu chuộc được phác thảo trong Xuất Ê-díp-tô Ký. Các tai họa và sự giải cứu Y-sơ-ra-ên khỏi ách nô lệ, vượt qua Biển Đỏ, và giao ước Si-nai kết hiệp lại để tạo thành chủ đề chính của thần học Cựu Ước. Đây là truyện kể về Giô-sép chuẩn bị cho vở kịch được trình diễn.

Bối Cảnh của Câu Chuyện Giô-sép

Trong vài phương diện câu chuyện Giô-sép là sự tiếp tục của chu kỳ Gia-cốp. Người ta thậm chí có thể lập luận rằng toàn bộ nửa phần sau của Sáng Thế Ký (nhất là 25:19–50:26) thật ra nói về Gia-cốp và gia đình ông.[1] Câu chuyện về sự ra đời của ông được ghi lại trong phần mở đầu của đơn vị lớn này và việc chôn cất của ông được ghi lại ở phần cuối (50:14). Với ý nghĩa này, Sáng Thế Ký 37–50 thật sự là phần 2 của câu chuyện hai phần về Gia-cốp. Mối quan tâm của tác giả trong phần *tôlĕdôt* cuối của sách ("Đây là dòng dõi của Gia-cốp" 37:2) là thuật lại lịch sử của cả gia đình Gia-cốp, chứ không chỉ Giô-sép. Các nhân vật chính là các con trai, Giu-đa và Giô-sép, những người rốt cuộc sẽ trở thành các chi phái đứng đầu của quốc gia Y-sơ-ra-ên tương lai (như chúng ta sẽ thấy trong chương 49).

Tương Phản Giữa Ê-sau và Gia-cốp

Tôlĕdôt của Ê-sau được đưa vào chương 36, và giải thích thế nào con cháu Ê-sau đến sống tại Núi Sê-i-rơ (xem bảng 10.1). Ông phát triển thành một dân lớn, tức người Ê-đôm, sống tại vùng phía nam và phía đông của Biển Chết. Ngược lại, *tôlĕdôt* của Gia-cốp, bắt đầu ngay tại Sáng 37:2, thuật lại làm thế nào con cháu Gia-cốp phải đi xuống Ai Cập và cuối cùng trở thành nô lệ cho người Ai Cập. Từ đây trở đi, câu chuyện Kinh Thánh sẽ được dành để nói về con cháu Gia-cốp, tức người Y-sơ-ra-ên. Mô tả sự

---

1. Gordon J. Wenham, *Genesis 16–50*, Word Biblical Commentary 2 (Dallas: Word, 1994), 345.

tương phản của Gia-cốp và Ê-sau là một phần trong cách người kể chuyện bỏ qua cách ngắn gọn dòng dõi không được chọn trước khi tiếp tục các chi tiết về dòng dõi được chọn (xem bảng 10.1 ở phần trước).

Điều Gì Khác Biệt trong Truyện Kể Giô-sép?

Bây giờ, khi bạn sang phần chính cuối cùng của Sáng Thế Ký, bạn sẽ gặp một vài trong số những bài văn xuôi hay nhất từng được viết. Các học giả thường nhận xét không chỉ về tài nghệ mô tả tính cách nhân vật và tính hồi hộp của kịch.[2] Bản ký thuật là một đơn vị được dựng lên cách khéo léo hơn bất kỳ ký thuật nào bạn gặp trong Sáng Thế Ký. Đây không phải là nhận xét tiêu cực về Sáng Thế Ký nói chung, sách rõ ràng được biên tập cẩn thận và viết rất hay. Nhưng riêng truyện kể về Giô-sép được chú ý đến bởi nghệ thuật văn chương của nó.

Sáng Thế Ký 37–50 còn độc đáo trong những phương diện khác nữa. Không giống phần còn lại của Sáng Thế Ký, có thể nói rằng ký thuật về Giô-sép và các anh được đúc theo một khuôn "thế tục".[3] Nói cách khác, các yếu tố kỳ diệu và siêu nhiên không đóng vai trò đáng chú ý như trong các câu chuyện khác về tộc trưởng. Không có gì khác thường khi Đức Chúa Trời hiện ra với Áp-ra-ham hay Gia-cốp, và trực tiếp trò chuyện qua tiếng phán thiên thượng, hay khi Đức Chúa Trời xuất hiện trong hình dạng con người, và trong trường hợp của Gia-cốp, thậm chí vật lộn với ông. Trong các chương trước của Sáng Thế Ký, Đức Chúa Trời thỉnh thoảng can thiệp ngay vì lợi ích của các tộc trưởng, cho vợ họ thụ thai và súc vật sinh sản hoặc giải cứu họ khỏi nguy hiểm cách lạ lùng. Ở đây, ít có những can thiệp tức thời như vậy, và Đức Chúa Trời không hiện ra trước mặt Giô-sép để trò chuyện với ông qua lời nói như Ngài thường làm với Áp-ra-ham.

Điều này chắc chắn không ngụ ý rằng câu chuyện là tiểu thuyết thế tục trong đó tác giả không muốn nói nhiều đến vai trò của Đức Chúa Trời trong các biến cố. Ngược lại, sự tinh tế của câu chuyện là lời chứng mạnh mẽ về quyền tể trị và dẫn dắt của Đức Chúa Trời như chúng ta sẽ thấy. Nhưng phần này rõ ràng độc đáo về sứ điệp thần học tinh tế hơn. Ngay cả

---

2. Gary A. Rendsburg, *The Redaction of Genesis* (Winona Lake, Ind.: Eisenbrauns, 1986), 79–80, and Allen P. Ross, *Creation and Blessing: A Guide to the Study and Exposition of the Book of Genesis* (Grand Rapids: Baker, 1988), 589–93.

3. Nahum M. Sarna, *Genesis: The Traditional Hebrew Text with the New JPS Translation*, JPS Torah Commentary (Philadelphia: Jewish Publication Society, 1989), 254.

việc dùng giấc mơ làm phương tiện mặc khải thiên thượng, là trọng tâm rõ ràng trong Sáng Thế Ký 37–45, cũng tinh vi và khó hiểu hơn nhiều so với Sáng Thế Ký 28. Vì vậy câu chuyện Giô-sép là độc đáo trong sách Sáng Thế Ký về phong cách văn chương và cả chủ đề thần học.

Điều Gì Tương Tự trong Câu Chuyện Giô-sép?

Mặc dù câu chuyện Giô-sép có tính độc đáo rõ ràng, nhưng nó cũng có những mắc xích đáng tin cậy liên kết với các câu chuyện về tộc trưởng trước đó. Thật vậy, bỏ qua những kết nối quan trọng với Sáng Thế Ký 12–36 là hiểu sai hoàn toàn câu chuyện của Giô-sép.

Nhìn bề ngoài, có nhiều cách trong đó câu chuyện Giô-sép là sự tiếp tục các câu chuyện về tộc trưởng. Các nhân vật liên quan đều được giới thiệu trong các câu chuyện tộc trưởng trước đó, nên người kể chuyện giờ đây chỉ nhắc đến cuộc đời của mười hai con trai Gia-cốp. Là dân du mục nuôi gia súc nhỏ, thường xuyên bị nạn đói đe dọa, cuộc đời họ cũng tương tự như tổ tiên của họ trong Sáng Thế Ký 12–36. Các chi tiết của câu chuyện cũng xoay quanh những mâu thuẫn giữa các thành viên trong gia đình, nhất là giữa các anh em.[4] Dường như rõ ràng là câu chuyện Giô-sép có nguồn gốc từ các câu chuyện về tộc trưởng trước đó.

Nhưng ngoài những liên kết bên ngoài, truyện kể về Giô-sép tiếp tục và phát triển các chủ đề chính của những ký thuật về tộc trưởng (và thật sự là của Ngũ Kinh nói chung) bằng cách cho thấy sự từ từ ứng nghiệm những lời hứa ban cho Áp-ra-ham trong Sáng 12:1.[5] Kết thúc câu chuyện, những lời hứa rõ ràng đang được ứng nghiệm, và con cháu Áp-ra-ham đang gia tăng về số lượng và tầm ảnh hưởng, ngay cả khi vẫn còn sống trong đất ngoại bang. Ngoài ra, Đức Chúa Trời đang dùng họ để ban phước cho các dân như Ngài đã hứa trong Sáng 12:2–3 và các chỗ khác. Sự can thiệp của Giô-sép vào việc của Ai Cập để lập kế hoạch cho bảy năm đói kém đã cứu mạng sống của nhiều người bên ngoài biên giới Ai Cập (41:57). Tất cả đều nằm trong chương trình của Đức Chúa Trời cho dân sự giao ước, những người thuộc dòng dõi tộc trưởng (50:20). Vì vậy, chúng ta phải

---

4. Claus Westermann, *Genesis 37–50*, trans. John J. Scullion, Continental Commentary (Minneapolis: Fortress, 1986), 27.

5. Wenham, *Genesis 16–50*, 344; and Derek Kidner, *Genesis: An Introduction and Commentary*, Tyndale Old Testament Commentary (Downers Grove: InterVarsity, 1967), 179–80.

đọc câu chuyện Giô-sép dựa trên của toàn bộ dòng chảy của câu chuyện tộc trưởng.

Giô-sép và Các Anh (37)

Câu chuyện Giô-sép là câu chuyện được kể một cách tài tình về sự phản bội, chờ đợi và mưu đồ. Nhưng hơn thế nữa, nó minh họa cách Đức Chúa Trời hành động trong đời sống của những người tin cậy Ngài, và ngay cả những từng trải đau đớn cũng không phải không có giá trị cứu chuộc khi chúng được phó thác cho sự dẫn dắt tối cao của Đức Chúa Trời. Hãy đọc Sáng Thế Ký 37 như thể bạn chưa biết kết quả. Hãy đặt mình vào vị trí của Giô-sép. Chương này thuật lại chàng bị các anh bắt và bán làm nô lệ ở Ai Cập.

Chuyện Hai Giấc Mơ (37:2–11)

Những phân đoạn mở đầu của câu chuyện chuẩn bị sân khấu bằng cách mô tả sự bất hòa trong nội bộ gia đình tộc trưởng. Người kể chuyện bắt đầu với mối quan hệ đáng tiếc giữa Giô-sép và các anh cùng cha khác mẹ, và cả sự thiên vị đầy rủi ro hơn nữa của Gia-cốp đối với Giô-sép, con trưởng nam của Ra-chên yêu quý (Sáng 30:24). Nếu không nói chi tiết, thì người kể chuyện chỉ giải thích Giô-sép đã báo cáo tiêu cực về việc làm của các anh cho cha (37:2).

Từ sự kiện kinh hoàng tại Si-chem, chúng ta biết rằng việc Gia-cốp yêu mến Ra-chên hơn Lê-a, Bi-la và Xinh-ba đã lan sang con của họ (xem lại gia đình Gia-cốp trong bảng III.9.1 phần trước). Ông có vẻ thờ ơ khi Đi-na bị hãm hiếp. Khi các con của Lê-a trả thù đẫm máu vì cớ Đi-na, Gia-cốp khinh thường họ. Bây giờ, bản văn cho biết thẳng thừng "Y-sơ-ra-ên thương yêu Giô-sép hơn những con trai khác" (37:3) và dường như ông không cố tình che giấu sự thiên vị đó. Ông cho Giô-sép chiếc áo nhiều màu sắc, mà có lẽ là áo dài với nhiều màu sắc sặc sỡ hơn chiếc áo thường mặc, cũng có thể là loại áo choàng thường chỉ dành cho hoàng tộc hơn là cho cậu bé chăn chiên mười bảy tuổi.[6] Sự thiên vị đã gây họa cho gia đình tộc

---

6. Victor P. Hamilton, *The Book of Genesis: Chapters 18–50*, New International Commentary on the Old Testament (Grand Rapids: Eerdmans, 1995), 407–9. Trong xã hội tộc trưởng, mỗi người đều có một chiếc áo choàng hay áo khoác. Áo khoác được dùng cho nhiều mục đích khác nhau và có lẽ là món đồ đắt tiền nhất mà một người sở hữu. Tính chất của chiếc áo khoác thường biểu thị địa vị danh dự hay thân thế của người đó trong cộng đồng, và đôi khi cũng nói lên cả sự giàu có.

trưởng kể từ ngày Y-sác và Rê-bê-ca tỏ lòng yêu thương không đúng đối với Gia-cốp và Ê-sau (25:28) rõ ràng tiếp tục là nguyên nhân gây rắc rối lớn. Sự ganh tỵ và đố kỵ giữa anh em ruột vẫn là đặc điểm của câu chuyện tộc trưởng.

Hai giấc mơ của Giô-sép đã khiến tình huống xấu trở nên không thể chịu đựng được, và quyết định thiếu khôn ngoan của cậu khi kể giấc mơ của mình cho gia đình nghe (37:5–11). Giấc mơ mô tả bối cảnh hoàng gia trong đó toàn thể gia đình là những thần dân tỏ lòng tôn kính Giô-sép, một khung cảnh được ứng nghiệm tại Ai Cập (42:6; 43:26; 44:14). Trước tiên, bối cảnh nông nghiệp mô tả nhiều bó lúa của các anh sấp mình xuống trước bó lúa của Giô-sép (37:5–7). Sau đó, trong cảnh các vì sao, mặt trời và mặt trăng tượng trưng cho cha mẹ Giô-sép, còn mười một ngôi sao rõ ràng tượng trưng cho các anh, tất cả đều cúi xuống trước Giô-sép (37:8–9).

Hai giấc mơ chỉ làm tăng thêm lòng căm thù của các anh đối với Giô-sép. Đoạn văn mở đầu này của câu chuyện Giô-sép được chú ý bởi cụm từ được lặp đi lặp lại "họ ganh ghét chàng" (37:4,5,8). Cụm từ được làm rõ nghĩa thêm nữa bởi lời nhận xét các anh không thể lấy lời tử tế nói cùng chàng (37:4,5). Hai giấc mơ mà Giô-sép ngây thơ kể cho họ nghe, chỉ làm tăng thêm cảm xúc của họ nghịch lại chàng (37:8). Lòng căm thù cay đắng của họ đối với Giô-sép tăng lên mạnh mẽ cho đến khi lòng ghen tỵ đưa đến thảm họa tất yếu: "Các anh ganh ghét chàng" (37:11). Ngoài ra phân đoạn này còn ngụ ý vấn đề với Giô-sép có tính lây lan. Trong câu 2b, dường như chỉ có bốn người anh có liên quan. Trong câu 4 hàm ý cũng có các anh khác, và trong câu 10, ngay cả cha cũng trách mắng chàng, cho dù lời trách mắng có nhẹ nhàng đến đâu.[7] Rõ ràng, gia đình chắc chắn gặp tai họa.

Giô-sép Ở Dưới Hố (37:12–24)

Không nhận biết mối nguy hiểm sắp đến, Gia-cốp sai Giô-sép đi ra xem các anh như thế nào. Họ đang chăn bầy cách Si-chem năm mươi dặm. Khi đến Si-chem, chàng Giô- sép cả tin không thể định vị các anh mình. Khi bản văn mô tả chàng "đi lạc trong đồng ruộng" (37:15), Giô-sép giống như một đứa trẻ nhỏ không được bảo vệ, cần sự hướng dẫn của cha mẹ. Sự hồi hộp dâng lên khi Giô-sép biết các anh đã đi, thậm chí xa hơn sự bảo vệ của cha. Một người lạ không biết tên ('có một người') cho Giô-sép biết các anh chàng đã đi tới Đô-than, hơn mười bốn dặm nữa về phía bắc.

---

7. Kidner, *Genesis*, 181.

Có một sự thay đổi khung cảnh trong câu 18, khi Giô-sép đến chỗ các anh. Thình lình, câu chuyện được nhìn từ góc độ của các anh. Khi chàng đến gần họ, các anh nhìn thấy Giô-sép từ đằng xa. Sau này chúng ta biết rằng Giô-sép lúc đó mặc chiếc áo choàng vương giả đi thăm các anh (37:23), và hình ảnh người em trai đến trong chiếc áo gây điên tiết đó với nhiệm vụ về báo cáo cho cha khiến họ không thể chịu đựng nổi. Trước khi Giô-sép đến, họ đã lên kế hoạch giết chàng. Nhưng Ru-bên quyết định cứu Giô-sép, bản văn không cho biết lý do. Thay vì giết chàng, họ tấn công chàng, lột chiếc áo đáng ghét ra, và ném chàng xuống hố không có nước. Ít ra họ sẽ không mắc tội làm đổ huyết.

Người Ích-ma-ên và Ma-đi-an trong Sáng Thế Ký 37

Việc xuất hiện của cả "người Ích-ma-ên" và "Ma-đi-an" trong Sáng Thế Ký 37 làm nổi lên nhiều tranh luận giữa vòng các học giả Kinh Thánh (so sánh 37:25,27,28 và 36). Một số nhà giải nghĩa Kinh Thánh Do Thái đầu tiên tin rằng Giô-sép bị bán hơn một lần, bao gồm nhiều nhà buôn khác nhau.[8] Các học giả gần đây hơn thì xem đây là bằng chứng cho thấy câu chuyện được lấy từ các nguồn riêng biệt bao gồm các ký thuật không ăn ý nhau về cách Giô-sép bị bán qua Ai Cập. Các nguồn riêng biệt này được cho rằng đã gọi những nhà buôn lưu động bằng nhiều tên khác nhau, và sau này người biên tập đã đơn giản chọn đưa cả hai tên vào bản văn cuối cùng.[9]

Lời giải thích có thể đơn giản hơn nhiều. Manh mối cho vấn đề có thể tìm thấy trong Quan 8:24, nói rõ ràng rằng *người Ma-đi-an* bị Ghê-đê-ôn đánh bại đã đeo bông tai, vì "đó là phong tục của người *Ích-ma-ên*".[10] Ở đây, "người Ích-ma-ên" và "người Ma-đi-an" là những từ chỉ nhân dạng có sự trùng lắp về chủng tộc. Dường như "người Ích-ma-ên" là thuật ngữ

---

8. Harry Freedman and Maurice Simon, eds., *Midrash Rabbah*, 10 vols. (London: Soncino, 1961), 2:786.

9. Ephraim A. Speiser, *Genesis*, Anchor Bible 1 (Garden City, N.Y.: Doubleday, 1964), 291; và xem phần giới thiệu về phê bình nguồn tài liệu trong chương 14 dưới đây.

10. Ngụ ý của câu này đối với vấn đề người Ích-ma-ên/Ma-đi-an trong Sáng Thế Ký 37 được các học giả Do Thái thời trung cổ nghiên cứu từ lâu, Abraham Ibn Ezra (H. Norman Strickman and Arthur M. Silver, eds., *Ibn Ezra's Commentary on the Pentateuch: Genesis (Bereshit)* [New York: Menorah, 1988], 351).

> có tính bao gồm dành cho mọi con cháu của Ích-ma-ên, con của Áp-ra-ham do A-ga sanh ra (xem lại Sáng Thế Ký 16). Các nhóm người Ích-ma-ên khác là anh em du mục bà con của Y-sơ-ra-ên, mà người Ma-đi-an là một trong số đó. Có nhiều ví dụ từ các tài liệu Cận Đông cổ đại trong đó những từ chỉ chủng tộc có thể hoán đổi cho nhau được dùng trong cùng một tài liệu.[11]
>
> Thật khó chắc chắn những thuật ngữ này có phản ánh những nguồn tài liệu cổ đại riêng biệt nằm sau câu chuyện hiện thời không. Nhưng dựa vào nghiên cứu gần đây về tính hiệp nhất văn chương của truyện kể Giô-sép, thì điều đó là không chắc. Rất có thể một tác giả có thể dễ dàng hoán đổi qua lại giữa hai tên gọi này cho nhiều văn phong khác nhau, hoặc như là cách nhấn mạnh rằng Giô-sép bị bán cho những người bên ngoài giao ước.[12]

Giô-sép Trong Nhà Phô-ti-pha (37:25–36)

Các anh Giô-sép nhẫn tâm ngồi xuống ăn sau khi ném chàng xuống giếng nước khô. Những sự kiện này xảy ra gần Đô-than, rất gần Via Maris, con đường thương mại chính qua Sy-ri Pa-lét-tin đến Ai Cập (xem bản đồ IV.11.1). Trong lúc đang ăn, họ thấy một đoàn nhà buôn Ích-ma-ên (còn gọi là Ma-đi-an) đang trên đường đem hàng hóa đến Ai Cập. Rồi họ nghĩ ra kế để có thể tránh tội làm đổ máu thật sự, mà vĩnh viễn giải thoát với Giô-sép (họ nghĩ vậy!), mà lại được một số tiền lớn chỉ trong một hành động. Những nam nô lệ trẻ tuổi thường có giá, và họ có thể bán Giô-sép cho các nhà buôn với khoản tiền đáng kể. Người Ích-ma-ên chắc chắn sẽ đem chàng đến Ai Cập, và họ sẽ không bao giờ phải nghe về những giấc mơ hay thấy chiếc áo vương giả của chàng nữa!

---

11. Kenneth A. Kitchen, "Joseph," in *New Bible Dictionary*, ed. J. D. Douglas et al., 3rd ed. (Downers Grove/Leicester: InterVarsity, 1996), 608.
12. Kidner, *Genesis*, 181.

Ru-bên, con trưởng nam, đã có kế hoạch cứu Giô-sép để sau đó đem chàng trở về an toàn cho Gia-cốp (37:22). Nhưng một lần nữa, vì những lý do mà người kể chuyện không giải thích, Ru-bên lại không có mặt vào thời điểm đó. Không có ai bảo vệ Giô-sép tội nghiệp, và có vẻ như số phận của chàng là cuộc sống đê hèn và tủi hổ ở Ai Cập xa xôi. Các anh đã nhúng chiếc áo của Giô-sép vào máu con dê, rồi đưa nó cho cha làm bằng chứng Giô-sép đã bị thú dữ ăn thịt. Gia-cốp ngây thơ chấp nhận lời giải thích và chịu đựng nỗi đau khôn tả. Câu chuyện có vẻ kết thúc, ngoại trừ lời chú thích cuối cùng gây tò mò, ngụ ý chúng ta chưa nghe về kết cuộc của Giô-sép: "Các lái buôn Ma-đi-an đem Giô-sép đến xứ Ê-díp-tô bán cho Phô-ti-pha, quan thị vệ của Pha-ra-ôn" (37:36). Giô-sép sống sót sau chuyến đi Ai Cập. Chàng và giấc mơ của chàng vẫn còn sống.

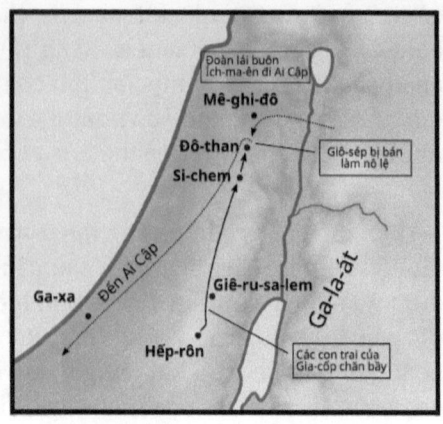

Giô-sép tìm các anh đang chăn chiên gần Si-chem. Khi chàng tìm họ, họ đã đi đến Đô-than, gần một trong những con đường buôn bán chính qua Ai Cập. Vì lòng căm thù ghen ghét đối với Giô-sép, họ đã bán chàng cho các nhà buôn đi đến Ai Cập.

Phần Chen Giữa về Giu-đa (38)

Việc đặt tình tiết của Giu-đa và Ta-ma vào Sáng Thế Ký 38 thoạt nhìn dường như không thể giải thích được. Câu chuyện Giô-sép chỉ mới bắt đầu và thu hút sự chú ý của chúng ta về cách đối xử khủng khiếp với vị anh hùng trẻ tuổi. Phần kết của chương 37 khiến chúng ta hồi hộp, cho chúng ta biết rằng Giô-sép đã được một quan chức cấp cao ở Ai Cập mua. Chắc chắn câu chuyện này còn nữa! Thật vậy, Sáng Thế Ký 39:1 bắt đầu với lời chú thích rõ ràng tiếp tục những sự kiện của chương 37: "Giô-sép bị đem qua xứ Ê-díp-tô". Nói cách khác, tác giả cố tình đưa Sáng Thế Ký 38 chen vào giữa đoạn 37 và 39. Vì vậy, trước khi chúng ta quay về Ai Cập để xem điều gì xảy ra với Giô-sép, người kể chuyện trước tiên mời chúng ta xem xét hành động của Giu-đa.

Giu-đa và Ta-ma (38:1–30)

Những câu mở đầu Sáng Thế Ký 38 giới thiệu với chúng ta tất cả các nhân vật chính của câu chuyện (38:1–11). Giu-đa đã bỏ lại các anh em mình tại A-đu-lam một cách không thể giải thích được và thiếu khôn ngoan (38:1). Tại đó, ông kết hôn với người nữ Ca-na-an, một hành động báo hiệu rắc rối đâu đó trong câu chuyện về tộc trưởng. Bà sanh ba con trai: Ê-rơ, Ô-nan và Sê-la. Con trai trưởng của Giu-đa là Ê-rơ, đến tuổi kết hôn thì lấy Ta-ma, được cho cũng là người Ca-na-an. Khi Ê-rơ chết, Ô-nan không chịu thực hiện nghĩa vụ về mặt pháp lý và văn hóa trong **huynh hôn**. Phần này của câu chuyện dường như khó chấp nhận từ quan điểm Cơ Đốc hiện đại, nhưng đó là yếu tố cần thiết trong nhiều xã hội cổ đại, kể cả Y-sơ-ra-ên thời Cựu Ước.

Khi Ô-nan cũng qua đời, Giu-đa có bổn phận đem đứa con trai còn lại đến với Ta-ma. Sự từ chối của ông khiến Ta-ma ở trong tình huống tuyệt vọng về kinh tế và xã hội đối với một phụ nữ Cận Đông cổ đại. Ta-ma buộc phải quay về "nhà cha" (38:11), một nỗ lực đáng buồn để tránh cuộc sống nghèo túng (Lê 22:13).

Khái niệm huynh hôn không phải là cú sốc duy nhất đang chờ đợi độc giả hiện đại của Sáng Thế Ký 38. Sự bất công của Giu-đa đối với Ta-ma khiến bà phải cải trang thành gái mại dâm và lừa gạt khiến Giu-đa phải làm người cha thay thế đối với con của bà (38:12–30). Bằng cách đó, chính Giu-đa đã sinh con cho Ê-rơ mà không biết. Ông đã hành động tồi tệ khi không đưa người con trai thứ ba cho Ta-ma, và bây giờ ông đang cư xử thậm chí còn độc ác hơn. Tội thứ nhất dẫn đến tội thứ hai. Hành động của Ta-ma khiến chúng ta sốc, nhưng người kể chuyện chú ý đến tài xoay sở thông minh của bà và cách bà tự bảo vệ mình trước thói đạo đức giả của Giu-đa. Khi đòi con dấu, dây và cây gậy (38:18), bà yêu cầu điều tương đương với thẻ tín dụng và giấy phép lái xe ngày nay nhằm mục đích nhận diện (38:25). Bà khôn khéo, chủ động và làm điều phải, trong khi Giu-đa hung bạo, dại dột và rõ ràng là độc ác. Giu-đa bị đưa vào thế phạm tội không thể chối cãi được. Ông chỉ có thể thừa nhận việc sai trái của mình và tránh mắc phải hành động như thế trong tương lai (38:26).

Từ quan điểm của Tân Ước, chắc chắn chúng ta không thể tha thứ cho điều Ta-ma đã làm.[13] Tuy nhiên, như người kể chuyện đã nói rõ ở cuối

---

13. Ngay cả từ góc nhìn của Môi-se, chúng ta cũng không nên vội vàng trách bà. Các truyện kể về tộc trưởng có nhiều mối quan hệ tình dục bị ngăn cấm trong luật pháp Môi-se, trong Lê-vi Ký sau này, điều nói lên các

đoạn, ý nghĩa của tình tiết này là hành động của bà chính đáng hơn việc làm của Giu-đa, người đã cư xử một cách ghê tởm (38:26). Không có sự lên án Ta-ma ở đây, cho dù là mờ nhạt. Một ý nghĩa rộng hơn là chính qua những nỗ lực đầy liều lĩnh của Ta-ma, và hành động xấu xa và độc ác của Giu-đa, mà Đức Chúa Trời đã hoàn thành mục đích của Ngài. Chính việc nhấn mạnh vào quyền tối thượng của Đức Chúa Trời trong đời sống của gia đình này mà chúng ta có được cái nhìn tổng quát về thông điệp của câu chuyện Giô-sép rộng lớn hơn. Vì đây chính là điều mà Giô-sép cũng đã học: "Đức Chúa Trời hành động cách lạ lùng để thực hiện những điều kỳ diệu".[14]

Huynh hôn trong Cựu Ước

Trong Sáng Thế Ký 38:8, có lẽ bạn ngạc nhiên trước lời yêu cầu của Giu-đa với Ô-nan, con trai thứ hai: "Con hãy đến với vợ của anh con, làm nhiệm vụ của người em chồng để có con nối dõi cho anh (TTHĐ)." Mặc dù khiến chúng ta kinh ngạc, nhưng đây là phong tục phổ biến thời Y-sơ-ra-ên và dường như hoàn toàn bình thường đối với các độc giả đầu tiên của bản văn.

Hình như định chế này có nhiều biến thể, nhưng nói chung bổn phận của người anh em gần nhất với thành viên trong gia đình đã qua đời là sinh con trai cho người đã mất đó. Hôn nhân thứ hai này được gọi là "huynh hôn". Thuật ngữ bắt nguồn từ tiếng La-tinh *levir*, từ Hê-bơ-rơ có nghĩa "anh em chồng" (*yābām*). Mục đích khi kết hôn với góa phụ trong gia đình là để đảm bảo người phụ nữ không con sẽ có con, người con sẽ nhận phần thừa kế của người đã mất. Con cái cũng sẽ chăm sóc người phụ nữ khi về già.

Phong tục này không chỉ giới hạn cho Y-sơ-ra-ên cổ đại. Trong số các láng giềng xung quanh, người A-sy-ri, người Hê-tít, người Hu-ri-an ở Nu-zi, và những cư dân của U-ra-git đều thực hành một số biến thể của phong tục này.[15] Huynh hôn được thể chế hóa chính thức và là một nội dung của luật pháp Y-sơ-ra-ên trong Phục 25:5–10. Sinh thêm con với

---

tiêu chuẩn khác nhau của thời kỳ tộc trưởng. Wenham, *Genesis 16–50*, 370.

14. Tựa đề bài thánh ca do William Cowper soạn (1731–1800) còn được gọi là "Light Shining out of Darkness" (Ánh Sáng Chiếu Ra Từ Tăm Tối). John Julian, *A Dictionary of Hymnology* (New York: Dover, 1957), 433.

15. Roland de Vaux, *Ancient Israel*, trans. John McHugh, 2 vols. (New York: McGraw-Hill, 1961), 38.

> người chị dâu góa bụa của mình dường như không phải là điều đáng mong ước, và luật trong Phục Truyền dự phòng cho việc có người muốn tránh trách nhiệm này (có lẽ cũng được minh họa trong Ru-tơ 4:5–6). Phong tục thời tộc trưởng trước đó (Sáng Thế Ký 38) không cho Ô-nan sự lựa chọn như thế. Bối cảnh thời tộc trưởng trong Sáng Thế Ký cũng có thể hàm ý tính chất nghiêm trọng khi Ô-nan từ chối tiếp tục phước hạnh của giao ước.
>
> Yêu cầu của xã hội là Giu-đa phải đem Ô-nan đến với Ta-ma trước, rồi sau đó là Sê-la để sinh con cháu cho người anh đã mất là Ê-rơ. Việc Ô-nan từ chối thực hiện dẫn đến cái chết yểu của ông ta. Việc Giu-đa từ chối đưa người con trai thứ ba thậm chí còn dẫn đến mưu đồ và sự hồi hộp trong gia đình tộc trưởng. Mặc dù phong tục huynh hôn dường như kỳ quặc đối với độc giả thời hiện đại, nhưng đó là vòng quay sự kiện bình thường và tự nhiên đối với độc giả cổ đại. Khái niệm đó là yếu tố không thể thiếu trong câu chuyện của Giu-đa và Ta-ma.

Vị Trí của Sáng Thế Ký 38

Sự gián đoạn rõ ràng tạo ra bởi tình tiết Giu-đa–Ta-ma thật sự hoàn toàn có thể hiểu được nếu chúng ta nhớ bối cảnh chung. Chúng ta nên nhớ lại *tôlēdôt* mà phần cuối cùng này của Sáng Thế Ký nói đến "câu chuyện của Gia-cốp"(37:2a). Về mặt này, cụm từ "câu chuyện Giô-sép" có phần sai lạc, vì Sáng Thế Ký 37–50 thật sự là câu chuyện về lịch sử của Gia-cốp. Chúng ta không nên ngạc nhiên khi thấy các chi tiết về cuộc đời của các con Gia-cốp được ghi lại ở đây.

Ngoài ra, khi xem xét kế hoạch tổng thể của người kể chuyện, tình tiết Giu-đa–Ta-ma rõ ràng đóng vai trò thiết yếu. Trước khi kết thúc sách Sáng Thế Ký, chúng ta có được phước lành từ tộc trưởng theo phong tục mà Gia-cốp đã chúc cho các con trước khi chết (đoạn 49). Giô-sép và Giu-đa nhận được vị trí cao quý trong phước lành này, là điều cũng phản chiếu vai trò quan trọng của họ trong tương lai của lịch sử Y-sơ-ra-ên. Quốc gia sẽ bao gồm phần lớn từ chi phái Giu-đa ở phía nam và các chi phái Giô-sép, Ép-ra-im và Ma-na-se phía bắc.

Hơn nữa, tác giả của Sáng Thế Ký luôn quan tâm đến tóm tắt tiểu sử các nhân vật. Tình tiết Ta-ma giúp chúng ta có cái nhìn thấu đáo sinh động về tâm tánh của Giu-đa. Ông là người nhẫn tâm và tham lam. Ông là người anh đã nhận ra rằng giết chết Giô-sép là vô ích trong khi họ có thể thu được lợi nhuận nếu bán cậu (37:26–27). Trong Sáng Thế Ký 38, ông không bày tỏ nỗi đau đớn hay than khóc về sự mất mát

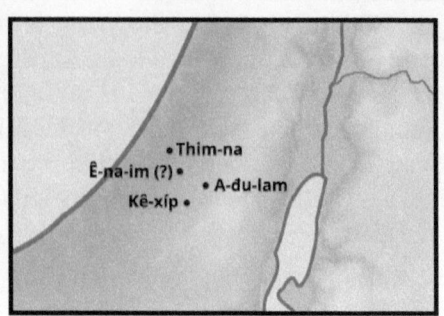

Hành trình của Giu-đa đến A-đu-lam

hai người con trai, và ngắn gọn ra lệnh thiêu Ta-ma vì tội của bà. Tuy nhiên, sau này trong Sáng Thế Ký, Giu-đa là một người đã được thay đổi. Ông tha thiết nài xin cho trường hợp của Bên-gia-min trong Sáng 44:18–34, và xin được làm nô lệ thay cho em mình. Có thể lập luận rằng tình tiết phụ trong *tôlĕdôt* của Gia-cốp là việc biến đổi phẩm chất trong mối quan hệ với Đức Chúa Trời. Giu-đa rõ ràng là một người được thay đổi trong các chương sau, và tiết đoạn về Ta-ma giúp giải thích sự thay đổi đó, đặc biệt lời tuyên bố "Nàng phải hơn ta" (38:26, TTHĐ).[16] Rõ ràng thích hợp khi nhận ra sự nhấn mạnh về sự thay đổi nhân cách trong *tôlĕdôt* của Gia-cốp, vì Gia-cốp là ví dụ về sự biến đổi nổi trội hơn hết.

Đặc biệt, tình tiết này đóng vai trò quan trọng trong lịch sử cứu rỗi. Các độc giả Cơ Đốc nhận biết hành động tể trị của Đức Chúa Trời bất chấp những việc làm tàn nhẫn của Giu-đa theo cách mà tác giả nguyên thủy của Sáng Thế Ký không thể hoàn toàn hiểu được. Đó là vì độc giả Tân Ước biết kết thúc của câu chuyện. Các tác giả Phúc Âm đưa gia phổ của Đấng Mê-si vào, trong đó họ rút ra ý nghĩa đầy đủ về sự ra đời của Pha-rê với sự liên hiệp bất khiết này (Mat 1:3; Lu 3:33). Trong chính Cựu Ước, rõ ràng Pha-rê là người đứng đầu tổ tiên của chi phái mà từ đó Bô-ô ra đời. Qua đám cưới lạ lùng và tuyệt vời của Bô-ô và Ru-tơ, dòng dõi của Giu-đa và Pha-rê được mở rộng cho đến vị vua vĩ đại nhất của Y-sơ-ra-ên là Đa-vít (Ru 4:18–22). Vì vậy câu chuyện có vẻ như chỉ là thứ yếu đối với câu chuyện của cả Kinh Thánh có một kết cuộc ngạc nhiên, khiến Giu-đa trở thành tổ tiên của Đa-vít và của chính Đấng Mê-si!

Cũng có thể nói rằng Sáng Thế Ký 38 là sự ngắt ngang về văn chương. Kết luận ở chương 37 sẽ đi thẳng đến chương 39 cách tuyệt vời mà không

---

16. Wenham, *Genesis 16–50*, 364.

có câu chuyện của Giu-đa và Ta-ma chen vào giữa. Vì sao tác giả lại đặt ký thuật này ở đây thay vì ở đầu *tôlĕdôt* của Gia-cốp, hoặc gần phần kết? Trước nhất, như chúng ta đã nói, câu chuyện ở phần kết của chương 37 đưa chúng ta vào tình trạng hồi hộp chờ đợi. Ngay khi chúng ta được biết là Giô-sép đã bị bán cho Phô-ti-pha ở Ai Cập thì thình lình chúng ta lại phải suy nghĩ điều gì sẽ xảy đến với cậu. Câu chuyện Giu-đa–Ta-ma là phần ngoài lề đem chúng ta, cũng như gia đình Giô-sép, đi xa khỏi Giô-sép rồi quay về Ca-na-an. Giô-sép một mình ở tại Ai Cập, nơi chàng phải tự lớn lên. Thời gian trôi qua đủ để Giu-đa lấy vợ, nuôi con cái lớn lên và cho chúng đi lấy vợ, điều này cho thấy Giô-sép phải tự lo liệu trong thời gian dài đến thế nào.

Nhưng ký thuật Giu-đa–Ta-ma hướng tới trước cũng như quay ngược lại sau. Việc nó được đặt ở đây không chỉ để chúng ta hồi hộp về số phận của Giô-sép ở cuối chương 37; mà còn tạo tương phản rõ ràng và đáng tin cậy giữa tính cách của Giu-đa và hành vi của Giô-sép trong chương tiếp theo, mà chúng ta sẽ nói đến bây giờ.

Giô-sép Cai Trị Khắp Ai Cập (39–41)

Phần này thuật lại sự thăng tiến đáng kể của Giô-sép ở Ai Cập. Nó nói về sự nổi lên của Giô-sép từ một nô lệ ngoại bang tại Ai Cập trở thành thủ tướng của cả đất nước. Ở đầu Sáng Thế Ký 37, Giô-sép được mười bảy tuổi. Mười ba năm sau, ở tuổi ba mươi, cậu bước vào phục vụ Pha-ra-ôn làm người cai trị đầy quyền lực thứ nhì ở Ai Cập (41:46). Những sự kiện này chỉ có thể là nhờ sự dẫn dắt thiên thượng, như người kể chuyện giải thích: "Đức Giê-hô-va phù hộ, nên thạnh lợi luôn" (39:2; cũng xem 39:21, 23).

Sự thăng tiến của Giô-sép được trình bày trong ba cảnh tương ứng với Sáng Thế Ký 39, 40 và 41. Bản ký thuật là một trong hai phần tường thuật mở rộng thêm trong câu chuyện Giô-sép, và đề cập đến sự đi lên về quyền lực chính trị của Giô-sép.[17]

Giô-sép Coi Sóc Nhà Phô-ti-pha (39)

Trong cảnh đầu tiên, tác giả đã tài tình tạo hồi hộp và căng thẳng trong câu chuyện bằng cách trước nhất mô tả sự thăng tiến của Giô-sép trong nhà Phô-ti-pha (39:1–6a), sau đó là sự sa sút thậm chí còn lớn hơn

---

17. Phần mở rộng thứ hai thuật lại hai hành trình xuống Ai Cập của các anh Giô-sép (Sáng Thế Ký 42–45). Westermann, *Genesis 37–50*, 24.

(39:6b-20a), điều mà sau đó dẫn đến một sự thăng tiến khác ở trong tù (39:20b-23).[18]

Như chúng ta đã nói, Sáng Thế Ký 39:1 về cơ bản là tóm tắt 37:36 và tiếp tục câu chuyện về Giô-sép tội nghiệp, bị bán cho Phô-ti-pha ở Ai Cập. Người kể chuyện cho biết rõ từ ban đầu rằng Đức Giê-hô-va ở cùng Giô-sép và cho ông được thành công trong mọi việc ông làm (39:2). Nhưng khó có thể nghĩ rằng ông tiến lên đỉnh cao quyền lực trong một đất nước hùng mạnh và quan trọng như thế. Đức Chúa Trời luôn luôn đứng sau sân khấu khi có điều ác của con người, và Ngài hành động trong đời sống những người trung tín để công việc của họ được thịnh vượng. Giô-sép không được định là trở nên một đầy tớ thành công! Sự trung tín của ông với Đức Chúa Trời là phương tiện để ông thăng tiến trong nhà Phô-ti-pha lẫn trong ngục tù.

Vợ Phô-ti-pha ấn tượng bởi vẻ ngoài đẹp đẽ của Giô-sép, điều này được mô tả với cùng ngôn từ rất giống với vẻ ngoài xinh đẹp của mẹ ông (so sánh 39:6b với 29:17b). Sự từ chối không nhượng bộ những lời tán tỉnh nhục dục của bà cách dứt khoát và mau lẹ của Giô-sép là gương mẫu cho mọi tín hữu về cách kháng cự cám dỗ. Ông có nhận thức rõ ràng về điều đúng và sai, và không chờ cho đến khi bị cám dỗ mới suy nghĩ hay cân nhắc có nên chấp nhận ngủ với bà không: "Thế nào tôi dám làm điều đại ác dường ấy mà phạm tội cùng Đức Chúa Trời sao?" (39:9). Giô-sép đã quyết định từ trước. Ông đã có những cam kết với Đức Chúa Trời (và với Phô-ti-pha), và thú vui nhục dục tạm thời sẽ phá hủy những cam kết đó. Ông dứt khoát và kiên quyết từ chối những yêu cầu liên tục của bà. Nhưng khi đã nỗ lực hết sức mà vẫn bị sập bẫy của vợ Phô-ti-pha thì ông quyết định bỏ chạy. Đôi khi cam kết và mong muốn làm điều đúng thôi chưa đủ. Có khi chúng ta còn phải tránh đừng để mình ở trong tình thế nguy hiểm. Khi nghi ngờ, hãy bỏ đi (hoặc bỏ chạy!).

Chính sự từ chối quan hệ tình dục với vợ Phô-ti-pha mà cuối cùng Giô-sép đưa mình vào tù. Nhưng trong đó, ông gặp quan hầu rượu của Pha-ra-ôn, người có mối quan hệ để giúp đỡ Giô-sép. Vì vậy, chính lòng trung thành với Đức Chúa Trời đã đem đến không chỉ sự thăng tiến cho Giô-sép trong nhà Phô-ti-pha, mà còn cả trong sự sỉ nhục và tù đày. Vâng phục Đức Chúa Trời không có nghĩa là lúc nào cũng thành công theo định nghĩa của thế gian. Thế nhưng, sự trung thành của ông lại dẫn đến một sự thăng tiến khác trong tù, và cuối cùng, được bênh vực trong triều của Pha-ra-ôn. Đức Chúa Trời đã dùng sự sỉ nhục và thất bại của Giô-sép để nâng ông lên làm

---

18. Như trên, 60.

quan chức cao cấp của Ai Cập, và chuẩn bị ông cho những việc lớn lao hơn trong tương lai.

Đoạn văn cuối cùng (39:20b-23) tạo tính đối xứng hoàn hảo cho chương này. Mỗi cụm từ hầu như hoàn toàn tương xứng với cụm từ trong đoạn văn mở đầu (39:2–6a). Một lần nữa, người kể chuyện khẳng định "Đức Giê-hô-va phù hộ Giô-sép" trong khi ông ở tù, cũng như Ngài phù hộ ông trong nhà Phô-ti-pha (so sánh 39:20b-21 với 39:2). Giô-sép được ơn trước mặt người cai ngục, như ông được ơn trước mặt Phô-ti-pha (39:21b va 4a). Người cai ngục giao cho Giô-sép chịu trách nhiệm mọi thứ diễn ra trong ngục, như Phô-ti-pha đã đặt Giô-sép coi sóc toàn bộ nhà mình (39:22 và 4b). Đức Giê-hô-va ban phước cho công việc của Giô-sép và khiến cho mọi việc ông làm trong tù đều thịnh vượng, như Ngài đã làm trước đây khi Giô-sép ở trong nhà Phô-ti-pha (39:23 và 5). Sau khi xem xét những sự kiện bi thương được thuật lại trong những câu giữa, sự đối xứng này minh họa quyền tối thượng và sự tể trị đầy ân điển của Đức Chúa Trời.[19]

Quan Hầu Rượu và Quan Hầu Bánh của Pha-ra-ôn (40)

Cảnh thứ hai trong sự thăng tiến của Giô-sép là trong chính nhà tù. Tại đây ông tiếp xúc với hai người quyền lực trước kia, quan hầu bánh và quan hầu rượu của Pha-ra-ôn (40:1–4a). Chúng ta không được biết hai người đã làm gì khiến chủ nổi giận. Điều quan trọng là bây giờ họ ở trong sự chăm sóc của Giô-sép. Có lẽ đây là dấu hiệu báo trước số phận của Giô-sép có thể xoay chuyển ra sao.

Sau một thời gian, quan hầu rượu và quan hầu bánh nằm mơ, mà họ không thể hiểu được ý nghĩa của giấc mơ. Giô-sép đã giải thích thành công giấc mơ của họ với hai kết quả rất khác nhau (40:4b-19). Lời giải thích của Giô-sép liên quan đến lối chơi chữ nổi bật có vẻ hài hước (trừ phi bạn là quan hầu bánh!) Ông giải thích rằng các giấc mơ có nghĩa là Pha-ra-ôn sẽ nâng họ lên (so sánh 40:13 và 40:19). Trong trường hợp của quan hầu rượu, điều này có nghĩa là Pha-ra-ôn sẽ nâng ông lên theo nghĩa *tượng trưng* và phục hồi ông trở lại vị trí danh dự trước kia trong triều đình. Đối với quan hầu bánh, điều này có nghĩa là Pha-ra-ôn sẽ nâng ông lên theo *nghĩa đen* bằng cách treo ông lên cây.[20] Giô-sép nắm lấy cơ hội cách chính

---

19. Kidner, *Genesis*, 189.
20. Bản dịch NIV nắm bắt lối chơi chữ rất hay qua cách diễn đạt tương phản "Pha-ra-ôn sẽ nâng ông lên (lift up)" và "Pha-ra-ôn sẽ phóng ông lên (lift off)" (39:13 và 19).

đáng để xin quan hầu rượu nhớ đến mình khi ông được phục hồi địa vị ảnh hưởng trong triều đình Pha-ra-ôn, vì Giô-sép đã bị đối đãi sai trái gấp đôi và không đáng phải ở tù (39:14–15).

Ba ngày sau, vào sinh nhật của Pha-ra-ôn, giấc mơ được Giô-sép thông giải trở thành hiện thực. Pha-ra-ôn nâng quan hầu rượu và quan hầu bánh lên - một người được phục hồi danh dự, người kia chết nhục nhã (39:20–22). Chúng ta có thể nghĩ rằng quan hầu rượu với lòng biết ơn sẽ nhớ đến tù nhân trẻ Hê-bơ-rơ, là người đã giải thích đúng giấc mơ của ông. Nhưng Giô-sép lại gặp phải một thất vọng nữa, theo như câu cuối của đoạn này cho biết: "Quan hầu rượu không nhớ gì đến Giô-sép, ông quên bẵng chàng đi" (39:23, TTHĐ). Không giống sự nổi lên tức thì của Giô-sép trong ngục ở cuối cảnh đầu tiên trong Sáng Thế Ký 39, cảnh này có một sự trì hoãn kéo dài theo sau. Cảnh kế tiếp mở ra với tin tức Giô-sép bị quên lãng, chờ đợi mòn mỏi trong tù suốt hai năm dài (41:1).

Vai trò của giấc mơ trong Sáng Thế Ký 40 thật thú vị. Hai giấc mơ mà Giô-sép đã giải thích đúng nhắc chúng ta nhớ đến hai giấc mơ của chính Giô-sép trong Sáng Thế Ký 37. Những giấc mơ này báo trước về sự thăng tiến về quyền lực chính trị của Giô-sép và sự quy phục của cả gia đình trước mặt ông. Tất cả những giấc mơ này cùng hướng chúng ta đến hai giấc mơ của Pha-ra-ôn trong Sáng Thế Ký 41, mà một lần nữa Giô-sép lại giải thích đúng đắn.[21] Trước tiên, chúng báo trước và dọn đường cho sự thăng tiến của Giô-sép. Nhưng thứ hai, chúng thật sự trở thành phương tiện mà qua đó các giấc mơ trước kia thành hiện thực. Chính qua lời giải thích đúng đắn các giấc mơ trong Sáng Thế Ký 40 và 41 mà các giấc mơ ở Sáng Thế Ký 37 thành hiện thực.

Giấc Mơ của Pha-ra-ôn (41)

Cảnh thứ ba kể lại sự thăng tiến của Giô-sép trên khắp Ai Cập xảy ra trong triều đình Pha-ra-ôn. Sau hai năm Giô-sép bị bỏ quên trong tù, Pha-ra-ôn có hai giấc mơ (41:1–7). Các giấc mơ mô tả bảy con bò khỏe mạnh bị bảy con gầy yếu nuốt lấy, và bảy gié lúa chắc bị bảy gié lúa lép nuốt mất. Cũng như giấc mơ của vua Ba-by-lôn là Nê-bu-cát-nết-sa (Đa 2 và 4), các thuật sĩ của triều đình Ai Cập không thể cắt nghĩa giấc mơ của Pha-ra-ôn (41:8). Chỉ khi đó, quan hầu rượu mới nhớ đến chàng thanh niên Hê-bơ-rơ khôn ngoan trong tù.

---

21. Westermann, *Genesis 37–50*, 72; and Wenham, *Genesis 16–50*, 385.

Sau mười ba năm làm nô lệ và ở tù, Giô-sép đột nhiên được thả và đem đến trước mặt Pha-ra-ôn (41:14). Trong thời điểm đặc biệt của cơ hội không thể tin được này, nhân cách thật của Giô-sép được bày tỏ. Pha-ra-ôn suy nghĩ đến kỹ năng giải nghĩa khôn ngoan và trình bày rõ ràng của con người. Nhưng Giô-sép hiểu rõ hơn và không để cho luồng suy nghĩ này tiếp tục. Ông lập tức bác bỏ phương cách của Pha-ra-ôn bằng lời lẽ dứt khoát, và kiệm lời ("đó chẳng phải tôi" trong tiếng Hê-bơ-rơ chỉ có một từ). Rồi Giô-sép kiên quyết và khiêm nhường hướng sự chú ý ra khỏi bản thân mà cho Pha-ra-ôn một cái nhìn mới về thế giới. Không phải Giô-sép là người có thể giải nghĩa những giấc mơ lạ này; đó là ơn thiên thượng mà Pha-ra-ôn chưa hiểu được: "Đức Chúa Trời đem sự bình an đáp cho bệ hạ vậy" (41:16).

Pha-ra-ôn kể lại giấc mơ cho Giô-sép, và Giô-sép nhanh chóng giải thích rằng đó là hai giấc mơ với cùng một ý nghĩa. Ngoài ra, giấc mơ có nguồn gốc từ thiên thượng và nhằm mục đích bày tỏ cho Pha-ra-ôn biết tương lai: "Đức Chúa Trời mách cho bệ hạ biết trước điều Ngài sẽ làm" (41:25,28). Sẽ có bảy năm dư dật, liền sau đó là bảy năm đói kém. Bảy năm mất mùa sẽ tiêu thụ hết sự dư dật của bảy năm được mùa. Tất cả những điều này sắp xảy ra và nằm ngoài tầm kiểm soát của Pha-ra-ôn: "Giấc mộng của bệ hạ được lặp lại hai lần có nghĩa là

Từ Sách của Những Người Chết (Book of the Dead) của Ai Cập. Con bò rất quan trọng đối với dân Ai Cập.
(Ảnh: E. A. Wallis Budge)

Đức Chúa Trời đã quyết định điều đó rồi, và Ngài sẽ nhanh chóng thực hiện" (41:32, TTHĐ).

Lời giải nghĩa của Giô-sép vẫn là bác bỏ Pha-ra-ôn cùng thế giới quan của ông và khẳng định sự thật không thể chối cãi của Giô-sép. Tại Ai Cập, Pha-ra-ôn được công nhận như là hữu thể thiên thượng, người có thể tác động đến các thần khác qua việc dùng phép thuật để bảo đảm chu kỳ sự sống mà người Ai Cập hưởng thụ (xem lại trang 66-69). Nhưng Giô-sép trình bày cho Pha-ra-ôn thấy một quan điểm khác về thực tại. Chỉ một mình Đức Chúa Trời là thần, và Ngài đã bày tỏ cho Pha-ra-ôn những sự kiện sắp diễn ra. Điều duy nhất Pha-ra-ôn có thể làm là chuẩn bị cho chính mình và cho đất nước mình. Không có chuyện thay đổi tương lai mà Đức

Chúa Trời đã định là phải diễn ra. Giô-sép, người mà chỉ mới mấy ngày trước đó chờ đợi mòn mỏi trong tù, thì bây giờ đã có cơ hội giải thích với Pha-ra-ôn của Ai Cập cách Đức Chúa Trời hành động. Dường như mười ba năm dài đau khổ và cô đơn đã chuẩn bị Giô-sép cho giờ phút này. Ông trung tín trong lời nói với Pha-ra-ôn như ông đã trung tín trong nhà Phô-ti-pha và trong tù.

Pha-ra-ôn rất ấn tượng với chàng thanh niên Giô-sép. Ai có thể thâu trữ sự sung túc của bảy năm dư dật để chuẩn bị cho bảy năm mất mùa? Pha-ra-ôn có thể tìm được ai trong cả vương quốc của mình giống chàng thanh niên Hê-bơ-rơ này, 'người có thần minh của Đức Chúa Trời'?(41:38) Bằng những từ ngữ gợi nhớ lòng tin tưởng lớn của Phô-ti-pha đối với Giô-sép và sự tin cậy của cai ngục vào khả năng của Giô-sép, Pha-ra-ôn đã khiến Giô-sép trở thành người quyền lực thứ nhì ở Ai Cập. "Ngươi sẽ lên cai trị nhà trẫm...trẫm lớn hơn ngươi chỉ vì ngự ngôi vua mà thôi" (41:40; so sánh 39:6 và 22–23). Ở tuổi ba mươi, Giô-sép thâu trữ số lượng lớn thóc gạo vượt mức bình thường trong suốt bảy năm dư dật. Rồi khi bảy năm đói kém bắt đầu, rõ ràng là lời giải thích và sự cố vấn của Giô-sép đã cứu đất nước Ai Cập và ngăn chặn cuộc khủng hoảng trên toàn quốc cho Pha-ra-ôn. Khi nạn đói gia tăng, Pha-ra-ôn truyền lệnh nghe theo chỉ thị của Giô-sép. Giô-sép đã mở cửa kho và bắt đầu bán thóc gạo cho quần chúng đang đói.

Cũng như với phần còn lại của truyện kể về Giô-sép, trên hết Sáng Thế Ký 41 nói về việc tể trị tối cao của Đức Chúa Trời trong đời sống của những người phục vụ Ngài.[22] Chương này mở ra với việc Đức Chúa Trời hất Pha-ra-ôn ra khỏi tánh tự mãn tự đắc của ông. Tại Ai Cập, các pha-ra-ôn xem mình là thần thánh. Vua Ai Cập chắc chắn không cần hỏi ý kiến một nô lệ Hê-bơ-rơ bị cầm tù. Nhưng giấc mơ khó hiểu gây lo lắng đôi khi lại là cách Đức Chúa Trời lật úp sự tự mãn đầy kiêu hãnh như thế (so sánh Đa 2 và Đa 4). Chính Đức Chúa Trời khiến Pha-ra-ôn lo lắng và hích vào bộ nhớ của quan hầu rượu để ông nhớ đến người nô lệ Hê-bơ-rơ đã giải thích giấc mơ của ông. Và Đức Chúa Trời điều khiển lịch sử, nên Ngài có thể ban những giấc mơ báo trước những sự kiện tương lai và khiến cho những đầy tớ của Ngài giải thích đúng những giấc mơ đó. Đây là câu chuyện về Giô-sép, và Pha-ra-ôn, quan hầu rượu, và những người khác. Nhưng trên hết, đây là câu chuyện về Đức Chúa Trời, Đấng cao cả điều khiển sự chuyển động và định hình lịch sử, và về niềm vui của Ngài khi dùng một đầy tớ đặc biệt sẵn sàng đặt cuộc đời mình dưới sự điều khiển của Đức Chúa Trời.

---

22. Wenham, *Genesis 16–50*, 399.

Cảnh thứ ba và là cuối cùng thuật lại sự thăng tiến của Giô-sép trên toàn Ai Cập khép lại với lời gợi ý điều sẽ xảy đến. Giô-sép đang phân phối lương thực cho quần chúng bị đói kém của Ai Cập vì nạn đói đã bắt đầu. Nhưng câu cuối cùng cũng cho chúng ta biết rằng "mọi nước đều đến Ai Cập để mua thóc từ Giô-sép, vì khắp thế gian đều bị đói" (41:57). Dĩ nhiên, trong số những người đến với Giô-sép tại Ai Cập hẳn sẽ có các anh của ông từ Sy-ri Pa-lét-tin, những người không bao giờ có thể tưởng tượng điều đã xảy ra cho người em không may của họ suốt nhiều năm qua kể từ khi họ bán chàng làm nô lệ.

Câu Hỏi Nghiên Cứu

1. Câu chuyện Giô-sép giống và khác với các câu chuyện trước trong Sáng Thế Ký như thế nào?

2. Mô tả sự thiên vị đã tô màu cho các truyện kể trong Sáng Thế Ký cho đến lúc này như thế nào, và lưu ý chủ đề này tiếp tục trong câu chuyện Giô-sép ra sao.

3. Giải thích tầm quan trọng về nội dung và vị trí của tư liệu trong Sáng Thế Ký 38.

4. Chúng ta thấy sự ám chỉ đến hai giấc mơ của Giô-sép ở đâu trong câu chuyện Giô-sép? Những sự ám chỉ khác nhau này được thuật lại như thế nào?

5. Lời giải thích của Giô-sép về giấc mơ của Pha-ra-ôn là một thách thức đối với thế giới quan của Pha-ra-ôn theo cách nào?

6. Toàn bộ câu chuyện Giô-sép nhấn mạnh quyền tể trị tối cao của Đức Chúa Trời như thế nào?

7. Câu chuyện Giô-sép dạy chúng ta, là những Cơ Đốc nhân, điều gì về bản chất của đức tin?

Thuật Ngữ Chính

Huynh hôn

12. Giô-sép Cai Trị Khắp Ai Cập

Sáng Thế Ký 42:1–50:26

Vả, chúng ta biết rằng mọi sự hiệp lại làm ích cho kẻ yêu mến Đức Chúa Trời, tức là cho kẻ được gọi theo ý muốn Ngài đã định.

Phao-lô, Rô 8:28

Đọc thêm: Thi Thiên 105:16–25; Công 7:9–16; Hê 11:22

Bố Cục

- Lý Do cho Truyện kể về Giô-sép
- Các Con của Gia-cốp Đoàn Tụ (42–45)
  - Chuyến Đi Đầu Tiên Đến Ai Cập (42)
  - Chuyến Đi Thứ Hai Đến Ai Cập (43–45)
- Định Cư Ở Gô-sen (46–47)
  - Khải Tượng tại Bê-e Sê-ba (46:1–4)
  - Tại Ai Cập (46:5–47:12)
  - Giô-sép Trong Cơn Đói Kém (47:13–31)
- Gia-cốp và Giô-sép Qua Đời (48–50)
  - Gia-cốp Chúc Phước Cho Ép-ra-im và Ma-na-se (48:1–22)
  - Gia-cốp Chúc Phước Cho Các Con (49:1–28)
  - Gia-cốp Qua Đời và Được Chôn Cất (49:29–50:21>)
  - Giô-sép Qua Đời (50:22–26)

Mục Tiêu

Sau khi đọc xong chương này, bạn có thể:

1. Hiểu và áp dụng lẽ thật rằng Đức Chúa Trời dùng điều ác và hoàn cảnh không hay để mang lại kết quả tốt đẹp.
2. Giải thích tại sao ký thuật về Giô-sép chiếm một phần lớn như thế trong Sáng Thế Ký.

3. Tóm tắt những sự kiện diễn ra trong suốt hành trình thứ nhất và thứ hai đến Ai Cập của các anh Giô-sép, nhấn mạnh mặc cảm tội lỗi của họ, bài thử nghiệm tâm tánh, và sự giải hòa sau đó.

4. Nhận ra những sự kiện trong Sáng Thế Ký 45–47 giúp kết thúc câu chuyện Giô-sép và chu kỳ Gia-cốp, bao gồm việc di chuyển đến Ai Cập, khải tượng của Gia-cốp tại Bê-e Sê-ba, định cư tại Gô-sen, và sự lãnh đạo của Giô-sép trong suốt nạn đói.

5. Từ Sáng Thế Ký 48–49, mô tả việc Gia-cốp chúc phước cho các con của Giô-sép và phước lành tiếp theo của các con ông, trình bày chi tiết hàm ý văn chương, tiên tri và hàm ý về Chúa Cứu Thế của lời sấm truyền đầy chất thơ đi kèm.

6. Dùng câu nói của Giô-sép đối với các anh sau khi Gia-cốp qua đời và được chôn cất, rút ra điều mầu nhiệm thần học về quyền tể trị tối cao của Đức Chúa Trời và trách nhiệm của con người.

7. Đối chiếu việc chôn cất Giô-sép với việc chôn cất tỉ mỉ Gia-cốp, và công dụng của chiếc quan tài của Giô-sép như lời nhắc nhở cho người Y-sơ-ra-ên rằng họ chưa về đến nhà.

Kinh Thánh thường dùng lịch sử để minh họa cho lẽ thật mà lẽ thật đó được giải thích cách trừu tượng ở một chỗ khác trong Kinh Thánh. Hay nói cách khác, phần lớn Kinh Thánh là thơ ca hoặc thư tín trong đó giải thích ý nghĩa của những sự kiện lịch sử. Như thế, các sách tiên tri Cựu Ước thường thảo luận chi tiết những sự kiện được mô tả trong các sách lịch sử, và Thư Tín Tân Ước làm rõ ý nghĩa của những sự kiện được thuật lại trong các Sách Phúc Âm và Sách Công Vụ Các Sứ Đồ. Các phần khác nhau của Kinh Thánh nhằm mục đích bổ sung cho nhau theo cách này. Lẽ thật lịch sử xác nhận và chứng minh lẽ thật của giáo lý bằng ví dụ cụ thể.

Phần cuối cùng của Sáng Thế Ký minh họa tuyệt vời lẽ thật của câu nói của sứ đồ Phao-lô rằng Đức Chúa Trời luôn đứng phía sau sân khấu (và đôi lúc rõ ràng ngay *trong* sân khấu), hành động qua và trong hoàn cảnh của cuộc sống để hoàn thành mục đích của Ngài cho dân sự Ngài. Phao-lô dạy các Cơ Đốc nhân tại Rô-ma rằng Đức Chúa Trời khiến mọi việc hiệp lại vì phúc lợi tâm linh và lợi ích cuối cùng của những người đáp lại Ngài trong tình yêu. Không có hoàn cảnh nào trong đời sống – ngay cả hoàn cảnh không thể tưởng tượng nhất - nằm ngoài sự kiểm soát của Đức Chúa Trời. Và Ngài thường xoay chuyển chúng và dùng những hoàn cảnh như thế vì lợi ích tối hậu của dân sự Ngài. Giô-sép là minh họa tuyệt vời cho nguyên tắc Thánh Kinh này. Đức Chúa Trời dùng những điều tệ hại xảy ra với Giô-sép để hoàn thành mục đích của Ngài. Nhưng hầu hết con người ngày nay chỉ gắn liền những điều tốt đẹp xảy ra trong cuộc sống với Đức Chúa Trời. Việc học biết tin cậy Ngài trong "mọi sự" trong cuộc đời là tùy ở chúng ta, là những độc giả của Sáng Thế Ký.

Tại sao truyện kể về Giô-sép nằm trong Sáng Thế Ký?

1. Để giải thích gia đình Gia-cốp đã đến sống tại Ai Cập như thế nào.

2. Để lại cho tất cả tín hữu tấm gương về sự thánh khiết và trung tín trong đời sống Giô-sép.

3. Để mô tả sự ứng nghiệm một phần những lời hứa cho tộc trưởng.

Sáng Thế Ký 42–50 là sự kết hợp đa dạng các nguồn tài liệu nhằm tóm lược tất cả các chủ đề của sách. Phần đầu tiên (chương 42–45) thuật lại cuộc đoàn tụ của Giô-sép với các anh. Phần này là kiệt tác văn chương mạnh mẽ, chứa đầy lợi ích của con người và ân điển thiên thượng. Tiếp theo là những câu chuyện đan xen câu chuyện Giô-sép với câu chuyện Gia-cốp, và tạo phần kết cho toàn bộ sách (chương 46–50). Gia đình Gia-cốp di chuyển đến Ai Cập và định cư tại Gô-sen (chương 46–47). Gia-cốp chúc phước cho các con bằng những đoạn thơ có hàm ý sâu sắc cho phần còn lại của lịch sử Cựu Ước (chương 48–49), và chương cuối cùng (50) thuật lại việc chôn cất Gia-cốp tại Ca-na-an và sự qua đời của Giô-sép. Tất cả được buộc lại với nhau cách gọn gàng như lời kết cho quyển sách của những khởi đầu này.

Lý Do Cho Câu Chuyện Giô-sép

Như chúng ta thấy trong chương trước, câu chuyện Giô-sép là sự tiếp tục chu kỳ Gia-cốp trong nhiều phương diện. Có thể nói rằng toàn bộ nửa phần sau của Sáng Thế Ký (chương 25–50) thật ra nói về gia đình Gia-cốp. Phần mở rộng này (chương 37–50), thường được gọi là câu chuyện Giô-sép, thật ra là phần hai của câu chuyện gồm 2 phần về Gia-cốp.[1]

Nhưng chúng ta cũng có nói rằng câu chuyện Giô-sép có những điểm khác biệt đáng chú ý khi so sánh với truyện kể về Áp-ra-ham và chu kỳ

---

1. Xem phần trình bày bối cảnh của truyện kể về Giô-sép trong chương 11.

của Gia-cốp. Chúng ta nên nói thêm rằng Giô-sép không được kể vào danh sách những tổ phụ đức tin vĩ đại của Y-sơ-ra-ên sau này (Xuất 2:24; 3:6, v.v..), và sau này truyền thống Do Thái cũng giới hạn "các tộc trưởng" (được định nghĩa cách máy móc) cho Áp-ra-ham, Y-sác và Gia-cốp.[2] Điều này có lẽ là vì Giô-sép không thuộc dòng dõi trực tiếp của Đấng Mê-si. Sáng Thế Ký được viết xung quanh dòng dõi gia đình đặc biệt, bắt đầu với A-đam và đến mười hai con trai Gia-cốp.[3] Đặc biệt, sách kêu gọi sự chú ý đến "con cháu" của dòng dõi này, là dòng dõi sẽ đông vô số và cuối cùng sở hữu xứ Ca-na-an, theo lời hứa dành cho tộc trưởng. Nhưng sách còn làm nổi bật thêm một dòng dõi "con cháu" sẽ trở thành triều đại hoàng gia. Đó là dòng dõi của Giu-đa, mà cuối cùng sẽ làm vua của Y-sơ-ra-ên, và rốt cuộc là Đấng Mê-si.

Vì Giô-sép không phải là tộc trưởng theo nghĩa máy móc của từ, nên chúng ta có thể thắc mắc vì sao tác giả Sáng Thế Ký đưa vào quá nhiều tư liệu về ông. Ông không thuộc dòng dõi của Đấng Mê-si, nhưng chúng ta có nhiều tư liệu nói về ông hơn nói về Y-sác hay Gia-cốp. Cũng để ý rằng tác giả Sáng Thế Ký chỉ cho chúng ta hai chương về sự sáng tạo, nhưng có đến mười ba chương về Giô-sép! Tại sao câu chuyện Giô-sép được đưa vào Kinh Thánh như vậy? Tại sao có nhiều tài liệu cho câu chuyện này?

Trước nhất, về mức độ thuần túy lịch sử, câu chuyện Giô-sép quan trọng vì là lời giải thích thế nào gia đình Gia-cốp đến sống ở Ai Cập. Ngay đầu Xuất Ê-díp-tô Ký (người ta có thể cho rằng bắt đầu câu chuyện của dân tộc Y-sơ-ra-ên), gia đình Áp-ra-ham, Y-sác và Gia-cốp đang sống bên ngoài Đất Hứa trong sự lưu đày ở Ai Cập. Câu chuyện Giô-sép ở cuối Sáng Thế Ký giải thích lý do. Gia đình Gia-cốp đã chạy đến Ai Cập để thoát khỏi nạn đói, và Giô-sép được Đức Chúa Trời dùng để giải cứu họ cũng như nhiều người khác.

Thứ hai, ngoài mức độ lịch sử thuần túy, câu chuyện Giô-sép đóng vai trò quan trọng ở một cấp độ khác. Có lẽ hơn bất kỳ nhân vật Cựu Ước nào khác, Giô-sép là tấm gương về sự thánh khiết và trung tín cho tất cả tín hữu của mọi thời đại. Chỉ có Đa-ni-ên ở gần cuối thời kỳ Cựu Ước, và dĩ nhiên, Chúa Giê-xu trong Tân Ước xứng hợp với Giô-sép về mặt tính cách. Có lẽ chúng ta phê phán Giô-sép trong Sáng Thế Ký 37 vì sự tự phụ, và trơ trên thuật lại giấc mơ cho gia đình. Nhưng điều đó có thể cho qua, xem như sự ngây thơ chất phác của trẻ con. Thực tế, tác giả muốn chúng ta

---

2. Talmud, *Berakhot* 16b.
3. T. Desmond Alexander, *From Paradise to the Promised Land: An Introduction to the Main Themes of the Pentateuch* (Grand Rapids: Baker, 1998), 6–15.

xem ông như nạn nhân của hoàn cảnh, không chỉ với các anh ở Ca-na-an, mà còn trong nhà Phô-ti-pha và trong tù của Pha-ra-ôn. Nhưng trong mỗi hoàn cảnh, Giô-sép đều làm gương về sự phục vụ trung tín đối với Đức Chúa Trời và những người xung quanh. Do đó, ông là gương mẫu cho tất cả chúng ta, những người muốn trung tín với sự kêu gọi của mình trước mặt Đức Chúa Trời, nhưng lại thường thấy mình ở trong những hoàn cảnh gay go.

Cuối cùng, câu chuyện Giô-sép được đưa vào Sáng Thế Ký vì sự đóng góp của nó vào chủ đề của sách và vào các chủ đề của Ngũ kinh nói chung. Cụ thể, những lời hứa cho tộc trưởng, mang tính quyết định đối với sứ điệp của Sáng Thế Ký, được tiếp tục phát triển trong câu chuyện Giô-sép. Những lời hứa dành cho Áp-ra-ham trong Sáng Thế Ký 12:1–3 và triển khai qua suốt các câu chuyện về tộc trưởng dần dà được ứng nghiệm trong câu chuyện Giô-sép. Con cháu Áp-ra-ham bắt đầu thịnh vượng và được bảo vệ cách diệu kỳ trong suốt cơn đói kém khủng khiếp. Nhưng Đức Chúa Trời cũng ban phước cho các dân khác qua con cháu Áp-ra-ham. Ngài dùng Giô-sép trong cương vị phó vương của Ai Cập để cứu mạng sống của nhiều quần chúng nhân dân (Sáng 50:20).

Bằng cách này, câu chuyện Giô-sép đóng góp ý nghĩa vào **Heilsgeschichte**, hay lịch sử cứu rỗi, của cốt truyện Kinh Thánh. Chủ đề của Ngũ Kinh là sự ứng nghiệm một phần (cũng hàm ý một phần không ứng nghiệm) các lời hứa cho tộc trưởng.[4] Đức Chúa Trời hứa với Áp-ra-ham rằng ông sẽ trở nên một dân lớn (Sáng 12:2). Trong truyện kể về Giô-sép, gia đình tộc trưởng phát triển từ mười hai lên bảy mươi người (Sáng 46:26–27), là sự ứng nghiệm một phần lời hứa với Áp-ra-ham. Khi Gia-cốp chúc phước cho các con mình trước khi qua đời, ông thấy trước rằng từng người trong số họ sẽ trở thành một chi phái lớn (Sáng Thế Ký 49). Đến cuối Ngũ Kinh, họ thật sự trở nên "đông như sao trên trời" (Phục 10:22). Câu chuyện Giô-sép còn ứng nghiệm một phần những lời hứa cho tộc trưởng ở chỗ "mọi dân tộc trên đất" bắt đầu "được ban phước qua" gia đình Áp-ra-ham (Sáng 12:3b). Lòng trung tín của Giô-sép đem đến sự cứu rỗi cho "mọi nước" đến Ai Cập để mua thóc (Sáng 41:57; và xem 45:5 và 50:20).

Nhưng đây cũng chỉ là ứng nghiệm một phần. Đến cuối Sáng Thế Ký, gia đình tộc trưởng đã phát triển và trở thành nguồn phước cho các dân tộc khác. Nhưng họ đang sống ở ngoài Đất Hứa, và vẫn còn nhiều điều sẽ đến trước khi các lời hứa với Áp-ra-ham được ứng nghiệm. Chuyện của Giô-

---

4. David J. A. Clines, *The Theme of the Pentateuch*, Journal for the Study of the Old Testament—Supplement Series 10 (Sheffield: JSOT, 1978), 29.

sép hướng câu chuyện đi tới, nhưng khi nó hoàn tất thì rõ ràng là "Sáng Thế Ký cần có phần tiếp theo".[5]

Các Con của Gia-cốp Đoàn Tụ (42–45)

Bốn chương này của Sáng Thế Ký thuật lại cuộc đoàn tụ của Giô-sép và các anh. Vì nạn đói nghiêm trọng, các con của Gia-cốp phải có hai chuyến đi xuống Ai Cập để lấy lương thực. Những hành trình này được kể lại cách tài tình trong Sáng Thế Ký 42 và 43–45. Tác giả đã trì hoãn việc tiết lộ nhân thân thật của Giô-sép, tạo căng thẳng và làm gia tăng sự hồi hộp dẫn đến Sáng Thế Ký 45.[6]

Chuyến Đi Đầu Tiên Xuống Ai Cập (42)

Khi bạn đọc chương này, có lẽ bạn để ý thấy tác giả tiết lộ điều Giô-sép biết và điều các anh không biết. Giô-sép nhận ra họ ngay (42:7), còn họ không nhận ra ông (42:8). Nhiều thứ đã thay đổi. Giô-sép đã trưởng thành, và bây giờ ông nói và ăn mặc như người Ai Cập. Nhưng ông không thể không thắc mắc liệu các anh có thật sự thay đổi không. Ký ức cuối cùng của ông về họ là nỗi khiếp sợ khi họ bán ông cho những nhà buôn nô lệ, những người đã đem ông qua Ai Cập. Họ có thay đổi chút nào không, hay vẫn bội bạc và độc ác như hai mươi năm trước? Giô-sép quyết định thử để biết tâm tánh họ. Ông quyết định giữ Si-mê-ôn lại làm con tin, trong khi họ quay về Ca-na-an để đem người em ruột là Bên-gia-min đến Ai Cập.

Khung cảnh được mô tả trong câu 21–24 đặc biệt cảm động. Giô-sép có thể nói tiếng địa phương Hê-bơ-rơ mà họ đang sử dụng, nhưng ông chỉ nói tiếng Ai Cập với họ và có người thông dịch (42:23).[7] Khi ông tuyên bố một người trong bọn họ phải ở lại trong tù Ai Cập cho đến khi đem Bên-gia-min qua, họ bắt đầu bàn bạc với nhau bằng tiếng Hê-bơ-rơ. Họ không biết rằng ông có thể hiểu điều họ nói. Các con của Gia-cốp kết luận rằng họ đang bị trừng phạt vì tội lỗi của họ với Giô-sép, người mà Ru-bên cho là bây giờ chắc đã chết. Tất cả mọi điều đang xảy ra với họ là vì tội của họ và vì họ từ chối khi Giô-sép năn nỉ họ tha mạng (một chi tiết không có trong

---

5. Gordon J. Wenham, *Genesis 16–50*, Word Biblical Commentary 2 (Dallas: Word, 1994), 358.

6. Claus Westermann, *Genesis 37–50*, trans. John J. Scullion, Continental Commentary (Minneapolis: Fortress, 1986), 24.

7. Các anh Giô-sép dùng thổ ngữ của người Ca-na-an thời kỳ đầu là thổ ngữ cuối cùng trở thành tiếng Hê-bơ-rơ.

Sáng Thế Ký 37). Hai mươi năm trôi qua không thể làm mờ ký ức về tội lỗi của họ đối với em mình, cũng không xóa được mặc cảm tội lỗi. Việc họ thú tội khiến Giô-sép vô cùng cảm động, nên ông quay đi và khóc (42:24).

Chuyến Đi Thứ Hai Đến Ai Cập (43–45)

Đây là một trong những câu chuyện đẹp và cảm động nhất trong Kinh Thánh. Sự giảng hòa giữa các anh em từng xa lánh nhau tự thân nó là một chủ đề có tác động lớn. Nhưng trong trường hợp này, người em bị tổn thương (Giô-sép) hoàn toàn không làm điều gì sai. Ngược lại, những người anh xảo trá bây giờ đau khổ vì tội lỗi, và từ lâu đã cho rằng Giô-sép đã chết. Ngoài ra, câu chuyện được viết theo cách nhằm làm tăng sự hồi hộp và tạo thời điểm kịch tính khi Giô-sép tiết lộ nhân thân thật của mình cho các anh.

Ba chương này kể lại chuyến đi thứ hai đến Ai Cập của các con trai Gia-cốp. Gia-cốp không muốn họ đi nữa vì ông bị buộc phải cho Bên-gia-min đi theo. Ông sẵn sàng để Si-mê-ôn trong tù ở Ai Cập hơn là liều lĩnh đánh mất Bên-gia-min yêu dấu, con trai cuối cùng do Ra-chên sanh ra. Nhưng cơn đói kém quá nghiêm trọng, Gia-cốp buộc phải để cho các con quay lại (43:1). Khi Giô-sép thấy họ quay lại cùng người em ruột là Bên-gia-min, họ được hộ tống vào nhà ông để dự tiệc trưa. Khi gặp họ, Giô-sép hết sức xúc động khi thấy Bên-gia-min. Ông quay về phòng riêng cho đến khi làm chủ được cảm xúc của mình (43:30). Các anh ngạc nhiên khi nhận thấy họ được sắp chỗ ngồi theo tuổi của mình trong bữa ăn, từ người lớn nhất đến người nhỏ nhất, và phần của Bên-gia-min nhiều gấp năm lần phần của những người khác.

Sự kiện cái ly bạc một lần nữa, là bài thử nghiệm tâm tánh họ (44:1–7). Cái ly của Giô-sép là biểu tượng cho thẩm quyền của ông. Nhiều người cho rằng những ly lớn như thế có thể được dùng để tiên đoán tương lai, và chúng có quyền lực siêu nhiên. Chính Giô-sép đã học được nhiều năm trước đó rằng Đức Chúa Trời bày tỏ cho ông biết tương lai qua giấc mơ. Vở kịch đang mở ra trước mắt ông thật ra là sự ứng nghiệm những giấc mơ đó, vì các anh đã sấp mình xuống trước ông nhiều lần như giấc mơ đã báo trước (37:5–9). Giô-sép chắc chắn không cần ly bạc. Nhưng việc đánh lừa của Giô-sép sẽ cho thấy một lần đủ cả các anh có phụ bạc Bên-gia-min như họ đã từng phản bội ông không, và liệu các anh có thật sự thay đổi suốt những năm qua không.

Khi đối diện với viễn cảnh mất Bên-gia-min, chính Giu-đa là người bày tỏ quan điểm (44:18–34). Lời nói của ông dài nhất và có lẽ cảm động nhất trong Sáng Thế Ký. Ông nhắc đến Gia-cốp cha mình mười bốn lần, điều đó cho thấy điểm chính trong lời nói của ông. Ông thừa nhận rằng cuộc đời của Gia-cốp, dù đúng hay sai, đã hoàn toàn hiệp nhất với cuộc đời của người con trai út là Bên-gia-min. Vì Gia-cốp tuổi cao sức yếu nên Giu-đa không biết ông có sống nổi không nếu mất Bên-gia-min. Giu-đa không thể chịu nổi khi nhìn thấy cha đau khổ, và sợ rằng điều đó sẽ gây cái chết bất đắc kỳ tử cho ông.

Điều buồn cười là chính Giu-đa là người đã bán em trai mình (tức Giô-sép, con đầu lòng của Ra-chên) làm nô lệ hai mươi hai năm trước (37:26–27). Chắc chắn ông đứng lặng yên khi cha đau khổ đắng cay vì mạng sống của Giô-sép. Bây giờ chính Giu-đa là người sẵn sàng làm mọi điều để cha không phải đau đớn như thế lần nữa. Ông tự nộp mình làm nô lệ để giải phóng một người em khác (là Bên-gia-min, con trai thứ hai của Ra-chên), để cha mình không phải đau buồn. Giu-đa rõ ràng đã thay đổi khi so sánh với hành động của ông trong các tình tiết trước kia. Sự thay đổi dường như bắt đầu với lời tuyên bố "nàng phải hơn ta" (38:26).

Giô-sép không thể chịu nổi lời nói của Giu-đa. Ông nghe quá nhiều về tình trạng yếu ớt của cha mình, tình yêu và sự lo lắng đã đánh bại ông. Không thể kiềm chế cảm xúc của mình, Giô-sép kêu những phục vụ người Ai Cập ra ngoài, để ông một mình với các anh (45:1). Thình lình Giô-sép tiết lộ nhân thân thật của mình cho các anh: "Tôi là Giô-sép" (45:3)! Câu hỏi của ông "Cha tôi còn sống chăng?" là một câu cảm thán hơn là câu hỏi, cho thấy ông quan tâm đến sức khỏe của cha.[8] Điều này là do Giu-đa nhiều lần nhắc đến người cha già của mình.

Việc tiết lộ người cai trị Ai Cập hùng mạnh này thực tế là người em trai thất lạc đã lâu là điều không thể bác bỏ được vì hai lý do. Thứ nhất, cho đến lúc này, Giô-sép đã dùng tiếng Ai Cập và nói chuyện với các anh qua người thông dịch (42:23). Nhưng bây giờ ông ở một mình với họ, và chắc chắn là chuyển sang nói tiếng Hê-bơ-rơ.[9] Việc tiết lộ danh tánh thật bằng

---

8. Đặc biệt câu nói của Giu-đa cho thấy rõ ràng là Gia-cốp vẫn còn sống. Nahum M. Sarna, *Genesis: The Traditional Hebrew Text with the New JPS Translation*, JPS Torah Commentary (Philadelphia: Jewish Publication Society, 1989), 308; and Derek Kidner, *Genesis: An Introduction and Commentary*, Tyndale Old Testament Commentary (Downers Grove: InterVarsity, 1967), 206.

9. Victor P. Hamilton, *The Book of Genesis: Chapters 18–50*, New International Commentary on the Old Testament (Grand Rapids: Eerdmans, 1995), 575.

tiếng mẹ đẻ, và chắc chắn là bằng tiếng địa phương và giọng nói đặc biệt của họ, khiến không thể nào phủ nhận đây là sự thật. Chắc chắn đây là Giô-sép, và không cần phải thuyết phục.

Thứ hai, Giô-sép nhắc họ nhớ họ đã phản bội ông như thế nào: "Tôi là Giô-sép mà các anh đã bán đặng bị dẫn qua xứ Ê-díp-tô" (45:4). Đây là thông tin cá nhân và bí mật đến nỗi một vài thành viên trong chính gia đình không biết. Họ đã cẩn thận mang bí mật về điều họ đã làm với Giô-sép trong hai mươi hai năm. Chỉ có chính Giô-sép mới có thể biết sự thật hèn hạ này. Bây giờ ông đã nói những lời họ không bao giờ muốn nghe, và không ai trong họ có thể phủ nhận thực tế tội ác khủng khiếp đó cách đây lâu lắm rồi. Đây là Giô-sép, và không thể trốn tránh sự thật.

Chẳng có gì nhạc nhiên khi các anh Giô-sép điếng người. Sau cú sốc ban đầu, Giô-sép nói "hãy lại gần tôi" (45:4), mà có lẽ là điều cuối cùng mà bản năng kêu họ làm. Giô-sép bây giờ là người đàn ông rất có quyền lực, và ông có quyền trừng phạt họ cách không thương xót về những gì họ đã làm cho ông. Ông sẽ hành động ra sao? Bỏ tù họ, xử tử hay bắt họ làm nô lệ?

Giô-sép lập tức làm dịu nỗi sợ của họ: "Bây giờ, đừng sầu não và cũng đừng tiếc chi về điều các anh đã bán tôi đặng bị dẫn đến xứ này, vì để giữ gìn sự sống các anh, nên Đức Chúa Trời đã sai tôi đến đây trước các anh" (45:5). Những từ "các anh đã bán tôi.... Đức Chúa Trời đã sai tôi" là một trong những câu nói tuyệt vời nhất của Kinh Thánh về tình yêu tể trị và sự chăm sóc của Đức Chúa Trời. Trong thế giới quan của Kinh Thánh, người ta cần nhìn vào cả hai khía cạnh của từng sự kiện: phương diện con người, thường bị nghiêng lệch và méo mó, và phương diện thiên thượng, hành động cách đầy ân điển vì lợi ích của chúng ta. Đức tin khiến chúng ta có thể chú tâm vào phương diện sau và sống với lòng tin rằng ngay cả những điều tồi tệ nhất xảy đến với chúng ta cũng được Đức Chúa Trời sử dụng vì lợi ích của chúng ta.[10] Giô-sép tiếp tục nhấn mạnh ba lần rằng không phải họ đẩy ông đến Ai Cập, mà là Đức Chúa Trời (45:5,7,8).[11] Và Ngài có mục đích rõ ràng: để gìn giữ mạng sống của nhiều quốc gia, đặc biệt là con cháu Áp-ra-ham. Hành động gian ác của họ đã được Đức Chúa Trời dùng để bảo toàn công việc của Ngài qua Áp-ra-ham, Y-sác, và Gia-cốp, và thật vậy, để hướng đến việc làm ứng nghiệm lời hứa của Ngài cho họ. Bây giờ, con đường đã được chuẩn bị cho sự khởi đầu lịch sử Y-sơ-ra-ên, câu chuyện đó được tiếp tục trong sách Xuất Ê-díp-tô Ký.

---

10. Kidner, *Genesis*, 207.
11. Joyce G. Baldwin, *The Message of Genesis 12–50*, The Bible Speaks Today (Downers Grove/Leicester: InterVarsity, 1986), 189.

Định Cư ở Gô-sen (46–47)

Theo sau việc tiết lộ quan trọng về danh tánh thật của Giô-sép là cuộc đoàn tụ đầy nước mắt giữa các anh em (45:14–15). Pha-ra-ôn đã ủy nhiệm cho Giô-sép sai các anh về đem Gia-cốp qua Ai Cập, nơi gia đình họ sẽ sống an toàn ở vùng tốt nhất trong xứ, và được bình an trong cơn đói kém. Gia-cốp sững sờ khi nghe tin Giô-sép còn sống sau chừng ấy năm (45:26). Nhưng những món quà đắt tiền Giô-sép gửi về và xe ngựa để chở ông qua Ai Cập đủ để thuyết phục Gia-cốp đây là sự thật. Ông nhất quyết đi cùng toàn thể gia đình tộc trưởng sang Ai Cập, và ở đó cuối cùng ông được đoàn tụ với con trai mình (45:28).

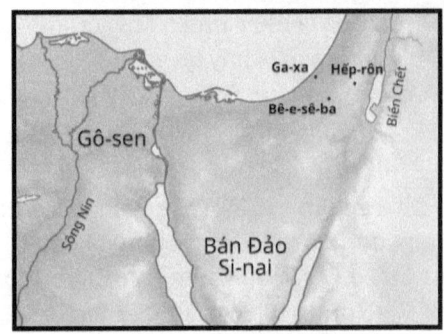

Gia-cốp đến Ai Cập

Phần kết thúc chuyện Giô-sép giờ đây bắt đầu đan kết với phần kết của câu chuyện Gia-cốp, và cuối cùng với phần kết của các câu chuyện về tộc trưởng nói chung.[12] Phần còn lại của sách Sáng Thế Ký gom lại các vấn đề liên quan đến quá khứ và tương lai của gia đình tộc trưởng. Chương 46–47 khép lại quá khứ bằng cách thuật lại việc gia đình chuyển đến Ai Cập và định cư trong xứ Gô-sen. Chương 48–50 kéo dài thêm phần kết về gia đình tộc trưởng qua việc thuật lại sự qua đời của Gia-cốp và Giô-sép. Nhưng phần cuối này cũng nói đến tương lai qua việc duy trì phước lành của tộc trưởng trên từng người con của Gia-cốp, các chi phái tương lai của Y-sơ-ra-ên.[13]

Khải Tượng Tại Bê-e Sê-ba (46:1–4)

Sáng Thế Ký chương 46–47 kể lại chuyến đi thứ ba và chuyến đi cuối cùng đến Ai Cập. Lần này toàn bộ gia đình tộc trưởng đi đến đó và cư ngụ tại xứ Gô-sen về phía bắc. Trên đường đến Ai Cập, Gia-cốp dừng lại tại Bê-e Sê-ba và dâng của lễ cho Đức Chúa Trời. Tại đó, trong một khải tượng

---

12. Westermann, *Genesis 37–50*, 211–13.
13. Walter Brueggemann, *Genesis*, Interpretation (Atlanta: John Knox, 1982), 352.

vào ban đêm, Đức Chúa Trời hiện ra với Gia-cốp trong một khải tượng thiên thượng duy nhất trong câu chuyện Giô-sép.

Bê-e Sê-ba là căn cứ của Y-sác, và hành động thờ phượng này có lẽ bắt nguồn từ mong muốn của Gia-cốp có được sự bảo đảm rằng đi đến Ai Cập là điều đúng đắn. Trong khải tượng, Đức Chúa Trời làm cho Gia-cốp yên lòng rằng: "Hãy xuống Ê-díp-tô, đừng sợ chi, vì tại đó ta sẽ làm cho ngươi thành một dân lớn. Chánh ta sẽ xuống đến đó với ngươi, và chánh ta cũng sẽ dẫn ngươi về chẳng sai" (463–4).

Trong một khoảng thời gian không rõ, dân sự Đức Chúa Trời sống ở Ai Cập, bên ngoài Đất Hứa. Nhưng đến thời điểm của Ngài, Ngài sẽ đem họ ra khỏi Ai Cập và họ sẽ trở lại Ca-na-an làm một dân mạnh sức (xem lại Sáng 15:13–16). Tác giả Sáng Thế Ký biết rằng gia đình Gia-cốp thật sự đang rời khỏi đất hứa để bước vào xứ nô lệ. Nhưng cuối cùng, điều này cũng để hoàn thành mục đích của Đức Chúa Trời, cũng như nhiều sự bất công đối với Giô-sép đã được Đức Chúa Trời dùng cho sự vinh hiển của Ngài. Người Y-sơ-ra-ên cuối cùng sẽ thoát khỏi Ai Cập bởi hành động toàn năng của Đức Chúa Trời, và bởi ân điển của Ngài, họ sẽ vào Ca-na-an như một dân hùng mạnh.

Tại Ai Cập (46:5–47:12)

Danh sách các thành viên trong gia đình cư ngụ tại Ai Cập (46:8–27) là quan trọng vì nó cho thấy điều Đức Chúa Trời sắp hoàn tất. Khi gia đình Gia-cốp định cư tại Gô-sen, họ chỉ có "tất cả bảy mươi người" (46:27), nhưng "họ có tài sản ở đó và sanh sản và thêm lên bội phần". Nhiều thế kỷ sau, họ "đầy dẫy xứ" (Xuất 1:7; và xem Thi 105:24). Như trong đời Giô-sép, người Y-sơ-ra-ên phát triển và thịnh vượng dưới những hoàn cảnh ác nghiệt và bất công.

Sau cuộc đoàn tụ đầy nước mắt giữa Giô-sép và cha (46:29–30), các con của Gia-cốp yên tâm định cư trong xứ Gô-sen. Vị trí chính xác của Gô-sen thì không được rõ, nhưng nói chung là ở phía đông Châu thổ sông Nin (xem bản đồ IV.12.1). Vùng này ở vị trí rất thuận lợi cho việc chăn bầy chiên và gia súc, và vẫn còn là quê hương của người Y-sơ-ra-ên cho đến khi ra khỏi Ai Cập.[14]

---

14. Kenneth A. Kitchen, "Goshen," in *New Bible Dictionary*, ed. J. D. Douglas et al., 3rd ed. (Downers Grove/Leicester: InterVarsity, 1996), 425; William A. Ward, "Goshen," in *Anchor Bible Dictionary*, ed. David Noel Freedman, 6 vols. (New York: Doubleday, 1992), 2:1076–77.

Giô-sép Trong Nạn Đói (47:13–31)

Thoạt nhìn, các chính sách của Giô-sép trong những năm đói kém tồi tệ có vẻ tàn nhẫn. Nhưng trong thực tế, chính người Ai Cập hiểu việc làm của ông là đầy thương xót: "Chúa đã cứu mạng chúng tôi" (47:25). Đây là vì chính sách của Giô-sép cho phép người Ai Cập giữ lại vật có giá trị. Ông đổi khẩu phần thóc lấy tiền của họ, đổi lương thực để lấy gia súc, và đổi hạt giống để lấy đất. Khi họ bị buộc phải hứa phục vụ cho Pha-ra-ôn, Giô-sép cho phép họ giữ lại 80 phần trăm thu hoạch của họ, trong khi chỉ nộp cho Pha-ra-ôn 20 phần trăm.[15] Sự sắp xếp của Giô-sép khiến cho Pha-ra-ôn và người Ai Cập có thể sống sót qua nạn đói, và trong suốt thời gian đó cũng gia tăng của cải và quyền lực của Pha-ra-ôn. Chính Gia-cốp hai lần chúc phước cho Pha-ra-ôn (47:7,10) và sự khôn ngoan về hành chính của Giô-sép đã khiến cho đất nước chịu được qua thời kỳ khó khăn. Tác giả Sáng Thế Ký dường như hiểu tất cả điều này là sự ứng nghiệm một phần của lời hứa "mọi dân tộc trên đất sẽ nhờ ngươi mà được phước" (12:3b).

Gia-cốp và Giô-sép Qua Đời (48–50)

Những chương cuối của Sáng Thế Ký tạo phần kết cho câu chuyện Gia-cốp được bắt đầu ở chương 25, và câu chuyện Giô-sép bắt đầu ở chương 37.[16] Dầu phân đoạn thuật lại sự chết và chôn cất Gia-cốp lẫn Giô-sép, nhưng nó không chủ yếu tập chú vào quá khứ. Ngược lại, cả Gia-cốp và Giô-sép đều khăng khăng rằng họ có thể sống và chết tại Ai Cập, nhưng Ai Cập không phải quê hương của họ. Gia-cốp buộc các con phải chôn mình ở Ca-na-an (47:29; 49:29–32), còn mong muốn cuối cùng của Giô-sép là được đem trở về Ca-na-an hễ khi nào con cháu Y-sơ-ra-ên quay về đó (50:25). Trong cả hai trường hợp, hy vọng về tương lai cho con cháu của Áp-ra-ham là phần tiếp tục chủ đề của Sáng Thế Ký. Những lời hứa cho tộc trưởng được ứng nghiệm một phần, nhưng tương lai của Y-sơ-ra-ên là tại Ca-na-an chứ không phải tại Ai Cập.

---

15. Hamilton, *Genesis 18–50*, 618–19; and Wenham, *Genesis 16–50*, 452.
16. Wenham, *Genesis 16–50*, 459.

Gia-cốp Chúc Phước Cho Ép-ra-im và Ma-na-se (48:1–22)

Chương này giải thích việc đề bạt hai con trai người Ai Cập của Giô-sép lên địa vị chính thức của chi phái Y-sơ-ra-ên cùng với các con trai Giô-sép. Thực tế, Gia-cốp đã nhận Ép-ra-im và Ma-na-se làm con của chính mình "như Ru-bên và Si-mê-ôn thuộc về cha" (48:5). Do đó, trong danh sách của mười hai chi phái Y-sơ-ra-ên trong tương lai, Ép-ra-im và Ma-na-se thường được liệt kê thế chỗ Giô-sép. Chi phái Lê-vi trở thành chi phái tế lễ và do đó không thừa hưởng đất ở Ca-na-an, khiến con số các chi phái được chia đất là mười hai (Dân 26:1–51; Giô-suê 15:1–19:51).

Chương này cũng giải thích sự đảo ngược thứ tự ưu tiên, Ép-ra-im nhỏ hơn lại ưu tiên hơn Ma-na-se là đứa lớn. Giô-sép đã cẩn thận dẫn con trai lớn qua phía tay phải của Gia-cốp để Ma-na-se nhận được phước lành ưu tiên (48:13). Nhưng Gia-cốp đã trải nghiệm quá nhiều về cách Đức Chúa Trời thường làm điều bất ngờ, và đây là lời nhắc nhở chính Gia-cốp là người em sinh đôi đã nhận được phước lành của người con lớn hơn (xem lại 27:1–40). Tuy nhiên, lần này không có thủ đoạn hay lừa dối. Gia-cốp bình thản và cung kính ban những phước lành lớn hơn cho người em, đây là chủ đề của Cựu Ước. Chúng ta không có cách gì để biết chính xác vì sao có sự đảo ngược này, hoặc làm thế nào Gia-cốp biết mà làm như vậy.[17] Nhưng điều đáng ngạc nhiên là việc làm đơn giản này được tác giả Sách Hê-bơ-rơ trong Tân Ước nhấn mạnh như là hành động nổi bật của đức tin (11:21).

Gia-cốp Chúc Phước Cho Các Con (49:1–28)

Đây là lời sấm truyền cuối cùng lúc hấp hối của Sáng Thế Ký, và là bài thơ bằng tiếng Hê-bơ-rơ đầu tiên được bảo tồn trong Cựu Ước.[18] Việc dùng phần thơ ca được mở rộng thêm ở phần kết câu chuyện dài là đặc điểm của Ngũ Kinh nói chung. Người biên soạn cuối cùng hay tác giả Ngũ Kinh đã dùng lối nói thơ ca, theo sau là lời kết ngắn để kết thúc từng tiết đoạn chính của câu chuyện. Vì vậy, câu chuyện Giô-sép được kết thúc cách

---

17. Hamilton, *Genesis 18–50*, 636.
18. Những lời tạm biệt của Giô-sép trong Sáng 50:25 khó so sánh với các phước lành liên quan đến tộc trưởng của Y-sác (Sáng 27:27–29, 39–40; 28:1–4) và Gia-cốp.

chung chung bằng những phước lành của Gia-cốp cho Ép-ra-im và Ma-na-se (48:15–16, 20), tiếp theo là lời kết ngắn gọn về câu chuyện (48:21–22). Tương tự, ở phạm vi cấu trúc lớn hơn, sách Sáng Thế Ký kết thúc bằng một bản văn dài đầy chất thơ (Gia-cốp chúc phước cho mười hai con trai trong chương 49), tiếp theo là lời kết câu chuyện ở đoạn 50.[19]

Nhiều học giả suốt nhiều năm qua đã tranh cãi liệu những lời sấm truyền lúc hấp hối của Gia-cốp có đóng góp gì cho câu chuyện Giô-sép không. Nhưng những nghiên cứu văn chương gần đây giúp chúng ta có thể xem phân đoạn này là đỉnh điểm của câu chuyện Giô-sép lẫn toàn bộ sách Sáng Thế Ký. Đúng là như vậy vì thơ ca cho ta cái nhìn tổng quan về quốc gia Y-sơ-ra-ên tương lai ở hình thức phôi thai. Gia-cốp đang nói tiên tri về tương lai các chi phái của Y-sơ-ra-ên, thậm chí còn cho chi phái Giu-đa và Giô-sép vị trí cao quý (ở phía nam và phía bắc theo thứ tự), là điều thật sự đã xảy ra sau này.[20] Về mặt này, phước lành của Gia-cốp lúc hấp hối nhắc lại chủ đề chính của sách. Nhân loại đánh mất phước lành của Đức Chúa Trời qua tội lỗi và sự chống nghịch trong vườn Ê-đen. Nhưng Đức Chúa Trời sẽ phục hồi phước lành của Ngài qua con cháu Áp-ra-ham.

Lời tuyên bố lúc hấp hối của Gia-cốp cũng rất cụ thể về khía cạnh phục hồi phước lành của Đức Chúa Trời. Lời nói liên quan đến Giu-đa (49:8–12) tương xứng về độ dài với lời nói liên quan đến Giô-sép (49:22–26). Nhưng cụ thể, Gia-cốp nói đến dòng dõi hoàng tộc sẽ đến của Đa-vít ra từ chi phái Giu-đa. Trong một trong những câu quan trọng nhất (và một trong những câu bị tranh cãi kịch liệt nhất) của Kinh Thánh, Gia-cốp báo trước sự nổi lên của nền quân chủ Đa-vít, sự hình thành lãnh thổ Y-sơ-ra-ên, và có lẽ ngay cả sự đến của chính Đấng Mê-si:

"Cây phủ việt chẳng hề dời khỏi Giu-đa,

Kẻ lập pháp không dứt khỏi giữa chân nó,

Cho đến chừng Đấng Si-lô hiện tới,

Và các dân vâng phục Đấng đó." (49:10)

Do đó, tại phần kết của Sáng Thế Ký, khải tượng của Gia-cốp về Y-sơ-ra-ên tương lai cũng cho thấy trước phương cách Đức Chúa Trời sẽ phục hồi phước lành cho toàn nhân loại.

---

19. Xem John H. Sailhamer, *The Pentateuch as Narrative: A Biblical-Theological Commentary* (Grand Rapids: Zondervan, 1992), 35–36, 233 để biết thêm về khuôn mẫu này trong toàn bộ Ngũ Kinh.

20. Về điểm này, xem Robert E. Longacre, *Joseph: A Story of Divine Providence—A Text Theoretical and Textlinguistic Analysis of Genesis 37 and 39–48* (Winona Lake, Ind.: Eisenbrauns, 1989), 54.

Gia-cốp Qua Đời và Được Chôn Cất (49:29–50:21)

Câu chuyện cuối cùng của Sáng Thế Ký ghi lại sự qua đời của Gia-cốp và Giô-sép. Gia-cốp một lần nữa nói lên ước muốn của mình là được chôn tại Ca-na-an, trong hang đá Mặc-bê-la, nơi đã chôn cất Áp-ra-ham và Sa-ra, Y-sác và Rê-bê-ca, và Lê-a (49:29-31; và xem lại Sáng Thế Ký 23). Giô-sép trung tín đến cuối cùng, chôn cất cha với nghi thức và sự xa hoa lớn trong phần mộ của tộc trưởng trong xứ của lời hứa (50:1–14).

Sau khi chôn cất Gia-cốp, lại có rắc rối trong gia đình tộc trưởng. Các anh Giô-sép sợ rằng họ được em mình thương xót và tha thứ chỉ vì cớ cha già lớn tuổi. Bây giờ cha đã chết, họ hoàn toàn lo sợ sự trừng phạt từ Giô-sép. Trước tiên, họ thử lừa dối và phỉnh phờ (50:16–17), nhưng cuối cùng họ đành phải sấp mình xuống chân Giô-sép mà xin được làm nô lệ cho ông (50:18). Trong lời cam đoan của ông có một trong những câu nói kinh điển của Kinh Thánh và là chìa khóa để hiểu câu chuyện Giô-sép: "Các anh đừng sợ chi, vì tôi há thay mặt Đức Chúa Trời sao? Các anh toan hại tôi, nhưng Đức Chúa Trời lại toan làm điều ích cho tôi, hầu cho cứu sự sống cho nhiều người..... vậy đừng sợ" (50:19b-21a).

Đức Chúa Trời đã làm cho điều tốt và điều xấu có thể xảy ra trong vườn Ê-đen ngay từ đầu sách Sáng Thế Ký. Bây giờ, đến phần kết, chúng ta biết rằng trong ân điển và sự thương xót của Ngài, Ngài làm việc để hoàn tất điều tốt lành thậm chí qua hành động tội lỗi của con người (so sánh câu nói tương tự trong Sáng 45:5-8). "Cho dù không ai có thể tưởng tượng nổi, nhưng trong tay Đức Chúa Trời có mọi sợi dây.".[21]

Dải băng ướp xác của Ai Cập
(Ảnh: Marco Almbauer)

Sách không giải thích Đức Chúa Trời khiến điều xấu thành ra tốt vì cớ chúng ta như thế nào. Nhưng điều ngụ ý ở đây là mối quan hệ mật thiết giữa quyền tể trị thiên thượng và trách nhiệm con người. Chúng ta không bao giờ có thể hoàn toàn hiểu được cả hai kết hợp với nhau như thế nào,

---

21. Gerhard von Rad, *Genesis: A Commentary*, trans. John H. Marks, rev. ed., Old Testament Library (Philadelphia, Westminster, 1972), 432.

nhưng cả hai được khẳng định rõ ràng trong Kinh Thánh. Bất kỳ nỗ lực nào nhằm nhấn mạnh cái này mà làm tổn hại cái kia đều gây hiểu lầm về cách chúng ta quan hệ với Đức Chúa Trời. Vì vậy, ví dụ nhấn mạnh sự tiền định từ thiên thượng đến mức bạn và tôi không thật sự chịu trách nhiệm về hành động của mình là nhấn mạnh quá mức về quyền tể trị. Tương tự, khẳng định sự tự do của con người theo cách hàm ý bất kỳ hành động nào của chúng ta cũng nằm ngoài quyền kiểm soát của Đức Chúa Trời là hiểu sai trách nhiệm của chúng ta trước mặt Đức Chúa Trời. Câu chuyện Giô-sép minh họa cách tuyệt vời rằng cả hai đều đúng và phải được giữ cách quân bình. Những kinh nghiệm sống của Giô-sép cũng dạy dỗ ông rất hay. Sự phản bội xấu xa của các anh, sự dối trá của vợ Phô-ti-pha, sự lơ đễnh của quan hầu rượu, tất cả đều dạy Giô-sép rằng Đức Chúa Trời có thể thắng hơn điều xấu xa của con người để thực hiện điều tốt lành cho những ai phục vụ Ngài.

Giô-sép Qua Đời (50:22–26)

Sau một cuộc sống sung mãn và thịnh vượng, những lời nói chia tay của Giô-sép liên quan đến sự ứng nghiệm những lời hứa của Đức Chúa Trời cho tộc trưởng.[22] Hai lần trong lời trăn trối của mình, ông khẳng định rằng "Đức Chúa Trời chắc chắn sẽ đến viếng các anh" và báo trước rằng Đức Chúa Trời sẽ giải cứu đất nước Y-sơ-ra-ên tương lai khỏi Ai Cập để đem họ vào xứ được hứa cho Áp-ra-ham, Y-sác và Gia-cốp (50:24–25). Do đó, động lực của các câu chuyện về tộc trưởng từ sự kêu gọi Áp-ra-ham (12:1–3), và những khái niệm về sự phục hồi và phước lành vốn là mối quan tâm của Sáng Thế Ký ngay từ ban đầu, lại trở về trọng tâm ở phần kết.

Những lời cuối cùng của Giô-sép kết thúc sách Sáng Thế Ký, nhưng rõ ràng chúng hướng đến tương lai. Ông rất tin tưởng rằng người Y-sơ-ra-ên sẽ là cư dân tạm thời đến nỗi ông chỉ dẫn cụ thể phải đem thân xác ông về lại Ca-na-an: "anh em hãy dời hài cốt tôi ra khỏi xứ này" (50:25). Vì vậy, ông được ướp và đặt vào quan tài ở Ai Cập. Quan tài là đặc điểm trong phong tục chôn cất của người Ai Cập, và chúng không được nhắc đến nữa trong Cựu Ước.[23] Bản văn đã thuật lại chi tiết nghi lễ an táng và chôn cất cho Gia-cốp (50:1–14). Ngược lại Giô-sép được nhét ngay vào hộp và để dành cho ngày trọng đại hơn. Hài cốt ông trong quan tài là một lời nhắc

---

22. Tương tự như thế với Áp-ra-ham (Sáng 24:1–7), Y-sác (Sáng 28:1–4), và Gia-cốp (Sáng 47:29–31).
23. Sarna, *Genesis*, 351.

nhở thường xuyên cho người Y-sơ-ra-ên rằng Ai Cập không phải nhà của họ. Và một ngày trọng đại kia, thời điểm giải cứu sẽ lộ ra trong công tác của một người được chuẩn bị đặc biệt cho sự kiện đó, là Môi-se. Trong khi chờ đợi, đức tin của Giô-sép sẽ là tấm gương về cách người Y-sơ-ra-ên phải sống như thế nào trong xứ ngoại bang (Hê 11:22).

Giống như toàn bộ Cựu Ước, Sáng Thế Ký kết thúc với một dấu hiệu mong chờ. Một mặt, đây là quyển sách có nội dung đầy đủ và hoàn chỉnh ở chỗ tất cả các chủ đề được liên kết chặt chẽ với nhau. Với sự qua đời của Giô-sép, câu chuyện về gia đình tộc trưởng kết thúc, và chủ đề về phước lành và lời hứa được triển khai đầy đủ. Nhưng mặt khác, Sáng Thế Ký cũng chưa hoàn chỉnh ở chỗ nó đòi hỏi phải có phần tiếp theo. Hài cốt của Giô-sép trong quan tài của người Ai Cập nhắc chúng ta rằng lời hứa cho tộc trưởng chỉ mới ứng nghiệm một phần. Sẽ có một ngày trong tương lai khi những lời hứa được hoàn toàn ứng nghiệm và hòa bình của vườn Ê-đen sẽ được khôi phục. Câu chuyện đó tiếp tục trong Sách Xuất Ê-díp-tô Ký và kéo dài suốt phần còn lại của Kinh Thánh.

Câu Hỏi Nghiên Cứu

1. Tại sao Giô-sép không được kể vào hàng các tộc trưởng?

2. Nêu ba lý do tại sao tác giả Sáng Thế Ký chú ý quá nhiều đến câu chuyện Giô-sép.

3. Câu chuyện của Giô-sép cho thấy sự ứng nghiệm một phần các lời hứa của Đức Chúa Trời cho Áp-ra-ham trong những phương diện nào?

4. Tại sao lúc đầu Giô-sép giấu các anh về nhân thân của mình? Các 'thử nghiệm' ông thử các anh cho biết tâm tánh của họ như thế nào?

5. Giải thích làm thế nào chỉ có mười hai chi phái có đất ở Ca-na-an cho dù hai con trai của Giô-sép cũng được Gia-cốp nhận làm con?

6. Qua suốt Sáng Thế Ký, chúng ta thấy con nhỏ lại thường được quyền ưu tiên hơn con lớn. Điều này được thể hiện như thế nào ít nhất theo hai cách trong câu chuyện Giô-sép, và trong chỗ nào khác trong Sáng Thế Ký nữa?

7. Tại sao có thể nói rằng 'Sáng Thế Ký phải có phần tiếp theo'?

8. Mô tả bằng cách nào cuộc đời Giô-sép là tấm gương về lòng trung thành giữa những thử thách.

Thuật ngữ chính

Heilsgeschichte

PHẦN 5: KHÁM PHÁ QUYỀN TÁC GIẢ CỦA SÁNG THẾ KÝ

Cỏ khô, hoa rụng,
nhưng lời của Đức Chúa Trời chúng ta còn mãi đời đời.
Ê-sai 40:8

13. Bằng Chứng về Quyền Tác Giả

[Môi-se] đã ở giữa hội chúng tại nơi hoang mạc cùng với thiên sứ, đấng phán với ông trên núi Si-na-i và với các tổ phụ chúng ta; và ông cũng nhận lấy những lời sự sống để trao lại cho chúng ta.

Ê-tiên, Công 7:38

Đoạn Kinh Thánh Chính: Xuất 24:4a, Phục 31:9, 24–26

Bố Cục

- Bằng Chứng về Quyền Tác Giả của Ngũ Kinh
    - Những Hàm Ý Được Tìm Thấy Trong Kinh Thánh
    - Truyền Thống Cơ Đốc và Do Thái
    - Bằng Chứng về Văn Phạm
    - Bằng Chứng Chính Trị Xã Hội
    - Bằng Chứng từ Bản Thảo
    - Bằng Chứng Biên Soạn
    - Những Điểm Tương Đồng Với Cận Đông Cổ Đại
    - Quan Điểm Tôn Giáo

- Yêu Cầu về Bằng Chứng
    - Lời Xác Nhận về Kinh Thánh
    - Ở Mức Tối Đa, Chúng Ta Có Thể Nói Gì?
    - Ở Mức Tối Thiểu, Chúng Ta Có Thể Nói Gì?

- Chứng Cớ Cho Chúng Ta Biết Gì?
    - Môi-se, Nhà Cải Cách trong sự thờ phượng Yahweh
    - Môi-se, Người Giao Thẩm Quyền
    - Môi-se, Nguồn Gốc của Lời Tiên Tri
    - Những Người Chép Thuê Dưới Chế Độ Quân Chủ của Y-sơ-ra-ên
    - Vai Trò của Cộng Đồng Lưu Đày

> ## Mục Tiêu
>
> **Sau khi đọc xong chương này, bạn có thể:**
>
> 1. Trình bày mối quan hệ giữa các vấn đề về quyền tác giả của Sáng Thế Ký so với quyền tác giả của toàn bộ Ngũ Kinh.
>
> 2. Xây dựng những lập luận hợp lý về tác quyền dựa trên bằng chứng từ Kinh Thánh, truyền thống, văn phạm của bản văn, những thay đổi về văn hóa, những bản thảo có sẵn, thuyết biên soạn, những tương đồng với văn chương cổ đại khác, và thần học.
>
> 3. Dùng bằng chứng có sẵn, mô tả những ranh giới cần thiết phải có, liên quan đến quyền tác giả của Môi-se, cũng như những khả năng có thể có.
>
> 4. Xác định vai trò của Môi-se, các thầy tế lễ thuộc chi phái Lê-vi, những người sao chép của thời đại quân chủ, và cộng đồng lưu đày trong quyền tác giả, việc chỉnh sửa, và giữ gìn Sáng Thế Ký và Ngũ Kinh

Bạn đã khám phá nội dung của Sáng Thế Ký, bây giờ đã đến lúc bạn khám phá một số vấn đề quan trọng về sách Sáng Thế Ký. Không như hầu hết văn chương hiện đại, văn chương Cận Đông cổ đại nói chung và các sách trong Kinh Thánh nói riêng thường không có đầy đủ thông tin về thư mục, chẳng hạn tên tác giả, nơi xuất bản, ngày xuất bản. Các học giả hiện đại dành nhiều thời gian và công sức để giải thích ý nghĩa của những bản văn này, cũng là nỗ lực nhằm xác định ai đã viết những tài liệu này, chúng được viết khi nào và viết cho ai.

Như bạn đã biết, sách Sáng Thế Ký có cấu trúc được sắp xếp cẩn thận và có chủ ý. Đó là quyển sách có nội dung đầy đủ và có đủ thẩm quyền. Mặt khác, sách có mối liên hệ mật thiết với phần còn lại của Ngũ Kinh, cũng là điều được cân nhắc và có chủ ý. Không chỉ Sáng Thế Ký báo trước và chuẩn bị cho bốn sách tiếp theo trong Kinh Thánh, mà nó còn phụ thuộc vào chúng về sự hoàn tất và ứng nghiệm.[1] Vì lý do này hay lý do khác, chúng ta không thể xem xét vấn đề quyền tác giả mà không bao gồm bằng chứng từ toàn thể Ngũ Kinh. Trong phần tiếp theo, bạn sẽ được yêu cầu

---

1. Quyển sách hay nhất phải đọc về mối quan hệ của Sáng Thế Ký với phần còn lại của Kinh Thánh là R. W. L. Moberly, *The Old Testament of the Old Testament: Patriarchal Narratives and Mosaic Yahwism*, Overtures to Biblical Theology (Minneapolis: Fortress, 1992). Chúng ta sẽ xem xét mối liên hệ này kỹ hơn trong chương 15.

xem xét bản văn Ngũ Kinh nói gì về tác phẩm của chính nó, với sự chú ý đặc biệt về sách Sáng Thế Ký. Trong chương 14, chúng ta sẽ nghiên cứu các học giả đương đại giải thích bằng chứng này như thế nào.

Bằng Chứng Về Quyền Tác Giả của Ngũ Kinh

Chúng ta bắt đầu với câu hỏi: Chính Kinh Thánh nói gì về quyền tác giả của Sáng Thế Ký và phần còn lại của Ngũ Kinh? Chúng ta sẽ xem xét một số bằng chứng có sẵn nói về vấn đề này, bao gồm truyền thống Do Thái và Cơ Đốc, bằng chứng về lịch sử và ngôn ngữ học, và những bằng chứng khác.

Những Hàm Ý Được Tìm Thấy Trong Kinh Thánh

Bản thân Sáng Thế Ký không chỉ rõ về tác giả, ai đã chọn ở lại hậu trường. Mặt khác, phần còn lại của Ngũ Kinh đưa ra nhiều khái niệm thú vị. Hơn một lần, chúng ta được biết là Yahweh yêu cầu Môi-se ghi lại điều gì đó (Xuất 34:27). Tài liệu viết khi đó có thể là một ghi nhớ cho thế hệ tương lai (Xuất 17:14). Điều đặc biệt là trong Xuất 24:4, bản văn ghi rằng Môi-se đã chép "hết mọi lời của Đức Giê-hô-va". Gần cuối sách Phục Truyền Luật Lệ Ký có ghi rằng Môi-se đã chép "luật này" (31:9, 24), được cho rằng đề cập đến trọng tâm luật pháp của Sách Phục Truyền,[2] và bài ca của Môi-se (31:19, 22). Một lần khác, chúng ta được biết Môi-se đã ghi lại nhật ký hành trình của các chi phái Y-sơ-ra-ên (Dân 33:2). Ngoài những lần nhắc đến rõ ràng này, còn có những lần khác trong Ngũ Kinh hàm ý Môi-se viết lại những hoạt động này (xem Xuất 25:16, 21-22).

Những ám chỉ trong Ngũ Kinh ngụ ý trước nhất Môi-se có thể đã viết. Có vẻ không cần thiết phải tuyên bố một vấn đề rõ ràng như thế, nhưng người ta thường cho rằng Môi-se, nếu Môi-se là nhân vật có thật trong lịch sử, có lẽ ông mù chữ. Những ám chỉ này chống lại quan điểm như thế. Thứ hai, những ám chỉ này cho thấy chính Môi-se đã tham gia vào việc soạn thảo lượng tài liệu nào đó trong Ngũ Kinh. Cụ thể, từ những câu trên,

---

2. Cụ thể là bản văn giao ước của Phục 5–26, cộng với các phước lành và rủa sả của chương 27–28. Xem Eugene H. Merrill, *Deuteronomy*, New American Commentary 4 (Nashville: Broadman, 1994), 398–99; Peter C. Craigie, *The Book of Deuteronomy*, New International Commentary on the Old Testament (Grand Rapids: Eerdmans, 1976), 370; and Jeffrey H. Tigay, *Deuteronomy: The Traditional Hebrew Text with the New JPS Translation*, JPS Torah Commentary (Philadelphia: Jewish Publication Society, 1996), 248, 291.

dường như *ít nhất* Môi-se đã viết cái gọi là Sách Giao Ước (Xuất 20–23) và phần lớn sách Phục Truyền Luật Lệ Ký. Ngoài ra, chúng ta được cho biết các phần khác của Ngũ Kinh được Yahweh ban cho Môi-se, dù chúng ta không hoàn toàn chắc chắn về những hàm ý đầy đủ của điều này (xem Xuất 25–40, trừ chương 32–34, và hầu hết Lê-vi Ký).

Truyền Thống Do Thái và Cơ Đốc

Với những ám chỉ này, không có gì ngạc nhiên khi truyền thống Do Thái và Cơ Đốc đều dứt khoát cho rằng Môi-se đã viết Ngũ Kinh. Còn nhiều ám chỉ khác trong Cựu Ước ngoài những điều trong Ngũ Kinh cũng thừa nhận mối liên hệ nào đó giữa Môi-se và các tài liệu trong năm sách đầu của Kinh Thánh.[3] Thật vậy, Cựu Ước thừa nhận một cách tổng quát nhất rằng về cơ bản, Môi-se chịu trách nhiệm về luật pháp, Đa-vít chịu trách nhiệm về văn chương thơ thánh, còn Sa-lô-môn thì với văn chương khôn ngoan. Truyền thống Do Thái sau này tiếp tục đi theo giả định này, nhắc đến năm sách đầu tiên của Kinh Thánh là "các sách của Môi-se".[4]

Những giả định Cơ Đốc đầu tiên về nguồn gốc của Sáng Thế Ký và phần còn lại của Ngũ Kinh rõ ràng từ nhiều ám chỉ trong Tân Ước, chẳng hạn "Môi-se há chẳng ban luật pháp cho các ngươi sao?" (Giăng 7:19).[5] Dù những lời như thế thường xuất hiện trong Tân Ước, nhưng chúng không giúp ích nhiều cho việc tìm kiếm hiểu biết sâu sắc về bản chất đúng của việc biên soạn Sáng Thế Ký. Tuy nhiên, chúng giải thích những mối liên kết Cơ Đốc ban đầu giữa các tài liệu pháp lý của Ngũ Kinh và Môi-se.

Bằng Chứng về Văn Phạm

Với bằng chứng về văn phạm, tôi muốn nói cụ thể đến chính tả và cấu trúc bên trong cũng như hình thái từ (morphology) được dùng trong bản văn Sáng Thế Ký tiếng Hê-bơ-rơ. Dĩ nhiên, bằng chứng như thế không thể cung cấp nhiều hiểu biết sâu sắc về quyền tác giả của bản văn cổ. Tuy nhiên, với hiểu biết ngày càng nhiều của chúng ta về những đề tài này,

---

3. Ví dụ xem Giô-suê 1:7–8; 8:31–32; 1 Các Vua 2:3; 2 Các Vua 14:6; 21:8; E-xơ-ra 6:18; Nê-hê-mi 13:1; Đa-ni-ên 9:11,13; Ma-la-chi 4:4 và những chỗ khác.

4. Giống như trong Talmud (*Sanhedrin* 21b-22a).

5. Và nhiều chỗ khác: Mác 12:26; Giăng 5:46–47; Công 3:22; Rô-ma 10:5, v.v...

chúng hữu ích trong việc đưa ra khoảng niên đại của bản văn. Nói cách khác, bằng chứng như thế xác minh cho niên đại khả dĩ sớm nhất của bản văn (tức là xuất phát điểm, *terminus a quo*).

Các nhà khảo cổ đã thu thập vô số câu chạm khắc được viết bằng tiếng Hê-bơ-rơ cổ và các ngôn ngữ khác có liên hệ rất gần với tiếng Hê-bơ-rơ (tiếng Phê-ni-xi, A-ram, Mô-áp, v.v...) có từ thế kỷ X TC và sau này. Các so sánh giữa bản văn Hê-bơ-rơ của Cựu Ước và những câu khắc khác làm gia tăng hiểu biết của chúng ta về chính tả và hình thái từ của tiếng Hê-bơ-rơ ban đầu. Những nghiên cứu này đưa ra những đặc điểm của văn phạm Hê-bơ-rơ giúp chúng ta có thể xác định niên đại của sách Sáng Thế Ký hiện tại không sớm hơn thế kỷ X TC, nhờ đó, thiết lập xuất phát điểm. Điều này không có nghĩa là những tài liệu trong Sáng Thế Ký không thể được viết trước niên đại đó, mà chỉ là bản văn hiện tại của Sáng Thế Ký không thể có trước niên đại đó. Loại bằng chứng này cũng đặt giới hạn về niên đại trẻ nhất của bản văn. Những đặc điểm hình thái học của bản văn Sáng Thế Ký hiện tại phản ánh thời đại Ba Tư nên không thể có sau thời kỳ hậu lưu đày của Y-sơ-ra-ên.[6]

Không thể giải thích tầm quan trọng của bằng chứng này mà không trình bày chi tiết văn phạm Hê-bơ-rơ. Nhưng có lẽ sẽ hữu ích khi mô tả một cách chung chung nhất về một số nhận xét này. Ví dụ, lịch sử về hình thái học tiếng Hê-bơ-rơ là để truyền đạt kiến thức, đặc biệt trong cách chữ viết tiếng Hê-bơ-rơ phát triển hệ thống phát âm đánh dấu nguyên âm. Cho đến thế kỷ X TC, chữ viết tiếng Xê-mít vùng tây bắc nói chung (họ ngôn ngữ mà tiếng Hê-bơ-rơ là một phần trong đó) chỉ có các ký tự biểu hiện phụ âm. Trong suốt thế kỷ IX, tiếng Hê-bơ-rơ và các ngôn ngữ khác trong nhóm này phát triển một phương tiện mà nhờ đó các nguyên âm phổ biến nhất có thể được biểu thị.[7] Nhưng những biểu thị này thường được dành cho nguyên âm ở cuối từ. Đến giữa thế kỷ VIII, các chữ nguyên âm bắt đầu xuất hiện ở giữa từ.[8] Vì Sáng Thế Ký dùng những biểu thị nguyên âm này thường xuyên (cả ở giữa từ và cuối từ), nên chỉ một mình bằng chứng này cũng đủ để cho thấy bản văn Sáng Thế Ký hiện tại (và thật ra là phần còn

---

6. Francis I. Andersen and A. Dean Forbes, *Spelling in the Hebrew Bible* (Rome: Biblical Institute Press, 1986), 312–13.

7. Những dấu phân biệt nguyên âm được gọi là *matres lectionis*.

8. Michael O'Connor, "Writing Systems, Native Speaker Analyses, and the Earliest Stages of Northwest Semitic Orthography," in *The Word of the Lord Shall Go Forth: Essays in Honor of David Noel Freedman in Celebration of His Sixtieth Birthday*, ed. Carol L. Meyers and Michael O'Connor (Winona Lake, Ind.: Eisenbrauns, 1983), 446–51; and Andersen and Forbes, *Spelling*, 31–33.

lại của Cựu Ước) phản ánh việc sửa lại và tiêu chuẩn hóa của thời kỳ hậu lưu đày sau này, tức là sau giữa thế kỷ VIII TC.[9]

Về mặt hình thái học, chỉ một ví dụ có thể cũng đủ. Đại từ quan hệ thật cho tiếng Hê-bơ-rơ lúc đầu là *zû*, như chúng ta thấy rõ trong các câu khắc của người Phê-ni-xi cổ và thơ ca Hê-bơ-rơ cổ xưa được lưu giữ trong Cựu Ước. Nhưng chữ này được thay thế bằng từ *'ăšer* trong tiếng Hê-bơ-rơ khoảng thế kỷ X. Đây là từ được dùng phổ biến trong toàn bộ truyện kể Cựu Ước, kể cả sách Sáng Thế Ký.[10]

Những nhận xét như thế không cung cấp bằng chứng rõ ràng về quyền tác giả và niên đại. Tuy nhiên, chúng giải thích rằng bản văn đã được xem xét lại kỹ lưỡng về văn phạm và cập nhật về văn chương, và những quan sát này cung cấp dấu thời gian cho biết những thay đổi được thực hiện khi nào. Tác giả hay người biên soạn Sáng Thế Ký có lẽ đã hoàn tất công việc hàng thế kỷ trước khi có những thay đổi ngôn ngữ này. Nhưng tự thân bản văn vẫn tiếp tục cần được sửa lại.

Cần nhớ rằng những sửa đổi nhỏ về văn phạm này không gây ảnh hưởng bất lợi cho lẽ thật đã được thần cảm của bản văn. Sự thần cảm của Đức Chúa Trời trên Kinh Thánh đã bảo toàn lẽ thật của Ngài cách chính xác (2 Ti 3:16; 2 Phi 1:19–21). Là Đức Chúa Trời tể trị tối cao, Ngài đã giám sát toàn bộ tiến trình ký thuật Kinh Thánh, bao gồm việc cập nhật văn phạm. Tình huống này gần giống việc gia tăng các bản dịch Kinh Thánh Anh ngữ trong thời đại chúng ta. Lẽ thật của các tác giả cổ xưa không thay đổi, nhưng chúng ta luôn có nhu cầu phải làm mới các bản dịch để phù hợp với sự thay đổi của ngôn ngữ.

---

9. Tuy nhiên, bằng chứng này cũng cho thấy việc sửa lại ngữ pháp của bản văn không xuất hiện sau thời kỳ lưu đày và hậu lưu đày, vì Cựu Ước không có cách dùng hoa mỹ của *matres lectionis* hiện có trong thời Do Thái giáo sau này. Để biết lịch sử đầy đủ của những phát triển này, xem Andersen and Forbes, *Spelling*, 66–70 and 309–28. Xem thêm Frank Moore Cross, Jr. and David Noel Freedman, *Early Hebrew Orthography: A Study of the Epigraphic Evidence* (New Haven, Conn.: American Oriental Society, 1952), 1–10 and 58–60; and Werner Weinberg, "The History of Hebrew Plene Spelling," Hebrew Union College Annual 46 (1975), 457–60.

10. Ronald J. Williams, *Hebrew Syntax: An Outline*, 2nd ed. (Toronto: University of Toronto Press, 1976), 25 đoạn 129, 76 đoạn 462; W. Randall Garr, *Dialect Geography of Syria-Palestine, 1000–586 B.C.E.* (Philadelphia: University of Pennsylvania Press, 1985), 85–87; and Zellig S. Harris, *Development of the Canaanite Dialects: An Investigation in Linguistic History*, American Oriental Series 16 (New Haven, Conn.: American Oriental Society, 1939), 70 paragraph 47.

Bằng Chứng về Chính Trị Xã Hội

Khi so sánh Y-sơ-ra-ên thời Cựu Ước với các dân tộc Xê-mít khác của Cận Đông cổ đại, có những điểm giống nhau đáng chú ý.[11] Bên cạnh những so sánh tổng quát từ các nhà nhân chủng học về cách phát triển của những nền văn hóa khác nhau vòng quanh thế giới, thì cũng có thể nhìn thấy xu hướng lặp đi lặp lại trong các nền văn hóa Xê-mít cổ đại. Những nền văn hóa này thường tiến triển qua thời kỳ bộ lạc trong bối cảnh tiền quốc gia (pre-state) đến quốc gia (statehood) qua nhiều thế kỷ. Sau giai đoạn mạnh mẽ oai phong, quốc gia thường không chống lại nổi sự sa sút nội bộ và cuối cùng đổ nát.[12]

Trong những thời kỳ mạnh mẽ nhất về chính trị thì hầu hết những nền văn hóa này gìn giữ và sản sinh văn chương. Những thời kỳ hòa bình được củng cố về mặt chính trị là những thời điểm duy nhất mà vua và những người sao chép có được sự xa hoa và nguồn lực cần thiết cho tác phẩm văn chương. Trong một số trường hợp, những hình thức văn chương lịch sử được phát triển và văn chương thiêng liêng trước kia của nền văn hóa đó được sưu tầm và giữ gìn cách cẩn trọng.

Y-sơ-ra-ên chắc chắn phản chiếu khuôn mẫu chính trị xã hội này. Giai đoạn mạnh mẽ về chính trị, nền quân chủ thống nhất của Đa-vít và Sa-lô-môn nhanh chóng kết thúc một cách đau đớn, dù các thế hệ Y-sơ-ra-ên sau này luôn xem đó là giai đoạn lý tưởng trong lịch sử của họ (1 Các Vua 4:25). Kinh Thánh gợi ý vương quốc của Đa-vít và Sa-lô-môn đóng góp nguồn lực cho nghệ thuật sao chép. Lần đầu tiên trong lịch sử Y-sơ-ra-ên,

---

11. Các học giả đã cẩn thận xác định một "phương pháp so sánh lịch sử-địa lý toàn diện" hoàn toàn hữu ích trong việc đưa ra những nhận xét tổng quát về cách văn chương ra đời tại Y-sơ-ra-ên cổ. Cụ thể xem Shemaryahu Talmon, "The 'Comparative Method' in Biblical Interpretation—Principles and Problems," in *Congress Volume: Göttingen, 1977*, ed. J. A. Emerton, Vetus Testamentum, Supplements 29 (Leiden: E. J. Brill, 1978), 320–56; William W. Hallo, "Biblical History in Its Near Eastern Setting: The Contextual Approach," in *Scripture in Context: Essays on the Comparative Method*, ed. Carl D. Evans, William W. Hallo, and John B. White, Pittsburgh Theological Monograph Series 34 (Pittsburgh: Pickwick, 1980), 1–26; and *The Biblical Canon in Comparative Perspective*, ed. K. Lawson Younger Jr., William W. Hallo, and Bernard F. Batto, Ancient NearEastern Texts and Studies 11 (Lewiston, N.Y./Queenston/Lampeter: Edwin Mellen, 1991).

12. Xem thêm chi tiết Bill T. Arnold, "What Has Nebuchadnezzar to Do with David? On the Neo-Babylonian Period and Early Israel," in *Syria-Mesopotamia and the Bible*, ed. Mark W. Chavalas and K. Lawson Younger Jr. (Sheffield: Sheffield Academic Press, sắp xuất bản).

chúng ta thấy có những viên chức mà nhiệm vụ cụ thể của họ là ghi lại những sự kiện hoặc chi tiết của đời sống thuộc chế độ quân chủ. Những sử gia triều đình này là "người ghi chép, người chép biên niên sử" (*mazkîr*, 2 Sa 8:16; 20:14; 1 Vua 4:3) và "người sao chép, thư ký" (*sôpēr*, 2 Sa 8:17; 20:25; 1 Vua 4:3). Mặc dù chúng ta không thể biết chức năng chính xác của những viên chức phục vụ trong hoàng gia, nhưng danh hiệu của họ hàm ý hoặc là họ ghi lại những sinh hoạt thường ngày của triều đình, hoặc là giữ gìn văn chương thiêng liêng thuộc về quá khứ Y-sơ-ra-ên, hoặc cả hai. Có thể là chế độ quân chủ thống nhất của Y-sơ-ra-ên đã sinh ra những thuật chép sử đầu tiên của nhân loại.

Điều này có lẽ cũng xác nhận miêu tả của Kinh Thánh về Đa-vít và Sa-lô-môn là những người đỡ đầu cho văn học nghệ thuật, đặc biệt là văn chương thi ca và văn chương khôn ngoan. Nếu đây là sự so sánh hợp lý, một số vua A-sy-ri và Ba-by-lôn đã lưu giữ văn chương cổ đại của nền văn hóa của họ thế nào,[13] thì Đa-vít và Sa-lô-môn cũng lưu giữ những tài liệu đã được xem là cổ đại và thiêng liêng vào thời quân chủ thống nhất của Y-sơ-ra-ên thế ấy. Điều này có lẽ có trong các truyền thuyết cổ đại về Môi-se hiện được lưu giữ trong Ngũ Kinh, cũng như những truyền thuyết về sự sáng tạo và về tộc trưởng của Sáng Thế Ký.

Những so sánh về chính trị xã hội như thế nhấn mạnh vai trò của nền quân chủ thống nhất trong việc bảo tồn các truyền thuyết về Ngũ Kinh. Sự nhấn mạnh này giải thích nhiều ám chỉ riêng biệt trong Ngũ Kinh có vẻ như bắt nguồn từ giai đoạn sau Môi-se. Ví dụ, danh sách các vua Ê-đôm và các trưởng tộc ở cuối *tôlĕdôt* của Ê-sau (36:31–43) rất có thể là một phần tài liệu thời kỳ hậu Môi-se. Câu nói rằng những người này cai trị "trước khi Y-sơ-ra-ên có vua cai trị" (36:31) khiến cho khả năng đây là phần lồng vào từ thời kỳ quân chủ trong lịch sử Y-sơ-ra-ên là rất cao.

Ngoài danh sách từ thời quân chủ này, còn nhiều lời nhận xét ngắn hơn dường như xuất hiện trong bản văn sau này trong lịch sử Y-sơ-ra-ên. Việc mô tả quê hương của Áp-ra-ham là U-rơ "thuộc xứ Canh-đê" (11:28,31, và nơi khác) có lẽ là lời chú thích sau này. Người Canh-đê không có trong bản văn vùng Cận Đông cổ đại cho đến thiên niên kỷ thứ nhất TC, là lúc họ đến Mê-sô-bô-ta-mi lần đầu tiên. Thành phố U-rơ ở miền nam Ba-by-lôn không thể được gọi là 'thuộc Canh-đê" mãi cho đến sau này. Vì phân đoạn này trong Sáng Thế Ký không phải là lời tiên tri báo trước, nên chúng ta

---

13. Ví dụ, vai trò của A-su-ba-ni-pan trong việc tạo dựng thư viện hoàng gia to lớn của Ni-ni-ve, và vai trò của Nê-bu-cát-nết-sa trong việc bảo trợ loại văn chương phục hưng Ba-by-lôn. Xem Arnold, "What Has Nebuchadnezzar to Do with David?" sắp xuất bản.

phải cho rằng việc mô tả thành phố là phần lồng vào sau này nhằm phân biệt với một thành phố khác cùng tên.[14]

Có những ví dụ khác giống như vậy ở những chỗ khác trong Ngũ Kinh. Nhưng có lẽ một ví dụ nữa trong Sáng Thế Ký cũng đủ. Trong 14:14, chúng ta được biết Áp-ram đuổi theo những người bắt Lót "cho đến Đan". Nhưng thành Đan được gọi bằng tên đó trong thời kỳ các quan xét (Quan 18:29), và trước đó được gọi là Laish. Vậy rất có thể đây là một ví dụ khác về việc sửa đổi, hoặc về việc cập nhật một truyền thống ban đầu của Y-sơ-ra-ên dưới góc độ của nền quân chủ. Nếu đúng là những người sao chép thuộc hoàng gia của chế độ quân chủ thống nhất có vai trò quan trọng trong việc sao chép và biên tập những truyền thuyết Sáng Thế Ký này, thì những sửa đổi nhỏ như thế không có gì khác thường so với những thay đổi tinh tế trong các bản dịch Kinh Thánh Anh ngữ.

Những Câu Trong Sáng Thế Ký Dường Như Bắt Nguồn từ Thời Kỳ Sau Môi-se

Sáng 11:28,31	Sáng 14:14	Sáng 36:31
"U-rơ thuộc xứ Canh-đê"	"cho đến Đan"	"trước khi Y-sơ-ra-ên có vua cai trị"
Người Canh-đê chưa đến Mê-sô-bô-ta-mi vào thời Môi-se, vì vậy U-rơ không thể được gọi là "thuộc xứ Canh-đê" cho đến mãi sau này.	Thành phố Đan được gọi là Laish cho đến sau thời Môi-se. Nó được gọi là "Đan" trong thời kỳ của các quan xét (Quan Xét 18:29).	Câu này gợi ý phân đoạn được cập nhật trong thời kỳ quân chủ.

Bằng Chứng từ Bản Thảo

Bên cạnh bản văn Ngũ Kinh tiếng Hê-bơ-rơ được chuẩn hóa, chúng ta cũng có những bản dịch cổ bằng nhiều ngôn ngữ khác, cũng như hình thức Hê-bơ-rơ cổ đại được gọi là Ngũ Kinh của người Sa-ma-ri. Những bản văn này đều là những nhân chứng giá trị cho niên đại tương đối cho việc soạn thảo Ngũ Kinh. Sử dụng những nguồn tài liệu này, chúng ta có thể xác lập *terminus ad quem* (hoặc điểm kết thúc), là niên đại trễ nhất có thể chấp nhận được mà Ngũ Kinh có thể được trình bày như chúng ta có ngày nay.

---

14. Xem phần trình bày trong chương 6.

Bản dịch tiếng Hy Lạp được biết đến với tên gọi **Septuagint** cùng với các nguồn tài liệu Do Thái khác từ vùng Qumran cổ (tức là Các Cuộn Biển Chết) sử dụng các phiên bản của Ngũ Kinh trên căn bản ăn khớp với bản văn mà chúng ta có trong bản văn tiếng Hê-bơ-rơ được chuẩn hóa. Nhận xét này cho thấy bản văn Ngũ Kinh đã được lưu truyền với hình thức như hiện có ít nhất là từ thế kỷ III TC.[15]

Nhưng chúng ta thậm chí có thể lùi lại xa hơn nữa. Theo cách mà giới học giả hiện đại không hoàn toàn cảm kích, Ngũ Kinh của người Sa-ma-ri cũng chứng minh tình trạng cổ xưa của Ngũ Kinh. Các nghiên cứu chi tiết về Ngũ Kinh của người Sa-ma-ri và mối quan hệ của nó với bản Septuagint, Các Cuộn Biển Chết, và các nguồn tài liệu Do Thái cổ khác nói lên sự tồn tại của loại bản văn Ngũ Kinh ở vùng Pa-lét-tin cổ đại ngay từ thế kỷ V TC. Những hình thức sớm nhất của Ngũ Kinh Sa-ma-ri được sửa đổi và hiện đại hóa ngay từ khoảng năm 450 TC, là điều chứng thực cho sự tồn tại của bản văn Ngũ Kinh hoàn chỉnh vào thời đó.[16] Điều này khẳng định rằng chính Ngũ Kinh phải có trước thế kỷ V TC. Nhu cầu cần có những người sao chép trong thời của E-xơ-ra (giữa thế kỷ V TC) nhằm hiện đại hóa và giải thích Ngũ Kinh để dân sự thời đó có thể hiểu được (Nê 8:8,13) đã xác nhận niên đại sớm như thế.

Bằng Chứng Biên Soạn

Như chúng ta sẽ nhấn mạnh trong chương 15, Sáng Thế Ký có nhiệm vụ là phần mở đầu quan trọng cho phần còn lại của Ngũ Kinh. Tuy nhiên, nó không phải chỉ là khúc mở đầu về địa lý và lịch sử. Nhiều tình tiết và ý tưởng được kể chi tiết ở đây báo trước phần còn lại của Ngũ Kinh. Có sự kết nối thần học mật thiết giữa Sáng Thế Ký và Xuất Ê-díp-tô Ký–Phục Truyền Luật Lệ Ký được hình thành bởi những điểm tương đồng văn chương giữa Lịch sử Nguyên thuỷ và các câu chuyện tộc trưởng, đồng thời giữa các sự kiện và thể chế của thời kỳ Môi-se. Tất cả dường như có chủ đích và ắt hẳn có trong tâm trí tác giả Sáng Thế Ký ngay từ đầu. Sách Sáng

---

15. Alan R. Millard, "Methods of Studying the Patriarchal Narratives as Ancient Texts," in *Essays on the Patriarchal Narratives*, ed. Alan R. Millard and Donald J. Wiseman (Winona Lake, Ind.: Eisenbrauns, 1983), 35.

16. Bruce K. Waltke, "The Samaritan Pentateuch and the Text of the Old Testament," in *New Perspectives on the Old Testament*, ed. J. Barton Payne (Waco, Tex.: Word, 1970), 227–35; and idem, "Samaritan Pentateuch," in *Anchor Bible Dictionary*, ed. David Noel Freedman, 6 vols. (New York: Doubleday, 1992), 5:938.

Thế Ký được biên soạn (hay "biên tập") một cách có chủ ý từ cách nhìn của Môi-se, và do đó có những hàm ý về niên đại cho việc biên soạn Sáng Thế Ký.

Ở đây tôi chỉ đưa ra hai ví dụ. Trong Sáng Thế Ký 1, tác giả đã cẩn thận vẽ nên bản ký thuật về sự sáng tạo với giao ước Si-nai trong đầu. Ý tưởng về ngày nghỉ Sa-bát cũng xưa cũ như chính công trình sáng tạo (Sáng 2:2–3). Hơn nữa cách mà trong đó bảy ngày sáng tạo chuẩn bị cho mạng lệnh thứ tư tại Si-nai thì không thể nhầm lẫn được (Xuất 20:9–11). Lý do giữ ngày Sa-bát thật sự là ý tưởng mà người Y-sơ-ra-ên phải bắt chước tấm gương của Đấng Sáng Tạo: "Vì trong sáu ngày Đức Giê-hô-va đã dựng nên trời, đất, biển và muôn vật ở trong đó, qua ngày thứ bảy thì Ngài nghỉ. Vậy nên Đức Giê-hô-va đã ban phước cho ngày nghỉ và làm nên ngày thánh" (Xuất 20:11). Ký thuật về sự sáng tạo trong Sáng 1:1–2:4a dường như được biên soạn với giao ước Si-nai trong trí.

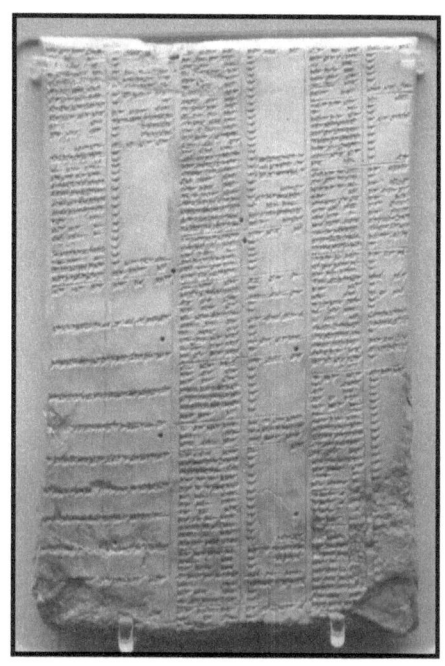

Bảng danh sách các từ đồng nghĩa chữ hình nêm tại thư viện ở A-su-ba-ni-pan, thời kỳ Nê-ô A-sy-ri (934 BC - 608 BC) (Ảnh: Fæ)

Trong Sáng 12:10–20, tác giả kể lại thế nào nạn đói khủng khiếp đã buộc Áp-ra-ham chạy qua Ai Cập, nơi Đức Chúa Trời đã bảo vệ và chăm sóc ông (xem lại trang 108). Ký thuật đó cũng được biên tập cách chủ ý để báo trước trải nghiệm sau này của dân Y-sơ-ra-ên. Giống như Áp-ra-ham, các con Gia-cốp buộc phải đến Ai Cập vì đói kém (câu chuyện Giô-sép). Giống tổ tiên của họ, người Y-sơ-ra-ên có được của cải từ người Ai Cập khi họ ra đi (Xuất 12:35–36). Trong cả hai ký thuật, Đức Chúa Trời giáng tai họa xuống Ai Cập để giải phóng Áp-ra-ham trước nhất, rồi đến Môi-se và dân Y-sơ-ra-ên (Sáng 12:17 và Xuất 7:14–12:36). Có những điểm tương đồng khác nữa, nhưng bấy nhiêu cũng đủ để cho thấy ký thuật Sáng Thế Ký được biên soạn với thời đại Môi-se trong tâm trí mang tính có chủ ý.[17]

Niên đại về Môi-se và cuộc xuất hành dĩ nhiên vẫn là vấn đề còn bàn cãi. Hầu hết những học giả cho rằng các sự kiện của Xuất Ê-díp-tô Ký–Phục Truyền Luật Lệ Ký có tính chất lịch sử, đặt chúng vào Cuối Thời Đại Đồ Đồng (1550–1200 TC), cụ thể là thế kỷ XV TC hoặc thế kỷ XIII TC. Việc Sáng Thế Ký được biên tập dựa vào phần còn lại của Ngũ Kinh ngụ ý nó không thể mang lấy hình thức văn chương như hiện có trước thời kỳ Môi-se. Mặt khác, những phần thêm vào liên quan đến việc biên tập được nói đến ở trên từ chế độ quân chủ thống nhất cho thấy sách có hình thức tương tự với hình thức hiện tại vào thời của Đa-vít và Sa-lô-môn.

Những Điểm Tương Đồng với Cận Đông Cổ Đại

Ngoài những so sánh tổng quát về chính trị xã hội với các nền văn hóa Xê-mít khác của Cận Đông cổ đại, thì việc xem lại những điểm tương đồng về văn chương từ các láng giềng cổ đại của Y-sơ-ra-ên cũng là điều hữu ích (xem lại trang 90-91). Như chúng ta đã thấy, những điểm tương đồng nổi bật nhất với các chương đầu của Sáng Thế Ký, và với các câu chuyện về tộc trưởng ở phạm vi nhỏ hơn, đều bắt nguồn từ Mê-sô-bô-ta-mi. Sáng Thế Ký thường nói đến những chủ đề tương tự theo bố cục có thể so sánh với bố cục của các nguồn tài liệu Mê-sô-bô-ta-mi. Nhưng tên thật và các chi tiết thường khác nhau. Dường như có ảnh hưởng rõ ràng của Mê-sô-bô-ta-mi trên các truyện tích về Sáng Thế Ký, mặc dù không trực tiếp. Nếu chúng ta có thể xác định khoảng thời gian của ảnh hưởng này, thì chúng ta có thể có thêm manh mối về thời điểm các truyện tích của Sáng Thế Ký có hình thức như hiện tại.

Chúng ta biết rằng văn hóa Mê-sô-bô-ta-mi lan truyền khắp Sy-ri Pa-lét-tin vào giữa thiên niên kỷ thứ hai TC.[18] Nhưng sau sự xuất hiện của Dân Miền Biển khoảng 1200 TC, dòng chảy trao đổi văn hóa quốc tế bị gián đoạn. Người Y-sơ-ra-ên cổ đại rất có thể không chịu ảnh hưởng bởi văn hóa Mê-sô-bô-ta-mi nhiều thế kỷ sau đó. Ngược với quan điểm của nhiều học giả hiện đại, rõ ràng là người Do Thái **lưu đày ở Ba-by-lôn** vào thế kỷ

---

17. John H. Sailhamer, *The Pentateuch as Narrative: A Biblical-Theological Commentary* (Grand Rapids: Zondervan, 1992), 141–43.

18. Xem thêm W. G. Lambert, "Babylonien und Israel," in *Theologische Realenzyklopädie* 5 (1979): 70–71, and Gordon J. Wenham, *Genesis 1–15*, Word Biblical Commentary 1 (Waco, Tex.: Word, 1987), xliv.

VI và V TC không kết hợp những đặc điểm của thần thoại Ba-by-lôn vào truyện tích cổ đại của họ, ngay cả sau khi lấy đi những yếu tố đa thần và ngoại giáo khỏi những thần thoại đó. Giới lãnh đạo Do Thái rất kiên quyết chống lại những ảnh hưởng Ba-by-lôn như thế, và những tài liệu có được dưới ảnh hưởng ngoại giáo như thế chắc chắn không có chỗ trong Kinh Thánh thiêng liêng của họ.

Ngược lại, ảnh hưởng gián tiếp của Mê-sô-bô-ta-mi trên Sáng Thế Ký chắc chắn là kết quả của sự tiếp xúc văn hóa từ quá khứ xa xưa trong lịch sử Y-sơ-ra-ên. Thời điểm hợp lý duy nhất mà ảnh hưởng văn chương Mê-sô-bô-ta-mi có thể tác động đến Sáng Thế Ký có lẽ là nửa đầu thiên niên kỷ thứ hai TC.[19]

Quan Điểm Tôn Giáo

Chúng ta đã nhận xét rằng đức tin được thể hiện trong các truyện kể về tộc trưởng phản chiếu rõ nhất nửa đầu thiên niên kỷ thứ hai TC (2000–1500 TC, xem lại trang 126-127). Ngoài ra, có thể nói rằng (các) tác giả hay (các) người biên tập Ngũ Kinh đánh giá cao các truyền thống tôn giáo của các câu chuyện tộc trưởng, mặc dù có nhiều đặc điểm khác với hình thức thờ phượng Yahweh được định nghĩa trong Xuất Ê-díp-tô Ký - Phục Truyền Luật Lệ Ký.

Người biên soạn Ngũ Kinh đã có cố gắng đáng kể để liên hệ đức tin của các tộc trưởng với đức tin trong sự thờ phượng Yahweh của Môi-se. Ông đã mô tả chính xác những niềm tin và phong tục thật sự thời tộc trưởng, ngay cả khi những niềm tin và tập tục đó dường như mâu thuẫn với sự thờ phượng Yahweh chuẩn mực. Ông đã trung thành với các truyện tích về tộc trưởng được truyền lại cho mình, mà không lấp liếm hay lấy ra những đặc điểm khác biệt với niềm tin của Môi-se.

Một số học giả hiện đại lập luận rằng các truyện tích về tộc trưởng do những tác giả thuộc thiên niên kỷ thứ nhất nghĩ ra. Họ là những người nghiên cứu về tổ phụ mang tính giả thuyết trong quá khứ của Y-sơ-ra-ên- Áp-ra-ham, Y-sác và Gia-cốp. Nhưng nếu như vậy, chúng ta có thể kỳ vọng những tác giả này làm cho các truyền thuyết về tộc trưởng phù hợp

---

19. Duane A. Garrett đã lập luận dựa trên chủ đề về sự xa lánh trong Sáng Thế Ký mà thời điểm và địa điểm hợp lý nhất cho việc biên soạn sách là thời gian lưu trú ở Ai Cập (*Rethinking Genesis: The Sources and Authorship of the First Book of the Pentateuch* [Grand Rapids: Baker, 1991], 233–37).

với sự thờ phượng Yahweh được chấp nhận trong nền quân chủ Y-sơ-ra-ên. Ngược lại, các truyện tích về tộc trưởng được chấp nhận như những truyền thống xác thực từ thời kỳ cổ đại trong lịch sử Y-sơ-ra-ên, và được xem là bậc tiền bối về thần học đối với sự thờ phượng Yahweh theo định nghĩa của Môi-se.[20] Không chắc rằng tác giả với niên đại trẻ như thế có thể tạo ra các tộc trưởng mang tính hư cấu với những tư tưởng tôn giáo giống với tôn giáo Ba-anh của người Ca-na-an sau này (xem phần dưới), và cũng không thể phản ảnh chính xác những truyền thống đầu thiên niên kỷ thứ hai trong Sáng Thế Ký 12–50. Những nhận xét dưới đây tạo sự tin cậy cho lập luận cho rằng quan điểm thần học của các truyện tích về tộc trưởng được lưu truyền cách chính xác trong Sáng Thế Ký và được kết hợp vào sự thờ phượng Yahweh trong thời Môi-se.

Các chi tiết của loại bằng chứng này thì phức tạp. Gần đây chúng được tóm tắt xung quanh vấn đề thánh khiết.[21] Khái niệm thánh khiết (tiếng Hê-bơ-rơ là *qādôš*) trở thành trọng tâm trong những định nghĩa của Môi-se về sự thờ phượng Yahweh từ Xuất 3:5 trở đi, lúc Đức Chúa Trời phán với Môi-se "Hãy cởi giày ngươi ra vì chỗ ngươi đang đứng là đất thánh". Do đó, sự thánh khiết của Yahweh đòi hỏi thể hiện tôn giáo mang tính riêng biệt, được kiểm soát bởi những quy định pháp lý, được thực hiện bởi thầy tế lễ hoặc tiên tri, và có cơ sở là nơi thánh trung tâm, nơi trở thành Giê-ru-sa-lem trong sự thờ phượng Yahweh của người Y-sơ-ra-ên sau này. Ngược lại, thuật ngữ chỉ về sự thánh khiết không xuất hiện trong các câu chuyện về tộc trưởng.[22] Việc vắng mặt thuật ngữ chỉ khái niệm về sự thánh khiết giải thích những tương phản giữa việc thờ phượng Yahweh của Môi-se và tín ngưỡng của tộc trưởng, là điều không có vẻ gì là riêng biệt cả. Trái ngược với Môi-se, Áp-ra-ham và gia đình ông có một đức tin không theo cấu trúc, không có trung gian, và không xem một nơi cụ thể nào là thiêng liêng cho sự thờ phượng Đức Chúa Trời hơn những chỗ khác.

Sự tương phản có thể được nhìn thấy trong một số chi tiết khác. Việc sử dụng thường xuyên từ Ên (tiếng Hê-bơ-rơ chỉ chung về "Đức Chúa Trời") trong các truyện tích về tộc trưởng là điều đáng chú ý, cả trong danh xưng của Đức Chúa Trời (xem lại trang 132) cũng như trong tên dành cho người và nơi chốn, chẳng hạn tên ghép Y-sơ-ra-ên, Ích-ma-ên và Bê-tên. Với tầm quan trọng thiết yếu của một số tên gọi, chúng ta có thể cho rằng chúng xuất hiện trước biểu hiện cơ bản trong sự thờ phượng Yahweh

---

20. Moberly, *Old Testament of the Old Testament*, 79–104, 195–97.
21. Như trên, 99–104.
22. Những ngoại lệ duy nhất là địa danh tên "Ca-đe" (Sáng 14:7; 16:14; 20:1) và từ "gái mại dâm" (*qĕdēšâ*, Sáng 38:21).

trong phần còn lại của Ngũ Kinh. Nói cách khác, vì Yahweh là Đức Chúa Trời của Y-sơ-ra-ên, nên chúng ta mong chờ thấy những tên ghép như Y-sơ-Gia (Isra-Yah), hay Bê-Gia (Beth-Yah) trong những truyện tích như vậy. Lời giải thích duy nhất là những truyện tích về tộc trưởng đã có trước thời kỳ Môi-se.[23]

Một số tập tục thờ phượng cũng giải thích sự tương phản này. Nói chung, tôn giáo tộc trưởng có vẻ hoàn toàn không có trung gian, không cần ai cầu thay giữa người thờ phượng và Đức Chúa Trời. Áp-ra-ham và Gia-cốp trò chuyện với Đức Chúa Trời và tương giao tự do với Ngài. Đức tin của người Y-sơ-ra-ên sau này đòi hỏi các tiên tri và thầy tế lễ làm trung gian cho mối quan hệ giữa con người và Đức Chúa Trời.

Vai trò của cây (12:6–7; 13:18; 21:33) và trụ (28:18,22; 31:13, 45–46; 35:14) trong sự thờ phượng của tộc trưởng có vẻ đặc biệt xa lạ với đức tin thờ phượng Yahweh của người Y-sơ-ra-ên sau này.[24] Những phong tục như thế có liên quan mật thiết với nghi thức thờ cúng sự sinh sản màu mỡ của người Ca-na-an sau này, và bị nghiêm cấm ở chỗ khác trong Ngũ Kinh (Xuất 23:24; 34:13; Lê 26:1; Phục 16:21–22). Thay vì che giấu hay làm cho những truyền thống này thích hợp với niềm xác tín của thời kỳ sau, người biên tập Sáng Thế Ký rõ ràng xem chúng như những di tích của biểu hiện tôn giáo từ thời kỳ đầu tiên, và đưa chúng vào mà không cần giải thích. Dường như chúng phản chiếu cách chân thực truyền thống cổ đại về tộc trưởng- tức là cổ đại đối với người biên tập Ngũ Kinh.

Cuối cùng, cũng quan trọng khi lưu ý rằng trong số ba luật lệ quan trọng về tôn giáo của Ngũ Kinh và đức tin của người Y-sơ-ra-ên sau này, chỉ có một điều được nhắc đến trong các câu chuyện về tộc trưởng.[25] Phép cắt bì trở thành dấu hiệu quan trọng trong giao ước của Đức Chúa Trời với Áp-ra-ham (Sáng Thế Ký 17), và được thừa nhận là nền tảng của sự thờ phượng Yahweh ở chỗ khác trong Ngũ Kinh. Còn hai luật lệ kia của Ngũ Kinh (giữ ngày Sa-bát và những giới hạn trong chế độ ăn uống) hoàn toàn không có trong các câu chuyện về tộc trưởng. Một lần nữa, đây có lẽ là vì người biên tập những tài liệu Sáng Thế Ký này khi kết hợp chúng với phần còn lại của Ngũ Kinh đã xem những câu chuyện về tộc trưởng là rất cổ xưa và phản ảnh chính xác cách thể hiện niềm tin của tổ tiên của đức tin người Y-sơ-ra-ên.

---

23. Nahum M. Sarna, *Genesis: The Traditional Hebrew Text with the New JPS Translation*, JPS Torah Commentary (Philadelphia: Jewish Publication Society, 1989), xiv.

24. Moberly, *Old Testament of the Old Testament*, 92; and Sarna, Genesis, xiii.

25. Moberly, *Old Testament of the Old Testament*, 93.

Tôn giáo của người Ca-na-an thay đổi đáng kể khoảng giữa thiên niên kỷ thứ hai TC. Thần cao nhất Ên được thay thế bằng Ba-anh làm vị thần tối cao của các thần Ca-na-an, và tôn giáo có phần phù hợp với tín ngưỡng của tộc trưởng được thay thế bằng sự thờ cúng sự sinh sản là điều không thể nào tồn tại song song với sự thờ phượng Yahweh của người Y-sơ-ra-ên. Việc dùng tên gọi Ên trở nên ít phổ biến hơn trước đó, bây giờ được thay bằng tên Ba-anh. Sự thay đổi từ Ên sang Ba-anh đem đến những đổi mới khác trong tôn giáo của người Ca-na-an. Việc dùng cây và đá mang ngụ ý hoàn toàn khác, ngụ ý về khả năng sinh con đẻ cái và hoạt động tình dục với thánh thần. Những tập tục như thế không bao giờ được dung thứ trong sự thờ phượng Yahweh của Môi-se. Phần còn lại của lịch sử Cựu Ước phần lớn là câu chuyện về sự thất bại của Y-sơ-ra-ên trong việc chống lại những thỏa hiệp của sự thờ phượng Yahweh chánh thống với sự thờ phượng Ba-anh của người Ca-na-an.

Tóm lại, ảnh hưởng tích lũy từ các truyền thống tôn giáo khác nhau trong các câu chuyện về tộc trưởng là rõ ràng. Đức tin của tộc trưởng phản chiếu thời kỳ trước khi sự thờ phượng Yahweh của Môi-se được biểu lộ cơ bản trong phần còn lại của Ngũ Kinh. Người biên tập Ngũ Kinh cố ý xem đức tin của các tổ phụ tương đương với sự thờ phượng Yahweh mà không che giấu những yếu tố không thuộc về Yahweh vì các truyền thống đã được tôn là thiêng liêng và cổ xưa, và do đó chúng phản ánh chính xác tình hình nửa đầu thiên niên kỷ thứ hai TC. Những truyền thống Sáng Thế Ký này được người biên soạn phần còn lại của Ngũ Kinh phỏng theo như một phần của di sản tôn giáo cơ bản của Y-sơ-ra-ên cổ đại.

Những Yêu Cầu về Bằng Chứng

Đã khảo sát bằng chứng sẵn có về tác quyền của Sáng Thế Ký và phần còn lại của Ngũ Kinh, bây giờ nhiệm vụ của chúng ta là tóm tắt những yêu cầu của bằng chứng này mà chúng ta cần nói nói đến. Phần thảo luận ngắn gọn này sẽ nghiên cứu những giới hạn của bằng chứng để đưa ra những kết luận tối đa và tối thiểu về những bằng chứng đó. Nói cách khác, bây giờ chúng ta tìm cách trả lời câu hỏi "ở mức tối đa chúng ta có thể nói gì về tác quyền của Sáng Thế Ký dựa trên bằng chứng này?" và "Ở mức tối thiểu chúng ta có thể nói gì?"

Lời Xác Nhận về Kinh Thánh

Trước khi tiếp tục, chúng ta cần định nghĩa một thuật ngữ quan trọng: "quyền tác giả". Thuật ngữ được dùng ở đây không nói nhiều đến quá trình viết hoặc ghi lại cách máy móc, như chúng ta thường nói khi áp dụng thuật ngữ này vào việc xuất bản văn chương hiện đại. Nói đến những sách cổ xưa như Sáng Thế Ký chẳng hạn, chúng ta chỉ có thể dùng thuật ngữ này để nói đến thành phần cơ bản của nội dung. Điều này có phần đúng vì những sách cổ không có dữ liệu thư mục hoàn chỉnh như chúng ta đã nói ở đầu chương. Nhưng cũng bởi bản chất của bằng chứng mà chúng ta vừa nghiên cứu khiến cho việc nhận biết mối quan hệ chính xác giữa nội dung sách và tiến trình viết thật sự là không khả thi.

Thông thường, nghiên cứu hiện đại không thể xác định mối quan hệ giữa nguồn gốc nội dung của sách cổ và hành vi ghi chép thật sự. Không chỉ hầu hết văn chương Cận Đông cổ đại là vô danh; mà khái niệm "tác giả", nếu có, thường chỉ ra người bảo quản của quá khứ, người xây dựng trên những phiên bản trước đó và điều chỉnh các truyền thuyết cho phù hợp thời đại mới.[26] Điều này thậm chí còn phức tạp hơn bởi việc sử dụng truyền thuyết truyền khẩu cổ xưa mà chúng ta không thể truy nguyên lịch sử của những truyền thuyết như thế. Vì vậy khi nói "tác giả" và "tác quyền", chúng ta tìm cách nhận biết nguồn tài liệu hay nguồn gốc của những tài liệu trong Sáng Thế Ký, có thể hoặc không thể có mối quan hệ với tiến trình ghi chép thật sự.

Ở Mức Tối Đa Chúng Ta Có Thể Nói Gì?

Nhìn chung, Kinh Thánh và tất cả truyền thống Do Thái và Cơ Đốc cho rằng Môi-se là tác giả của Ngũ Kinh. Không có loại bằng chứng nào nghi ngờ điều này cả, mặc dù Ngũ Kinh ắt hẳn là bản văn dễ uốn và dễ chỉnh sửa đã trải qua nhiều sửa đổi và cập nhật sau này. Điều này có nghĩa là Môi-se đã thừa hưởng những truyền thuyết của Lịch sử Nguyên thuỷ (Sáng Thế Ký 1–11) và các câu chuyện về tộc trưởng (Sáng Thế Ký 12–50) từ tổ tiên của Y-sơ-ra-ên và kết hợp chúng thành phần dẫn nhập gồm một quyển cho cả Ngũ Kinh. Ông nhận lãnh chúng dưới hình thức văn tự hay truyền khẩu thì chúng ta không thể biết được. Việc ông có là người chịu

---

26. William W. Hallo, "New Viewpoints on Cuneiform Literature," *Israel Exploration Journal* 12 (1962): 13–26.

trách nhiệm về cấu trúc hiện tại của Sáng Thế Ký hay không cũng khó mà xác định được.

Ngoài ra, bằng chứng cũng đòi hỏi Môi-se phải chịu trách nhiệm về luật pháp ngũ kinh, với nhiều phần thêm vào trải dài từ Xuất 20 đến Phục 26. Như vậy, trọng tâm của Ngũ Kinh có lời tự khẳng định của Môi-se, mà chúng ta không nên bỏ qua. Người ta cho rằng phần lớn tài liệu này là tài liệu mà Đức Giê-hô-va phán với Môi-se (như trong Xuất 25:1 và Lê 1:1), hay chính "lời Môi-se nói cho cả Y-sơ-ra-ên" (Phục 1:1). Cụ thể hơn, bản văn nói rằng Môi-se thật sự viết xuống bản ký thuật về trận chiến chống lại A-ma-léc (Xuất 17:14), cái gọi là Quyển Sách Giao Ước (Xuất 24:4), một phần được gọi là "bộ luật lễ hội" (Xuất 34:27), hành trình đồng vắng (Dân 33:2), và ít nhất vài phần của Sách Phục Truyền (31:9,19,22,24).

Vì không có cái nào trong bằng chứng có sẵn kia cản trở những lời khẳng định từ bản văn này, nên đây là điều tối đa chúng ta có thể nói dựa trên hiểu biết hiện tại. Môi-se là tác giả hoặc người sáng tạo ra Ngũ Kinh nói chung, và cá nhân ông liên quan đến việc biên soạn về mặt kỹ thuật một số phần theo những lời khẳng định trong Xuất Ê-díp-tô Ký, Dân Số Ký và Phục Truyền Luật Lệ Ký.

Ở Mức Tối Thiểu Chúng Ta Có Thể Nói Gì?

Mặt khác, cũng nên thấy rằng bằng chứng không yêu cầu Môi-se phải phác thảo Ngũ Kinh, hoặc là toàn bộ hoặc là trong việc hình thành năm sách hiện có. Nhiều truyền thuyết và lời dạy mà ông truyền lại cho người Y-sơ-ra-ên sau này có thể không ở dạng văn chương cho đến sau này. Ở mức tối thiểu điều chúng ta có thể nói là Môi-se tham gia vào việc tạo thành những phần của Ngũ Kinh và cuối cùng được người Y-sơ-ra-ên cho là chịu trách nhiệm về ý chính của toàn bộ Ngũ Kinh, mặc dù hình thức năm sách như hiện tại có thể được quyết định sau này.

Chứng Cớ Cho Chúng Ta Biết Gì?

Phần trước nghiên cứu điều mà bằng chứng *đòi hỏi* chúng ta phải nói về tác quyền của Ngũ Kinh. Bây giờ chúng ta sẽ xem xét điều bằng chứng *cho phép*. Ghi nhớ tất cả bằng chứng trong trí, phần ngắn ngủi này sẽ đưa ra một mô hình khả thi cho việc hình thành Ngũ Kinh nói chung và sách Sáng Thế Ký nói riêng.

Môi-se, Nhà Cải Cách về Sự Thờ Phượng Yahweh

Trước tiên, từ Xuất 3:13–15 và 6:2–3 chúng ta biết rằng Môi-se là "nhà cải cách về sự thờ phượng Yahweh" của tôn giáo Y-sơ-ra-ên. Lời giải thích chính xác cho những phân đoạn quan trọng này là vấn đề học thuật gây tranh cãi lớn và không nhất thiết ngăn cản chúng ta ở đây. Nội dung phần trình bày của chúng ta là Môi-se đã mở ra sự cải cách về cách thờ phượng Yahweh trong tín ngưỡng của Y-sơ-ra-ên. Ông nhận được những truyền thống thời tộc trưởng dường như luôn luôn chỉ về Đức Chúa Trời là Ên, "Đức Chúa Trời", hay với danh xưng dạng Ên (Ê-lô-him, Ên Sha-đai, Ên Ê-ly-ôn, và tương tự). Nhưng từ thời của Môi-se trở đi, Đức Chúa Trời chủ yếu được biết đến với tên gọi thân mật là Yahweh, bày tỏ nhiều hơn về bản tánh của Ngài. Thuật ngữ tổng quát "Ên" cho biết Ngài (Đức Chúa Trời) *như thế nào*; danh xưng "Yahweh" cho biết *Ngài là ai*.

Tại điểm này cách nói cụ thể của Xuất 3:15 mang tính chỉ thị: Đức Chúa Trời lại phán cùng Môi-se: "ngươi sẽ nói cho dân Y-sơ-ra-ên như vầy: Giê-hô-va [tức là Yahweh], Đức Chúa Trời [tức là Ê-lô-him] của tổ phụ các ngươi- Đức Chúa Trời của Áp-ra-ham, Đức Chúa Trời của Y-sác, Đức Chúa Trời của Gia-cốp, sai ta đến cùng các ngươi. Ấy đó là danh đời đời của ta, ấy sẽ là kỷ niệm của ta trải qua các đời." Câu nói này cố tình gắn liền danh xưng mới của Đức Chúa Trời với các truyền thống cổ thời tộc trưởng.

Những truyền thống thời tộc trưởng trong Sáng Thế Ký 12–50 đã được giữ gìn trong khuôn khổ của sự thờ phượng Yahweh, báo trước và chuẩn bị tài liệu cho phần còn lại của Ngũ Kinh. Như chúng ta đã thấy, tài liệu Sáng Thế Ký không chỉ là phần dẫn nhập lịch sử, truy nguyên nguồn gốc của Y-sơ-ra-ên và giải thích thế nào các con của Gia-cốp đến sống tại Ai Cập. Sách là phần mở đầu về thần học cho cuộc xuất hành và giao ước Si-nai. Sáng Thế Ký về cơ bản được liên kết chặt chẽ với Xuất Ê-díp-tô Ký và Phục Truyền Luật Lệ Ký một cách có chủ ý xuyên suốt quá trình biên tập, một tiến trình mang rõ bản chất thuộc riêng Yahweh.

Môi-se, Người Giao Thẩm Quyền

Trong Xuất 18:13–27, Môi-se học được từ cha vợ cách giao trách nhiệm cho những người đáng tin cậy và có năng lực. Từ một vài lần được nhắc đến trong Ngũ Kinh, rõ ràng Môi-se giao việc gìn giữ các tài liệu luật pháp, và trong một số trường hợp là trách nhiệm viết những tài liệu này, cho dòng dõi thầy tế lễ. Câu quan trọng nhất trong những câu này là Phục

31:9: "Môi-se chép luật này, giao cho những thầy tế lễ, là con cháu Lê-vi, khiêng hòm giao ước của Đức Giê-hô-va, lại giao luôn cho hết thảy trưởng lão của Y-sơ-ra-ên." Do đó, Môi-se giao việc bảo vệ tài liệu cho dòng dõi thầy tế lễ thuộc chi phái Lê-vi, và ông giao trách nhiệm cho các trưởng lão Y-sơ-ra-ên chăm lo xem quốc gia có thật sự sống theo những lời chỉ dẫn không. Điều này nói thêm vai trò của thầy tế lễ, những người chịu trách nhiệm về hòm giao ước với bản sao Mười Điều Răn. Trong Xuất 18:24–26, Môi-se hướng dẫn thêm cho các thầy tế lễ về vai trò của họ trong việc giữ gìn bản sao chép tài liệu pháp lý.[27]

Phong tục về hiệp ước vùng Cận Đông cổ đại là làm hai bản thỏa thuận, một bản để trong nơi thờ phượng của mỗi bên ký kết vào nghĩa vụ của thỏa thuận.[28] Nhưng trong giao ước độc nhất của Y-sơ-ra-ên với Đức Chúa Trời, chỉ có một nơi thờ phượng cho hình thức văn tự của hiệp ước. Vì vậy, luật pháp được viết ra được giao cho thầy tế lễ dòng Lê-vi coi sóc, họ là những người trông coi hòm giao ước, là nơi cất các bảng luật pháp. Dường như Môi-se đã giao trách nhiệm về luật pháp cho các thầy tế lễ.

Trong Ngũ Kinh có vài ngụ ý khác về vai trò của các thầy tế lễ trong việc giữ gìn luật pháp. Môi-se đã chỉ dẫn tất cả các vua tương lai của Y-sơ-ra-ên phải luôn giữ bên mình một bản sao luật pháp, làm một bản sao cho hoàng gia từ bản chính và bản được phê chuẩn do thầy tế lễ lưu giữ (Phục 17:18). Thỉnh thoảng, người ta phải đến hỏi các thầy tế lễ về những yêu cầu cụ thể về pháp luật, là điều họ phải dạy cho dân Y-sơ-ra-ên theo các chi tiết mà Yahweh "đã truyền cho họ" (Phục 24:8). Vào dịp khác, họ thật sự được giao trách nhiệm gìn giữ nghi lễ luật pháp cụ thể dưới hình thức văn tự (Dân 5:23–24). Sau này trong lịch sử Y-sơ-ra-ên, dường như có những người sao chép thuộc dòng dõi thầy tế lễ chuyên giữ gìn tài liệu pháp lý qua việc ghi chép (Giê 8:8).[29]

---

27. Xem Craigie, *Deuteronomy*, 370–71, 373, and Merrill, *Deuteronomy*, 398–99, 404 để xem thêm những thảo luận hữu ích về những phân đoạn này.

28. Meredith G. Kline, *Treaty of the Great King; the Covenant Structure of Deuteronomy: Studies and Commentary* (Grand Rapids: Eerdmans, 1963), 19–20.

29. Chúng ta có bằng chứng cho rằng chức thầy tế lễ tại Ugarit cũng có những người chép thuê chuyên cất giữ tài liệu pháp lý bằng văn tự. Đặc biệt xem lời ghi ở cuối sách để biết Chu kỳ Ba-anh nổi tiếng, Manfried Dietrich, Oswald Loretz, and J. Sanmartín, eds., *The Cuneiform Alphabetic Texts from Ugarit, Ras Ibn Hani and Other Places* (Münster: Ugarit-Verlag, 1995), 1.6 VI 54–56, trang 28; và phần trình bày trong Mark S. Smith, "Mythology and Myth-making in Ugaritic and Israelite Literatures," in *Ugarit and the Bible: Proceedings of the International Symposium on Ugarit*

Ý nghĩa đầy đủ của những câu này thường không được đánh giá cao. Chúng ta không thể biết chính xác vai trò của thầy tế lễ dòng Lê-vi trong việc biên soạn và gìn giữ Ngũ Kinh nói chung. Nhưng có vẻ rõ ràng rằng họ có tham gia nhiều. Có lẽ các thầy tế lễ dòng Lê-vi là người tiếp nối công việc Môi-se trong Ngũ Kinh. Có lẽ ông chính thức chấp thuận cho họ dùng thẩm quyền của chính họ trong việc bảo vệ, gìn giữ và thậm chí biên soạn các phần về luật pháp Ngũ Kinh.[30]

Môi-se, Nguồn Gốc của Lời Tiên Tri

Chắc chắn rằng Môi-se đứng đầu trong truyền thống văn chương của Y-sơ-ra-ên với tư cách là người quan trọng ban luật pháp. Có thể nói ông là nguồn gốc của mọi lời tiên tri Y-sơ-ra-ên.[31] Về phương diện này, việc để hình thức văn tự của luật pháp trong hòm giao ước là điều quan trọng (Phục 31:24–26). Rất có thể những tài liệu khác góp phần vào việc hiểu mối quan hệ giao ước của Y-sơ-ra-ên với Yahweh cũng bắt đầu được biên

Đức Chúa Trời gặp Môi-se trên núi Si-nai
(Ảnh: Morhaf Kamal Aljanee)

soạn và thu thập cùng với tài liệu hình thành cơ bản về tín ngưỡng và quốc gia Y-sơ-ra-ên. Như chúng ta đã thấy, các thầy tế lễ có lẽ có vai trò quan trọng trong việc thật sự gìn giữ những tài liệu như thế. Nhưng cuối

---

and the Bible, Manchester, September 1992, ed. G. J. Brooke, A. H. W. Curtis, and J. F. Healey (Münster: Ugarit-Verlag, 1994), 331–32.

30. Chúng ta có bằng chứng về phép chính tả cho biết rằng tài liệu pháp lý định danh "thầy tế lễ" được gìn giữ độc lập với phần còn lại của Ngũ Kinh. Tài liệu pháp lý thuộc thầy tế lễ như thế không hề nhắc đến cái gọi là Nun Paragogicum trong số 412 trường hợp, là sự tương phản nổi bật với các phần khác của Ngũ Kinh (J. Hoftijzer, *The Function and Use of the Imperfect Forms with Nun Paragogicum in Classical Hebrew*, Studia Semitica Neerlandica 21 [Assen, Netherlands: Van Gorcum, 1985]).

31. Trong thuật ngữ của Willem A.VanGemeren, Môi-se là nguồn gốc của lời tiên tri Y-sơ-ra-ên, Sa-mu-ên là dòng chảy của con suối tiên tri, còn Ê-li định hướng đi cho các tiên tri cổ (*Interpreting the Prophetic Word* [Grand Rapids: Zondervan, 1990], 36).

cùng, chỉ có Môi-se là người có thẩm quyền quyết định nội dung của điều được lưu giữ trong hòm và cái gì phải bỏ ra. Đây là khởi đầu của tiến trình kinh điển hóa Kinh Thánh của Y-sơ-ra-ên cổ. Các tài liệu tương lai chỉ có thẩm quyền trong cộng đồng khi chúng bổ sung cho sự hiểu biết của Y-sơ-ra-ên về giao ước với Yahweh.

Vì thế, chúng tôi đưa ra bức tranh về sự gia tăng các truyền thống tôn giáo xung quanh giao ước Môi-se tại Núi Si-nai và được lưu giữ bởi các thầy tế lễ, thậm chí có lẽ bao gồm Mười Điều Răn trong hòm giao ước.[32] Những truyền thống này bao gồm những tài liệu chủ yếu về sự tạo thành sách Sáng Thế Ký (tức là những truyền thống của Lịch sử Nguyên thuỷ và các câu chuyện về tộc trưởng), các tài liệu luật pháp, và các loại tài liệu khác được Môi-se thừa nhận là những diễn đạt thích hợp của giao ước. Bằng cách này, các tác phẩm thiêng liêng từ thời Môi-se được giữ gìn cẩn thận trong nơi thờ phượng của Y-sơ-ra-ên hơn hai thế kỷ, ít nhất là cho đến khi nền quân chủ thống nhất được thiết lập.

Những Người Sao Chép Thuộc Nền Quân Chủ Y-sơ-ra-ên

Như chúng ta đã nói, bằng chứng cho thấy rằng văn chương thời xưa của nền văn hóa Xê-mít cổ đại lần đầu tiên đã được nghiên cứu cách hệ thống, được thu thập và bảo quản cho thế hệ tương lai trong suốt thời kỳ đỉnh cao hùng mạnh của nền văn hóa đó (xem bằng chứng về chính trị xã hội). Những lần Kinh Thánh nói đến người sao chép và người ghi lại trong triều đình của Đa-vít và Sa-lô-môn dường như xác nhận đó là hình ảnh Y-sơ-ra-ên cổ đại. Rất có thể những người sao chép của nền quân chủ thống nhất đã trân trọng tận hiến đời mình cho việc nghiên cứu và lưu giữ các bản văn cổ liên quan đến giao ước Si-nai.

Điều này giải thích cho việc dữ liệu hậu Môi-se tồn tại rõ ràng trong Sáng Thế Ký, chẳng hạn việc gọi tên quê hương của Áp-ra-ham là "U-rơ thuộc xứ Canh-đê" và sự có mặt của danh sách vua Ê-đôm (36:31–43, xem phần trình bày phía trước). Những người sao chép của vương quốc thống

---

32. Gần cuối đời, William F. Albright nghiên cứu cách thức mà luật pháp, quy định và nguyên tắc của Y-sơ-ra-ên sau này phát triển xoay quanh hạt nhân ban đầu của Môi-se. Xem William F. Albright, "Moses in Historical and Theological Perspective," in *Magnalia Dei, The Mighty Acts of God: Essays on the Bible and Archaeology in Memory of G. Ernest Wright* (Garden City, N.Y.: Doubleday, 1976), 120–31.

nhất chắc chắn đã cập nhật và hiện đại hóa bản văn cho độc giả của chính họ. Có khả năng là những người sao chép thậm chí là những người sắp xếp tài liệu theo hình thức năm sách như hiện tại, điều này giải thích chủ đích biên tập mà bởi đó Sáng Thế Ký chuẩn bị cho Xuất Ê-díp-tô Ký và Phục Truyền Luật Lệ Ký.

Vai Trò của Cộng Đồng Giao Ước

Sau khi Giê-ru-sa-lem rơi vào tay Nê-bu-cát-nết-sa năm 586 TC, hầu hết những người lãnh đạo bị bắt lưu đày qua Ba-by-lôn. Cuộc lưu đày chính thức kết thúc vào Tháng Mười năm 539 TC, khi Ba-by-lôn bị người Ba Tư chiếm đóng và người Do Thái được phóng thích và được cho phép trở về với tàn tích của Giê-ru-sa-lem. Các học giả thường nghiên cứu về vai trò có thể có của những cộng đồng lưu đày và hậu lưu đày này trong việc tạo nên nền văn chương Cựu Ước (xem chương 14)

Chắc chắn rằng người Y-sơ-ra-ên của thời kỳ quân chủ (tức là trước khi Giê-ru-sa-lem sụp đổ và nền quân chủ bị mất) không có quan điểm "tĩnh" về những bản văn này. Nói cách khác, những bản văn cổ đã không được tiêu chuẩn hóa, nhưng khá dễ thay đổi hơn cách chúng ta nhìn chúng ngày hôm nay.[33] Quan điểm được tiêu chuẩn hóa hay quan điểm tĩnh về bản văn chắc chắn là sự phát triển sau này của người Do Thái và không phải là đặc điểm của thời Y-sơ-ra-ên. Người sao chép xuất sắc của thời kỳ hậu lưu đày, E-xơ-ra, thấy cần thiết phải làm rõ và giải thích ý nghĩa của bản văn khi ông đọc cho dân chúng nghe, ngụ ý ông đã hiện đại hóa bản văn khi ông dạy (Nê 8:8).

Việc người Do Thái thực hành sự tiêu chuẩn hóa giải thích cho bản văn tiếng Hê-bơ-rơ mà chúng ta có ngày nay. Chắc chắn nó đã trải qua việc chỉnh sửa văn phạm và cập nhật chính tả đáng kể, điều mà chúng ta mong đợi trong thời đại này. "Một nguyên tắc không bao giờ được quên khi nói đến những tư liệu của Cận Đông cổ đại là thay vì bỏ đi những từ cổ hiển nhiên trong chính tả và văn phạm, là điều về sau trở thành phong cách trong tiếng Hy Lạp và La Mã, thì những người sao chép từ từ sửa đổi văn chương cổ và các tư liệu khác theo định kỳ.".[34]

---

33. Bruce K. Waltke, "Old Testament Textual Criticism," in *Foundations for Biblical Interpretation: A Complete Library of Tools and Resources*, ed. by David S. Dockery, Kenneth A. Mathews, and Robert B. Sloan (Nashville: Broadman & Holman, 1994), 169–71.

34. William F. Albright, *From the Stone Age to Christianity: Monotheism and the Historical Process*, 2nd ed. (Garden City, N.Y.: Doubleday, 1957), 79,

Tôi đưa ra lời nói tổng quát sau đây như lời kết cho việc nghiên cứu ngắn gọn về bằng chứng tác quyền của Sáng Thế Ký. Trên cơ sở của những đặc điểm bên trong của Sáng Thế Ký và các loại bằng chứng khác được khảo sát ở đây, những tài liệu được biên soạn trong sách dường như bắt nguồn từ nhiều đặc điểm khác nhau trong suốt thời kỳ của Môi-se. Chúng được lưu giữ bởi các thầy tế lễ và những người sao chép thuộc Y-sơ-ra-ên thời kỳ đầu, cho đến khi chúng được sắp xếp thành hình thức hiện tại, có lẽ trong chế độ quân chủ thống nhất. Bản văn tiếp tục được sửa đổi và cập nhật cẩn thận trong thời kỳ lưu đày và sau đó nữa.[35]

Trên hết, chúng ta nên vui mừng khi biết rằng toàn bộ tiến trình kinh điển hóa được giám sát thần hựu, vì vậy Sáng Thế Ký, cũng như phần còn lại của Kinh Thánh, là chân thật và chắc chắn. Thật đúng khi chúng ta lưu ý cẩn thận "như ánh sáng chiếu ra trong nơi tối tăm, cho đến khi ban ngày ló dạng và sao mai mọc lên trong lòng [chúng ta]." Vì như sứ đồ trong Tân Ước giải thích, không phần nào của Kinh Thánh là sản phẩm của nỗ lực hay ý chí con người. Ngược lại, Kinh Thánh đến với chúng ta từ những người được Đức Chúa Trời phán dưới sự hướng dẫn của Đức Thánh Linh (2 Phi 1:19–21).

Câu Hỏi Nghiên Cứu

1. Phép chính tả và hình thái học có đóng góp gì vào phần trình bày liên quan đến niên đại của Ngũ Kinh? Những vấn đề này *không* thể xác định điều gì cho chúng ta?

2. Giải thích tầm quan trọng của thời kỳ quân chủ khi bàn đến niên đại của Ngũ Kinh. Sai sót về niên đại nào trong bản văn cho thấy công tác biên tập bản văn diễn ra trong thời kỳ này?

3. Định nghĩa "sự biên soạn". Việc biên soạn mang tính chất quan trọng của Sáng Thế Ký diễn ra trong hay sau thời kỳ Môi-se?

---

và nhất là xem những nhận xét của ông về người sao chép Hê-bơ-rơ của thời kỳ Cựu Ước, trang 80.

35. Anderson và Forbes gợi ý rằng Ngũ Kinh và các sách lịch sử được gìn giữ chung với nhau trong thời kỳ tiền lưu đày, và cho rằng vào thế kỷ V, E-xơ-ra là người đầu tiên tách rời Ngũ Kinh, lúc bấy giờ đã là bản văn cổ và được tôn kính. Trong khi đó, ông thay đổi nguyên bản từ tiếng Hê-bơ-rơ cũ sang các khối chữ cái Aramic được dùng ngày nay và chính thức chuẩn hóa cách viết. Xem Anderson and Forbes, *Spelling in the Hebrew Bible*, 321–22.

4. Mô tả quan điểm thần học của các tộc trưởng khác với quan điểm thần học của Ngũ Kinh nói chung. Những quan điểm thần học khác nhau này bày tỏ điều gì?

5. Có thể khẳng định cách chắc chắn điều gì để đáp ứng câu nói "Môi-se đã viết Ngũ Kinh"?

6. Nhận xét về những vai trò khả dĩ của thầy tế lễ, người sao chép, Môi-se và cộng đồng lưu đày trong việc lưu giữ và truyền đạt tài liệu Sáng Thế Ký.

7. Vấn đề nào thu hút sự chú ý của bạn trong suốt phần trình bày về niên đại và tác quyền? Lĩnh vực và lập luận nào bạn muốn nghiên cứu thêm?

Thuật Ngữ Chính

Septuagint/ Bản Bảy Mươi

Lưu đày Ba-by-lôn

14. Những Giải Thích về Bằng Chứng

Trong thời đó, Y-sơ-ra-ên không có vua, mọi người cứ làm theo ý mình cho là phải.

Các Quan Xét 17:6; 21:25

Bố Cục
- Bản Chất của Phê Bình Kinh Thánh
- Khảo Sát Các Phương Pháp
    - Phê Bình Bản Văn
    - Phê Bình Nguồn và Phê Bình Trứ Tác
    - Phê Bình Hình Thức và Phê Bình Truyền Thống
    - Phê Bình Lịch Sử
    - Phê Bình Văn Chương
    - Phê Bình Kinh Điển
- Khảo Sát Tính Học Thuật trong Sách Sáng Thế Ký
    - Thế Kỷ Mười Tám
    - Thế Kỷ Mười Chín
    - Phản Ứng Bảo Thủ
    - Đầu và Giữa Thế Kỷ Hai Mươi
    - Những Phát Triển Gần Đây
- Kết Luận

Mục Tiêu
Sau khi đọc xong chương này, bạn có thể:
1. Mô tả tám phương thức phê bình mà các học giả Kinh Thánh hiện đại sử dụng.
2. Kể lại chi tiết lịch sử phê bình Kinh Thánh theo cách nó liên quan với sách Sáng Thế Ký, Ngũ Kinh và Cựu Ước nói chung.
3. Tóm tắt Giả Thuyết Bản Văn của Wellhausen và cái tương tự, những phương pháp liên quan có trước đó.

> 4. Nhận ra những điều chỉnh và sửa lỗi gần đây đối với quan điểm Giả Thuyết Bản Văn, là quan điểm tận dụng bằng chứng khảo cổ và những nghiên cứu thuộc Cận Đông cổ đại.
>
> 5. Bắt đầu phát triển phương pháp giải thích Kinh Thánh xác nhận quan điểm tiên tiến về Kinh Thánh và tận dụng bằng chứng khảo cổ, các nghiên cứu ở vùng Cận Đông và hệ phương pháp phê bình theo những cách phù hợp với thế giới quan siêu nhiên toàn diện.

Như trong bất kỳ lĩnh vực của nỗ lực nào, có rất nhiều ý kiến khác nhau giữa vòng các học giả Cựu Ước về bằng chứng mà chúng ta đã xem xét trong chương trước. Tuy nhiên, tình hình thậm chí còn phức tạp hơn chúng ta nghĩ. Tác giả sách Các Quan Xét đánh giá hoàn cảnh chính trị và đạo đức thời của ông là hỗn loạn và lộn xộn. Đánh giá của ông không phải là không thích hợp để mô tả lĩnh vực nghiên cứu Cựu Ước ngày nay. Ngày nay không có một học thuyết hoặc sự nhất trí học thuật nào nắm quyền kiểm soát, vì thế sự lộn xộn lan tràn.

Trong chương này, tôi sẽ giới thiệu ngắn gọn về các hệ phương pháp mà học giả Kinh Thánh hiện đại dùng. Theo sau là khảo sát tính học thuật liên quan đến Sáng Thế Ký và Ngũ Kinh nói chung, mà về bản chất sẽ là tổng quan về cách mà giới học giả hiện đại giải thích bằng chứng được xem xét trong chương 13. Những ý tưởng được phác thảo ở đây hết sức phức tạp, và bạn nên nhớ rằng chương này chỉ có thể giới thiệu cho bạn nhiều vấn đề liên quan.

Bản Chất của Phê Bình Kinh Thánh

Theo ý nghĩa rộng nhất, phê bình Kinh Thánh là đi tìm lẽ thật qua việc áp dụng những quy tắc lý luận vào việc nghiên cứu bản văn Kinh Thánh.[1] Nó nói lên tính không thiện chí của một sự tiêu cực và khó chịu bởi vì ý nghĩa chính của từ "phê bình", một hành động đưa ra lời phán xét về tính tốt xấu của một điều gì hoặc một ai đó, một sự phán xét thường không có thiện chí. Bạn có thể thắc mắc "Ai dám phê bình Kinh Thánh?" Nhưng từ ngữ phê bình cũng chỉ về "một ngành khoa học về xử lý bản văn, nhân vật, việc biên soạn, và nguồn gốc của tài liệu văn chương."[2] Như thế, đó là thuật ngữ hoàn toàn trung tính, không mang tính tiêu cực cũng không tích cực. Và như thế, đó là điều tất cả chúng ta đều làm. Thật ra không thể

---

1. Muốn biết thêm về định nghĩa phê bình Kinh Thánh và các hệ phương pháp khác được trình bày trong chương này, xem Richard N. Soulen, *Handbook of Biblical Criticism*, 2nd ed. (Atlanta: John Knox, 1981).

2. *The Oxford English Dictionary* (Oxford: Clarendon, 1933), 2:1181.

nào đọc bản văn Kinh Thánh mà không xem xét những vấn đề về quyền tác giả và niên đại biên soạn.

Vì thế, phê bình Kinh Thánh tìm kiếm lẽ thật bằng cách áp dụng các quy tắc lý luận vào bản văn Kinh Thánh.[3] Một trong những nhiệm vụ của phê bình hiện đại là phát triển những quy tắc thích hợp cho việc nghiên cứu như thế, để rồi dẫn đến việc phát triển nhiều hệ phương pháp riêng biệt. Những hệ phương pháp này đôi khi được chia thành **"hạ phê bình"** (lower criticism) và **"thượng phê bình"** (higher criticism), mặc dù những thuật ngữ này ngày nay không phổ biến như trước đây vì những hàm ý mang tính xúc phạm của chúng. Hạ phê bình chỉ về phê bình bản văn, tức là tìm cách khôi phục từ ngữ ban đầu của bản văn từ nhiều bản thảo khác nhau hiện có. Thượng phê bình nói đến tất cả những hình thức phê bình Kinh Thánh khác, tìm cách trả lời những câu hỏi liên quan đến việc biên soạn và nguồn gốc Kinh Thánh. Kể từ Thời Kỳ Khai Sáng (thế kỷ XVII-XVIII SC), phê bình Kinh Thánh làm nảy sinh nhiều hệ phương pháp khác biệt nhưng có liên hệ với nhau, là điều mà bây giờ chúng ta nói đến.

Khảo Sát các Phương Pháp

Phần tổng quan này sẽ giới thiệu với bạn những phương pháp phê bình Kinh Thánh được dùng phổ biến nhất. Một số sẽ được đề cập ngắn gọn mặc dù không phải chúng kém quan trọng trong công tác giải nghĩa Kinh Thánh.

Phê Bình Bản Văn.[4]

Không có bản nguyên thủy (được gọi là **nguyên bản**) của bất kỳ sách nào trong Kinh Thánh còn đến ngày nay. Do đó, dựa theo những bản thảo hiện có, những nhà phê bình bản văn tìm cách khôi phục từ ngữ ban đầu của bản văn càng đầy đủ chừng nào càng tốt chừng nấy. Điều này đòi hỏi việc xem xét các bản thảo Hê-bơ-rơ thời trung cổ (Bản Văn Masoretic) cũng như các bản dịch Hy Lạp đầu tiên (Septuagint/bản Bảy Mươi và nhiều cổ bản khác), và các bản dịch trong nhiều ngôn ngữ khác,

---

3. Liên hệ tổng quát hơn với "giải kinh học", hoặc lý thuyết về giải nghĩa. Nhánh học thuật này về Kinh Thánh tìm cách thiết lập những nguyên tắc và phương pháp giải thích bản văn cổ cho văn hóa hiện đại.

4. Về các nguồn hữu ích có sẵn, xem Emanuel Tov, *Textual Criticism of the Hebrew Bible* (Minneapolis/Assen, Netherlands: Fortress/Van Gorcum, 1992); and P. Kyle McCarter Jr., *Textual Criticism: Recovering the Text of the Hebrew Bible*, Guides to Biblical Scholarship (Philadelphia: Fortress, 1986).

bao gồm La-tinh, Ai Cập cổ, Ê-thi-ô-pi và A-ram. Ngoài ra, những nhà khảo cổ đã tìm thấy hàng trăm bản thảo và mảnh bản thảo trong mười một hang động dọc bờ biển tây bắc của Biển Chết khoảng giữa năm 1947 và 1956 (gọi là Các Cuộn Biển Chết). Những cuộn này được viết bằng tiếng Hê-bơ-rơ, A-ram và Hy Lạp (một vài) có niên đại lùi lại một ngàn năm so với những bản thảo Cựu Ước được biết đến trước đây. Các Cuộn Biển Chết có ảnh hưởng lớn trên những nghiên cứu Cựu Ước nói chung và phê bình bản văn nói riêng, phần lớn khẳng định tính đáng tin cậy của bản văn mà chúng ta có ngày nay.

Tất cả những bản thảo này được sao chép bằng tay kể từ khi chúng được xuất bản trước thời đại máy in. Cho nên những sai sót do mắt và tai là không thể tránh khỏi. Công tác phê bình bản văn nhằm phát hiện những lỗi này và khôi phục bản văn gốc đến mức tối đa có thể. Nhiệm vụ này có vẻ dễ gây nản lòng vô cùng. Không có bản thảo gốc, làm sao người phê bình bản văn có thể biết họ có khôi phục chính xác bản văn hay không? Đã nhiều năm tách rời khỏi nguyên bản, liệu phê bình bản văn là một việc làm vô ích, không có gì khác hơn là phỏng đoán không?

Thật ra, có sự phù hợp đáng kể về tỉ lệ phần trăm giữa vô số bản thảo hiện có. Công tác phê bình bản văn minh họa tính đáng tin cậy của bản văn, mà không cần lời chứng hoàn hảo nào cho bản văn. Chúng ta có thể dùng thước đo chuẩn tại Viện Smithsonian ở Washington D.C để minh họa cho điều này.[5] Ít người trong chúng ta thật sự nhìn thấy chuẩn đo lường chính xác mà qua đó tất cả chúng ta quen với những vật đo lường. Nhiều người trong chúng ta thậm chí không từng biết nó tồn tại. Thế nhưng chúng ta thường dùng thước cây, thước chia độ và thước cuộn mà không cần tham khảo thước chuẩn đầu tiên ở Washington. Những công cụ đo lường gần đúng này có giá trị từ chuẩn đó, và chúng chính xác và đáng tin cậy vì đằng sau chúng là chuẩn đo lường chính xác. Việc mất mát hay hư hỏng thước chuẩn cũng không ảnh hưởng đáng kể đến chúng ta. Vô số bản sao của thước chuẩn mà chúng ta có giúp chúng ta có thể tiếp tục cuộc sống của mình như bình thường. Tương tự, việc mất nguyên bản Kinh Thánh thật sự không quan trọng đối với nhà phê bình bản văn. Họ tìm cách so sánh các bản sao để bảo toàn bản chuẩn cách cẩn thận tối đa.

Cuối cùng, cần lưu ý rằng số lượng những biến đổi trong bản văn Cựu Ước làm thay đổi cách chúng ta giải thích một phân đoạn cụ thể là vô cùng nhỏ. Không một biến đổi nào thật sự làm thay đổi cách chúng ta giải thích

---

5. R. Laird Harris, *Inspiration and Canonicity of the Bible: An Historical and Exegetical Study* (Grand Rapids: Zondervan, 1957), 88–89.

một phân đoạn lại có liên quan đáng kể đến lẽ thật giáo lý quan trọng của hội thánh.

Phê Bình Nguồn Tài Liệu và Phê Bình Trứ Tác

Các Cuộn Biển Chết, được tìm thấy trong hang động, có ảnh hưởng quan trọng đến phê bình bản văn Cựu Ước

Vai trò của **phê bình nguồn tài liệu** trong nghiên cứu Cựu Ước là để khám phá khuôn mẫu văn chương của bản văn. Những khuôn mẫu này lần lượt giúp nhà phê bình nghiên cứu về, và có lẽ tách biệt, những nguồn tài liệu khác nhau đã được dùng trong việc biên soạn bản văn.[6] Thông thường nhà phê bình nguồn tài liệu dựa vào việc kết hợp nhiều loại tiêu chuẩn khác nhau để phân biệt các nguồn tài liệu. Trong nghiên cứu Ngũ Kinh, những điều này bao gồm các danh xưng khác nhau chỉ về Đức Chúa Trời, sự lặp lại hoặc các ký thuật tương đương về những sự kiện đặc biệt, những sự tương phản rõ ràng, văn phong và thần học. Tôi sẽ chỉ giới thiệu các tiêu chuẩn khác nhau được dùng để phân tích nguồn tài liệu. Bạn sẽ gặp lại chúng khi chúng ta nghiên cứu kết quả của công tác phê bình nguồn tài liệu trong Sáng Thế Ký.[7]

---

6. Về hiểu biết chung của công tác "phê bình văn chương" và những khác biệt giữa hai hình thức, xem Carl E. Armerding, *The Old Testament and Criticism* (Grand Rapids: Eerdmans, 1983), 21–22.

7. Xem G. Herbert Livingston, *The Pentateuch in Its Cultural Environment* (Grand Rapids: Baker, 1974), 224–27; Duane A. Garrett, *Rethinking Genesis: The Sources and Authorship of the First Book of the Pentateuch* (Grand Rapids: Baker, 1991), 18–31; and Norman C. Habel, *Literary Criticism of the Old Testament*, Guides to Biblical Scholarship (Philadelphia: Fortress, 1971), 18–27 để biết thêm các tiêu chuẩn được trình bày ở trên.

> **Nhiệm Vụ của Phê Bình Hình Thức**
>
> - Phân tích cấu trúc của thể loại
> - Xác định bản văn là ví dụ của thể loại này hoặc thể loại kia.
> - Nhận biết bối cảnh xã hội tạo ra và duy trì thể loại đó
> - Chỉ ra mục đích của thể loại.

Trước tiên, chúng ta đã thấy cách những chương mở đầu của Sáng Thế Ký dùng từ vựng chung "Đức Chúa Trời" (Ê-lô-him) và danh xưng thiêng liêng chỉ về Đức Chúa Trời, thường được dịch là "Đức Giê-hô-va" (Yahweh). Đôi khi chúng ta còn gặp cả hai từ chung với nhau "Giê-hô-va Đức Chúa Trời". Chúng ta cũng thấy rằng các ký thuật về tộc trưởng dùng danh xưng Ên- để nói về Đức Chúa Trời thường xuyên hơn so với danh xưng phổ biến Yahweh. Các học giả nghiên cứu Sáng Thế Ký kể từ những năm 1750 đã chấp nhận hai danh xưng thiên thượng này làm tiêu chuẩn căn bản để phân biệt nguồn tài liệu khác nhau trong Sáng Thế Ký và những chỗ khác trong Ngũ Kinh.

Thứ hai, chúng ta cũng quan sát thấy tác giả Sáng Thế Ký ghi lại một số những sự kiện tương tự nhau. Ví dụ, cả Áp-ra-ham và Y-sác đều nói dối các vua ngoại bang về mối quan hệ của họ với vợ (12:14–20; 20:1–18; 26:1–11). Dường như có hai lần đặt tên Bê-e Sê-ba (21:22–34; 26:26–33), và hai lần đặt tên Bê-tên (28:10–22; 35:13–15). Tương tự, có hai phân đoạn giải thích việc đổi tên Gia-cốp thành Y-sơ-ra-ên (32:22–32; 35:10). Phê bình nguồn tài liệu thường cho rằng việc lặp lại sự kiện hai lần hay ba lần như thế là những truyện tích khác nhau của cùng một sự kiện.

Thứ ba, phê bình nguồn tài liệu đôi khi cho rằng những câu dường như tương phản trong Sáng Thế Ký phản ảnh các nguồn khác nhau nằm sau bản văn. Ví dụ, trong câu chuyện nước lụt, Sáng Thế Ký 6:20 bảo Nô-ê đem vào tàu mỗi loại một cặp súc vật, trong khi 7:2 nói ông đem vào bảy cặp súc vật tinh sạch.[8] Tương tự, một số câu dường như không nhất quán trong ký thuật sáng tạo của Sáng Thế Ký chương 1 và 2 thường được dùng làm bằng chứng cho những nguồn tài liệu riêng biệt, và những khác nhau giữa các phần về luật pháp của Xuất Ê-díp-tô Ký và Phục Truyền Luật Lệ Ký cũng vậy.

---

8. Những câu dường như trái ngược về trình tự thời gian trong ký thuật cơn nước lụt vẫn quan trọng hơn. Xem Garrett, *Rethinking Genesis*, 25–29.

Sự khác biệt về văn phong và từ vựng thường được xem là tiêu chuẩn thứ tư để phân tích nguồn tài liệu. Nhà phê bình nguồn tài liệu thường cho rằng nếu là một nguồn thì sẽ nhất quán trong việc diễn đạt ý tưởng mà những ý đó không nhất thiết phải có trong các nguồn khác. Điều này bao gồm không chỉ những từ ngữ hoặc cụm từ riêng mà các nguồn đặc thù đó sử dụng, nhưng bao gồm cả mức độ chung mà ký thuật văn xuôi đó được viết ra. Một số ký thuật văn xuôi có tính chất cao quý và vĩ đại, mang phẩm chất thi ca, trong khi các đoạn văn xuôi khác thì buồn tẻ và lặp đi lặp lại. Những khác biệt như thế thường được các nhà phê bình dùng để phân biệt các nguồn tài liệu.

Thứ năm, đôi khi người phê bình nguồn dựa vào những khái niệm thần học và tôn giáo làm tiêu chuẩn phân loại nguồn. Người ta cho rằng một số nguồn tài liệu có quan điểm siêu việt và long trọng về Đức Chúa Trời, trong khi các nguồn khác thì mô tả Đức Chúa Trời theo cách thân mật và riêng tư hơn.

Giá trị của năm tiêu chuẩn để phân biệt nguồn tài liệu bị thách thức vì nhiều lý do. Hai tiêu chuẩn sau cùng được bàn luận ở đây (văn phong và thần học) mang tính chủ quan nhất và ít đáng tin cậy nhất. Nhưng các nhà phê bình nguồn tài liệu cho rằng ảnh hưởng tích lũy của cả năm tiêu chuẩn hiệp lại có thể giúp phân biệt các nguồn tài liệu cổ mà người biên tập Ngũ Kinh đã dùng. Một khi nguồn tài liệu được nhận diện chủ yếu qua việc sử dụng ba tiêu chuẩn đầu tiên, thì người ta tin rằng hai tiêu chuẩn còn lại sẽ củng cố thêm kết quả nghiên cứu. Ở phần sau tôi sẽ nói thêm về giá trị của những tiêu chuẩn này, nhưng tới bây giờ cũng đủ để chỉ ra rằng việc phân tích nguồn tài liệu trong các bản văn cổ có thể khá chủ quan. Ngũ Kinh không dùng tham khảo chéo hay bất kỳ phương pháp nào để thể hiện tính chất của nguồn tài liệu. Vấn đề là chúng ta có ít bằng chứng khách quan về nguồn tài liệu nằm sau bản văn hiện tại của Ngũ Kinh.

Các sách lịch sử thường nhắc đến tài liệu nguồn hơn, với sự đề cập rõ ràng đến *Sách của Gia-sa* (hay *Sách của Người Công Bình*, Giô 10:13. 2 Sa 1:18), *Sách Sử Ký của Sa-lô-môn* (1 Vua 11:41), *Sách Sử Ký của Các Vua Y-sơ-ra-ên* (1 Vua 14:19; 15:31 và các sách khác), và Sách Sử Ký của Các Vua Giu-đa (1 Vua 14:29; 15:7 và các sách khác). Các sách lịch sử sau này rõ ràng dựa vào các nguồn tài liệu truyền thống của Y-sơ-ra-ên, một vài trong số đó vẫn còn trong Kinh Thánh (xem Era 1:2–4, và việc tác giả 1 và 2 Sử Ký sử dụng Sa-mu-ên và Các Vua). Nhưng chỉ với ngoại lệ về sự đề cập *Sách Chiến Trận của Đức Giê-hô-va* trong Dân 21:14, những đề cập rõ ràng về tài liệu nguồn không được sử dụng trong Ngũ Kinh.

Đây là những tài liệu nguồn có thật mà các tác giả Cựu Ước đã có, nhưng đã bị hư hoại theo dòng lịch sử. Người phê bình nguồn tài liệu tìm cách đi xa hơn nữa bằng cách khôi phục những nguồn tài liệu mà các tác giả Kinh Thánh *không đặt tên*. Nếu phương pháp phê bình nguồn có giá trị, thì nó phải luôn luôn là nỗ lực mang tính thăm dò vì không có khả năng xác minh nguồn, và bất kỳ kết luận nào đưa ra qua việc phân tích phê bình nguồn đều phải sẵn sàng chịu sự xem xét và tái đánh giá liên tục.

Phê bình trứ tác có liên quan đến phê bình nguồn và gắn liền với những kết luận của nó. Thuật ngữ "trứ tác" nói đến hoạt động biên tập mà trong đó tài liệu được sắp xếp theo một hình thức văn chương nhất định. Những nhiệm vụ của phê bình trứ tác đôi khi được xác định cách khác nhau, nhưng chúng thường liên quan đến phân tích phương cách mà các nguồn được biên tập với nhau, trong trường hợp thừa nhận kết quả của phê bình nguồn và phù hợp với những phát hiện của nó. Phê bình trứ tác cũng cố gắng khám phá các quan điểm thần học của cá nhân người biên tập các nguồn tài liệu Kinh Thánh bằng cách phân tích kỹ thuật biên tập và những lựa chọn được dùng để định hình và sắp xếp các nguồn tài liệu viết có sẵn cho người đó. Họ nghiên cứu thẩm thấu văn chương của bản văn để biết về người biên tập cổ đã tạo ra nó. Như vậy, phê bình nguồn và phê bình trứ tác là những nỗ lực bổ sung cho nhau.

Phê Bình Hình Thức và Phê Bình Truyền Thống

Vai trò của **phê bình hình thức** trong nghiên cứu Cựu Ước là phân tích và giải thích văn chương Cựu Ước qua bài nghiên cứu về thể loại văn chương của nó.[9] Phương pháp này cho rằng văn chương cổ thường bắt đầu là truyền thống truyền khẩu, và phê bình hình thức Cựu Ước cũng bắt đầu với việc giả định rằng hầu hết văn chương Y-sơ-ra-ên xuất hiện như văn học dân gian, trải qua thời kỳ truyền khẩu sơ khởi phức tạp và lâu dài. Mặc dù những thể loại truyền khẩu này là một hằng số trong phần lớn thời kỳ Cựu Ước, nhưng cũng có sự linh động và thay đổi nhất định có thể được tìm thấy trong sự phát triển của chúng. Mỗi thể loại hay hình thức được cho là bắt nguồn từ bối cảnh lịch sử cụ thể (hay **Sitz im Leben**, "hoàn cảnh sống") trong lịch sử của dân Y-sơ-ra-ên. Nhà phê bình

---

9. Gene M. Tucker, *Form Criticism of the Old Testament*, Guides to Biblical Scholarship (Philadelphia: Fortress, 1971), 1; và dành cho các nguyên tắc của phê bình hình thức được phác họa trong đoạn văn này, 6–9.

hình thức cho rằng bối cảnh nguyên thủy này có thể được khám phá qua nghiên cứu hình thức của chính nó.

Do vậy, nhà phê bình hình thức cố gắng đi xa hơn công tác phê bình nguồn, thường có khuynh hướng xem các nguồn của Ngũ Kinh là sản phẩm văn chương của từng cá nhân hơn là một bộ sưu tập các truyền thống văn chương dân tộc. Hệ phương pháp của phê bình hình thức về truyền thống có bốn bước, bao gồm cấu trúc, thể loại, bối cảnh và chủ đích của hình thức.[10]

Trước tiên, nhà phê bình hình thức phân tích *cấu trúc* của thể loại. Điều này bao gồm việc nghiên cứu tỉ mỉ các công thức bắt đầu và kết thúc, hoặc các khuôn mẫu truyền đạt mang tính quy ước khác nhằm tách những lời nói hoặc câu chuyện nguyên thủy mà sau này được kết hợp vào đơn vị lớn hơn của bản văn viết. Sau khi xác định những phần nhỏ hơn, nhà phê bình hình thức nghiên cứu cấu trúc hoặc bố cục của đơn vị cụ thể.

Thứ hai, nhà phê bình hình thức xác định và mô tả bản văn như một ví dụ về *thể loại* này hay thể loại khác. Mục tiêu ở đây là định vị phân loại văn chương phù hợp nhất cho đơn vị đang nghiên cứu. Thể loại hoặc hình thức khác nhau rất nhiều, nhưng chúng có thể bao gồm những ví dụ như lời tuyên bố về sự ra đời của đứa bé, tên của thành phố, lời đoán phạt tiên tri, hay bài thánh ca cảm tạ của cá nhân. Những hình thức này không bao giờ cứng ngắc nhưng hàm chứa nhiều sự linh động, và một trong những quan sát quan trọng ở giai đoạn nghiên cứu này là phương cách mà trong đó một ví dụ cụ thể về thể loại khác với những ví dụ khác trong Cựu Ước.

Thứ ba, nhà phê bình hình thức cố gắng nhận diện *bối cảnh* xã hội đã sinh ra và duy trì các thể loại khác nhau. Nghiên cứu này đòi hỏi sự nghiên cứu tỉ mỉ đời sống của dân tộc Y-sơ-ra-ên cổ đại với nỗ lực nhằm định vị hoàn cảnh lịch sử chính xác, hay *Sitz im Leben*. Những nơi chốn lịch sử mà từ đó văn chương Y-sơ-ra-ên ra đời thường bắt nguồn từ những tập tục thờ phượng và tôn giáo, những định chế pháp lý, giáo dục, đời sống gia đình hay phong tục của hoàng triều.

Thứ tư, nhà phê bình hình thức tìm cách xác định *chủ đích* của thể loại, và đưa ra lời giải thích về mục đích và chức năng của nó. Phê bình hình thức cho rằng mỗi thể loại trong Cựu Ước xuất hiện từ hoàn cảnh lịch sử của nó nhằm thực hiện mục đích cụ thể nào đó trong đời sống của quốc gia Y-sơ-ra-ên, và nó tồn tại vì tiếp tục đáp ứng nhu cầu đó. Nhiệm vụ ở

---

10. Xem Tucker, *Form Criticism*, 10–17; and Klaus Koch, *The Growth of the Biblical Tradition: The Form-Critical Method*, trans. S. M. Cupitt (New York: Scribner, 1969), 1–67 để biết thêm các phương pháp phê bình hình thể.

đây là tìm hiểu về mục đích của thể loại trong lịch sử Y-sơ-ra-ên nói chung và mục đích của đơn vị cụ thể đang được nghiên cứu nói riêng.

Cả phê bình nguồn và phê bình biên soạn đều liên quan cụ thể đến các giai đoạn *văn chương* trong văn chương Cựu Ước. Việc nhấn mạnh phê bình hình thức về giai đoạn truyền khẩu *tiền văn chương* dẫn đến một hệ phương pháp khác, **phê bình truyền thống**. Tên gọi "phê bình truyền thống" được dùng theo nhiều cách khác nhau. Nhưng nói chung nó cố gắng phân tích toàn diện để kể toàn bộ câu chuyện. Nó gom lại kết quả của phê bình nguồn tài liệu lẫn phê bình hình thức để xây dựng lịch sử văn chương Cựu Ước qua giai đoạn tiền văn chương lẫn giai đoạn văn chương.[11] Nó cho rằng cả truyền thống truyền khẩu lẫn truyền thống văn viết đều có vai trò trong sự định hình cuối cùng của văn chương Cựu Ước. Về một phương diện, phê bình truyền thống nằm giữa phê bình hình thức và phê bình biên soạn. Nó quan tâm đến tất cả những bước từ lúc bắt đầu truyền thống truyền khẩu (phê hình hình thức) cho đến giai đoạn cuối cùng của việc biên tập (phê bình trứ tác).

Phê Bình Lịch Sử

Đôi khi tên gọi **"phê bình lịch sử"** được dùng để chỉ hệ phương pháp tìm cách kết hợp kết quả của tất cả các phương pháp phê bình khác với nỗ lực khôi phục niên đại của lịch sử văn chương Y-sơ-ra-ên. Nỗ lực này đề cập đến bối cảnh lịch sử của dữ liệu, bao gồm niên đại và nơi biên soạn. Phê bình lịch sử tìm cách kể lại các sự kiện theo trình tự thời gian có liên quan đến việc soạn thảo văn chương Y-sơ-ra-ên bên trong bức tranh tổng thể của lịch sử Y-sơ-ra-ên nói chung. Vì phê bình lịch sử quan tâm đến lịch sử Y-sơ-ra-ên nói chung, nên điểm khác biệt của nó so với các phương pháp khác là sự nhấn mạnh đến lịch sử của việc hình thành văn chương Y-sơ-ra-ên.[12]

---

11. Phê bình truyền thống cũng có thể có định nghĩa hẹp hơn, trong đó nó được hiểu là chỉ nói đến lịch sử phát triển tiền văn chương của văn chương. Xem Tucker, *Form Criticism*, 19; and Walter E. Rast, *Tradition History and the Old Testament*, Guides to Biblical Scholarship (Philadelphia: Fortress, 1972).

12. J. Maxwell Miller, *The Old Testament and the Historian*, Guides to Biblical Scholarship (Philadelphia: Fortress, 1976), đặc biệt 11–19.

Phê Bình Văn Chương

Trong vài thập kỷ qua, một hệ phương pháp mới xuất hiện trong nghiên cứu Kinh Thánh được gọi là **phê bình văn chương**.[13] Phương pháp này nhìn chung tìm cách phân tích bản văn Kinh Thánh không dựa vào người đã tạo ra nó hoặc thời điểm được viết ra. Ngược lại, người phê bình văn chương quan tâm đến ý định của tác giả và cách trong đó tác giả tạo ý nghĩa qua các yếu tố cấu thành khác nhau trong cấu trúc của chính bản văn. Do đó, phê bình văn chương không bắt đầu với ai và khi nào, mà là vì sao và như thế nào của bản văn. Kết quả của phương pháp này là một đánh giá mới về nghệ thuật văn chương của bản văn Kinh Thánh. Nhiều nhà phê bình văn chương cũng thách thức những khám phá về các kết luận cổ xưa hơn và vững chắc hơn của phê bình nguồn tài liệu và phê bình hình thức.

Phê Bình Kinh Điển

Một phương pháp nữa tương đối mới mẻ là cái gọi là **phê bình kinh điển**, có lẽ nói đến một số các phương pháp có cùng mối quan tâm tương tự về tính chất, chức năng và thẩm quyền của kinh điển Kinh Thánh. Thuật ngữ "kinh điển" chỉ về tuyển tập các sách Kinh Thánh có thẩm quyền đã được chấp thuận làm quy tắc đức tin và thực hành (từ Hy Lạp là *kanon*). Phê bình kinh điển cố gắng nghiên cứu hình thức Cựu Ước đã được công nhận và phơi bày sứ điệp thần học của nó. Phương pháp này ít đề cập đến giai đoạn biên tập cụ thể, nhưng quan tâm đến sản phẩm cuối cùng. Nó cũng tìm cách nhận biết những phương pháp giải thích được dùng trong các cộng đồng đức tin khác nhau, mà qua đó các truyền thống cổ xưa được điều chỉnh cho phù hợp.

Mặc dù không bác bỏ những phát hiện của các phương thức tiếp cận tài liệu, nhưng những học giả dùng phê bình kinh điển muốn nghiên cứu hình thức cuối cùng của Kinh Thánh, vì đây là cái có thẩm quyền đối với

---

13. Thuật ngữ này có lúc được dùng để chỉ nỗ lực phê bình nguồn tài liệu, nhưng ngày nay nói chung dành cho phương pháp được mô tả trong phần này. Muốn biết lịch sử vắn tắt của ngành mới phát triển này, xem Paul R. House, "The Rise and Current Status of Literary Criticism of the Old Testament," in *Beyond Form Criticism: Essays in Old Testament Literary Criticism*, ed. Paul R. House (Winona Lake, Ind.: Eisenbrauns, 1992), 3–22; and Tremper Longman III, *Literary Approaches to Biblical Interpretation* (Grand Rapids: Zondervan, 1987).

cộng đồng tôn giáo.¹⁴ Họ ít quan tâm đến cách bản văn ra đời, mà quan tâm hơn đến sứ điệp thần học và sứ điệp bên trong của kinh điển. Phương pháp này mang đến sự hiệu chỉnh hữu ích cho khuynh hướng phân tán nhỏ của những nhà phê bình đi trước.

Khảo Sát Tính Học Thuật trong Sách Sáng Thế Ký

Sách Sáng Thế Ký là trọng tâm của nghiên cứu Ngũ Kinh trong hơn hai trăm năm qua. Điều này có nhiều lý do, nhưng một trong số những lý do đó là Sáng Thế Ký là nền tảng cho phần còn lại của Ngũ Kinh, và các vấn đề liên quan về nguồn tài liệu và phân tích phê bình hình thức trước nhất xuất hiện trong các đoạn mở đầu. Do đó, công tác học thuật về Sáng Thế Ký đã tạo điều kiện thuận lợi cho nhiều quan điểm khác nhau về quyền tác giả của Ngũ Kinh.

Phần này sẽ khảo sát những phát triển chính trong nghiên cứu đã chiếm ưu thế và chi phối việc nghiên cứu Sáng Thế Ký nói riêng và Ngũ Kinh nói chung trong giới học giả phê bình hiện đại. Những sự phát triển này liên hệ đến hàng trăm học giả vòng quanh thế giới, và ở đây chúng ta chỉ có thể nêu bật những sự kiện cách vắn tắt.¹⁵

Thế Kỷ Mười Tám

Hạt giống của khoa học hiện đại được gieo trong suốt Thời Kỳ Khai Sáng, khi con người đề cao tầm quan trọng của lý luận con người và bắt

---

14. James A. Sanders, *Canon and Community: A Guide to Canonical Criticism* (Philadelphia: Fortress, 1984). Mặc dù Brevard S. Childs bác bỏ cách gọi "phê bình kinh điển" đối với phương thức tiếp cận của ông, nhưng hầu hết đều cho rằng tác phẩm của ông nằm trong phạm trù này. Đặc biệt xem *Introduction to the Old Testament as Scripture* (Philadelphia: Fortress, 1979).

15. Muốn biết nghiên cứu đầy đủ, xem R. K. Harrison, *Introduction to the Old Testament* (Grand Rapids: Eerdmans, 1969), 1–82. Trong số nhiều khảo sát ngắn gọn hơn về tài liệu này, tôi đề nghị xem Armerding, *Old Testament and Criticism*; Joseph Blenkinsopp, *The Pentateuch: An Introduction to the First Five Books of the Bible*, Anchor Bible Reference Library (New York: Doubleday, 1992), 1–30; Eugene Carpenter, "Pentateuch," in *International Standard Bible Encyclopedia*, ed. Geoffrey W. Bromiley, 4 vols. (Grand Rapids: Eerdmans, 1979–88), 3:742–53; Ronald E. Clements, *One Hundred Years of Old Testament Interpretation* (Philadelphia: Westminster, 1976), 1–30; R. Norman Whybray, *Introduction to the Pentateuch* (Grand Rapids: Eerdmans, 1995), 12–28.

đầu giải thích thế giới từ thế giới quan thuần túy của chủ nghĩa nhân văn, và trong hầu hết trường hợp là vô thần. Điều không thể tránh khỏi là thẩm quyền và tính đáng tin cậy của Kinh Thánh sẽ bị nghi ngờ, vì khái niệm về mặc khải thiên thượng và chủ nghĩa siêu nhiên nói chung đang bị bác bỏ.

Jean Astruc

Những khởi đầu của phương pháp phê bình nguồn tài liệu về Ngũ Kinh thường được cho là bắt nguồn từ Astruct, mặc dù ông có ít người đi trước nổi tiếng. Astruc là một sinh viên y khoa người Pháp, người đã xuất bản ẩn danh bài nghiên cứu tỉ mỉ theo phương pháp quy nạp về Ngũ Kinh năm 1753. Tác phẩm của ông thường được hoan nghênh như là khởi đầu của phê bình nguồn tài liệu về Ngũ Kinh đúng đắn. Astruc chọn danh xưng thiên thượng "Ê-lô-him" và "Yahweh" làm tiêu chuẩn cơ bản để nhận diện và phân biệt các nguồn tài liệu do Môi-se sử dụng trong việc biên soạn Sáng Thế Ký. Ông kết luận rằng Môi-se đã dùng một nguồn tài liệu chủ yếu nói đến Đức Chúa Trời là Ê-lô-him (nguồn A của Astruc) và một nguồn nhắc đến Ngài là Yahweh (nguồn B). Astruc phát triển tiêu chuẩn khác mà ông dùng để phân chia thêm nữa các nguồn tài liệu cho phần còn lại của Ngũ Kinh.

Astruc không bao giờ thắc mắc quyền tác giả của Môi-se hay thẩm quyền của Ngũ Kinh. Phương pháp của ông ngây thơ ở chỗ ông cho rằng ông có thể tiếp cận văn chương Cận Đông cổ đại với những giả định tương tự được dùng cho văn chương Tây Âu hiện đại. Nhưng nhấn mạnh chủ yếu của ông về danh xưng thiên thượng là tiêu chuẩn để phân tích tài liệu nguồn tài liệu đã dọn đường cho những nhà phê bình nguồn tài liệu của Ngũ Kinh trong tương lai.

Johann G. Eichhorn

Eichhorn xuất bản bộ ba quyển dẫn nhập Cựu Ước (1781–83), trong đó thuật ngữ "dẫn nhập" chỉ về việc nghiên cứu hoàn toàn mang tính học thuật về các vấn đề thượng phê bình đối với toàn bộ Cựu Ước. Đôi khi ông được gọi là "Cha đẻ của Phê Bình Cựu Ước".

Trong nghiên cứu của mình về Sáng Thế Ký, Eichhorn đã đi theo Astruc trong việc chấp nhận những danh xưng thánh "Ê-lô-him" và "Yahweh" làm tiêu chuẩn cơ bản để phân chia những tài liệu chính. Ông dùng từ "E" để chỉ tư liệu về Ê-lô-him (nguồn A của Astruc) và "J" để chỉ tư liệu Yahweh (nguồn B của Astruc).[16] Nhưng Eichhorn cũng thừa nhận Sáng Thế Ký phải có các nguồn khác nữa, vì rõ ràng là một số tài liệu không hòa hợp với phương thức tư liệu J và E. Ông nghiên cứu những tiêu chuẩn khác, chẳng hạn văn phong và nội dung như là phương tiện để hiểu tài liệu gốc rõ hơn. Eichhorn cũng áp dụng phương thức này cho phần còn lại của Ngũ Kinh, và cuối cùng ông hoàn toàn bác bỏ tác quyền của Môi-se.

Giả thuyết bản văn ban đầu của Eichhorn nhanh chóng trở nên phổ biến vì nó dường như đưa ra lời giải thích thỏa đáng nhất về cách Ngũ Kinh được biên soạn. Nhưng vẫn còn có những câu hỏi chưa được trả lời về kết luận của ông, và giới học giả Cựu Ước Châu Âu một trăm năm tiếp theo đã dành thời gian trả lời cho hai câu hỏi: Làm thế nào giải thích sự hiệp nhất rõ ràng của Ngũ Kinh dựa trên những tư liệu khác nhau đã được dùng trong việc biên soạn Ngũ Kinh? Đặc điểm tiêu biểu cơ bản của từng tài liệu là gì?

Đến cuối thế kỷ XVIII, các học giả tiếp tục những nghiên cứu của Eichhorn. Đó là thời kỳ tự tin và lạc quan vô độ, thậm chí kiêu ngạo. Một số học giả tuyên bố đã tự mình phân chia đến mười bảy nguồn tài liệu khác nhau trong Sáng Thế Ký! K. D. Ilgen là người đầu tiên phân chia E thành hai tài liệu riêng biệt, E1 và E2, và nhóm nhiều nguồn tài liệu Sáng Thế Ký khác nhau thành ba tài liệu cơ bản: J, E1 và E2.

Thế Kỷ Mười Chín

Vào đầu thế kỷ XIX, giả thuyết hai-hoặc–ba-tài liệu bắt đầu không còn được ưu ái. Nhiều học giả bắt đầu ủng hộ giả thuyết "mảnh rời" trong việc soạn thảo Ngũ Kinh. Theo phương pháp này, Ngũ Kinh được hình thành qua việc kết hợp nhiều mảnh rời thay vì là tài liệu. Một số học giả tin rằng những mảnh rời ban đầu này được kết lại với nhau bởi một người biên soạn (hoặc người biên tập) trong thời của Sa-lô-môn. Những người khác tuyên bố đã khám phá được đến ba mươi tám hay nhiều hơn nữa các mảnh rời của Ngũ Kinh, và cảm thấy chúng được biên tập lại với nhau trong thời kỳ lưu đày.

---

16. J được dùng để chỉ tác giả liên quan đến Giê-hô-va, một dạng khác gọi là the Yahwist, vì từ Hê-bơ-rơ là Yahweh.

W. M. L. de Wette

De Wette nằm trong số những người đầu tiên ủng hộ thuyết mảnh rời, cho rằng nhóm các mảnh J và E nằm sau Ngũ Kinh hiện có. Nhưng quan điểm của ông bị Heinrich Ewald chỉ trích và đến năm 1840 de Wette thay đổi quan điểm sang thuyết bổ sung (xem phần sau).

Tuy nhiên, đề nghị do de Wette đưa ra liên quan đến sách Phục Truyền, và để lại ảnh hưởng lâu dài trên các nghiên cứu Cựu Ước nói chung. Ông phục hồi gợi ý ban đầu của Jerome cho rằng Phục Truyền là sách luật pháp do quan chức của Giô-si-a tìm được năm 622 TC (đọc 2 Vua 22–23). Nhận xét đầu tiên của Jerome hoàn toàn có thể chấp nhận được vì Phục Truyền được gửi vào đền thờ tại lễ cung hiến của Sa-lô-môn (xem Phục 31:26 và 1 Vua 8:1–4). Chắc chắn nó đã bị bỏ quên trong suốt thời trị vị của Ma-na-se và A-môn. Nhưng de Wette còn đi xa hơn nữa khi cho rằng Phục Truyền thật ra là một sự lừa dối có thiện ý. Ông lập luận rằng sách đó không phải là tài liệu cổ bị lãng quên từ lâu, mà là một tư liệu mới được viết trong thời của Giô-si-a nhằm ủng hộ những cải cách tôn giáo của Giô-si-a. Tác giả vô danh của Phục Truyền đã cố tình viết ra quyển sách để nó có vẻ như là của Môi-se. Thay vì là quyển sách từ thời Môi-se (Cuối Thời Đại Đồ Đồng), Phục Truyền được cho là được biên soạn cuối thế kỷ VII.

Heinrich Ewald

Khởi đầu sự nghiệp, Ewald đã nhấn mạnh sự hiệp nhất của Sáng Thế Ký để chống lại các thuyết mảnh rời. Vào năm 1823, ông đề ra giả thuyết "bổ sung", trong đó chỉ tài liệu nòng cốt E được bổ sung bởi J và lấy từ sách Phục Truyền.

Tuy nhiên, thuyết bổ sung của Ewald không giải thích được tất cả tài liệu trong Ngũ Kinh. Những phần về luật pháp đặc biệt không thuộc bất kỳ cái nào trong ba tài liệu J, E hay D. Vì vậy, hai mươi năm sau ông đề xuất giả thuyết "kết tinh" phức tạp, trong đó nhiều người kể chuyện và biên tập tham gia vào việc biên soạn Ngũ Kinh và Giô-suê. Ewald gia nhập nhóm những học giả thích nói đến **Lục Thư** (sáu sách đầu của Kinh Thánh) thay vì nói đến Ngũ Kinh. Phương pháp kết tinh của ông cho rằng mỗi sách trong sáu sách đầu tiên chứa đựng cốt lõi hay trọng tâm mà những phần khác tụm lại xung quanh. Những tài liệu này trải qua tiến trình biên tập kỹ lưỡng cho đến khi toàn bộ đạt đến hình thức cuối cùng khoảng 600–500 TC. Giả thuyết này không bao giờ được chấp nhận rộng rãi.

Wilhelm Vatke

Giống như tất cả chúng ta, những học giả này chịu ảnh hưởng bởi những tư tưởng triết học thời bấy giờ. Tại đây trong nghiên cứu của chúng ta, việc nói đến Vatke và ảnh hưởng của chủ nghĩa duy tâm của Georg W. F. Hegel là điều cần thiết, vì tầm quan trọng lớn của nó đối với phần còn lại trong câu chuyện của chúng ta. Triết học biện chứng (hoặc hợp lý) nổi tiếng của Hegel là một trong những triết lý quan trọng nhất của thế kỷ XIX và có ảnh hưởng lớn trên các nhà sử học, nhà thần học, nhà kinh tế và nhà khoa học. Phép biện chứng dựa trên khái niệm về sự mâu thuẫn của những điều trái ngược (chính đề và phản đề) và giải pháp liên tục của chúng (sự tổng hợp). Một ý tưởng (hoặc chính đề) đi đến xung đột với điều ngược với nó (phản đề), nhưng cuối cùng hội tụ với nó trong một tổng hợp mới. Cũng vậy, tổng hợp mới cuối cùng sẽ xung đột với chính phản đề của nó, và tiến trình cứ tiếp tục như thế. Hiện tượng xung đột, kết hợp và phát triển lộ rõ trong thiên nhiên, lịch sử và tôn giáo xuyên suốt lịch sử con người.

Ảnh hưởng của Hegel trên các nghiên cứu Cựu Ước là không thể chối cãi được.[17] [Bắt đầu với Vatke, các học giả của thế kỷ XIX ép lịch sử tôn giáo của Y-sơ-ra-ên cổ đại vào khuôn mẫu của Hegel. Vatke lập luận rằng tôn giáo của Y-sơ-ra-ên mang tính nguyên thủy và theo thuyết tự nhiên trong thời kỳ các quan xét và đầu nền quân chủ (chính đề). Phản đề xuất hiện trong thời kỳ quân chủ sau này và thời kỳ tiên tri, khi tôn giáo của Y-sơ-ra-ên nhấn mạnh một Đức Chúa Trời thuộc linh và mang tính cá nhân hơn. Giai đoạn hậu lưu đày đưa ra một tổng hợp của những điều này qua việc thể chế hóa và lập pháp hóa đức tin của Y-sơ-ra-ên. Phương thức tiếp cận tôn giáo Y-sơ-ra-ên này được kết hợp với tư tưởng tiến hóa thế kỷ XIX trở

---

17. Các học giả bảo thủ thường nhấn mạnh rằng các thuyết về tài liệu của thế kỷ XIX dựa trên triết lý hiện nay bị phản đối và không tồn tại, và không nên tiếp tục xem xét những thuyết tài liệu này nữa vì Chủ nghĩa lý tưởng của Hegel không còn. Chắc chắn có một mức độ sự thật nào đó trong lập luận này, vì Vatke, Wellhausen và những người khác phụ thuộc vào Hegel trong nhiều phương diện như chúng ta sẽ thấy. Tuy nhiên, sự lệ thuộc của họ vào Hegel thường bị phóng đại, và bất luận thế nào, sự phụ thuộc như thế tự thân nó không định trước các phương pháp hoặc kết luận của Wellhausen. Blenkinsopp, *Pentateuch*, 8–11.

thành một ảnh hưởng mạnh mẽ đối với các học giả Cựu Ước sau này. Điều này đặc biệt đúng đối với Julius Wellhausen, người nói rằng ông học được "điều hay nhất và nhiều nhất" từ Vatke.[18] Nhưng sẽ nói nhiều hơn về ông sau.

Phương thức tiếp cận tiến hóa và phát triển của Vatke đã đưa ông đến một đề xuất mang tính đổi mới về luật pháp Y-sơ-ra-ên và các phần pháp lý của Ngũ Kinh. Ông kết luận rằng luật pháp của Cựu Ước xuất hiện vào *cuối* di sản tôn giáo của Y-sơ-ra-ên thay vì từ ban đầu như Kinh Thánh tuyên bố. Lập luận của Vatke cho rằng những quy định pháp lý của Ngũ Kinh thật sự được biên soạn trong thời lưu đày và hậu lưu đày không được chấp thuận ngay. Nhưng đặc điểm này trong nghiên cứu của ông cuối cùng trở thành nhân tố cốt yếu cho phương thức phê bình nguồn tài liệu đối với Ngũ Kinh.

Herman W. Hupfeld và Eduard Riehm

Vào giữa thế kỷ XIX, hai học giả này đã có những điều chỉnh trong phương pháp liên quan đến tài liệu mà cuối cùng nhận được sự chấp thuận rộng rãi. Vào năm 1852, Hupfeld biện luận để ủng hộ sự có mặt của ba tài liệu độc lập nằm sau Ngũ Kinh là E1, E2 và J. Toàn bộ cốt truyện do E1 cung cấp, đó là tài liệu nền tảng cho những tài liệu khác. J là tài liệu liên tục được đan kết với E2. Năm 1853, Riehm nhận diện Phục Truyền là tài liệu độc lập, có nội dung đầy đủ. Do đó, bốn nguồn tài liệu chính–E1, E2, J và D- cho Ngũ Kinh được thiết lập, mặc dù trình tự có thay đổi.

K. H. Graf và Abraham Kuenen

Ban đầu, Graf đồng ý với Hupfeld về trình tự các nguồn tài liệu (tức là E1, E2, J và D). Nhưng cuối cùng ông bị thuyết phục bởi lập luận cho rằng luật pháp xuất hiện sau này trong lịch sử Y-sơ-ra-ên. Vào năm 1865, ông dùng niên đại cố định của D (622 TC, đi theo de Wette) và thuyết phục cách hiệu quả giới học giả rằng E1 thuộc thời lưu đày, do vậy thiết lập trình tự là E2 J D E1. Ông đưa ra vai trò quan trọng của E-xơ-ra trong thời kỳ lưu đày, người được cho là đã biên soạn các tài liệu pháp lý và chức tế lễ trong E1, và sau này kết hợp chúng với E2, J và D để tạo thành E2JDE1, tức Ngũ

---

18. Julius Wellhausen, *Prolegomena to the History of Israel*, trans. J. Sutherland Black and Allan Menzies (Atlanta: Scholars, 1994 [1885]), 13.

Kinh. Vì phương cách hiệu quả mà trong đó Graf lập luận ủng hộ cho niên đại sau của tài liệu pháp lý-thầy tế lễ trong Ngũ Kinh, nên Giả Thuyết Bản Văn chiếm ưu thế thời đó thường được gọi là Giả thuyết Graf–Wellhausen.

Sau đó, Kuenen đã đảo ngược trình tự của hai tài liệu đầu, cho rằng Yahwist (hay tác giả J) là tác giả đầu tiên trong bốn tác giả. Ông thiết lập trình tự JE2DE1. Bằng cách cố gắng định niên đại soạn thảo của từng nguồn, Graf và Kuenen đã đưa phê bình nguồn vượt ra ngoài nỗ lực ban đầu và bắt đầu đi theo hướng phê bình lịch sử. Điều này tạo điều kiện thuận lợi hơn nữa cho Wellhausen, mà tổng hợp của công trình trước đó và phát biểu về Giả Thuyết Bản Văn của ông đã khiến ông trở thành học giả Cựu Ước quan trọng nhất của thế kỷ.

Julius Wellhausen

Chúng ta đã nói rằng kể từ thời của Eichhorn, các học giả Cựu Ước ở Châu Âu đã quan tâm đến hai câu hỏi chính: Làm thế nào giải thích sự hiệp nhất của Ngũ Kinh dựa trên những nguồn tài liệu mà nó sử dụng? Đặc điểm tiêu biểu cơ bản của từng loại tài liệu là gì? Sau một thế kỷ nghiêng về tính học thuật, hầu hết đều cho rằng câu hỏi thứ hai đã được trả lời. Sự phân tích JE2DE1 của Graf và Kuenen được chấp nhận rộng rãi như là điều hiển nhiên đối với hầu hết học giả gần cuối thế kỷ XIX. Nhưng vấn đề về sự hiệp nhất vẫn còn. Dựa vào những khác biệt trong văn phong, từ vựng, khái niệm thần học, v.v... làm thế nào giải thích sự hiệp nhất rõ ràng trong cách sắp xếp Ngũ Kinh hiện tại?

Chính trong bầu không khí của nỗ lực học thuật lạc quan này mà Wellhausen đã xuất hiện. Với sự nhạy bén và sáng suốt hiếm có, ông có thể kết hợp học thuyết nguồn tài liệu phổ biến của Graf và Kuenen với phê bình lịch sử khéo léo theo cách dường như giải thích câu hỏi về sự hiệp nhất. Bây giờ giả thuyết nguồn tài liệu đã có sự hiệp nhất mà nó cần. Trong vòng vài thập kỷ nghiên cứu, Giả Thuyết Graf–Wellhausen đã quét qua thế giới học giả, và còn lại với chúng ta ngày nay như là một trong những học thuyết hàng đầu về nguồn gốc Ngũ kinh.

Wellhausen đã chấp nhận sự nhất trí được xây dựng suốt thế kỷ trước đó về tính chất và trình tự của bốn tài liệu có nội dung đầy đủ nằm sau Ngũ Kinh. Ông chấp nhận niên đại muộn cho tài liệu về luật pháp E1 và đã thay đổi mẫu tự của nó thành P để nhấn mạnh nguồn gốc thuộc thầy tế lễ của tài liệu. Bây giờ các nguồn tài liệu là JEDP.[19]

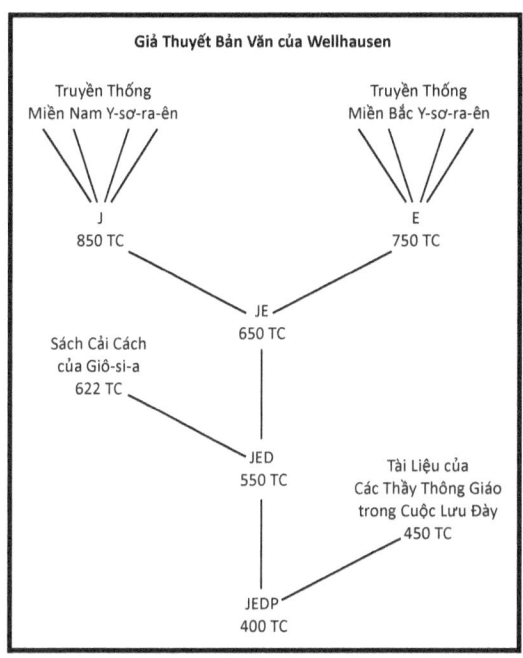

Giả Thuyết Bản Văn của Wellhausen

Theo Wellhausen, J được biên soạn khoảng năm 850 TC tại Giu-đa và dùng danh xưng thánh "Giê-hô-va" hoặc "Yahweh". Với văn phong tường thuật đơn giản hóa, tài liệu này mô tả Đức Chúa Trời bằng thuật ngữ nhân hình luận. Các thiên sứ thỉnh thoảng xuất hiện trong tài liệu này, nhưng thường thì Đức Chúa Trời nói trực tiếp với con người mặt đối mặt. Tài liệu E được viết khoảng năm 750 TC như một cách chỉnh sửa tài liệu J (phản đề của nó). Tài liệu này dùng từ ngữ ít thân mật hơn "Ê-lô-him" ("Đức Chúa Trời") và tránh những thuật ngữ mang tính nhân hình luận. E trình bày tầm nhìn theo vương quốc phía bắc theo phong cách văn xuôi trang trọng và cứng ngắc hơn phong cách văn xuôi của J.

Một thời gian sau khi người A-sy-ri chinh phục vương quốc Y-sơ-ra-ên phía bắc (722 TC), người biên soạn hay người biên tập (được gọi là RJE) kết hợp J và E thành một tài liệu mới, JE. Tài liệu mới này phản ánh những xác tín thần học sau cuộc khủng hoảng lịch sử. Chấp nhận giả thuyết của Wette về Phục Truyền, tài liệu D được viết khoảng 622 TC để củng cố sự trong sạch của hệ thống thờ phượng tế lễ của Giu-đa. Nguồn tài liệu mới này nhấn mạnh tầm quan trọng của việc thờ phượng Giê-hô-va Đức Chúa Trời (thường kết hợp "Yahweh" và "Ê-lô-him") tại đền thờ trung tâm, tức Giê-ru-sa-lem. Tài liệu D là phản đề của JE, vì nó chỉnh sửa và cập nhật tài

---

19. Wellhausen đã xuất bản các bài báo mô tả chi tiết phương pháp phê bình nguồn tài liệu của mình vào năm 1876 và 1877, và những bài viết này được xuất bản mười hai năm sau với tên gọi *Die Composition des Hexateuchs und der historischen Bücher des Alten Testaments* (Berlin: de Gruyter, 1963 [1889]).

liệu cũ xưa và ít chính xác. Những phiên bản đầu tiên của Giả Thuyết Bản Văn giới hạn D trong Phục Truyền 5–26 và chương 28. Tài liệu này dùng phong cách giảng luận, thường bày tỏ thần học trong những lời cổ vũ.

Người biên soạn (RD) kết hợp D cùng với JE khoảng năm 550 TC, sau sự sụp đổ của Giê-ru-sa-lem vào tay người Ba-by-lôn năm 586 TC. Nhưng tài liệu mới JED đã bỏ qua những điều liên quan đến thầy tế lễ của cộng đồng hậu lưu đày. Tại thời điểm nào đó trong khoảng giữa thế kỷ V TC tài liệu P (tài liệu E1 cũ) được viết để bàn đến sự thiếu sót này. Wellhausen tin rằng tài liệu P có chứa tài liệu pháp lý liên quan đến thầy tế lễ, người Lê-vi, và các loại của lễ khác nhau (ví dụ: Lê 1–7). P cũng nhấn mạnh tính siêu việt và đáng kính sợ của Đức Chúa Trời. Khoảng năm 400 TC, hai tài liệu cuối cùng này (JED và P) được kết hợp bởi một người biên soạn khác thành nhóm tài liệu JEDP tạo nên Ngũ Kinh như chúng ta biết ngày nay. Những điều chỉnh thêm và thay đổi trong công tác biên tập được thêm vào cho đến khoảng năm 200 TC, khi Ngũ Kinh mà chúng ta có ngày nay được hoàn tất.

Wellhausen cho rằng luật pháp, và thật ra là khái niệm về thuyết độc thần, là những sự phát triển sau này trong lịch sử Y-sơ-ra-ên. Bất kỳ ám chỉ nào đến nơi thờ phượng trung tâm với sự thờ phượng chỉ dành cho Đức Chúa Trời tại Giê-ru-sa-lem đều phải sau năm 622 TC, khi những cải cách của Giô-si-a được thực hiện và D được soạn thảo. Tài liệu tôn giáo từ thời kỳ hậu lưu đày sau này được gán vào lịch sử cổ đại của Y-sơ-ra-ên. Do đó, hầu như không có tính xác thực về lịch sử trong Ngũ Kinh. Những khôi phục của Wellhausen bị chi phối bởi thuyết chống siêu nhiên và bởi tư tưởng tiến hóa rất phổ biến trong thế kỷ XIX. Học thuyết không thừa nhận sự can thiệp thiên thượng trong lịch sử, hoặc thừa nhận sự mặc khải thiên thượng đặc biệt.

Ảnh hưởng của tư tưởng Hegel trên Wellhausen là rõ ràng. Tài liệu JE bắt nguồn từ thời kỳ tôn giáo tự nhiên của Y-sơ-ra-ên thời đầu, trong đó sự thờ phượng xuất hiện cách tự do từ hoàn cảnh của chu kỳ thiên nhiên và lịch nông nghiệp. Nhấn mạnh của Phục Truyền về sự thờ phượng trung tâm đối lập với sự tự do của tôn giáo tự nhiên (tài liệu D). Tài liệu JED là sự tổng hợp giữa những quan điểm này. Tài liệu P với những liên quan đến thầy tế lễ hoàn tất tiến trình "làm thay đổi tính chất" trong Y-sơ-ra-ên cổ đại qua việc hợp pháp hóa phường hội tôn giáo và truyền thống tuân thủ pháp luật. Do đó, Ngũ Kinh mà chúng ta có là tổng hợp giữa JED và P.[20]

---

20. Muốn biết thêm những hàm ý triết học của Wellhausen, xem Blenkinsopp, *Pentateuch*, 11.

Wellhausen đã kết hợp rất thành công các kết quả của phê bình nguồn tài liệu với hiểu biết về thể chế tôn giáo và lịch sử của thế kỷ XIX trong Y-sơ-ra-ên cổ đại. Dường như tất cả những câu hỏi đã được trả lời. Phần trình bày của Wellhausen hấp dẫn và thuyết phục. Đến cuối thế kỷ, giả thuyết Graf–Wellhausen đã chinh phục thế giới học giả, bao gồm các học giả ở Anh quốc và Châu Mỹ.

Những Phản Ứng Bảo Thủ

Ngay từ lúc bắt đầu nỗ lực phê bình nguồn tài liệu, đã có nhiều học giả nghi ngờ những giả định và phỏng đoán của những người ủng hộ nó. Họ thách thức kết quả của việc phê bình nguồn vì nhiều lý do, bao gồm bằng chứng nội tại của Kinh Thánh và số lượng bằng chứng khảo cổ ngày càng tăng từ vùng Cận Đông cổ đại. Chúng ta chỉ có thể đề cập hai trong số những người đề xuất đầu tiên ở đây, nhưng điều quan trọng là nhận ra rằng hội thánh không phải không có tiếng nói trong cuộc tranh luận. Điều đáng tiếc là có ít người lắng nghe.

Ernst Wilhelm Heng

Người đứng đầu phe bảo thủ của giới học giả Kinh Thánh Châu Âu chắc chắn là Hengstenberg. Giữa thế kỷ XIX, Hengstenberg biện luận chống lại những giả định chống siêu nhiên của Vatke, de Wette và những người khác. Ông cho rằng trình tự và sự sắp xếp có chủ ý của tài liệu trong Ngũ Kinh hàm ý tính xác thực của sứ điệp Kinh Thánh. Lập luận của ông về nhiều phương diện không bao giờ được đáp lại cách thỏa đáng và vẫn còn giá trị trong cuộc tranh luận đang diễn ra ngày nay về nguồn gốc của Ngũ Kinh. Hengstenberg đã ảnh hưởng nhiều tác giả người Đức khác, đáng kể nhất là Karl Friedrich Keil, người đã cộng tác với Franz De litzsch để thực hiện bộ giải nghĩa Kinh Thánh Cựu Ước từ quan điểm bảo thủ. Được xuất bản vào giữa và cuối thế kỷ XIX, bản dịch Anh ngữ sách giải nghĩa của họ vẫn được các học giả bảo thủ sử dụng rộng rãi.

James Orr

Lời tuyên bố thường được nhắc đi nhắc lại rằng các học giả bảo thủ không đưa ra lựa chọn nghiêm túc nào đối với giả thuyết Bản Văn rõ ràng là không đúng. Vào năm 1906, Orr, một học giả bảo thủ hàng đầu của thời đó, đã đưa ra lời phê bình nóng hổi về trường phái Wellhausen và đề xuất giả định của ông ta. Orr đã bênh vực tác quyền của Môi-se và tính chất lịch sử của Ngũ Kinh, trong khi vẫn dùng phương pháp phê bình sắc sảo để đưa ra giải pháp của chính mình. Ông thừa nhận sự hiện diện của nhiều tác giả nhưng bác bỏ sự phân biệt J và E. Hầu hết những tài liệu trong Ngũ Kinh thuộc thời Môi-se hay ngay sau Môi-se, bao gồm Phục Truyền và tài liệu P, cung cấp khuôn khổ cho những tài liệu thường được xem là J hay E. Chính Sáng Thế Ký hầu như hoàn toàn thuộc thời kỳ trước Môi-se. Orr cũng thừa nhận rằng Ngũ Kinh không đạt đến hình thức cuối cùng cho đến thời kỳ lưu đày hay hậu lưu đày, có lẽ dưới sự giám sát của E-xơ-ra.

Lời phê bình của Orr cũng đủ để cho thấy không phải những phương pháp được các học giả Cựu Ước dùng là sai. Các phương pháp phê bình (tức là phê bình nguồn tài liệu, phê bình hình thức và phê bình lịch sử) không mất hiệu lực của một trăm năm nghiên cứu đã qua. Thay vào đó, những kết luận tiêu cực là do những giả định chống siêu nhiên và theo chủ nghĩa duy lý của những học giả dùng hệ phương pháp phê bình. Giống như Hengstenberg, bài phê bình sâu sắc của Orr không bao giờ được những người ủng hộ Giả Thuyết Graf–Wellhausen đáp lại.

Đầu và Giữa Thế Kỷ Hai Mươi

Bất chấp những lời phê phán nghiêm khắc của Hengstenberg, Orr và nhiều người khác, giả thuyết Graf–Wellhausen trở thành một giả định không bị nghi vấn trong hầu hết giới học giả trong vòng vài thập kỷ. Các học giả Cựu Ước ở Đức, Pháp, Liên Hiệp anh và Mỹ chấp nhận giả thuyết nguồn tài liệu là một cái gì đó hơn cả giả thuyết. Như đã xảy ra vào những lần khác trong nỗ lực của con người nhằm hiểu thế giới, một học thuyết đơn thuần được dùng để giải thích hiện thực được chấp nhận rộng rãi đến nỗi nó trở thành tín điều được chính thức hóa, không bị thách thức hay nghi ngờ.[21] Nhưng những học thuyết cần được tái xem xét và nghiên cứu liên tục, và sự chấp nhận lan rộng của một giả thuyết được đưa ra không bảo đảm tính chân thật của nó. Tính chân thật không được quyết định bởi tập thể ý kiến của những người tìm kiếm nó.

---

21. Kenneth A. Kitchen, *Ancient Orient and Old Testament* (Downers Grove: InterVarsity, 1966), 15–28.

Những điều chỉnh và biến thể của giả thuyết Bản Văn là đặc điểm của phần lớn tính học thuật về Cựu Ước nửa đầu thế kỷ XX. Sau lời nhận xét ngắn về tầm quan trọng của nghiên cứu Cận Đông cổ đại trong suốt thời kỳ này, chúng ta sẽ xem xét vài sự phát triển quan trọng nhất đầu thế kỷ XX. Nhưng không có sự phát triển nào đi quá xa những nguyên lý cơ bản của giả thuyết Graf–Wellhausen.

Những Khám Phá về Khảo Cổ Đầu Thế Kỷ Hai Mươi

1901 Bộ Luật của Ham-mu-ra-pi
Tiết lộ hệ thống pháp lý cổ trước Môi-se nhiều thế kỷ

1906 Nền Văn Minh Hê-tít
Cho thấy những lần nhắc đến người Hê-tít trong Ngũ Kinh là đáng tin cậy

Thập niên 1920 U-rơ ở Miền Nam Ba-by-lôn
Thành phố phức tạp hơn chúng ta nghĩ trước đây

Thập niên 1930 Mari
Cho biết những tài liệu mô tả nền văn hóa tương đương với đời sống tộc trưởng trong Sáng Thế Ký

Thập niên 1930 Ugarit
Cho biết bản chất của tín ngưỡng đa thần vùng Sy-ri Pa-lét-tin.

Khảo Cổ Học và Cận Đông Cổ Đại

Thật thú vị khi lưu ý rằng ngay khi phương pháp phê bình nguồn tài liệu đang tìm kiếm hình dạng xác định của nó trong học thuyết Graf–Wellhausen nửa sau thế kỷ XIX, thì lĩnh vực nghiên cứu hoàn toàn mới đang phát triển. Hệ thống chữ viết tượng hình Ai Cập và chữ hình nêm của người Mê-sô-bô-ta-mi được giải mã, và hàng ngàn tài liệu viết từ vùng Cận Đông cổ đại bắt đầu được tiết lộ. Mặc dù nghiên cứu của Cận Đông cổ đại tự nó đã phát triển thành một lĩnh vực nghiên cứu khoa học riêng, nhưng mối quan hệ của nó với việc nghiên cứu Cựu Ước cũng rõ ràng. Thế giới Cận Đông cổ đại là thế giới của Cựu Ước, và các sách bằng tiếng Hê-bơ-rơ của Cựu Ước là sản phẩm của nền văn hóa cổ đại đó.

Tuy nhiên, sự nổi lên của các nghiên cứu Cận Đông cổ đại đã tạo căng thẳng rõ rệt với các nghiên cứu Cựu Ước. Thế giới cổ đại nổi lên từ dữ liệu mới thường phù hợp và xác nhận cấu trúc và tính toàn vẹn của các tài liệu Cựu Ước theo như chúng đã được truyền lại cho chúng ta. Nhưng điều này thường tương phản với việc khôi phục tính học thuật của Cựu Ước thế kỷ XIX.[22] Ngay trong thế kỷ XIX, những phát hiện của ngành học mới về ngôn ngữ và văn minh A-sy-ri và nghiên cứu Ai Cập cổ đại đang thách thức kết quả của phê bình nguồn tài liệu. Một người ủng hộ đặc biệt cho quan điểm phê bình nguồn, giáo sư A. H. Sayce ở Oxford, đã không còn ủng hộ việc tái khôi phục của Wellhausen sau khi xem xét nghiêm túc các dữ liệu khảo cổ. Đối với ông, những sự thật ra từ Ai Cập và Mê-sô-bô-ta-mi cổ dường như xác nhận tính chất lịch sử cơ bản của bản văn Kinh Thánh.[23]

Nhưng tài liệu sẵn có đối với Sayce năm 1904 không gì khác hơn là sự bùng nổ thực của dữ liệu từ Cận Đông cổ đại tìm thấy vào thế kỷ XX. Đến cuối thế kỷ, các nhà khảo cổ lần đầu tiên phát hiện bộ luật nổi tiếng của Ham-mu-ra-pi từ khoảng năm 1750 TC, nhưng bộ luật này thật sự lưu giữ các phong tục pháp lý cổ xưa hơn nhiều. Với việc phát hiện bộ luật của Ham-mu-ra-pi, khảo cổ học đã tiết lộ hệ thống pháp lý của người Xê-mít cổ có trước Môi-se hàng thế kỷ, và có nhiều đặc điểm giống luật pháp Môi-se. Thay vì là hiện tượng của người Do Thái lưu đày hoặc thậm chí hậu lưu đày, luật pháp của người Xê-mít cổ dường như bắt nguồn ngay từ đầu nền văn hóa Cận Đông cổ đại, và có lẽ đầu lịch sử Y-sơ-ra-ên như Kinh Thánh chứng thực.[24]

Vào năm 1906, những người Đức khai quật bắt đầu làm việc ở Tiểu Á và cuối cùng phát hiện toàn bộ nền văn hóa trước đó chưa ai biết đến, nền văn hóa của người Hê-tít. Trước thời điểm này, các học giả cho rằng những ám chỉ trong Ngũ Kinh về người Hê-tít không có giá trị lịch sử vì chúng ta không có bằng chứng ngoài Kinh Thánh về sự hiện diện của họ. Tuy nhiên, bây giờ chúng ta biết đến một nền văn minh Hê-tít phức tạp, với hai giai đoạn mạnh mẽ uy nghi trong đó người Hê-tít là một trong những vương quốc hùng mạnh nhất của thế giới cổ đại. Chúng ta biết ngôn ngữ

---

22. Như trên, 25–28.

23. Đặc biệt lưu ý trong tác phẩm của ông nhan đề *Monument Facts and Higher Critical Fancies* (London: Religious Tract Society, 1904).

24. Giả định nền tảng của Wellhausen là luật ngũ kinh xuất hiện vào lúc bắt đầu nhà nước Do Thái (tức là trong thời hậu lưu đày) hơn là vào đầu lịch sử Y-sơ-ra-ên. Wellhausen, *Prolegomena*, 1–4.

của họ đủ để soạn một từ điển hiện đại, và để nghiên cứu lời cầu nguyện, các hiệp ước chính trị và những khái niệm lịch sử của họ.²⁵

Ở đây, tôi đưa ra vài ví dụ khác về những phát hiện khảo cổ quan trọng làm sáng tỏ thế giới Cận Đông cổ đại, dù không đủ chỗ để tôi mô tả chi tiết. Trong những thập niên 1920 và 1930, thành cổ của Áp-ra-ham, là U-rơ thuộc xứ Canh-đê lộ ra. Nghiên cứu khảo cổ tại đó cho thấy thành cổ phức tạp hơn nhiều so với điều các học giả Cựu Ước trước đó có thể hình dung. Chữ viết được phổ biến hàng trăm năm trước Môi-se, có lẽ ngay cả Áp-ra-ham cũng biết đọc và viết. Địa danh Nuzi ở Mê-sô-bô-ta-mi là một thành phố phát triển nhanh vào giữa thiên niên kỷ thứ hai TC. Thành cũng được phát hiện vào cuối thập niên 1920 và cung cấp tài liệu pháp lý từ những nhà riêng có những điểm tương đồng với phong tục xã hội được phản ánh trong các truyện kể về tộc trưởng của Sáng Thế Ký.

Một thành phố lớn khác dọc theo dòng Ơ-phơ-rát là Ma-ri, được khai quật vào những năm 1930 và cung cấp hàng ngàn lá thư cùng các tài liệu khác. Hầu hết đều có từ nửa đầu thiên niên kỷ thứ hai TC, và mô tả nền văn hóa có nhiều phương diện tương đồng với đời sống tộc trưởng được miêu tả trong Sáng Thế Ký. Thành phố cảng Ugarit dọc miền duyên hải Sy-ri thuộc Địa Trung Hải được khai quật trong suốt 1929–1937, và tiếp tục có những cuộc khai quật định kỳ kể từ 1948. Nhiều tài liệu được phát hiện đã làm rõ tính chất của tín ngưỡng đa thần vùng Sy-ri Pa-lét-tin trong suốt từ thế kỷ XV đến đầu thế kỷ XIV TC. Ngoài tầm quan trọng rõ ràng vì là nguồn tài liệu để nghiên cứu tín ngưỡng Y-sơ-ra-ên cổ đại, ngôn ngữ Ugarit còn chứng tỏ là giống với tiếng Hê-bơ-rơ trong Kinh Thánh. Phần lớn các tài liệu bằng tiếng Ugarit tương tự với văn phong, từ vựng và hình thức của tiếng Hê-bơ-rơ Cựu Ước.

Tôi có thể đề cập nhiều khám phá khảo cổ quan trọng khác nữa. Phần trình bày này không nói đến những phát hiện quan trọng tại Ai Cập, hoặc những phát hiện gần đây hơn ở Ép-la và I-ma thuộc Sy-ri Pa-lét-tin, hoặc thậm chí tầm quan trọng của Các Cuộn Biển Chết vào giai đoạn Kinh Thánh sau này. Nhưng bấy nhiêu đây cũng đủ cho thấy rằng nửa đầu thế kỷ XX là giai đoạn đáng chú ý của khám phá khảo cổ, và các lĩnh vực nghiên cứu về văn minh A-sy-ri, văn minh Ai Cập cùng khảo cổ học về Sy-ri Pa-lét-tin đã chín mùi.

---

25. Chúng ta hiện có đủ văn chương Hê-tít để bảo đảm dự án nghiên cứu được mở rộng, đem đến thành công cho tác phẩm nhiều tập *Chicago Hittite Dictionary*, ed. Hans G. Güterbock and Harry A. Hoffner Jr. (Chicago: Oriental Institute, 1990–).

William F. Albright

Việc áp dụng những ngành học mới này vào nghiên cứu Cựu Ước được thể hiện rõ ràng nhất trong các tác phẩm đồ sộ của William F. Albright và các sinh viên của ông tại Hoa Kỳ. Albright là một người rất có tài năng và năng khiếu, đã có những đóng góp ý nghĩa và lâu dài vào việc nghiên cứu cổ ngữ, khảo cổ và lịch sử Cận Đông cổ đại nói chung. Ảnh hưởng hiện thời của ông trên những nghiên cứu Cựu Ước nói riêng có lẽ khiến ông trở thành học giả quan trọng nhất trong lĩnh vực này vào thế kỷ XX.[26]

Không chính xác khi nói rằng lượng thông tin mới khổng lồ này đã chứng minh Kinh Thánh là đúng, hoặc khẳng định tác giả Ngũ Kinh là Môi-se. Thật vậy, hiếm khi khám phá của Cận Đông cổ đại có liên quan *trực tiếp* tới sự kiện hoặc nhân vật Cựu Ước. Nhưng nửa đầu thế kỷ XX chứng kiến một lĩnh vực mới đang phát triển nhanh, những nghiên cứu về Cận Đông cổ đại, là lĩnh vực cuối cùng đã đem lại sự kiểm tra khách quan, bên ngoài đối với những nghiên cứu vô ích của các học giả Cựu Ước trước đó. Những người tiêu biểu của Giả thuyết Graf–Wellhausen cho rằng các tác giả Sáng Thế Ký chỉ tạo ra một thế giới không có thật. Thời kỳ tộc trưởng được mô tả trong Sáng Thế Ký hoàn toàn biến mất như một thời kỳ lịch sử. Nhưng khảo cổ và các nghiên cứu Cận Đông cổ đại cung cấp những sự việc không thể chối cãi được, những bằng chứng khách quan về một thế giới cổ rất giống thế giới được mô tả trong Sáng Thế Ký.

Đáng tiếc là các học giả Cựu Ước không phải lúc nào cũng chú ý, đặc biệt là những người làm việc ở Châu Âu. Trong khi khảo cổ học có thể cung cấp sự kiểm tra bên ngoài đối với những học thuyết không thực tế của thế kỷ XIX, nhiều học giả nửa đầu thế kỷ XX tiếp tục phát triển hoặc điều chỉnh Giả Thuyết Bản Văn.

Hermann Gunkel

Một phát triển quan trọng có thể nhận được lợi ích từ việc xem xét kỹ các tài liệu Cận Đông cổ đại là sự xuất hiện của phê bình hình thức, là hình thức phê bình nhằm truy nguyên những tư tưởng cơ bản của Y-sơ-ra-ên từ các hình thức truyền miệng nguyên thủy của họ (xem phần trình

---

26. John Bright, "Modern Study of Old Testament Literature," in *The Bible and the Ancient Near East: Essays in Honor of William Foxwell Albright*, ed. G. Ernest Wright (Winona Lake, Ind.: Eisenbrauns, 1979 [1961]), 13.

bày trước). Học giả tiên phong đã giúp đưa ra định nghĩa về phê bình hình thức là Gunkel, người đã viết nhiều tác phẩm quan trọng về Sáng Thế Ký.[27] Mặc dù Gunkel chấp nhận Giả Thuyết Bản Văn căn bản mà Wellhausen đã định nghĩa, nhưng phương pháp của ông cũng bao hàm lời phê phán cơ bản về Wekkhausen. Ông cho rằng phía sau nguồn J và E của Sáng Thế Ký là những bộ sưu tập các chuyện nhiều tập (saga) được lưu giữ theo kiểu truyền miệng trong nhiều thế kỷ, thay vì là những tác phẩm tương đối muộn của vài tác giả lớn. trong nhiều phương diện Gunkel giống với giả thuyết mảnh rời đầu thế kỷ XIX. Vì phần nhiều trong số những câu chuyện nhiều tập thời trung cổ này được gìn giữ cách chính xác, nên trong một số trường hợp, có lẽ chúng lưu giữ phần cốt lõi lịch sử của sự thật. Trong một số phương diện, phê bình hình thức mới, theo một cách khác, đang xác nhận điều mà số lượng bằng chứng gia tăng từ Cận Đông cổ đại đang cho thấy.

Gunkel và những người theo ông thất bại trong việc sử dụng đầy đủ dữ liệu Cận Đông cổ đại. Các đơn vị Kinh Thánh nhỏ hơn là điều cuối cùng gộp thành Sáng Thế Ký không được chấp nhận là đang phản ánh những sự kiện lịch sử có thật, mà là sản phẩm từ tư tưởng phong phú của con người và ước đoán văn hóa. Rốt cuộc, bản văn cuối cùng và ý nghĩa của nó trở nên ít quan trọng đối với nhà phê bình hình thức hơn các giai đoạn truyền khẩu hoặc hoàn cảnh nằm sau bản văn. Ngoài ra, toàn bộ vấn đề của giai đoạn truyền khẩu kéo dài bị thách thức về mọi mặt. Các học giả bảo thủ nhất định phản đối rằng không có bằng chứng Kinh Thánh hoặc bằng chứng từ Cận Đông cổ đại hậu thuẫn tư tưởng cho rằng tài liệu Kinh Thánh có một thời kỳ tiền lịch sử truyền khẩu rất lâu trước khi thành văn.[28] Các học giả hầu như không thể được gọi là bảo thủ cũng thách thức khả năng có thể có của giai đoạn tiền sử mở rộng đối với các tài liệu Ngũ Kinh.[29]

---

27. Quyển đầu tiên của ông bao gồm các chương mở đầu của Sáng Thế Ký vào năm 1985 (*Schöpfung und Chaos in Urzeit und Endzeit*), tiếp theo là những nghiên cứu chi tiết hơn trong một sách giải nghĩa và một quyển về Sáng Thế Ký, là một bộ sưu tập các chuyện dài nhiều tập, cả hai đều ra mắt năm 1901.

28. Garrett, *Rethinking Genesis*, 41–42.

29. John Van Seters, *Abraham in History and Tradition* (New Haven, Conn.: Yale University Press, 1975), 131–48.

Albrecht Alt và Martin North

Các phương pháp phê bình hình thức của Gunkel được tiếp tục vào nửa đầu thế kỷ XX trong các tác phẩm có tầm ảnh hưởng của Alt và Noth. Họ áp dụng kỹ thuật phê bình hình thức vào bản văn nhằm tìm hiểu bản chất của luật pháp Cựu Ước, tổ chức xã hội và các niềm tin tôn giáo của các chi phái Y-sơ-ra-ên đầu tiên, và lịch sử Kinh Thánh nói chung. Phần lớn việc xây dựng lại Y-sơ-ra-ên thời tiền quân chủ và thời tộc trưởng của họ không chịu được thử thách của thời gian. Nhưng các nghiên cứu phê bình hình thức của họ thì thành công trong việc giành lại những truyền thống lịch sử đầu tiên của người Y-sơ-ra-ên, mà phần lớn đã bị những người ủng hộ Giả thuyết Graf–Wellhausen bác bỏ cho là không đáng tin cậy.

Gerhard von Rad

Một học giả người Đức quan trọng khác vào đầu thế kỷ XX là von Rad. Trong số nhiều tác phẩm của ông, có một số sử dụng phương pháp phê bình biên soạn và phê bình hình thức, mà vẫn thừa nhận giá trị cơ bản của Giả Thuyết Graf–Wellhausen. von Rad cho rằng Y-sơ-ra-ên đã bảo toàn lịch sử cơ bản của mình dưới hình thức của những "cương lĩnh cổ đại" hoặc tín điều lịch sử ngắn vẫn còn trong một số đoạn nào đó của bản văn (cụ thể là Phục 6:20–24; 26:5b-9; Giô 24:2b-13). Những tín điều này được giữ gìn vì chúng được sử dụng qua nhiều thế kỷ trong những lời xác tín niềm tin khi thờ phượng chung. von Rad cho rằng ông có thể tìm ra lịch sử biên soạn của những tín điều này. Ông kết luận rằng tác giả của tài liệu J (tức Yahwist) đã thừa hưởng bố cục lịch sử cơ bản về những hoạt động của Đức Chúa Trời vì lợi ích của Y-sơ-ra-ên, và dùng các tài liệu từ địa phương và bộ tộc để lấp đầy vào. Do đó, Yahwist là người đã cho Ngũ Kinh hình thức ban đầu của nó.

Các công trình khác nhau của von Rad có ảnh hưởng vô cùng lớn đối với nghiên cứu Cựu Ước, và nhiều kiến thức sâu sắc của ông có giá trị lâu dài. Tuy nhiên, cần phải đề cập một số lời cảnh báo. Những tín điều được von Rad nhận diện không nhắc gì đến giao ước Si-nai, vì vậy von Rad cho rằng yếu tố này của Ngũ Kinh đã được J sau này biên tập thành nguyên một bộ. Nhưng chỉ cần đọc lướt qua phần còn lại của Ngũ Kinh cũng thấy rõ ràng giao ước Si-nai là trọng tâm của toàn bộ Ngũ Kinh. Ngoài ra, việc xây dựng lại lịch sử những tín điều này là vô cùng chủ quan, giống như vai trò của Yahwist trong việc biên tập những tài liệu này vậy.

Những Phát Triển Gần Đây

Những công trình của Noth và von Rad nhấn mạnh cách kỳ lạ các chiều kích lịch sử trong truyền thống Y-sơ-ra-ên thời đầu. Họ thường không đồng ý với những lời tự tuyên bố của Kinh Thánh, nhưng ít ra những nghiên cứu phê bình hình thức của họ cho phép một mức độ tính chất lịch sử cơ bản nào đó nằm sau truyền thống truyền khẩu và văn tự của Y-sơ-ra-ên cổ. Những phát triển sau này thuộc thế kỷ XX thách thức ngay cả những kết luận này.

Thomas L. Thompson và John Van Seters

Nghiên cứu mang tính phê bình về các truyền thống Y-sơ-ra-ên thời đầu được gìn giữ trong Sáng Thế Ký đã tiến tới một bước ngoặc vào giữa thập niên 1970, khi hai quyển sách quan trọng được xuất bản chỉ cách nhau một năm. Tác phẩm của Thompson được xuất bản năm 1974 đã bác bỏ bằng chứng khảo cổ về thời tộc trưởng trong lịch sử Y-sơ-ra-ên.[30] Tác phẩm của ông là đòn tấn công vào lập luận được nhiều người thừa nhận cho rằng khảo cổ học và bằng chứng từ Cận Đông cổ đại chứng minh cho bối cảnh thuộc thiên niên kỷ thứ hai TC đối với các truyện kể Áp-ra-ham. Thompson nhấn mạnh các truyện kể về tộc trưởng là những sáng tạo văn chương. Thay vì là những truyền thống lưu giữ cho dù là dấu tích nhỏ nhất của lịch sử đáng tin cậy, thì chúng chỉ là những câu chuyện thần học của thời đại sau này phản ánh một thế giới quan không có trong lịch sử. Các câu chuyện tộc trưởng được dùng trong tài liệu J gần cuối thế kỷ X hoặc trong thế kỷ IX TC. Chúng không có chút giá trị lịch sử nào từ các thời kỳ trước đó của Y-sơ-ra-ên.

Tương tự, Van Seters cũng phủ nhận các truyện kể Áp-ra-ham thuộc bối cảnh thiên niên kỷ thứ hai.[31] Chu kỳ Áp-ra-ham thích hợp với hoàn cảnh lưu đày. Yahwist là tác giả thật sự trong thời lưu đày hơn là người biên tập truyền thống truyền khẩu và văn tự thời đầu lịch sử Y-sơ-ra-ên. Áp-ra-ham là một nhân vật tiểu thuyết, được hư cấu vì những lý do thần học. Van Seters đã mượn những phương thức phê bình hình thức để rút ra kết luận, và chứng minh bằng bằng chứng khảo cổ từ thiên niên kỷ

---

30. *Historicity of the Patriarchal Narratives: The Quest for the Historical Abraham*, Beihefte zur Zeitschrift für die alttestamentliche Wissenschaft 133 (Berlin: de Gruyter, 1974).

31. Van Seters, *Abraham in History and Tradition.*

thứ nhất TC. Ông phủ nhận giá trị của những mối liên quan về khảo cổ học thuộc thiên niên kỷ thứ hai. Trên một phương diện, Van Seters đã phục hồi các giả thuyết bổ sung, vì tài liệu J thời kỳ lưu đày được bổ sung bằng tài liệu hậu lưu đày P. Ông nghi ngờ sự tồn tại của nguồn E mà phái Graf–Wellhausen đã xác định.

Rolf Rendtorff

Sự phê bình chính về Giả thuyết Bản Văn xuất hiện vào những năm của thập niên 1970, khi Rendtorff đưa ra một phương pháp mới cho việc hình thành Ngũ Kinh.[32] Rendtorff cảm thấy các phương pháp phê bình truyền thống của những người đi trước tại Đức, đặc biệt là Noth và von Rad, không hợp với cách thể hiện cổ điển của Giả Thuyết Graf–Wellhausen. Ông lập luận rằng phương thức của họ đi từ đơn vị nhỏ nhất của bản văn qua các phần lớn hơn của truyền thống và sau đó đến hình thức cuối cùng của bản văn hẳn không có chỗ cho nguồn văn chương độc lập như J, E và P. Do đó, Giả Thuyết Bản Văn phải bị bỏ.

Ngược lại, Rendtorff lập luận rằng Ngũ Kinh được cấu thành từ những dải tài liệu lớn hơn được buộc nối đầu vào nhau. Lịch sử Nguyên thủy (Sáng 2–11), lịch sử Xuất Ai Cập (Xuất 1–15), các tài liệu Si-nai (Xuất 19–24), và các chu kỳ khác nhau của các truyện kể về tộc trưởng được gom lại với nhau trong thời Sa-lô-môn. Khác với Thompson và Van Seters, Rendtorff cho rằng các khối tài liệu khác nhau trong Ngũ Kinh phản chiếu một cấp độ sự kiện lịch sử có thật, và ông đánh giá dữ liệu đối chứng Cận Đông cổ đại cách nghiêm túc hơn. Rendtorff đề nghị một sự biên soạn P và cuối cùng là D cho toàn bộ, nhưng nói chung ông lập luận chống lại việc phân tích nguồn cổ điển JEDP và khuynh hướng tán nhỏ bản văn của nó.

Phê Bình Kinh Điển và Phê Bình Văn Chương

Hai phát triển tương đối gần đây cũng ít có khả năng chấp nhận cách diễn đạt cổ điển của Giả Thuyết Graf–Wellhausen. Phê bình kinh điển thật

---

32. *Das überlieferungsgeschichtliche Problem des Pentateuch, Beihefte zur Zeitschrift für die alttestamentliche Wissenschaft* 147 (Berlin: de Gruyter, 1977), và bản Anh ngữ đã có với tựa đề *The Problem of the Process of Transmission in the Pentateuch*, trans. John J. Scullion, Journal for the Study of the Old Testament—Supplement Series 89 (Sheffield: JSOT, 1990).

sự sử dụng tất cả các phương thức khác nhau mà chúng ta đã trình bày ở đây, nhưng cố gắng dùng chúng cách quân bình, tránh nghiêng sang thái cực trong từng phương pháp. Dù đa số những người thích hợp với phân loại này đều không nhất thiết phản bác sự phân tích JEDP, nhưng họ tìm cách nghiên cứu sứ điệp thần học của hình thức kinh điển được công nhận, thay vì nguồn tài liệu riêng lẻ hoặc truyền thống văn chương nằm sau bản văn.

Công trình gần đây của các nhà phê bình văn chương thậm chí còn ít chấp nhận những cách tiếp cận nguồn tài liệu trước kia. Theo định nghĩa, phê bình văn chương ít đề cập đến việc nghiên cứu phát triển lịch sử của bản văn (tức là sự phát triển lịch đại), và quan tâm hơn đến nghệ thuật văn chương của bản văn như cách nó hiện có (tức là cấu trúc đồng bộ của nó).[33] Trong số nhiều thí dụ về phê bình văn chương thẳng thừng bác bỏ Giả Thuyết JEDP, có lẽ thí dụ thích hợp nhất cho Sáng Thế Ký là tác phẩm của Gary A. Rendsburg.[34] Sau khi phân tích phê bình văn chương cẩn thận bốn chu kỳ của Sáng Thế Ký, Rendsburg kết luận rằng những sự khác biệt về nguồn mà Giả thuyết Graf-Wellhausen phân lập không đứng vững được. Phương pháp văn chương của ông giúp tìm thấy sự rất đồng bộ và ít rời rạc trong Sáng Thế Ký hơn người ta nghĩ, và ông lập luận rằng chuẩn phân chia nguồn tài liệu (J, E và P đối với Sáng Thế Ký) phải bị loại bỏ.

Kết Luận

Đến bây giờ ắt hẳn rõ ràng là nửa sau của thế kỷ XX đã chứng kiến sự suy sụp của Giả thuyết Bản Văn. Đây không phải sự thất bại hoàn toàn, vì vẫn còn nhiều học giả tiếp tục nghiên cứu dựa trên giả định này. Tuy nhiên, điều rõ ràng là trong thời đại chúng ta, các học giả Cựu Ước đang làm điều họ cho là đúng và không một phương pháp hoặc hệ phương pháp nào dường như có câu trả lời.

Công trình của các nhà phê bình văn chương cùng với những lời phê bình gay gắt của Rendtorff đã phơi bày sự phá sản của phương pháp Graf-Wellhausen. Các học giả Kinh Thánh bảo thủ nhìn chung đã áp dụng một trong hai phương pháp. Một mặt, nhiều người đã bác bỏ hoàn toàn

---

33. Longman, *Literary Approaches*, 21–24.
34. *The Redaction of Genesis* (Winona Lake, Ind.: Eisenbrauns, 1986), 99–106.

Giả Thuyết Bản Văn và đưa ra những lập luận khá ấn tượng chống lại nó.[35] Mặt khác, ngày càng nhiều người bảo thủ đang cố gắng khôi phục những hiểu biết sâu sắc hữu ích cách chân thật của các nhà phê bình nguồn trước đó, chẳng hạn Astruc và Ewald, và kết hợp chúng thành một lời giải thích mới về cách hình thành Ngũ Kinh.[36] Đây là một sự phát triển đầy triển vọng vì nhiều trong số những nhận xét của những học giả nghiên cứu trước Graf và Wellhausen là xác thực và hoàn toàn phù hợp với cách đánh giá cao Kinh Thánh. Chính sự thúc giục bốc đồng hoài nghi và chống lại chủ nghĩa siêu nhiên vào nửa sau thế kỷ XIX đã hạ thấp giá trị của những nhận xét này và dẫn đến một phương thức nghiên cứu Kinh Thánh thật sự không phù hợp với chính Kinh Thánh.

Các hệ phương pháp phê bình khác nhau vốn không chống lại chủ nghĩa siêu nhiên. Thật ra, chúng cần thiết cho những nghiên cứu Kinh Thánh nghiêm túc và hữu ích trong tay những học giả biết tôn trọng tính chất độc đáo của Kinh Thánh. Các học giả Kinh Thánh sẽ luôn đi theo khái niệm về sự can thiệp thiên thượng, là khái niệm cũng phải được kết hợp với những thành tựu trí tuệ của nền văn minh Tây phương hiện đại. Cách tiếp cận mang tính Cơ Đốc đối với bản văn Kinh Thánh sẽ là một quan điểm toàn diện, nghĩa là không bao giờ chỉ lấy phần có thể để nhét vào hệ thống tiền định của thuyết tự nhiên. Các học giả Cơ Đốc sẽ áp dụng kỹ năng phê bình tốt nhất của họ vào bản văn, trong khi vẫn luôn sẵn sàng đón nhận sự can thiệp thiên thượng trong thế giới và trong lịch sử.[37]

Cuối cùng, từ khảo sát ngắn này, rõ ràng là các tài liệu Cận Đông cổ đại phải được sử dụng nhiều hơn, không chỉ là một sự kiểm tra bên ngoài đối với các nghiên cứu Cựu Ước nói chung. Số lượng dữ liệu khổng lồ từ Cận Đông cổ đại đang tiếp tục được gom góp, và không có dấu hiệu suy giảm trong tương lai gần. Mỗi mùa hè, những cuộc thám hiểm khảo cổ được thực hiện xuyên Trung Đông, và những phát hiện thú vị không phải là hiếm. Chính bản chất của lượng tài liệu khổng lồ như thế khiến cho nhu cầu phải có nhiều học giả thuộc nhiều ngành khác nhau cùng hợp tác là điều quan trọng. Sử dụng cẩn thận các hệ phương pháp phê bình

---

35. Garrett, *Rethinking Genesis*, and Harrison, *Introduction* chỉ hai trong số nhiều tác phẩm.

36. Ví dụ xem sách giải nghĩa tuyệt hay của Gordon J. Wenham, Genesis 1–15, Word Biblical Commentary 1 (Waco, Tex.: Word, 1987), và *Genesis 16–50*, Word Biblical Commentary 2 (Dallas: Word, 1994). Wenham xem Sáng Thế Ký là J hoặc ấn bản J nguyên thủy từ đầu thế kỷ XIII cho đến tận thế kỷ X TC (*Genesis 1–15*, xliv-xlv).

37. William J. Abraham, *Divine Revelation and the Limits of Historical Criticism* (New York/Oxford: Oxford University Press, 1982), especially 187–89.

sẽ tạo nên những kết quả rất khác với điều chúng ta nhìn thấy hơn hai trăm năm qua nếu chúng được kết hợp với hai sự trung thành: thứ nhất, trung thành với thuyết siêu nhiên hữu thần, và thứ hai, trung thành với việc dùng các tài liệu Cận Đông cổ đại tương tự nhằm hạn chế những giả thuyết không thực tế.

Câu Hỏi Nghiên Cứu

1. Định nghĩa "phê bình", và phân biệt giữa "hạ" phê bình và "thượng" phê bình.

2. Kể ra và giải thích năm tiêu chuẩn mà các nhà phê bình nguồn tài liệu dùng để nhận diện các nguồn tài liệu trong truyện kể của Ngũ Kinh.

3. So sánh và đối chiếu phê bình nguồn tài liệu và phê bình hình thức. Phê bình truyền thống có liên hệ với phê bình nguồn và phê bình hình thức như thế nào?

4. Nét đặc biệt của phê bình lịch sử, phê bình văn chương và phê bình kinh điển là gì? Mỗi phương pháp giải thích bản văn cách độc nhất theo phương diện nào?

5. Ghi lại theo trình tự thời gian sự phát triển của Giả Thuyết Bản Văn và giải thích sự phát triển đã dọn đường cho công trình của Julius Wellhausen như thế nào.

6. Phác thảo trình tự của Giả Thuyết Bản Văn Wellhausen. Theo Wellhausen, mỗi tài liệu được biên soạn khi nào và tại sao?

7. Những khám phá nổi bật của thế kỷ XX cho thấy việc xem những đặc điểm nào đó trong các truyện kể về tộc trưởng dựa trên lịch sử là đúng như thế nào?

8. Phê bình hình thức đóng góp vào tính học thuật của Cựu Ước trong những phương diện nào?

9. So sánh và đối chiếu những phát triển gần đây trong các nghiên cứu về Ngũ Kinh. Các phương pháp có những đặc điểm nào giống nhau, và đặc điểm nào riêng biệt?

10. Mô tả cách các phương pháp phê bình Kinh Thánh khác nhau có thể nâng cao hiểu biết của chúng ta về bản văn. Mặt khác, những giả định triết học ảnh hưởng đến việc chúng ta đọc Kinh Thánh như thế nào?

Những Thuật Ngữ Chính

Hạ phê bình

Thượng phê bình

Nguyên bản

Phê bình biên soạn

Phê bình hình thức

Sitz im Leben

Phê bình truyền thống

Phê bình lịch sử

Phê bình văn chương

Phê bình kinh điển

Lục Thư

Kết Luận

Sáng Thế Ký và Hơn Nữa

Đó là việc quá kỳ diệu đến nỗi các thiên sứ cũng mong biết rõ.
1 Phi-e-rơ 1:12b (BHĐ)

Đọc Kinh Thánh: Hê-bơ-rơ 1:1–2; 1 Phi-e-rơ 1:10–12

Bố Cục

- Từ Vườn Địa Đàng Đến Những Lời Hứa Liên Quan Đến Tộc Trưởng
  - Nan đề với Vườn Địa Đàng
  - Những Lời Hứa cho Áp-ra-ham
  - Những Lời Hứa cho Y-sác
  - Những Lời Hứa cho Gia-cốp và Giô-sép
- Từ Các Tộc Trưởng đến Môi-se
- Từ Môi-se đến Chúa Giê-xu

Mục Tiêu

Sau khi đọc xong chương này, bạn có thể:

1. Tóm tắt những chủ đề thần học chính của Sáng Thế Ký: sự sáng tạo, tội lỗi và ảnh hưởng của tội lỗi trong Sáng Thế Ký 1–11, và các truyện kể về tộc trưởng nhấn mạnh khái niệm giao ước trong Sáng Thế Ký 12–50.

2. Phát biểu những chủ đề phụ của Sáng Thế Ký, bao gồm chịu nguy hiểm và lưu đày vì tội lỗi, sự chuẩn bị cho phần còn lại của Ngũ Kinh, làm thế nào hành động công bình của vài người có thể đem ích lợi cho những người khác, và những lời hứa về xứ và con cháu được ban cho Áp-ra-ham, Y-sác, Gia-cốp và Giô-sép.

3. So sánh mối liên hệ giữa Cựu Ước và Tân Ước với mối liên hệ giữa Sáng Thế Ký và phần còn lại của Ngũ Kinh.

4. Đối chiếu Môi-se với các tộc trưởng, cũng như nhận xét những sự liên tục quan trọng giữa họ.
5. Phân tích khái niệm giao ước về mặt thần học theo cách nó liên hệ với điều kiện chiếm xứ, theo cách liên hệ với ngụ ý rằng lưu đày có thể xảy ra vì không vâng lời nhưng vẫn có khả năng giành lại quê hương Ca-na-an và hòa bình, và theo cách liên hệ với mối quan hệ với Đức Chúa Trời, và sống trong sự hiện diện của Ngài.
6. Mô tả ba cách ban phát ân điển của Đức Chúa Trời: qua tộc trưởng, qua Môi-se và qua Chúa Cứu Thế.

Không bao giờ dư thừa khi nhấn mạnh ảnh hưởng của Sáng Thế Ký đối với phần còn lại của Kinh Thánh hoặc đối với lịch sử thế giới. Chương kết thúc này sẽ xem xét những liên kết thần học ngay trong Sáng Thế Ký, rồi kết nối chúng với phần còn lại của Ngũ Kinh và Kinh Thánh nói chung. Như một vị sứ đồ Tân Ước đã nói, ngay cả thiên sứ trên trời cũng mong ước hiểu ý nghĩa đầy đủ của những lẽ thật này.

Như bạn biết rõ cho đến lúc này, sách Sáng Thế Ký có hai phần chính, phạm vi vũ trụ của chương 1–11 và các truyện kể về tộc trưởng chương 12–50. Phần mô tả vũ trụ được trình bày khái quát trong hai chương mở đầu. Rồi nan đề về tội lỗi của con người được mô tả cách sống động trong vườn Ê-đen và phần còn lại từ chương 3–11. Vấn đề tội lỗi không giới hạn trong cặp vợ chồng con người đầu tiên, mà thật sự là đặc trưng của toàn thể dòng dõi con người. Thực tế tội lỗi xâm nhập vào thế gian đã gây ảnh hưởng, tàn phá công trình sáng tạo hoàn hảo của Đức Chúa Trời. Kết quả là, gia đình loài người đầu tiên đánh mất mối quan hệ tự do với Đức Chúa Trời và lịch sử nhân loại dường như bị mắc kẹt trong chu kỳ bất tận của sự lộn xộn, điều ác và sự hủy hoại.

Nhưng một bước ngoặc đáng chú ý xuất hiện với sự kêu gọi Áp-ra-ham trong chương 12. Vấn đề tội lỗi tìm thấy một phần giải pháp qua mối quan hệ giao ước với Đức Chúa Trời. Đức Chúa Trời thiết lập giao ước với Áp-ra-ham, cho thấy kết quả giao ước đem lại sự biến đổi qua Gia-cốp, và bày tỏ sự chăm sóc quan phòng tể trị của Ngài qua Giô-sép. Trong một số phương diện, phần còn lại của Kinh Thánh trình bày chi tiết những chủ đề này. Sự mặc khải của Đức Chúa Trời tạo nên dân sự của Ngài (Y-sơ-ra-ên), là dân phải sống trong mối quan hệ giao ước với Ngài, qua đó giải quyết nan đề tội lỗi của chính họ. Dân sự giao ước này được tiếp nối trong thời kỳ Tân Ước bởi hội thánh của Chúa Giê-xu Christ.

Từ Vườn Địa Đàng
Đến Các Lời Hứa Với Tộc Trưởng

Có một phương diện trong đó chủ đề của Sáng Thế Ký 1–11 cũng là chủ đề của phần còn lại của sách, và thật ra là của toàn bộ Ngũ Kinh. Cho dù sự nổi loạn của con người có quyết liệt đến đâu, thì ân điển của Đức Chúa Trời luôn giải cứu họ khỏi hậu quả của tội lỗi. Do đó, chủ đề của các truyện kể về tộc trưởng và đối với Ngũ Kinh nói chung được báo trước ở đây. Áp-ra-ham và các tộc trưởng khác chịu nguy hiểm và lưu đày vì sự lừa dối và không tin. Nhưng lời hứa bảo vệ và ban cho con cái của Đức Chúa Trời được ứng nghiệm. Tương tự, Y-sơ-ra-ên nhận lấy Đất Hứa chậm một thế hệ vì sự nổi loạn của họ. Nhưng đến phần kết của Ngũ Kinh, họ đứng trên biên giới của Đất Hứa, sẵn sàng bước vào niềm hy vọng phước hạnh. Do đó, mười một chương đầu của Kinh Thánh báo trước trên phạm vi vũ trụ những chủ đề tương tự được triển khai trong phần còn lại của Ngũ Kinh.[1]

Vấn Đề với Vườn Địa Đàng

Như chúng ta đã biết, Địa Đàng hoàn hảo trong mọi phương diện. Chính Đức Chúa Trời tuyên bố mọi khía cạnh của sự sáng tạo đều là "tốt đẹp". Vấn đề duy nhất với vườn Ê-đen là con người sinh sống trong đó. truyện kể từ Sáng Thế Ký chương 3 đến 11 mô tả sống động bản chất nan đề tội lỗi của con người và ảnh hưởng tàn phá nó đã (và vẫn còn) gây ra trên cả thế giới. Một khi tội lỗi bước vào công trình sáng tạo hoàn hảo và tốt đẹp của Đức Chúa Trời, thì nó chỉ tiếp tục leo thang với những ảnh hưởng dường như vô tận. Nhưng ân điển của Đức Chúa Trời cũng gìn giữ một nhóm còn sót lại công bình và trung tín phục vụ Ngài.

---

1. David J. A. Clines, "Theme in Genesis 1–11," in *"I Studied Inscriptions from before the Flood:" Ancient Near Eastern, Literary, and Linguistic Approaches to Genesis 1–11*, ed. Richard S. Hess and David Toshio Tsumura (Winona Lake, Ind.: Eisenbrauns, 1994), 285–309; và cùng tác giả, *The Theme of the Pentateuch*, Journal for the Study of the Old Testament—Supplement Series 10 (Sheffield: JSOT, 1978).

Những Lời Hứa cho Áp-ra-ham

Trong bối cảnh này, việc xuất hiện những lời hứa cho Áp-ra-ham dường như không đáp ứng nhu cầu (12:1–3). Những lời hứa về xứ, con cháu và phước lành đối với một con người có ý nghĩa gì dựa trên những vấn đề của cả vũ trụ được mô tả trong Sáng 3–11? Nhưng bản văn minh họa nguyên tắc: Đức Chúa Trời thường dùng những hành động công bình của số ít người để hoàn thành mục đích lớn của Ngài vì lợi ích của nhiều người. Thật vậy, chúng ta có thể thấy đây là chủ đề lặp lại nhiều lần trong Kinh Thánh. Giô-sép là người công bình trước âm mưu xảo quyệt của các anh, và sau này là trước những chống đối không thể vượt qua được tại Ai Cập. Môi-se đối diện với Pha-ra-ôn và thế lực Ai Cập hùng mạnh, và ba trăm người của Ghê-đê-ôn đánh bại cả ngàn người Mi-đi-an (Quan 7:1–8). Tiên tri Ê-li phát biểu thành lời nguyên tắc này: "Những người ở với chúng ta đông hơn những người ở với chúng nó" (2 Vua 6:16). Cặp mắt của tôi tớ ông lúc đó được mở ra và nhìn thấy những lực lượng từ trời hỗ trợ Ê-li chống lại đạo quân Sy-ri (2 Vua 6:8–19).

Giải pháp của Đức Chúa Trời cho vấn đề tội lỗi nằm trong đáp ứng đức tin của Áp-ra-ham đối với lời hứa gồm ba phương diện. Những lời hứa dần dà được giải thích thêm khi câu chuyện Áp-ra-ham mở ra. Cháu của Áp-ra-ham là Lót đã chọn một phần đất vì bề ngoài của nó ("Lót ngước mắt lên và nhìn... Lót bèn chọn lấy cho mình hết cánh đồng bằng bên sông Giô-đanh", 13:10–11). Nhưng dĩ nhiên, vùng đất này được chọn vì những lý do sai trật, và là vùng đất Lót không giữ được lâu cho mình. Ngược lại, Đức Chúa Trời bảo Áp-ra-ham ngước mắt lên và nhìn về hướng bắc lẫn hướng nam, đông và tây của toàn xứ Ca-na-an. Toàn xứ sẽ là của Áp-ra-ham và con cháu ông sẽ trở nên đông như cát bờ biển (13:14–17).

Bằng cách này, hai lời hứa chính, xứ và con cháu, được quyện vào nhau thành những lời phát biểu tiếp theo. Trong hai phần của Sáng Thế Ký 15, Đức Chúa Trời tái cam kết với hai lời hứa này. Số lượng con cháu đông đảo là ý chính của 15:1–6: "Hãy ngó lên trời và đếm các ngôi sao..." (15:5). Ở đây, Đức Chúa Trời cũng nói rõ rằng đứa con sẽ đến của lời hứa là con ruột của chính Áp-ra-ham chứ không phải con nuôi (15:4). Sáng Thế Ký 15:7–21 khẳng định lời hứa ban xứ và thiết lập giao ước giữa Đức Chúa Trời và Áp-ra-ham. Kết quả là xứ và con cháu được liên kết với nhau, và cả hai gắn liền với giao ước mới của Áp-ra-ham với Đức Chúa Trời.

Sáng Thế Ký 17 là phân đoạn quan trọng trong đó Đức Chúa Trời đặt dấu hiệu của giao ước trên Áp-ra-ham: đổi tên và phép cắt bì. Chương này đáng chú ý vì nhấn mạnh vào giao ước, như chúng ta đã nhận thấy trước đó từ việc dùng từ "giao ước" mười ba lần. Nhưng chương này cũng xây dựng trên lời hứa giao ước ("Ngươi sẽ là tổ phụ của nhiều dân tộc", 17:4b) và chính việc đổi tên minh họa cho cương vị làm tổ phụ nhiều dân tộc của Áp-ra-ham ("Ta đặt ngươi làm tổ phụ của nhiều dân tộc", 17:5b). Hai lời hứa ban xứ và con cháu được liên kết hơn nữa khi Đức Chúa Trời hứa ban "toàn xứ Ca-na-an" cho Áp-ra-ham và con cháu ông (17:8).

Sau việc trói Y-sác, Đức Chúa Trời một lần nữa nhắc lại lời hứa với Áp-ra-ham: "Ta chắc chắn sẽ ban phước cho ngươi, thêm dòng dõi ngươi nhiều như sao trên trời, đông như cát bờ biển" (22:17). Ký thuật về việc dâng Y-sác làm của lễ trên núi Mô-ri-a cho thấy nhận thức thời Cựu Ước đó là con cái của một người là sự mở rộng giá trị và ý nghĩa của chính người đó.[2]

Lời Hứa cho Y-sác

Trong truyện kể ngắn gọn đề cập đến Y-sác, tất cả ba lời hứa- xứ, con cháu, và phước lành cho thế gian- lúc đầu được ban cho Áp-ra-ham, đều được nhắc lại cho Y-sác (26:2–5). Tuy nhiên, có một yếu tố mới ở đây. Lần này lời hứa xứ thánh được mở rộng bao gồm sự hiện diện của Đức Chúa Trời: "Hãy ngụ trong xứ nầy, ta sẽ ở cùng ngươi và ban phước cho ngươi" (26:3). Lần đầu tiên trong các truyện kể về tộc trưởng, chúng ta bắt đầu thấy lại nguyên tắc vườn Ê-đen: cuộc sống trong xứ Đức Chúa Trời ban cho nghĩa là sống trong sự hiện diện của Đức Chúa Trời nữa (xem "vì ta ở cùng ngươi" trong 26:24). Điều này dĩ nhiên ngụ ý rằng xứ có thể bị mất nếu sự hiện diện của Đức Chúa Trời bị loại bỏ.

Lời Hứa cho Gia-cốp và Giô-sép

Phần trọng tâm của giấc mơ về chiếc thang của Gia-cốp tại Bê-tên là sự tái xác nhận những lời hứa với tộc trưởng trong Sáng 28:13–15. Cũng như với Y-sác, cả ba lời hứa được ban cho Áp-ra-ham ngay từ đầu được nói đến ở đây. Như với Y-sác trước đây, sự tái xác nhận lời hứa với Gia-cốp cũng bao hàm lời hứa về sự hiện diện của Đức Chúa Trời: "Ta ở cùng ngươi,

---

2. R. W. L. Moberly, "Christ as the Key to Scripture: Genesis 22 Reconsidered," in *He Swore an Oath: Biblical Themes from Genesis 12–50*, ed. Richard S. Hess, Philip E. Satterthwaite, and Gordon J. Wenham (Cambridge: Tyndale, 1993), 156.

ngươi đi đâu sẽ theo gìn giữ đó, và đem ngươi về xứ nầy; vì ta không bao giờ bỏ ngươi cho đến khi ta làm xong những điều ta đã hứa cùng ngươi" (28:15).

Lời tái xác nhận mạnh mẽ nhất cho Gia-cốp về những lời hứa với tộc trưởng xuất hiện trong sự kiện thần hiển hiện lần thứ hai tại Bê-tên (35:11–12). Một lần nữa, xứ và con cháu được buộc với nhau: "Ta sẽ ban xứ này cho dòng dõi ngươi" (35:12). Lời khẳng định những lời hứa giao ước bao hàm thêm lời hứa các vua sẽ ra từ dòng dõi Gia-cốp (35:11). Yếu tố này trong lời hứa dành cho tộc trưởng không được nói đến kể từ thời Áp-ra-ham (17:6, 16), và báo trước về Đấng Mê-si sẽ đến.

Khi ông lão Gia-cốp đem gia đình xuống Ai Cập vì nạn đói, Đức Chúa Trời một lần nữa an ủi ông và nhắc lại lời hứa căn bản với tộc trưởng. Ngài nói đến vô số con cháu ("Ta sẽ làm cho ngươi thành một nước lớn"), sự hiện diện dẫn dắt của chính Ngài ("Ta sẽ xuống Ai Cập với ngươi"), và việc chắc chắn quay lại Đất hứa ("ta cũng sẽ dẫn ngươi về", 46:3–4).

Như chúng ta đã thấy, truyện kể Giô-sép đúng là khác với những truyện kể về tộc trưởng. Nhưng ở đây những lời hứa cho tộc trưởng cũng có những tiếng vang dội lại. Chính truyện kể làm cho câu chuyện về gia đình tộc trưởng được tiếp tục cách tổng quát. Sự hiện diện của Đức Chúa Trời như một đặc điểm lời hứa với Y-sác và Gia-cốp cũng đóng vai trò thiết yếu trong truyện kể của Giô-sép. Phần dành cho sự thăng tiến của Giô-sép tại Ai Cập lặp lại điệp khúc "Đức Giê-hô-va phù hộ Giô-sép" (39:2,21,23). Cụ thể hơn, Gia-cốp trong lúc hấp hối nói với Giô-sép về tất cả những lời hứa thiên thượng quan trọng được ban cho tổ phụ ông và cho cá nhân ông tại Bê-tên (48:3–4). Còn đối với chính Giô-sép, mong ước cuối cùng của ông có thể chứng minh rằng ông cũng đã học bài học cho mình: "Em sẽ chết, nhưng Đức Chúa Trời sẽ đến viếng các anh em thật, đem các anh em về xứ mà Ngài đã thề hứa cùng Áp-ra-ham, Y-sác và Gia-cốp" (50:24). Ông sắp chết tại Ai Cập. Nhưng ông hiểu rằng ông không thuộc về Ai Cập, mặc dù ông đã cư ngụ ở đó nhiều năm. Cuối cùng, Giô-sép biết rằng Đức Chúa Trời sẽ thăm viếng con cháu ông và đem họ ra khỏi Ai Cập để vào Đất Hứa. Lòng tin quyết đó khiến ông tuyên bố rằng, vào ngày trọng đại và vinh hiển đó, ông không muốn xương cốt mình bị bỏ lại Ai Cập.

Từ Các Tộc Trưởng Đến Môi-se

Các truyện kể về tộc trưởng của Sáng Thế Ký 12–50 liên quan đến phần còn lại của Ngũ Kinh theo cách quen thuộc với độc giả Cơ Đốc. Sự tương đồng rõ nhất là mối quan hệ giữa Cựu Ước và Tân Ước.[3] Tân ước bổ sung và ứng nghiệm Cựu Ước thể nào, thì giao ước Môi-se cũng liên quan với giao ước Áp-ra-ham như vậy. Tân Ước dạy rằng Chúa Giê-xu Christ làm ứng nghiệm những lời hứa thiên thượng từ Cựu Ước thể nào, thì cuộc xuất hành khỏi Ai Cập và sự mặc khải trong Xuất Ê-díp-tô Ký đến Phục Truyền cũng ứng nghiệm những lời hứa với các tộc trưởng trong Sáng Thế Ký 12–50 như vậy.

Không có trường hợp nào sự mặc khải mới thay thế mặc khải cũ. Sự thờ phượng Yahweh của Môi-se không thay thế tín ngưỡng của tộc trưởng, cũng như Tân Ước không làm cho Cựu Ước trở nên lỗi thời hay cổ xưa. Ngược lại, cả hai làm sáng tỏ cho nhau.[4] Một câu trích nổi tiếng từ Thánh Augustine nói rằng "Tân Ước được giấu trong Cựu Ước, Cựu Ước được bày tỏ trong Tân Ước."[5] Cảm nghĩ này nhấn mạnh rằng những lẽ thật của Tân Ước tồn tại ở dạng phôi thai trong Cựu Ước, còn những chân lý của Cựu Ước thể hiện rõ ràng hơn trong Tân Ước.

Nhưng câu trích trên đảo ngược lại cũng đúng: Cựu Ước được che giấu trong Tân Ước; còn Tân Ước được bày tỏ trong Cựu Ước. Nói cách khác, lẽ thật mặc khải của Cựu Ước được giấu trong Chúa Giê-xu Christ, cũng như men được giấu trong đống bột.[6] Chính qua việc đọc Cựu Ước mà bản tánh và thân vị thật của Chúa Giê-xu trở nên rõ ràng. Đối với độc giả Cơ Đốc, Cựu Ước và Tân Ước cần có nhau đến mức không có cái này thì cái kia sẽ bị hiểu sai. Không thể hiểu được Tân Ước nếu không có Cựu Ước, và không có Tân Ước thì Cựu Ước không hoàn chỉnh.

Mối liên quan giữa Áp-ra-ham và Môi-se rất giống với sự soi sáng lẫn nhau giữa Cựu Ước và Tân Ước. Sự phụ thuộc về thần học giữa các truyện kể về tộc trưởng và phần còn lại của Ngũ Kinh vô cùng rõ ràng trong phân đoạn ngắn ngủi ở Xuất 2:23–25. Môi-se đã chạy trốn khỏi Ai Cập hỗn loạn và tìm cuộc sống mới trong xứ Ma-đi-an (Xuất 2:11–22). Con cái Y-sơ-ra-ên vẫn cần được giải cứu khỏi ách nô lệ, nhưng Môi-se đã quay lưng lại.

---

3. Xem thêm quyển sách quan trọng của R. W. L. Moberly, *The Old Testament of the Old Testament: Patriarchal Narratives and Mosaic Yahwism*, Overtures to Biblical Theology (Minneapolis: Fortress, 1992).

4. Đọc những lời cảnh báo rất hay về cách tiếp cận của Moberly trong J. Gerald Janzen, *Abraham and All the Families of the Earth: A Commentary on the Book of Genesis 12–50*, International Theological Commentary (Grand Rapids: Eerdmans, 1993), 6–12.

5. David L. Baker, *Two Testaments, One Bible: A Study of the Theological Relationship between the Old and New Testaments*, 2nd ed. (Downers Grove: InterVarsity, 1991), 36.

6. Janzen, *Genesis 12–50*, 11.

Nhưng tiếng kêu của Y-sơ-ra-ên đã lên tới Đức Chúa Trời, và Ngài nghe tiếng than thở của họ, Ngài thấy nỗi đau đớn của họ và quyết định làm điều gì đó về tình trạng nô lệ của họ. Phân đoạn này chuẩn bị độc giả cho cuộc đấu tranh tư tưởng giữa Đức Chúa Trời và Môi-se trong Xuất chương 3 và 4. Môi-se quyết định để Ai Cập ra đằng sau và quên đi nỗi khổ nhọc khủng khiếp của dân mình. Nhưng Đức Chúa Trời quyết tâm đem Môi-se về làm phương tiện giải cứu. Cuộc tranh chiến tại bụi gai cháy là không thể tránh được vì sự kiên trì đầy ân điển của Đức Chúa Trời và sự bướng bỉnh nổi loạn của Môi-se. Đức Chúa Trời và Môi-se đã ở trong một cuộc va chạm.

Một cụm từ ngắn trong Xuất 2:24 tiết lộ động cơ của Đức Chúa Trời, và cho chúng ta cái nhìn thoáng qua vào tấm lòng của Đức Chúa Trời. Điều gì đã khiến Ngài quyết định cứu dân Y-sơ-ra-ên?

> Tân Ước được cất giấu trong Cựu Ước, Cựu Ước được khải tỏ trong Tân Ước.
>
> *Saint Augustine*

Đó chính là mối quan hệ giao ước của Ngài với các tộc trưởng: Đức Chúa Trời nghe tiếng thở than của dân Y-sơ-ra-ên tại Ai Cập, và "Ngài nhớ đến giao ước với Áp-ra-ham, với Y-sác và Gia-cốp". Điều này cho thấy mối liên hệ giữa các lời hứa với tộc trưởng trong Sáng Thế Ký 12–50 và sự giải cứu được mô tả trong Xuất Ê-díp-tô Ký. Về mặt thần học, tất cả những gì diễn ra trong Xuất Ê-díp-tô Ký, sự kêu gọi Môi-se, các tai vạ, thoát khỏi Ai Cập và vượt Biển Đỏ, những chỉ dẫn về đền tạm trong đồng vắng, tất cả đều là kết quả của tình yêu Đức Chúa Trời đối với Áp-ra-ham, Y-sác và Gia-cốp!

Một phân đoạn quan trọng khác về mặt thần học là Xuất 6:2–8. Phân đoạn này có ý nghĩa đối với bất kỳ nghiên cứu thần học Cựu Ước nào vì nhiều lý do. Có lẽ lý do trọng yếu là việc nhấn mạnh về sự thay đổi từ tín ngưỡng dạng Ên- thời tộc trưởng sang sự thờ phượng Yahweh của Môi-se.

Đức Chúa Trời lại phán cùng Môi-se rằng: "Ta là Đức Giê-hô-va [Yahweh]. Ta đã hiện ra cùng Áp-ra-ham, cùng Y-sác và cùng Gia-cốp, tỏ mình là Đức Chúa Trời Toàn Năng [Ên Sha-đai], song về danh Ta là Giê-hô-va [Yahweh] thì ta chưa hề tỏ cho họ biết." (6:2–3)

Các học giả thường tranh cãi điều này có nghĩa là các tộc trưởng đã biết hay không biết danh Yahweh. Cho dù kết quả là gì, phân đoạn rõ ràng phân biệt giữa Môi-se và tộc trưởng, một sự phân biệt chỉ có thể được so sánh cách chính đáng với những khác biệt giữa Cựu Ước và Tân Ước.

Nhưng trong một số phương diện, Xuất 6:2–8 đáng chú ý vì nối kết Môi-se với các tộc trưởng hơn là vì sự phân biệt giữa họ. Phân đoạn tiếp tục nhắc Môi-se rằng Đức Chúa Trời lập giao ước với các tộc trưởng để ban cho họ Đất Hứa, nơi họ đang sống như những người xa lạ (6:4). Ngoài ra, người Y-sơ-ra-ên than thở dưới ách nô lệ nặng nhọc ở Ai Cập, và Đức Chúa Trời đã phán cách ngắn gọn "Ta nhớ lại giao ước của ta" (6:5). Theo sau đó là danh sách những điều Đức Chúa Trời sẽ làm cho Y-sơ-ra-ên: Ngài sẽ đem họ ra và giải phóng họ khỏi tình trạng nô lệ, Ngài sẽ giải cứu họ, và khiến họ trở nên dân sự Ngài (6:6–7). Cuối cùng Ngài sẽ đem họ vào xứ Ngài đã thề ban cho Áp-ra-ham, cho Y-sác và cho Gia-cốp, và xứ sẽ trở thành cơ nghiệp của họ (6:8).

Phân đoạn này chắc chắn một mặt nhận biết sự khác biệt giữa lịch sử và tôn giáo thời tộc trưởng, một mặt là thời điểm và đức tin của Môi-se. Nhưng điều quan trọng là chúng có liên quan với nhau, dù có khác biệt. Môi-se và sự kiện ra khỏi Ai Cập (Xuất-Phục) là những kết quả tự nhiên từ giao ước Áp-ra-ham (Sáng Thế Ký 12–50). Cái này bắt nguồn từ cái kia, và chúng cần có nhau để giải thích cho nhau. Vì vậy, trên phương diện thần học và văn chương, phần còn lại của Ngũ Kinh bắt nguồn từ Sáng Thế Ký 12–50. Về mặt lịch sử, Môi-se và cuộc xuất hành ra khỏi Ai Cập xuất hiện là kết quả của mối liên hệ giữa Đức Chúa Trời và các tộc trưởng.[7]

Đến cuối Ngũ Kinh, có một ám chỉ nữa kết nối Xuất Ê-díp-tô Ký - Phục Truyền với nhau và toàn bộ có liên hệ với Sáng Thế Ký 12–50. Ngay trước khi Môi-se qua đời, Đức Giê-hô-va đã chỉ cho Môi-se toàn xứ được hứa và phán rằng: "Đây là xứ mà Ta đã thề ban cho Áp-ra-ham, Y-sác và Gia-cốp..." (Phục 34:4). Cho nên tất cả những sự kiện trong đời Môi-se - các tai vạ, cuộc xuất hành, dựng đền tạm - những sự kiện được ghi lại trong Xuất – Phục xảy ra là kết quả của những lời hứa với tộc trưởng và phụ thuộc vào những lời hứa đó về thần học, Y-sơ-ra-ên chiếm hữu được xứ là vì những lời hứa của Đức Chúa Trời với các tộc trưởng.

Tuy nhiên, trong những lời hứa với tộc trưởng và trong luật pháp Môi-se cũng có thể xảy ra tình trạng lưu đày. Dù đây là viễn cảnh khủng khiếp đối với người Y-sơ-ra-ên, nhưng Ngũ Kinh nói rõ rằng Y-sơ-ra-ên sau này có thể đánh mất xứ và bị đuổi ra khỏi biên giới của họ. Luật pháp Môi-se đã khiến Y-sơ-ra-ên trở thành dân sự Đức Chúa Trời. Nhưng họ chưa nhận lãnh xứ của Đức Chúa Trời. Vì vậy, tính chất hiến pháp của mối quan hệ giữa Đức Chúa Trời và Y-sơ-ra-ên là sự trung tín theo giao ước, không phải sở hữu Pa-lét-tin về phương diện vật lý. Luật pháp Môi-se không kể lại việc ban xứ, mà để dành cho sách Giô-suê. Yếu tố cần thiết trong mối quan hệ giữa Đức Chúa Trời và Y-sơ-ra-ên là luật pháp, không phải xứ.

---

7. Việc sử dụng những lời hứa cho tộc trưởng trong lời cầu thay của Môi-se cũng cho thấy vai trò của mối quan hệ với Áp-ra-ham trong tấm lòng của Đức Chúa Trời (xuất 32:13).

Hễ chừng nào mối quan hệ giao ước còn được duy trì, thì xứ được bảo đảm. Nhưng Phục Truyền nhấn mạnh rằng xứ sẽ được ban cho Y-sơ-ra-ên như một món quà và như là kết quả tự nhiên của mối quan hệ của Y-sơ-ra-ên với Đức Chúa Trời. Việc giành được Đất Hứa tùy thuộc vào lòng trung thành liên tục của Y-sơ-ra-ên với mối quan hệ giao ước của Đức Chúa Trời (Phục 28:36,64).

Về phương diện này, phần còn lại của Ngũ Kinh vừa nhìn lại vườn Ê-đen và vừa hướng đến tương lai của Y-sơ-ra-ên. A-đam và Ê-va cũng nhận lấy đất (vườn Ê-đen) và chịu trách nhiệm gìn giữ trật tự sáng tạo và sống trong mối quan hệ với Đức Chúa Trời. Giống Y-sơ-ra-ên, cuộc sống của họ ở Địa Đàng tùy thuộc vào mối quan hệ liên tục của họ với Đức Chúa Trời. Khi họ phá vỡ mối quan hệ đó, họ đánh mất khu vườn. Tương tự với Y-sơ-ra-ên, cuộc sống của họ ở Pa-lét-tin tùy thuộc vào giao ước của họ với Đức Gia-vê. Phục Truyền có thể báo trước một cách tự nhiên việc mất xứ và lưu đày của dân Y-sơ-ra-ên nếu họ không canh giữ cơ nghiệp quý giá nhất của mình: mối quan hệ giao ước với Đức Chúa Trời.

Đảo ngược lại cũng đúng. Đối với A-đam và Ê-va, sự bình an và sự bảo đảm phước hạnh là của họ chỉ khi họ sống hòa thuận với Đức Chúa Trời. Các lời hứa với tộc trưởng bao gồm sự hiện hiện lâu dài và sự bảo vệ của Đức Chúa Trời, kết quả của mối quan hệ của họ với Ngài. Với Y-sơ-ra-ên sau này cũng vậy. Sự hiện diện của Đức Chúa Trời có liên quan đến đền thờ tại Giê-ru-sa-lem. Bên trong nơi Chí Thánh minh họa sự hiện diện của Đức Chúa Trời với dân sự Ngài. Nhưng sự hiện diện của Đức Chúa Trời không được bảo đảm bởi cấu trúc vật lý đó. Ngay chính đền thờ có thể bị phá đổ và dân sự bị đuổi khỏi Đất Hứa. Đây thật sự là điều Giê-rê-mi và các tiên tri khác đã cảnh báo sẽ xảy ra nếu Y-sơ-ra-ên khước từ lời kêu gọi ăn năn của các tiên tri. Nhưng tiếp tục tận hưởng sự hiện diện phước hạnh của Đức Chúa Trời là điều Y-sơ-ra-ên có thể có được miễn là họ sống hòa thuận với Đức Chúa Trời và giữ giao ước Ngài.

Từ Môi-se đến Chúa Giê-xu

Như chúng ta đã thấy, những lời hứa với tộc trưởng trong Sáng Thế Ký 12–50 là nền tảng cho phần còn lại của Ngũ Kinh. Giao ước của Đức Chúa Trời với Áp-ra-ham, Y-sác và Gia-cốp là sự ban phát ân điển đầu tiên của Đức Chúa Trời, đưa đến kết quả trong một sự ban phát khác, tức là sự thờ phượng Yahweh của Môi-se. Do đó, Môi-se đã triển khai, điều chỉnh và duy trì những lời hứa giao ước với Áp-ra-ham.

Nhưng tầm quan trọng của những lời hứa với tộc trưởng không giới hạn trong luật pháp Môi-se hoặc cấu trúc bên trong của Ngũ Kinh. Thật ra, những yếu tố cơ bản của lời hứa tiếp tục là trọng tâm cho phần còn lại của Cựu Ước, và do đó cho cả Tân Ước. Hoàn toàn có thể nói về sự ban phát *thứ ba* của ân điển Đức Chúa Trời, qua tộc trưởng, Môi-se và Chúa Cứu Thế.[8] Mặc dù có những khác biệt quan trọng trong từng cách ban phát, nhưng cam kết của Đức Chúa Trời với Áp-ra-ham ngay từ đầu lịch sử cứu rỗi chuyển tải qua suốt phần còn lại của Kinh Thánh, điều này đã thêm vào tính liên tục và nhất quán cho cả Kinh Thánh. Trong phần cuối cùng này, tôi muốn minh họa một vài trong số nhiều cách như thế.

Ngay sau khi Ngũ Kinh khép lại, chương tiếp theo có ý định cho thấy tính liên tục giữa Môi-se và Giô-suê. Lãnh tụ mới của Y-sơ-ra-ên là người kế vị hợp pháp người ban luật pháp vĩ đại. Đức Giê-hô-va thẳng thắn báo cho Giô-suê biết rằng Môi-se, tôi tớ Ngài, đã qua đời, và giao cho ông trọng trách hướng dẫn dân Y-sơ-ra-ên vào đất hứa: "Bây giờ, ngươi và cả dân sự này hãy đứng dậy đi qua sông Giô-đanh, đặng vào xứ mà ta ban cho các ngươi" (Giô-suê 1:2). Dân Y-sơ-ra-ên chắc chắn thành công vì lời hứa ban xứ bây giờ đã trở thành lời hứa của Môi-se như nó từng là lời hứa của tộc trưởng: "Phàm nơi nào bàn chân các ngươi đạp đến, thì ta ban cho các ngươi, y như ta đã phán cùng Môi-se" (1:3,6).

Nhưng như chúng ta đã thấy, lời hứa ban xứ trong các truyện kể về tộc trưởng được mở rộng bao gồm không chỉ việc sở hữu vùng đất vật chất, mà còn cả sự sống trong sự hiện diện của Đức Chúa Trời. Vì vậy Ngài cũng bảo đảm với Giô-suê về sự hiện diện mãi mãi của Ngài: "Ta sẽ ở cùng ngươi như Ta đã ở cùng Môi-se; Ta sẽ không lìa ngươi, không bỏ ngươi đâu" (Giô-suê 1:5b; xem thêm 1:9b). Đức Chúa Trời đã bảo đảm với Môi-se tại bụi gai cháy rằng ông sẽ không cô đơn khi quay về Ai Cập thế nào (Xuất 3:12), thì bây giờ Ngài cũng bảo đảm với Giô-suê về sự hiện diện che chở của Ngài khi Giô-suê dẫn Y-sơ-ra-ên vào Đất Hứa thế ấy. Nhiều thế kỷ sau, đền thờ tráng lệ tại Giê-ru-sa-lem sẽ là Nơi Thánh, sự hiện diện của Đức Chúa Trời sẽ ở với con cái Y-sơ-ra-ên (1 Các Vua 8:12–13), như Môi-se đã báo trước (Xuất 15:17; và xem Thi 132:14).

Về một phương diện, phần còn lại của Cựu Ước là câu chuyện về mối quan hệ của Đức Chúa Trời với con cháu Áp-ra-ham, Y-sác và Gia-cốp. Cốt truyện đầy những lắt léo trong đó trước tiên họ sống trong sự hiện diện của Đức Chúa Trời tại Đất Hứa, nhưng cuối cùng họ không giữ được giao ước. Giống như A-đam và Ê-va trong vườn Ê-đen, cuối cùng họ xua đuổi sự hiện diện của Đức Chúa Trời khỏi xứ và đuổi chính mình ra khỏi xứ

---

8. Moberly, *Old Testament*, 204–5. Muốn biết những hàm ý sâu sắc của điều này đối với cuộc đối thoại Do Thái-Cơ Đốc, xem tác phẩm của ông trang 147–75.

vào cuộc lưu đày. Đền thờ, tượng trưng cho sự hiện diện mãi mãi của Đức Chúa Trời, bị phá đổ như một lời nhắc nhở đầy đau đớn rằng Đức Chúa Trời không còn ban phước cho xứ này nữa,

Nhưng trong lúc đó cũng có những ám chỉ về cách ban phát mới mẻ về ân điển của Đức Chúa Trời. Vị vua sẽ đến phục hồi hòa bình cho xứ được gọi là "Em-ma-nu-ên" nghĩa là "Đức Chúa Trời ở cùng chúng ta" (Ê-sai 7:14). Các tiên tri cũng nói về sự khôi phục dân sự trong xứ, và thậm chí là xây lại đền thờ (Ê-xê-chi-ên 40–43), với sự tuôn đổ mới mẻ Thánh Linh của Đức Chúa Trời trên dân sự Ngài (Ê-xê-chi-ên 37; Giô-ên 2:28–29). Mặc dù con cháu Y-sơ-ra-ên đã phạm tội và không sống theo tiêu chuẩn giao ước của họ với Đức Chúa Trời, nhưng lời hứa thiên thượng của Ngài với các tộc trưởng là chắc chắn. Sự ứng nghiệm đang ở phía trước.

Theo cách phức tạp hơn chúng ta có thể xem xét ở đây, rõ ràng là các tác giả Tân Ước xem Chúa Giê-xu và sự xuất hiện của hội thánh Cơ Đốc là sự ứng nghiệm của những kỳ vọng này của Cựu Ước. Trên phương diện thực tế, những lời hứa với tộc trưởng cuối cùng được ứng nghiệm trong hội thánh. Các lời hứa thiên thượng với các tộc trưởng chỉ về người con hoàng tộc, người sẽ là công cụ để Đức Chúa Trời ban phước cho mọi dân tộc trên đất (Sáng 17:6; 35:11; 49:8–12). Các tác giả Tân Ước có cùng niềm xác tín rằng Chúa Giê-xu Christ là Con cháu Đa-vít, Đấng Mê-si được mong đợi để làm ứng nghiệm những lời hứa với tộc trưởng.[9]

> ## Câu Hỏi Nghiên Cứu
>
> 1. Các chủ đề của mười một chương đầu trong Kinh Thánh được tiếp tục xuyên suốt Ngũ Kinh như thế nào?
> 2. Mô tả cách những lời hứa của Đức Chúa Trời với Áp-ra-ham được từng trải và ứng nghiệm một phần trong đời sống của con chá Áp-ra-ham.
> 3. Làm sao chúng ta có thể nói rằng Sáng Thế Ký hướng đến phần còn lại của Ngũ Kinh, cũng như Cựu Ước hướng đến Tân Ước?

---

9. T. Desmond Alexander, "Abraham Re-assessed Theologically: The Abraham Narrative and the New Testament Understanding of Justification by Faith," in *He Swore an Oath: Biblical Themes from Genesis 12–50*, ed. Richard S. Hess, Philip E. Satterthwaite, and Gordon J. Wenham (Cambridge: Tyndale, 1993), 7–28.

4. Trong phương diện nào tất cả những gì diễn ra trong Xuất Ê-díp-tô Ký làm chứng cho tình yêu của Đức Chúa Trời đối với các tộc trưởng?

5. Xuất 6:2–8 liên kết Môi-se với các tộc trưởng như thế nào?

6. Giải thích vì sao Chúa Giê-xu làm ứng nghiệm một số những kỳ vọng Cựu Ước.

7. Nghiên cứu Sáng Thế Ký đã nâng cao hiểu biết của bạn về Đức Chúa Trời như thế nào? Bạn có được nhận thức sâu sắc nào sau khi hành trình qua Sáng Thế Ký? Những nhận thức này ảnh hưởng đến hành trình đức tin của bạn trong những phương diện cụ thể nào?

Thư Mục Tuyển Chọn
Các Tài Liệu Tham Khảo

Abraham, William J. *Divine Revelation and the Limits of Historical Criticism*. New York/Oxford: Oxford University Press, 1982.

Aharoni, Yohanan. *The Land of the Bible: A Historical Geography*. Trans. Anson F. Rainey. London: Burns & Oates, 1979.

Albright, William F. *Archaeology and the Religion of Israel*. Baltimore: Johns Hopkins, 1942.

———. *From the Stone Age to Christianity: Monotheism and the Historical Process*. 2nd ed. Garden City, N.Y.: Doubleday, 1957.

———. *Yahweh and the Gods of Canaan: An Historical Analysis of Two Contrasting Faiths*. Winona Lake, Ind.: Eisenbrauns, 1990 (1968).

Alexander, T. Desmond. *From Paradise to the Promised Land: An Introduction to the Main Themes of the Pentateuch*. Grand Rapids: Baker, 1998.

Armerding, Carl E. *The Old Testament and Criticism*. Grand Rapids: Eerdmans, 1983.

Arnold, Bill T., and Bryan E. Beyer. *Encountering the Old Testament: A Christian Survey*. Grand Rapids: Baker, 1998.

———, eds. *Readings from the Ancient NearEast: Primary Sources for Old Testament Study*. Grand Rapids: Baker, 2002.

Baker, David L. *Two Testaments, One Bible: A Study of the Theological Relationship between the Old and New Testaments*. 2nd ed. Downers Grove: InterVarsity, 1991.

Baldwin, Joyce G. *The Message of Genesis 12–50*. The Bible Speaks Today. Downers Grove/Leicester: InterVarsity, 1986.

Barth, Christoph. *God with Us: A Theological Introduction to the Old Testament*. Ed. Geoffrey W. Bromiley. Grand Rapids: Eerdmans, 1991.

Blenkinsopp, Joseph. *The Pentateuch: An Introduction to the First Five Books of the Bible*. Anchor Bible Reference Library. New York: Doubleday, 1992.

Bright, John. *A History of Israel*. 3rd edition. Philadelphia: Westminster, 1981.

Brueggemann, Walter. *Genesis*. Interpretation. Atlanta: John Knox, 1982.

Childs, Brevard S. *Introduction to the Old Testament as Scripture*. Philadelphia: Fortress, 1979.

Clements, Ronald E. *One Hundred Years of Old Testament Interpretation*. Philadelphia: Westminster, 1976.

Clines, David J. A. *The Theme of the Pentateuch*. Journal for the Study of the Old Testament—Supplement Series 10. Sheffield: JSOT, 1978.

Coats, George W. *Genesis, with an Introduction to Narrative Literature*. Forms of the Old Testament Literature 1. Grand Rapids: Eerdmans, 1983.

Garrett, Duane A. *Rethinking Genesis: The Sources and Authorship of the First Book of the Pentateuch*. Grand Rapids: Baker, 1991.

Gordon, Cyrus H. *Introduction to Old Testament Times*. Ventnor, N.J.: Ventnor, 1953.

Habel, Norman C. *Literary Criticism of the Old Testament*. Guides to Biblical Scholarship. Philadelphia: Fortress, 1971.

Hamilton, Victor P. *Handbook on the Pentateuch: Genesis, Exodus, Leviticus, Numbers, Deuteronomy*. Grand Rapids: Baker, 1982.

———. *The Book of Genesis: Chapters 1–17*. New International Commentary on the Old Testament. Grand Rapids: Eerdmans, 1990.

———. *The Book of Genesis: Chapters 18–50*. New International Commentary on the Old Testament. Grand Rapids: Eerdmans, 1995.

Harris, R. Laird. *Inspiration and Canonicity of the Bible: An Historical and Exegetical Study*. Grand Rapids: Zondervan, 1957.

Harrison, R. K. *Introduction to the Old Testament*. Grand Rapids: Eerdmans, 1969.

Hess, Richard S. *Studies in the Personal Names of Genesis 1–11*. Alter Orient und Altes Testament 234. Kevelaer/Neukirchen-Vluyn: Butzon & Bercker/Neukirchener, 1993.

Hoerth, Alfred J., Gerald L. Mattingly, and Edwin M. Yamauchi, eds. *Peoples of the Old Testament World*. Grand Rapids: Baker, 1994.

Janzen, J. Gerald. *Abraham and All the Families of the Earth: A Commentary on the Book of Genesis 12–50*. International Theological Commentary. Grand Rapids: Eerdmans, 1993.

Kaufmann, Yehezkel. *The Religion of Israel: From Its Beginnings to the Babylonian Exile.* Trans. Moshe Greenberg. New York: Schocken, 1972 (1960).

Keil, Carl Friedrich, and Franz Delitzsch, *Commentary on the Old Testament.* 10 vols. Grand Rapids: Eerdmans, 1978 (n.d.).

Kidner, Derek. *Genesis: An Introduction and Commentary. Tyndale Old Testament Commentary.* Downers Grove: InterVarsity, 1967.

Kikawada, Isaac M., and Arthur Quinn. *Before Abraham Was: The Unity of Genesis 1–11.* Nashville: Abingdon, 1985.

Kitchen, Kenneth A. *Ancient Orient and Old Testament.* Downers Grove: InterVarsity, 1966.

Kline, Meredith G. *Treaty of the Great King; the Covenant Structure of Deuteronomy: Studies and Commentary.* Grand Rapids: Eerdmans, 1963.

Koch, Klaus. *The Growth of the Biblical Tradition: The Form-Critical Method.* Trans. S. M. Cupitt. New York: Scribner, 1969.

Lambert, W. G., and Alan R. Millard. Atra-hasis: *The Babylonian Story of the Flood.* Oxford: Clarendon, 1969.

Livingston, G. Herbert. *The Pentateuch in Its Cultural Environment*, 2nd ed. Grand Rapids: Baker, 1987.

Longacre, Robert E. *Joseph: A Story of Divine Providence—A Text Theoretical and Textlinguistic Analysis of Genesis 37 and 39–48.* Winona Lake, Ind.: Eisenbrauns, 1989.

Longman, Tremper III. *Literary Approaches to Biblical Interpretation.* Grand Rapids: Zondervan, 1987.

McCarter, P. Kyle Jr., *Textual Criticism: Recovering the Text of the Hebrew Bible.* Guides to Biblical Scholarship. Philadelphia: Fortress, 1986.

Mathews, Kenneth A. *Genesis 1–11:26.* New American Commentary 1A. Nashville: Broadman, 1996.

Merrill, Eugene H. *Kingdom of Priests: A History of Old Testament Israel.* Grand Rapids: Baker, 1987.

Millard, Alan R., and Donald J. Wiseman, eds. *Essays on the Patriarchal Narratives.* Winina Lake, Ind.: Eisenbrauns, 1983.

Miller, J. Maxwell. *The Old Testament and the Historian.* Guides to Biblical Scholarship. Philadelphia: Fortress, 1976.

Moberly, R. W. L. *The Old Testament of the Old Testament: Patriarchal Narratives and Mosaic Yahwism*. Overtures to Biblical Theology. Minneapolis: Fortress, 1992.

Rad, Gerhard von. *Genesis: A Commentary*. Trans. John H. Marks. Old Testament Library. Philadelphia: Westminster, 1972.

Rast, Walter E. *Tradition History and the Old Testament*. Guides to Biblical Scholarship. Philadelphia: Fortress, 1972.

Rendsburg, Gary A. *The Redaction of Genesis*. Winona Lake, Ind.: Eisenbrauns, 1986.

Rendtorff, Rolf. *The Problem of the Process of Transmission in the Pentateuch*. Trans. John J. Scullion. Journal for the Study of the Old Testament—Supplement Series 89. Sheffield: JSOT, 1990.

Ross, Allen P. *Creation and Blessing: A Guide to the Study and Exposition of the Book of Genesis*. Grand Rapids: Baker 1988.

Sailhamer, John H. *The Pentateuch as Narrative: A Biblical-Theological Commentary*. Grand Rapids: Zondervan, 1992.

Sanders, James A. *Canon and Community: A Guide to Canonical Criticism*. Philadelphia: Fortress, 1984.

Sarna, Nahum M. *Understanding Genesis*. New York: Schocken, 1970 (1966).

———. *Genesis: The Traditional Hebrew Text with the New JPS Translation*. JPS Torah Commentary. Philadelphia: Jewish Publication Society, 1989.

Soulen, Richard N. *Handbook of Biblical Criticism*. 2nd ed. Atlanta: John Knox, 1981.

Speiser, Ephraim A. *Genesis*. Anchor Bible 1. Garden City, N.Y.: Doubleday, 1964.

Thompson, Thomas L. *Historicity of the Patriarchal Narratives: The Quest for the Historical Abraham*. Beihefte zur Zeitschrift für die alttestamentliche Wissenschaft 133. Berlin: de Gruyter, 1974.

Tov, Emanuel. *Textual Criticism of the Hebrew Bible*. Minneapolis/Assen, Netherlands: Fortress/Van Gorcum, 1992.

Tsumura, David Toshio. *The Earth and the Waters in Genesis 1 and 2: A Linguistic Investigation*. Journal for the Study of the Old Testament—Supplement Series 83. Sheffield: JSOT, 1989.

Tucker, Gene M. *Form Criticism of the Old Testament*. Guides to Biblical Scholarship. Philadelphia: Fortress, 1971.

Van Seters, John A. *Abraham in History and Tradition*. New Haven, Conn.: Yale University Press, 1975.

Vaux, Roland de. *The Early History of Israel*. Trans. David Smith. Philadelphia: Westminster, 1978.

———. *Ancient Israel*. Trans. John McHugh. 2 vols. New York: McGraw-Hill, 1961.

Walton, John H. *Ancient Israelite Literature in Its Cultural Context: A Survey of Parallels between Biblical and Ancient Near Eastern Texts*. Grand Rapids: Zondervan, 1989.

———. *Covenant: God's Purpose, God's Plan*. Grand Rapids: Zondervan, 1994.

Wellhausen, Julius. *Prolegomena to the History of Israel*. Trans. J. Sutherland Black and Allan Menzies. Atlanta: Scholars, 1994.

Wenham, Gordon J. *Genesis 1–15*. Word Biblical Commentary 1. Waco, Tex.: Word, 1987.

———. *Genesis 16–50*. Word Biblical Commentary 2. Dallas: Word, 1994.

Westermann, Claus. *Genesis 1–11*. Trans. John J. Scullion. Continental Commentary. Minneapolis: Fortress, 1984.

———. *Genesis 12–36*. Trans. John J. Scullion. Continental Commentary. Minneapolis: Fortress, 1985.

———. *Genesis 37–50*. Trans. John J. Scullion. Continental Commentary. Minneapolis: Fortress, 1986.

Whybray, R. Norman. *Introduction to the Pentateuch*. Grand Rapids: Eerdmans, 1995.

Williams, Ronald J. *Hebrew Syntax: An Outline*. 2nd ed. Toronto: University of Toronto Press, 1976.

Wiseman, P. J. *Ancient Records and the Structure of Genesis: A Case for Literary Unity*. Ed. Donald J. Wiseman. Nashville: Thomas Nelson, 1985.

Chú Giải Thuật Ngữ

Chữ Hình Nêm

Hệ thống chữ viết được những người Su-me phát minh khoảng năm 3100 TC. Những hình dạng giống cái nêm được ép vào đất sét ướt, hoặc khắc chạm trên đá hoặc kim loại để biểu thị chữ. Hệ thống này có thể được phỏng lại cách dễ dàng để hiển thị nhiều ngôn ngữ của vùng Cận Đông cổ đại.

Chữ Viết Tượng Hình

Thuật ngữ chỉ hệ thống chữ viết Ai Cập sớm nhất (tiếng La-tinh *hieros*, 'thiêng liêng', và *glyphē*, 'chạm khắc'). Đó là kiểu chữ hình vẽ, dựa trên những miêu tả của các đồ vật và ký hiệu hình học phổ biến. Chữ viết tượng hình cuối cùng được thay thế bằng hệ thống chữ thảo nặng nề, tức tiếng Ai Cập thông dụng thiên niên kỷ thứ nhất TC.

Creatio Ex Nihilo

Cụm từ tiếng La-tinh có nghĩa là 'sáng tạo từ chỗ không có gì'. Hội thánh đầu tiên đã đối diện với một số dị giáo dạy rằng Đức Chúa Trời đã tạo dựng thế giới bằng vật chất tự có, tiền hiện hữu gọi là nguyên liệu thô. Nhưng bằng chứng Kinh Thánh đưa đến niềm xác tín rằng Đức Chúa Trời đã dựng nên vũ trụ từ chỗ không có gì và Ngài tạo dựng cách dễ dàng (Thi 33:6,9; Hê 11:3).

Cuộc Lưu Đày Ba-by-lôn

Sau khi Giê-ru-sa-lem rơi vào tay Nê-bu-cát-nết-sa năm 586 TC, hầu hết những lãnh đạo bị lưu đày qua Ba-by-lôn. Cuộc lưu đày chính thức kết thúc vào tháng Mười năm 539 TC, khi Ba-by-lôn bị người Ba Tư đánh chiếm, người Do Thái được thả ra và được phép trở về Giê-ru-sa-lem đổ nát. Các học giả thường nghiên cứu về vai trò của cộng đồng lưu đày và hậu lưu đày trong việc sáng tạo văn chương Cựu Ước.

Dân Miền Biển

Là những người mới đến Cận Đông cổ đại khoảng 1200 TC. Có lẽ bỏ chạy từ Hy Lạp đất liền sau sự sụp đổ của thành Troy, những người này chạy dọc theo bờ biển Địa Trung Hải, phá vỡ mọi thế lực chính của thời đó, đặc biệt là Ai Cập và Hê-tít. Một nhóm thuộc Dân Miền Biển này là người Phi-li-tin, định cư tại vùng biển đông nam của Sy-ri Pa-lét-tin và đóng vai trò quan trọng trong thời Cựu Ước.

Đấng Mê-si

Là từ liệu Hê-bơ-rơ có nghĩa là 'Đấng Được Xức Dầu'. Từ liệu tiếng Hy Lạp 'Đấng Christ' (*Christos*) dịch là Đấng Mê-si, dù nó không có cùng những ngụ ý của Đấng Mê-si, tức là Đấng được Đức Chúa Trời ban năng lực và thẩm quyền để thực hiện sứ mạng.

Đạo Một Thần Tối Cao

Niềm tin vào một thần là thần của một chủng tộc, bộ lạc hay nhóm cụ thể, mà không tuyên bố đó là thần duy nhất.

Fiat

Thuật ngữ La-tinh có nghĩa là "hãy có như vậy" và nói đến phương thức sáng tạo bằng sắc lệnh của Đức Chúa Trời trong Sáng Thế Ký 1. Vào sáu ngày tạo dựng liên tiếp, Đức Chúa Trời đã tạo dựng bằng chỉ thị hay mệnh lệnh thiên thượng: 'Phải có sự sáng', 'Phải có khoảng không ở giữa nước', v.v…

Giao Ước

Thuật ngữ (tiếng Hê-bơ-rơ là *bĕrît*) mô tả mối quan hệ ràng buộc giữa các đối tác con người, hoặc giữa Đức Chúa Trời và con người. Khái niệm này có nền tảng pháp lý và mô tả thỏa thuận giữa hai bên chưa hề có sự thỏa thuận nào như vậy về bản chất. Những thỏa thuận như thế có những bổn phận ràng buộc ở cả hai phía. Đây là một khái niệm thần học phong phú trong Kinh Thánh, vì Đức Chúa Trời cam kết chính Ngài vào mối liên hệ giao ước với con người, trong đó Ngài chấp nhận các bổn phận. Khái niệm này nằm sau từ tiếng Anh "testament" trong tên gọi "Old Testament" (Cựu Ước) và "New Testament" (Tân Ước).

Hạ Phê Bình

Phê bình Kinh Thánh hiện đại đã triển khai những nguyên tắc để nghiên cứu bản văn, lần lượt dẫn đến sự phát triển của nhiều hệ phương pháp khác nhau. Những hệ phương pháp này đôi khi được chia nhỏ thành 'hạ phê bình' và 'thượng phê bình', mặc dù những thuật ngữ này không phổ biến như trước kia vì những hàm ý mang tính thiếu tôn trọng. Hạ phê bình nói đến phê bình bản văn, tìm cách khôi phục từ ngữ nguyên thủy của bản văn từ các bản thảo khác nhau hiện có. Xem *Thượng Phê Bình* và *Phê Bình*.

Hê-bơ-rơ

Thuật ngữ Kinh Thánh dùng để mô tả Áp-ra-ham và con cháu ông qua Y-sác và Gia-cốp. Nguồn gốc của thuật ngữ này không được rõ. Có khả năng người Hê-bơ-rơ của Cựu Ước có lẽ ít ra là có phần liên quan đến người Habiru của bản văn thuộc Thời Đại Đồ Đồng Giữa và Cuối từ Cận Đông cổ đại. Có lẽ đây là tên gọi ngoài xã hội của người Xê-mít bán du mục. Một số ám chỉ về người Habiru xưa có thể hàm ý người Hê-bơ-rơ. Nhưng thuật ngữ sau không có ý nghĩa quan trọng về chủng tộc và có phạm vi ý nghĩa rộng hơn nhiều.

Heilsgeschichte

Từ ghép tiếng Đức (từ ngữ chỉ về 'sự cứu rỗi' và 'lịch sử') với nhiều từ tiếng Anh tương đương: lịch sử cứu chuộc, lịch sử cứu rỗi, lịch sử thiêng liêng, v.v… Nó biểu thị một nguyên tắc thần học trong đó giải thích Kinh Thánh như đang mô tả hành động cứu rỗi của Đức Chúa Trời trong lịch sử. Những sự kiện của lịch sử cứu rỗi là sự mặc khải siêu nhiên từ thiên thượng về thời gian và không gian, được ghi lại trong Kinh Thánh để làm đức tin thêm vững mạnh.

Huynh Hôn

Luật pháp của Cựu Ước về việc sinh con cho thành viên trong gia đình đã qua đời (Phục 25:5–6). Khi một người Y-sơ-ra-ên qua đời mà không có con trai, người bà con gần nhất phải lấy người vợ góa và duy trì gia đình của người đã mất nhờ đứa con trai đầu lòng của cuộc hôn nhân mới, là người nhận lấy tên và tài sản của người chồng đầu tiên. Huynh hôn là yếu tố quan trọng trong Sáng 38.

Imago Dei

Cách nói theo tiếng La-tinh để chỉ 'hình ảnh của Đức Chúa Trời', cụ thể nói đến đỉnh điểm của công trình sáng tạo của Đức Chúa Trời khi Ngài dựng nên con người theo 'hình ảnh' của Ngài (*ṣelem*) và 'giống' như Ngài (*dĕmût*, Sáng 1:26–27).

Kinh Điển

Thuật ngữ chỉ về tuyển tập có tính thẩm quyền của các sách Kinh Thánh được chấp nhận như là luật lệ của đức tin và thực hành (Greek *kanōn*).

Lai Thế Học

Thuật ngữ nói về một phần của thần học bàn đến giáo lý về những sự việc cuối cùng. Vì thế, lai thế học đề cập đến sự chết, sự đoán xét, thiên đàng, địa ngục, sự sống lại, sự đến lần thứ hai của Chúa Giê-xu, v.v…

Levant

Vùng duyên hải phía đông Biển Địa Trung Hải, tạo thành biên giới phía tây của Sy-ri Pa-lét-tin. Levant kéo dài đến bốn trăm dặm, và trở thành giao lộ cho mọi hoạt động thương mại và di chuyển trong thế giới cổ đại.

Lịch Sử Cứu Rỗi. Xem *Heilsgeschichte*

Lịch sử Nguyên thuỷ

Tiền lịch sử, hay giai đoạn đầu tiên về hoạt động con người, xuất hiện trước khi lịch sử được ghi lại.

Lục Thư

Tên (nghĩa là 'sáu cuộn') được đặt cho sáu sách đầu tiên của Kinh Thánh (Sáng Thế Ký, Xuất Ê-díp-tô Ký, Lê-vi Ký, Dân Số Ký và Phục Truyền Luật Lệ Ký) như một đơn vị văn chương. Một số học giả lập luận rằng đơn vị này được biên tập như một tác phẩm.

Lưu Đày. Xem *Cuộc Lưu Đày Ba-by-lôn*

Ma Thuật

Khi được dùng trong nghiên cứu Kinh Thánh, thuật ngữ này không ám chỉ những trò ảo thuật nhanh tay như trong lối nói hiện đại. Ngược lại, nó chỉ cách sử dụng những thuộc lòng có công thức và những hành động bắt chước mà người cổ đại tin rằng có thể điều khiển và sử dụng quyền lực của các thế lực tự nhiên và thần linh. Qua những phương cách này, người cổ đại tin rằng họ có thể khiến cho thiên nhiên và các thần phục tùng các lực siêu nhiên ngoài tầm kiểm soát của các vị thần. Thuyết độc thần của Y-sơ-ra-ên và khái niệm siêu việt có nghĩa là ma thuật bị ngăn cấm. Đức Chúa Trời Đấng tạo hóa không phục tùng bất kỳ thế lực siêu nhiên nào ngoài sự kiểm soát của Ngài, và không thể bị điều khiển dưới bất kỳ hoàn cảnh nào.

Nê-ghép

Từ Hê-bơ-rơ chỉ đồng vắng phía nam Giu-đa. Cũng có nghĩa đơn giản là 'miền Nam'.

Ngũ Kinh

Thuật ngữ nói đến năm sách đầu tiên của Kinh Thánh (từ từ liệu Hy Lạp *pente*, năm và *teuchos*, cuộn). Bằng chứng Kinh Thánh chứng minh quan điểm rằng Sáng Thế Ký, Xuất Ê-díp-tô Ký, Lê-vi Ký, Dân Số Ký và Phục Truyền Luật Lệ Ký thuộc cùng một đơn vị văn chương. Có lẽ Cựu Ước nói đến Ngũ Kinh khi dùng cụm từ như 'Sách Luật pháp của Môi-se' (2 Các Vua 14:6) và 'Sách Luật Pháp' (Giô-suê 1:8) trong khi Tân Ước nói đến những sách này là 'luật pháp' trong cách nói 'luật pháp và các tiên tri' (Lu 16:16). Do đó, chúng ta không nhất thiết xem Ngũ Kinh là năm sách riêng biệt, Ngũ Kinh nối lịch sử từ lúc ban đầu cho đến, nhưng không bao gồm, cuộc chinh phục Đất Hứa của Y-sơ-ra-ên. Tên gọi theo Do Thái cho những sách này là từ liệu Hê-bơ-rơ 'Torah' hoặc 'luật pháp'. Năm sách này cùng lập nền tảng lịch sử và thần học cho phần còn lại của Kinh Thánh.

Người Xê-mít

Một nhóm đông người có liên hệ về chủng tộc và ngôn ngữ. Thuật ngữ được lấy từ danh sách các dân tộc ở Sáng 10, mô tả những nhóm được gọi là con trai của "Sem", do đó có thuật ngữ Xê-mít (Semitic). Ở phía đông, nhiều nhóm Xê-mít khác nhau sống ở Mê-sô-bô-ta-mi, nổi bật nhất trong số họ là người Ac-cad, A-mô-rít, A-ram và Ả-rập. Người Ca-na-an và A-ram chiếm phía tây. Người Hê-bơ-rơ là phân nhóm của người Ca-na-an.

Nguyên Bản

Thuật ngữ dùng trong nghiên cứu Kinh Thánh chỉ về bản thảo đầu tiên của tác phẩm của một tác giả. Không nguyên bản nào của các sách Kinh Thánh còn đến ngày nay. Nhiệm vụ của phê bình bản văn là khôi phục hoàn chỉnh đến mức tối đa từ ngữ nguyên thủy của bản văn dựa trên các bản sao bản thảo hiện có (xem *Phê Bình Nguyên Bản*). Một số bản thảo rời rạc từ Các Cuộn Biển Chết dường như xuất hiện trong vòng chưa đến một thế kỷ so với nguyên bản của một số sách Cựu Ước, chẳng hạn Đa-ni-ên.

Phê Bình Bản Văn. Xem *Hạ Phê Bình*

Phê Bình Hình Thức

Phân tích và giải thích văn chương Cựu Ước qua việc nghiên cứu các hình thức hoặc thể loại văn chương của nó. Phương pháp này cho rằng văn chương cổ thường bắt đầu bằng truyền thống truyền miệng, và tương tự, phê hình hình thức Cựu Ước bắt đầu bằng việc cho rằng hầu hết văn chương Y-sơ-ra-ên bắt nguồn từ văn hóa dân gian, rồi trải qua thời kỳ tiền lịch sử truyền miệng lâu dài. Mỗi hình thức hay thể loại được cho là bắt nguồn trong một bối cảnh lịch sử cụ thể (xem '*Sitz im Leben*') trong lịch sử của dân tộc Y-sơ-ra-ên. Phê bình hình thức cho rằng bối cảnh ban đầu có thể được khám phá qua nghiên cứu chính hình thức của nó. Hệ phương pháp của phê bình hình thức theo truyền thống có bốn bước, bao gồm cấu trúc, thể loại, bối cảnh và mục đích của thể loại. *Xem* 'Thể Loại'.

Phê Bình Kinh Điển

Thuật ngữ chỉ về các phương pháp tương đối mới trong nghiên cứu Kinh Thánh có cùng mối quan tâm về tính chất, chức năng và thẩm quyền của kinh điển Kinh Thánh. Phê bình kinh điển tìm cách nghiên cứu hình thức Cựu Ước được chấp thuận và phơi bày sứ điệp thần học của nó. Nó ít bàn đến các mức độ cụ thể trong công tác biên tập, mà quan tâm nhiều hơn đến sản phẩm cuối cùng. Các nhà phê bình kinh điển ít quan tâm đến cách bản văn ra đời, mà quan tâm nhiều về sứ điệp thần học và sứ điệp bên trong của kinh điển

Phê Bình Kinh Thánh

Cuộc tìm kiếm lẽ thật qua việc áp dụng các nguyên tắc lý luận để nghiên cứu bản văn Kinh Thánh. Phê bình Kinh Thánh không phải là việc làm tiêu cực hay gây khó chịu như tên gọi của nó. Ý nghĩa chính yếu của "phê bình" trong trường hợp này là hành động xử lý bản văn cách khoa học, đặt câu hỏi về nhân vật, về biên soạn và nguồn gốc của tài liệu văn chương. Như thế, đó là một thuật ngữ hoàn toàn trung tính, không tiêu cực cũng không tích cực. Không thể đọc bản văn Kinh Thánh mà không xem xét các vấn đề về bản quyền và niên đại biên soạn. Xem *Phê Bình Nguyên Bản* và *Thượng Phê Bình*.

Phê Bình Lịch Sử

Đôi khi tên gọi này được dùng cho hệ phương pháp tìm cách kết hợp các kết quả của các phương pháp phê bình khác với nỗ lực khôi phục bằng niên đại lịch sử của văn chương Y-sơ-ra-ên. Nỗ lực này bàn đến bối cảnh lịch sử của tài liệu, bao gồm niên đại và địa điểm biên soạn. Phê bình lịch sử cố gắng trình bày câu chuyện theo niên đại các sự kiện có liên quan đến việc biên soạn văn chương Y-sơ-ra-ên bên trong toàn bộ bức tranh lịch sử Y-sơ-ra-ên nói chung. Một trong những điểm khác biệt của nó với các phương pháp khác là tính nhấn mạnh, vì phê bình lịch sử quan tâm đến lịch sử Y-sơ-ra-ên nói chung, bao gồm lịch sử hình thành văn chương Y-sơ-ra-ên. Xem *Phê Bình Kinh Thánh*, *Thượng Phê Bình*, *Phê Bình Hình Thức*, *Phê Bình Nguồn Tài Liệu*.

Phê Bình Nguồn Tài Liệu

Phương pháp này tìm cách khám phá khuôn mẫu văn chương của bản văn Cựu Ước. Những khuôn mẫu này lần lượt giúp nhà phê bình có thể nghiên cứu, và có lẽ tách rời, các nguồn khác nhau được dùng để biên soạn bản văn. Thường thì nhà phê bình nguồn dựa vào việc kết hợp nhiều loại tiêu chuẩn để phân biệt các nguồn tài liệu. Trong nghiên cứu ngũ kinh, những tiêu chuẩn này bao gồm các danh xưng khác nhau của Đức Chúa Trời, sự lặp lại hoặc các ký thuật tương tự của một sự kiện, những trái ngược rõ ràng, văn phong và thần học.

Phê Bình Trứ Tác

Liên quan đến phê bình nguồn tài liệu, thuật ngữ 'trứ tác' nói đến hoạt động biên tập trong đó các tài liệu được công nhận được sắp xếp theo một hình thức văn chương nhất định. Nhiệm vụ của phê bình biên soạn đôi khi được xác định cách khác nhau, nhưng chúng thường liên quan đến việc phân tích cách thức các nguồn tài liệu được biên tập với nhau, trong trường hợp thừa nhận rằng kết quả của phê bình nguồn đồng ý với những phát hiện của nó. Nhà phê bình trứ tác cũng cố gắng khám phá những quan điểm thần học của từng nhà biên tập các nguồn tài liệu Kinh Thánh, bằng cách phân tích kỹ thuật biên tập và những lựa chọn được dùng trong việc định hình và điều chỉnh các nguồn tài liệu viết có sẵn. Họ nghiên cứu thẩm thấu văn chương của bản văn để biết về nhà biên tập cổ đã tạo ra nó. Xem *Phê Bình* và *Phê Bình Nguồn Tài Liệu*.

Phê Bình Truyền Thống

Một hệ phương pháp thường cố gắng phân tích toàn diện cách văn chương Kinh Thánh bắt đầu và phát triển. Nó kết hợp kết quả của phê bình nguồn tài liệu và phê bình hình thức lại với nhau để xây dựng lịch sử văn chương Cựu Ước qua các giai đoạn tiền văn chương và văn chương. Nó cho rằng cả truyền thống truyền khẩu lẫn văn tự đều đóng vai trò trong việc định hình cuối cùng văn chương Cựu Ước. Về một phương diện, phê bình truyền thống nằm giữa phê bình hình thức và phê bình trứ tác. Nó quan tâm đến tất cả các bước, từ lúc bắt đầu truyền thống truyền miệng (phê bình hình thức) cho đến giai đoạn biên tập cuối cùng (phê bình trứ tác).

Phê Bình Văn Chương

Hệ phương pháp gần đây trong nghiên cứu Kinh Thánh tìm cách phân tích bản văn Kinh Thánh không dựa vào người biên soạn hay thời điểm được viết. Ngược lại, nhà phê bình văn chương quan tâm đến ý nghĩa ban đầu của bản văn, và cách mà bản văn tạo ý nghĩa qua các yếu tố cấu thành khác nhau của cấu trúc bản văn. Do đó, nhà phê bình văn chương không bắt đầu với ai và khi nào, mà là vì sao và như thế nào. Nhiều nhà phê bình văn chương đã thách thức việc tìm ra những kết luận xưa và vững chắc hơn của phê bình nguồn tài liệu và phê bình hình thức.

Septuagint/Bản Bảy Mươi

Tên La-tinh (nghĩa là 'bảy mươi') của bản dịch Hy Lạp Cựu Ước đầu tiên. Theo truyền thuyết, việc dịch được thực hiện bởi bảy mươi học giả Do Thái theo lệnh của Ptolemy II ở Alexandria, Ai Cập vào thế kỷ III TC. Nó trở thành bản dịch Cựu Ước được yêu thích của hội thánh đầu tiên. Trong hầu hết nghiên cứu Kinh Thánh, bản Septuagint được ghi theo chữ số La Mã 70, LXX.

Sitz im Leben

Cách diễn đạt theo tiếng Đức (nghĩa là 'bối cảnh sống') chỉ về bối cảnh lịch sử và xã hội, trong đó một thể loại hay hình thức văn chương cụ thể hình thành đầu tiên.

Sự Tể Trị

Sự mô tả Kinh Thánh về Đức Chúa Trời như một vị vua, hoặc một đấng cai trị tối cao của toàn cả vũ trụ. Khái niệm này bắt nguồn từ chính sự sáng tạo (Thi 103:19), nhưng được bày tỏ cụ thể hơn trong kế hoạch toàn diện của Đức Chúa Trời cho lịch sử thế giới (Êph 1:11). Công tác cứu chuộc đầy ân điển của Đức Chúa Trời thể hiện quyền tể trị của Ngài, vì chức vụ của Chúa Giê-xu luôn nói về 'vương quốc của Đức Chúa Trời' (Mác 1:15; Công 1:3).

Tetrateuch

Là tên gọi (nghĩa là 'bốn cuộn') của bốn sách đầu tiên trong Kinh Thánh - Sáng Thế Ký, Xuất Ê-díp-tô Ký, Lê-vi Ký và Dân Số Ký - như một đơn vị văn chương. Một số học giả lập luận rằng đơn vị này được biên tập thành một tác phẩm gồm các nguồn JEP. Theo quan điểm này, mãi sau này Phục Truyền mới được thêm vào.

Thần Hệ

Nghiên cứu về sự ra đời của các thần. Các tác giả Cận Đông cổ đại quan tâm đến khởi đầu của vũ trụ, bao gồm sự ra đời và tổ tiên của các vị thần.

Thần Hiển Hiện

Từ ngữ Hy Lạp chỉ về sự hiển lộ của Đức Chúa Trời. Những lần xuất hiện thình lình và gây ngạc nhiên của Đức Chúa Trời trong hình dạng có thể nhận thấy (nghe và thấy) tại những thời điểm mang tính quyết định trong lịch sử Y-sơ-ra-ên: những lời hứa với tộc trưởng (Sáng Thế Ký 17,18,28), sự kêu gọi Môi-se (Xuất 3). Giao ước Si-nai (Xuất 19), v.v...

Thể Loại

Thuật ngữ được các học giả Kinh Thánh dùng để chỉ hình thức hoặc thể loại văn chương (tiếng Pháp 'thứ, kiểu, loại'). Nhà phê bình hình thức tập hợp các bản văn cùng thể loại vào một nhóm nếu chúng có cùng những đặc điểm nổi bật.

Thời Đại Đồ Đồng Giữa

Thuật ngữ được các nhà khảo cổ học và sử học dùng cho giai đoạn người A-mô-rít xâm nhập qua Cận Đông cổ đại, khởi đầu một kỷ nguyên mới (khoảng 2000–1550 TC). Sau thời kỳ suy thoái ban đầu ở Sy-ri Pa-lét-tin, nền văn hóa A-mô-rít làm hồi sinh đời sống tĩnh tại và sự phát triển các trung tâm đô thị mới. Các vương quốc mới của người A-mô-rít ở Ba-by-lôn trong giai đoạn này đóng vai trò quan trọng trong lịch sử Cận Đông cổ đại. Đây cũng là thời kỳ tộc trưởng của Y-sơ-ra-ên.

Thời Đại Đồ Đồng Muộn

Thuật ngữ được các nhà khảo cổ và sử gia dùng cho thời kỳ của chủ nghĩa quốc tế và truyền thông vùng Cận Đông cổ đại, khoảng 1500–1200 TC. Thời đại Đồ Đồng Muộn được đánh dấu bởi Vương quốc Mới hùng mạnh của Ai Cập, gây ảnh hưởng đáng kể đối với vùng duyên hải Sy-ri Pa-lét-tin. Đây là thời kỳ Y-sơ-ra-ên ra khỏi Ai Cập, lang thang trong đồng vắng, và chinh phục Ca-na-an.

Thời Đại Đồ Đồng Sớm

Thuật ngữ được các nhà khảo cổ học và sử học của Cận Đông cổ đại dùng để chỉ thiên niên kỷ thứ ba TC, ở Pa-lét-tin còn được gọi là Thời Đại Ca-na-an (khoảng 3300–2000 TC). Đây là thời đại của nhiều phát triển mới quan trọng khắp Cận Đông cổ đại. Tại Sy-ri Pa-lét-tin, Thời Đại Đồ Đồng Sớm chứng kiến sự gia tăng dân số và đô thị hóa đột ngột. Có sự chuyển tiếp nhanh chóng từ cuộc sống trong các thôn làng không có tường bao quanh đến các thành lũy ở nhiều nơi. Tại Ai Cập và Mê-sô-bô-ta-mi, Thời Đại Đồ Đồng Sớm đánh dấu sự nổi lên và sụp đổ của các đế quốc lớn đầu tiên của nhân loại: Old Kingdom Egypt và các đế quốc của người Su-me Ac-cad tại Mê-sô-bô-ta-mi.

Thời Đại Đồ Sắt

Thuật ngữ được các nhà khảo cổ và nhà sử học vùng Cận Đông cổ đại dùng để nói về thời kỳ sắt thay thế đồng như là kim loại để chế tạo công cụ và vũ khí (khoảng 1200–332 TC). Thời kỳ này được đánh dấu bởi sự xuất hiện của các đế quốc thật sự đầu tiên trên thế giới, tất cả đều từ Mê-sô-bô-ta-mi: A-sy-ri, Ba-by-lôn và Ba Tư. Thời Đại Đồ Sắt thường được chia nhỏ thành ba thời kỳ: Thời Đại Đồ Sắt I (1200–930 TC), Thời Đại Đồ Sắt II (930–539 TC), Thời Đại Đồ Sắt III (539–332 TC). Đây là thời kỳ của nền quân chủ Y-sơ-ra-ên, của cuộc lưu đày và phục hồi.

Thượng Phê Bình

Phê bình Kinh Thánh hiện đại đã triển khai những nguyên tắc để nghiên cứu bản văn, lần lượt dẫn đến sự phát triển của nhiều hệ phương pháp riêng biệt. Những hệ phương pháp này đôi khi được chia nhỏ thành 'hạ phê bình' và 'thượng phê bình', mặc dù những thuật ngữ này không phổ biến như lúc trước vì những hàm ý mang tính thiếu tôn trọng. Thượng phê bình nói đến tất cả các hình thức phê bình Kinh Thánh tìm cách trả lời những câu hỏi liên quan đến việc biên soạn và nguồn gốc của Kinh Thánh. Kể từ Thời Kỳ Khai Sáng (thế kỷ XVII và XVIII SC), phê bình Kinh Thánh làm phát sinh nhiều hệ phương pháp riêng biệt nhưng có liên quan với nhau. Xem *Phê Bình* và *Hạ Phê Bình*.

Thuyết Đa Thần

Niềm tin vào không chỉ một thần. Thuyết đa thần thường được liên kết với những tín ngưỡng về khả năng sinh sản và tôn giáo thiên nhiên xa xưa.

Thuyết Độc Thần

Quan điểm thần học và triết học cho rằng chỉ có một Đức Chúa Trời. Quan điểm như thế không phải là niềm tin được các dân tộc cổ đại chấp nhận, những người theo đa thần và theo đạo một thần tối cao.

Thần Thoại, Thần Thoại Học

Trong tiếng Anh hiện đại, thuật ngữ này thường nói đến điều gì đó không có thật và do tưởng tượng. Nhưng trong nghiên cứu Cận Đông cổ đại, các học giả dùng từ này theo ý nghĩa cổ điển hơn, dù không có sự nhất trí về định nghĩa. Thần thoại là công cụ văn chương mà bởi đó các dân tộc cổ đại sắp xếp thế giới của họ. Thần thoại giải thích cách thế giới bắt đầu và cung cấp những chuẩn mực cho hành vi của con người. Là cách diễn đạt những niềm xác tín thần học, những thần thoại cổ này xuất hiện ngoài thời gian và không gian, và được liên kết với các tôn giáo thiên nhiên. Tuy nhiên, Y-sơ-ra-ên cổ 'lịch sử hóa' thần thoại bằng cách không ám chỉ đến thời điểm khác biệt với thời điểm thế giới, mà là đến lịch sử của chính Y-sơ-ra-ên. Yahweh, Đức Chúa Trời của Y-sơ-ra-ên là Đấng sáng tạo và thiết lập những chuẩn mực cho chính hành vi của con người qua sự mặc khải thiên thượng cho dân tộc đó. Lịch sử trở thành công cụ để bày tỏ thần học, không phải thần thoại.

Thuyết Hổ Lốn

Nỗ lực hiệp nhất hoặc hòa giải các niềm tin hoặc tập tục đối lập nhau. Những người đi theo tôn giáo này đôi khi điều chỉnh hoặc đồng nhất những vị thần hoặc tín điều của tôn giáo mình với những vị thần hoặc tín điều của một tôn giáo khác để có được người ủng hộ.

Thuyết Nguồn Gốc Vũ Trụ

Bản ký thuật hoặc học thuyết về nguồn gốc của vũ trụ.

Thuyết Nguyên Nhân

Một nghiên cứu về nguyên nhân. Kinh Thánh thường dùng một câu chuyện cổ để giải thích thế nào một người hay một nơi được đặt tên, hay để giải thích bằng cách nào một phong tục nào đó mà tác giả biết đã được chấp nhận trong xã hội. Những câu chuyện như thế đưa ra lời giải thích về lý do sự việc như hiện tại. Các học giả hiện đại thường cho rằng sự có mặt của thuyết nguyên nhân trong một truyện kể có nghĩa là câu chuyện không thể chính xác về mặt lịch sử. Nhưng phương pháp này không cần thiết và không công bằng đối với các truyền thống.

Toàn Năng

Niềm tin cho rằng Đức Chúa Trời có mọi năng lực và sức mạnh cần thiết để thực hiện bất kỳ mục đích nào Ngài chọn theo cách Ngài muốn. Toàn năng là ý tưởng cho rằng Đức Chúa Trời tự do làm bất kỳ điều gì Ngài muốn theo bất kỳ cách nào Ngài muốn (Mác 14:36; Lu 1:37). Xem *Sự tể trị*

Tộc Trưởng

Thuật ngữ truyền thống được dùng để chỉ các tổ phụ trong đức tin. Thuật ngữ đôi khi ám chỉ tất cả những nhân vật đức tin vĩ đại trong Cựu Ước. Nhưng theo tiền lệ Cựu Ước và phong tục Do Thái ban đầu, thuật ngữ thường chỉ giới hạn cho ba tổ phụ của Sáng 12–36 là Áp-ra-ham, Y-sác và Gia-cốp.

Vũ Trụ Học

Triết lý hay học thuyết về bản chất và các nguyên tắc của vũ trụ nói chung và các phần khác nhau của nó.

Vulgate

Tên (tiếng La-tinh 'thông dụng, phổ biến') theo bản dịch La-tinh của Kinh Thánh được giáo hội trung cổ thừa nhận. Giáo hội nghị Trent (1546) tuyên bố bản Vulgate là Kinh Thánh chính thức của Giáo Hội La Mã. Hầu hết các sách trong bản dịch này đều từ Jerome (khoảng 340–420).

Phụ Lục Theo Chủ Đề

A-bên, 47, 60, 82, 84, 102, 191, 193

A-bi-mê-léc, 120, 167–170, 193–195, 196-197

A-đa-pa, 71

A-đam, 21, 35, 40, 45–57, 59–60, 71–73, 82–87, 94–97, 103-104, 144, 151, 254, 340-341

A-đu-lam, 239

A-ga, 149–154, 170, 172, 237

A-hi, 114, 118

A-mô-rít, 66-67, 116–117, 120, 125–127, 130–132, 355, 358

A-ram, 68, 115, 125, 131, 199, 208, 275, 300, 355

A-sy-ri, 66, 121, 126, 129, 240, 278, 315, 320-321, 359

áo choàng, 234–236

Ac-cad, 66, 70, 116, 124-125, 128, 200, 207, 355, 359

Ách-ca-lôn, 195

Ai Cập, 64–69, 72, 108–110, 117, 124–128, 130, 140, 145, 168–169, 194–196, 231 233–235, 236–238, 243–249, 253–263, 266, 281–283, 289, 300, 319–321, 326, 334, 336–339, 341, 351–359

Alt, Albrecht, 324

Albright, William F., 73, 130, 292-293, 322

Áp-ra-ham, 21–22, 48, 57, 66, 83, 85, 95–97, 102, 117, 122–123, 133, 143, 146, 149-150, 152–154, 158–164, 167–182, 188–201, 202–206, 212, 215, 218–221, 223–225, 232–233, 237, 253–255, 259, 262–266, 281, 283–285, 289, 292, 302, 321, 325, 332–339, 340–341, 352, 361

Áp-ram, 96, 102–111, 114–121, 127, 129–134, 138–145, 147–152, 154, 215, 279

Áp-su, 75

Astruc, Jean, 309–310, 328

Át-tạt-tê, 76

Atrahasis, Sử thi, 70, 90-91

Augustine, 337

ân điển của Đức Chúa Trời, ba cách ban phát của, 341

Ba-anh, 76, 133, 284, 286, 290

Ba-by-lôn, 26, 66, 70, 90–92, 93, 121, 126–129, 200, 246, 278, 282, 293, 295, 316, 319, 351, 354, 358

Ba-la-ta, Tel, 117

Ba Tư, 65, 126, 129, 275, 293, 351, 359

Bê-re, 119

Bên-gia-min, 166, 219-220, 224, 242, 256–258

Bi-la, 205, 224, 234

Bê-e Sê-ba, 114, 119–120, 170, 179, 195, 200, 260, 302

Bê-tên, 114, 118, 202, 206-208, 212–214, 219–223, 284, 302, 335–336

bối cảnh, phê bình hình thức, 305

Bô-ô, 242

Ca-đe, 119-120, 167, 284

Ca-in, 47, 58, 60, 82, 84–87, 102, 191, 193

Ca-na-an (xứ), 92, 103–104, 108, 110, 114–115, 117–118, 125, 145, 147, 152, 170, 178–179, 181, 197, 199, 202-203, 206–208, 213, 215-223, 243, 253–256, 261–263, 265-266, 334, 359

các Cuộn Biển Chết, 280, 300, 321, 355

các láng giềng, 71–73, 220, 240, 282

Cáp-tô-rim, 195-195

Cha-ran (thành), 104, 114–117, 119, 130, 142, 179, 181, 197, 199-200

Cham, 21, 92–94, 102

chôn cất cha, 265

chữ hình nêm, 135

chủ nghĩa lý tưởng, của Hegel, 312

Chúa Giê-xu Christ, 59, 85, 97, 332, 337, 342

con rắn, 52, 55- 56

Creatio ex nihilo, 41

cười trước lời hứa có con trai, 152, 159, 161, 169, 258

Darwin, Charles, 34

De Wette, W.M.L., 311

Đa-mách, 68, 117, 130, 143, 149

Đa-ni-ên, 161, 254, 355

Đa-vít, 85, 125, 148, 150, 191, 222, 242, 264, 274, 277, 282, 292, 342

Đan (thành), 117, 279

Đất Hứa, 97, 103, 110, 114, 117, 119-120, 196, 199, 207-208, 212, 218, 220, 231, 254-255, 261, 333, 336, 339–341, 354

Đi-na, 218–220, 234

Đô-than, 235-237

đồng tính luyến ái, 165–166

Đức Chúa Trời Ba Ngôi, 38–40

Ê-đôm, người Ê-đôm, 191, 225, 231, 278, 292

Ê-li, 76, 86, 102, 291, 334

Ê-li-ê-se, 143, 149, 169, 181, 193

Ê-lô-him, 133, 289, 302, 309, 315

Ê-nóc, 83, 85, 96

Ê-rơ, 239, 241

Ê-sau, 21, 188–193, 197–201, 203, 208, 212–222, 224–225, 231, 235, 278

Ê-va, 35, 40, 44–60, 71, 73, 82–85, 94, 97, 104, 151, 340-341

E-xơ-ra, 126, 222, 280, 293, 313, 318

Ea, 71, 149-150

Eichhorn, Johan G., 309, 314

Ên Ê-ly-ôn, 133, 289

Ên Ô-lam, 133

Ên Roi, 133

Ên Sha-đai, 133, 199, 223, 289, 338

Enuma Elish, 70, 75

Ewald, Heinrich, 311, 328

Execration Texts, 117

Éc-rôn, 195

Ép-la, 122, 125, 129, 321

Ép-ra-im, 241, 263–264

Ép-rôn, người Hê-tít, 120, 178

Ga-za, 120, 195

Gát, 195

Ghê-ra, 120, 167–170, 194–196

Ghê-đê-ôn, 236, 334

Gi-ga-met, 90

giả thuyết bản văn (Wellhausen), 314, 316, 322, 326-328

Gia-bốc, rạch, 215, 217

Gia-cốp, 21–22, 48, 83, 109, 129, 131-132, 150, 179, 188–194, 197–208, 212–225, 231, 235, 238, 241–243, 253–266, 281, 283, 285, 289, 302, 332, 335–336, 338–339, 340–341, 352, 361

Gia-phết, 21, 92–94, 102

giấc mơ, 201, 203, 213, 235

giao ước, 140, 340, 358

Giê-ru-sa-lem, 118-119, 126, 138-139, 148, 177, 284, 293, 315, 340-341, 351

Giô-sép, 21-22, 67, 83, 132, 204-205, 219-220, 224-249, 252-267, 281, 332, 334–336

Giô-si-a, 311, 316

Giu-đa (con Gia-cốp), 119, 126, 139, 231, 238-243, 254, 258, 264, 303, 315, 354

Giê-rê-mi, 162, 340

Glueck, Nelson, 130

Gô-mô-rơ, *Xem thêm* Sô-đôm, 111, 164

Gô-sen, 253, 260–261

Graf, K.H., 313–314, 317–319, 322–328

Gunkel, Herman, 322–324

gương mẫu về sự thánh khiết và trung thành, 97, 108, 123, 147, 158, 244, 255

hạ phê bình, 299, 330, 359, 352

Hai-sot, 127

Ham-mu-ra-pi, 122, 126, 128, 319-320

Hê-tít, người, 120, 122, 125–128, 197, 219, 240, 319–321, 351

Hegel, Georg W.F., 312, 316

Heilsgeschichte, 255, 268, 353

Hengstenberg, Ernst Wilhelm, 317–318

Hếp-rôn, 111, 114, 119–120, 159, 163, 167, 178-179

Herodotus, 78

hình thái học, 275–276

hình tượng mang tính hình bóng trước kia, 132

hôn nhân, 181, 198, 205, 223, 240

Hu-ri-an, người, 240

Hupfeld, Herman W., 313

Huynh hôn, 240, 249, 353

Hy Lạp, 65, 68, 78, 90, 128, 213, 280, 293, 299, 307, 352–358

Ích-ma-ên, 21, 149, 151–154, 169–172, 181–182, 190–191, 193, 219, 222, 225–225, 236–237, 284

Ích-ma-ên, người, 236

I-ma, 68, 122, 208, 321

Ilgen, K.D., 310

Imago Dei, 41, 353

Jerome, 311, 361

Ka-sai, 125, 128

Kê-tu-ra, 181

Keil, Karl Friedrich, 57, 84, 95, 177, 181, 197, 213, 317

khảo cổ, 124

Kin-gu, 75

kinh điển, Do Thái, 80

Kuenen, Abraham, 313–314

La-ban, 116, 203–208, 212–213, 216, 220

lai thế học, 80

Lê-a, 179, 198, 204–205, 208, 217-220, 234, 265

Lê-vi, 139, 166, 219, 222, 263, 290–291, 316

lời cầu nguyện, 161

Lót, 103, 110–111, 116, 129, 138, 149, 159, 161–169, 193, 279, 334

Lu-xơ, 118

luật, ngũ kinh, 49, 175, 319, 339, 353-354

Lục Thư, 311, 330, 354

lời hứa của Đức Chúa Trời, 168, 214

Ma-ha-na-im, 213

Ma-na-se, 241, 263–264, 311

Ma-ri, 116, 146, 321

Mặc-bê-la, 178, 181

Mam-rê, 119–120, 159, 179

Mê-ghi-đô, 117

Mê-sô-bô-ta-mi, 48, 64–72, 90-91, 94, 103, 114–117, 124–125, 128–130, 145, 153, 180, 198-208, 216, 221, 278, 282–283, 319–321, 355, 359

Mô-rê, 118–120

Mô-ri-a, 177, 221, 335

Môi-se, 26, 48, 77, 96, 123–125, 133, 140, 146, 161, 239, 267, 273–274, 278–294, 309–311, 318-341, 354, 358

Mycenae, 128

Mê-tu-sê-la, 82, 86

Mên-chi-xê-đéc, 138–142

Na-cô, 116, 179

Na-ô-mi, 222

Nê-bu-cát-nết-sa, 126, 246, 278, 293, 351

Nê-ghép, 119–120, 130, 354

Nê-hê-mi, 126, 222

Ngũ Kinh, 45, 61, 76, 78, 96–97, 126, 129, 179, 233, 255, 263, 272–274, 278–294, 298–303, 308–328, 332–333, 336–341, 354

người Phi-li-tin, 170–197, 351

nguyên bản, 330

Ni-ni-ve, 66, 278

Nô-ê, 21, 48, 57, 82–96, 102–105, 302

Noth, Martin, 324-326

Nu-zi, 240

Nun (thần Ai Cập), 69

Ô-nan, 239–241

Orr, James, 317–318

Pa-lét-tin, thuật ngữ, 68, 128, 194

Pha-ra-ôn, 108, 127, 130, 168-169, 238, 243–248, 255, 260–262, 334

Pha-rê, 242

Phao-lô, 58, 97, 140, 143, 145, 153, 177, 223–252

phép chính tả, 291

phê bình, 302, 304, 306–307, 326, 330, 355–357

phê bình hình thức, 305

Phê-ni-ên, 215–218, 220, 223

phép cắt bì, 285

Phô-ti-pha, 237-238, 243–248, 255, 266

phụ nữ, 59, 103

Ptah, 69

qua đời, 85, 103, 139, 143, 176, 192, 194, 207, 224–225, 239-240, 253, 255, 260, 265, 267, 339, 341, 353

Qumran, 280

Ra-chên, 190, 198, 203–208, 217–220, 224, 234, 257–258

Rendsburg, Gary A., 22, 154, 176, 194, 205, 232, 327

Rendtorff, Rolf, 326–327

Riehm, Eduard, 313

Ru-bên, 224, 236, 238, 256, 263

Ru-tơ, 222, 242

Rê-bê-ca, 179–181, 190–192, 197–198, 214, 219, 221, 235, 265

Sa-lô-môn, 125, 150, 177, 222, 274, 277, 282, 292, 303, 310, 326

Sa-ra, 103, 107–110, 119–152

Sa-tan, 32, 52–57

sách Giao Ước, 274, 288

Sáng Thế Ký, **ý nghĩa của từ**, 26

Sayce, A.H., 320

Sê-i-rơ, 214, 218, 225, 231

Sê-la, 239, 241

Sem, 21, 57, 82-83, 92–97, 102–105, 355

Septuagint, 213, 280, 295, 299, 357

Sết, 57, 82–88, 95–96, 102–105

Si-chem, 117–120, 218–223, 234–235

Si-mê-ôn, 219, 222, 256-257, 263

Si-nai, 67, 77, 140, 145–146, 231, 281, 289, 292, 324, 326, 358

Sitz im Leben, 304, 330, 355, 357

Sô-đôm, 111, 138–149, 160–168

Su-me, người, 124-125, 359

Su-rơ, 120, 167

Atrahasis, Sử thi, 70

sự lưu giữ, 320

sự quan phòng, của Đức Chúa Trời, 108

sự sáng tạo, 69

sự son sẻ, 191

Sy-ri Pa-lét-tin, 64, 67–71, 76, 115, 117, 124–133, 170, 194, 237, 249, 282, 319–321, 351–359

Ta-ma, 238–243

Tân Ước, mối quan hệ với Cựu Ước, 337

Tha-rê, 21, 95–97, 102–103, 181, 190, 225

thần học Memphite, 69

thần hệ, 80

thế giới quan, 73–78

thể loại, 80, 305

thời đại đồ sắt, 126–132, 170, 195, 359

thời đại đồ đồng Muộn, 127, 135, 359

thời đại đồ đồng, 122, 124, 127, 129–133, 170, 195, 282, 311, 353–359

thời đại đồ đồng giữa, 132, 134

thời đại đồ đồng sớm, 129, 135

thượng phê bình, 299, 352, 359

thuyết nguyên nhân, 56, 61, 360

Ti-a-mat, 75

tội lỗi, 55–60, 82, 84, 94, 96

Troy, 128, 351

U-ga-rit, 68

U-rơ, và U-rơ thuộc xứ Canh–đê, 103-104, 115–117, 126, 130, 141, 145, 278, 292, 319, 321

Urfa (Edessa), 116

Ussher, James, 36

Utnapishtim, 90–93

Van Seters, John, 195, 323–326

Vatke, Wilhelm, 312–313, 317

Via Maris, 117, 237

von Rad, Gerhard, 33, 49, 104, 170, 176, 215, 265, 324–326

vườn Ê-đen, 44–106, 144, 146, 267, 332–341

Wellhausen, Julius, 122, 312–328

Xê-mít, người, 33, 41, 65–68, 107, 124–127, 141, 275, 277, 282, 292, 320, 353, 355

ý chí tự do, 54

Y-sác, 21-22, 48, 107, 129, 132, 152, 154, 159, 161, 169–302, 335–341, 352, 361

Yahweh, 38, 45, 130, 133, 144–145, 160-163, 169–171, 197, 202, 206, 273–292, 302, 309–310, 315, 337–340, 360

Phụ Lục Theo Câu Kinh Thánh

Sáng Thế Ký

1, 28-29, 36, 44-46, 49, 53, 281, 352

1–3, 45

1–4, 73-74, 78

1–9, 90

1–11, 48, 70, 95-97, 102, 106, 132, 188, 287, 333

1:1–11:26, 22

1:1–2:3, 28, 45

1:1–2:4a, 281

1:1–3, 33

1:1, 32, 75, 106

1:2, 70

1:6–8, 70

1:9–13, 30

1:11–11:26, 188

1:11, 36

1:24–31, 30

1:24, 50

1:26–27, 38, 353

1:26, 39-40

1:27, 39, 46, 50, 76

1:28, 40, 84

1:31, 30

2–11, 326

2–4, 44

2, 28, 44-45

2:1–3, 31

2:2–3, 281

2:3, 31

2:4–4:26, 48

2:4–25, 46

2:5, 46

2:7, 36, 46-49, 71

2:8–14, 46

2:8, 46

2:9, 47, 49

2:10–14, 48

2:17, 50, 85

2:18–20, 50

2:18, 150

2:24–25, 51

2:24, 51, 150

3, 45, 151

3:1, 56

3:1–5, 52

3:4–5, 52

3:5, 79, 94

3:6–7, 55

3:7, 55, 59

3:8, 55

3:12–13, 55

3:14–19, 55

3:14, 56

3:15, 56-58

3:16–19, 59

3:16, 57

3:20, 47, 56

3:21, 59
3:22, 39
4:1, 166
4:7, 60
4:9, 193
4:16, 102
4:17, 166
4:19–24, 150
4:23–24, 84
4:25–26, 47
4:25, 86, 166
4:26, 102
5, 82-86, 95
5–11, 82-85, 95
5:1–2, 47, 39
5:1–6:8, 48, 82-84
5:3–5, 83
5:3, 85
5:5, 85
5:8, 85
5:21–24, 85
5:23, 83
5:27, 86
5:32, 86
6–9, 83, 91
6:1–4, 86, 338
6:5–8, 87
6:5, 87
6:6, 87
6:7, 87, 89
6:8, 87
6:9, 88
6:9–9:29, 48, 82, 87

6:20, 302
7:2, 302
7:3, 139
7:4, 88-89
7:11-12, 83
7:19, 88
7:21, 88
7:23, 88
8:4, 83
8:5, 83
8:6–12, 93
8:13, 83
8:14, 83
9:1, 89
9:18–29, 92
9:22, 92
9:23, 92
9:24–27, 92
9:26, 102
9:29, 83
10:1–11:9, 82, 94
10, 355
10:1–32, 94
10:1, 94
10:21–31, 95
11:1–9, 86, 94
11:4, 94
11:6, 95
11:7, 39
11:10–32, 83
11:10–26, 82, 95
11:17–19, 177
11:27–25:18, 188

11:27–25:11, 103
11:27–32, 102-103
11:27–28, 103
11:27, 116, 190
11:28, 31, 115, 278
11.28-31, 145
11:30, 107
11:31-32, 116
11:31, 103
12–50, 284, 287, 289, 336-340
12–36, 233, 361
12–25, 188
12, 119, 152, 162, 169, 173-175
12:1–9, 103
12:1–2, 106, 109-110, 139, 141, 171, 191, 198, 206, 255, 266, 334
12:1, 104-105, 173, 221, 233
12:2–3, 106, 174, 233
12:2, 107, 143, 255
12:3, 111, 139-140, 163, 169, 192, 255, 262
12:4-5, 116
12:4, 108, 117, 142, 221
12:6–7, 120, 218, 285
12:6, 117-118
12:7, 117
12:8, 118
12:9, 119
12:10–20, 108, 168, 194, 281
12:12, 159
12:13, 108, 194
12:14–20, 302
12:16, 108, 140

12:17, 281
13, 111, 119-120, 164, 285
13:10–11, 111, 334
13:13, 166
13:14–15, 111
13:14–17, 334
13:17, 111
13:18, 111
14, 129, 138, 142
14:2, 138
14:7, 284
14:13, 120
14:14, 117, 279
14:17–24, 111, 138
14:18–20, 134
14:18, 133
14:20, 139-142
14:24, 120
15, 140-151, 162, 201, 203, 334
15:1–6, 142, 145, 334
15:1, 142, 151
15:1,
15:2–3, 147
15:2, 181
15:4–5, 143
15:4, 334
15:5, 108, 334
15:6, 140, 143-145
15:7–21, 145, 334
15:7, 115, 145, 151
15:8, 147
15:9, 147
15:12, 149

15:13–16, 108, 147, 261
15:16, 92
15:17, 147
16, 129, 149-151, 154, 205, 237, 336
16:4–16, 150
16:10–12, 151
16:12, 182
16:13, 133
16:14, 119, 284
17, 102, 133, 140, 151-154, 159, 162, 199, 223, 285, 334, 358
17:1–2, 151
17:4–8, 152
17:4b, 335
17:5, 152, 335
17:6, 224, 336, 342
17:8, 335
17:9–14, 219
17:16, 152, 161, 168, 224
17:17, 152, 161
17:19, 161, 169
17:20, 152, 170, 182
17:21, 161
18–19, 165
18, 159, 164, 358
18:1, 120, 159
18:2–8, 159
18:9, 159-160
18:10, 159, 168
18:11–15, 162
18:11, 162
18:12, 152, 169
18:13, 159

18:14, 162
18:16–19, 160
18:16–33, 160, 162
18:19, 160, 162
18:20–21, 160
18:20, 166
18:22, 160, 163
18:23–33, 161
18:25, 161
19, 111, 164, 166
19:1, 160
19:1–3, 200
19:2–3, 164
19:4–8, 165-166
19:10, 110
19:12, 164
19:16, 165
19:17, 167
19:18–22, 167
19:26, 167
19:29, 161, 163, 167
19:30–38, 164, 167
20, 168
20:1, 119-120, 168, 194, 284
20:1–18, 302
20:2, 168
20:4, 168
20:7, 168
20:11, 194
20:12, 168
20:17, 169
20:18, 168
21, 107, 120, 169, 191, 194

21:1, 169
21:1–21, 169
21:2, 169
21:5, 169
21:6–7, 169
21:8–21, 170-171
21:12, 170
21:21, 219
21:22–24, 167
21:22–34, 170, 179, 302
21:23, 170
21:31–33, 119-120
21:31, 120
21:33, 133, 285
21:34, 170
22, 171, 173-176, 179
22:1, 171, 175, 176
22:2, 171, 177, 221
22:3, 174, 221
22:12, 177
22:13, 174
22:15–18, 176
22:16, 177
22:17–18, 176
22:17, 108, 335
22:20–24, 179
23:1–25:18, 176
23, 265
23:2, 119, 179
23:4, 178
23:6, 178, 180
23:10, 178
23:15, 178

23:17, 120
23:19, 120, 179
24, 117, 199, 203
24:1–7, 266
24:3–4, 197, 219
24:6, 180
24:8, 180
24:10, 115
24:16, 166
24:62, 119
25:1–18, 181
25:2–4, 190
25:7–11, 225
25:7, 181
25:9–10, 179
25:9, 120, 181
25:11, 119, 181
25:12–18, 182, 225
25:13–15, 190
25:16, 190
25:18, 225
25:19–50:26, 231
25:19–37:1, 188, 190
25:19–28, 190
25:19–34, 189-190
25:19, 189-190
25:20, 190
25:21, 190-191
25:23, 191, 198, 214, 225
25:25–27, 191
25:26, 190
25:28, 150, 192, 219, 235
25:29–34, 192

25:34, 193
26, 170, 194, 197
26:1–11, 302
26:1–6, 120
26:2–5, 196, 335
26:3, 196, 335
26:7, 194
26:12, 196
26:16–22, 197
26:22, 197
26:24, 196
26:26–33, 302
26:32, 197
26:34–35, 197, 219
27, 192-193, 197
27:1–45, 150
27:4, 197
27:12, 198
27:27–29, 263
27:36, 192, 216
27:39–40, 225, 263
27:40, 214
27:41, 213, 217
27:43, 116, 221
27:44, 198
27:46, 198, 219
28, 212-213, 221, 233, 358
28:1–9, 199
28:1–4, 263, 266
28:2, 199
28:3–4, 199, 201
28:5–7, 199
28:8, 219

28:10–22, 200, 302
28:10–11, 200
28:10, 116
28:11, 200
28:12, 200
28:13–15, 201, 335
28:13–14, 223
28:15, 201, 208, 336
28:16–19, 202
28:17, 200, 202
28:18, 285
28:19, 118
28:20–22, 202, 221
28:22, 285
29:1–30, 203
29:10–11, 203
29:14, 203
29:20, 204
29:22, 204
29:30, 218
29:31, 190, 205
29:31–30:24, 205
29:4, 116
30:1–2, 190
30:14–21, 205
30:22–24, 205
30:22, 205
30:24, 234
30:25–43, 206
30:43, 206
31–32, 213
31:1–21, 206
31:1–2, 206

31:3, 206
31:13, 285
31:19, 206-207
31:22–42, 207
31:30, 207
31:43–55, 208
31:55–32:2, 213
32, 220
32–33, 213
32:1–35:29, 212
32:3–21, 214-215
32:4–5, 214
32:7–8, 217
32:9–12, 214
32:12, 214
32:13–21, 215
32:17–21, 217
32:20, 215
32:20–22, 212
32:22–32, 215, 302
32:24, 216
32:28, 216
32:29, 216
32:30, 216
32:45–46, 285
33:1–20, 215
33:1–2, 217
33:3, 217
33:3–4, 218
33:4, 217
33:10, 218
33:11, 217
33:16–20, 218

34, 194
34:2, 219
34:3, 219
34:5, 219
34:10, 220
34:13, 219
34:14, 222
34:27–29, 221
34:30, 220
35, 224
35:1–3, 202
35:2, 208
35:2–5, 221
35:6–8, 221
35:9–15, 223
35:11–12, 223, 336
35:11, 336, 342
35:12, 336
35:13–15, 302
35:14, 285
35:14–15, 202
35:16–29, 224
35:22, 150
35:27–29, 225
35:28–29, 194
35:30, 220
36:1–37:1, 189, 212
36, 224
36:2–5, 225
36:6–8, 225
36:31–43, 278, 292
36:31, 278-279
37, 234-236, 243, 246, 254, 257

37–45, 233
37–50, 224, 231-232, 241
37:2, 231-231, 234, 241
37:2–11, 234
37:3–4, 204
37:3, 192, 234
37:4, 235
37:5–7, 235
37:5–9, 257
37:5–11, 235
37:8–9, 235
37:8, 235
37:11, 235
37:12–24, 235
37:15, 235
37:22, 238
37:23, 236
37:25–36, 237
37:26–27, 242, 258
37:36, 238, 244
38, 238-242, 353
38:1–30, 239
38:1–11, 239
38:1, 239
38:8, 240
38:11, 239
38:12–30, 239
38:18–28, 150
38:18, 239
38:21, 284
38:25, 239
38:26, 239, 242, 258
39, 246

39–41, 243
39:1, 238, 244
39:1–6a, 243
39:2, 243-245, 336
39:2–6, 245
39:5, 245
39:6b-20a, 244
39:9, 244
39:13, 245
39:14–15, 246
39:19, 245
39:20–22, 246
39:20b-21, 245
39:20b-23, 244-245
39:21, 243, 336, 245
39:22, 245
39:23, 243-246, 336
40, 246
40:1–4a, 245
40:4b-19, 245
40:13, 245
40:19, 245
41, 246, 248
41:1, 246
41:1–7, 246
41:8, 246
41:14, 247
41:16, 247
41:25, 247
41:28, 247
41:32, 247
41:38, 248
41:40, 248

41:46, 243
41:57, 233, 249, 255
42–45, 243
42, 256
42:6, 235
42:7, 256
42:8, 256
42:21–24, 256
42:23, 256, 258
42:24, 257
43–45, 256
43:1, 257
43:30, 257
43:33, 192
44:1–7, 257
44:18–34, 242, 258
45, 256
45:1, 258
45:3, 258
45:4, 259
45:5–8, 265
45:5, 255, 259
45:7–8, 259
45:14–15, 260
45:26, 260
45:28, 260
46–47, 260
46:1–4, 260
46:3–4, 336
46:5–47:12, 261
46:8–27, 261
46:26–27, 255
46:27, 261

46:29–30, 261
47:7, 262
47:10, 262
47:13–31, 262
47:25, 262
47:29–31, 266
47:29, 262
48–50, 260
48:1–22, 263
48:3–4, 336
48:5, 263
48:13, 263
48:15–16, 264
48:20, 264
48:21–22, 264
49, 241, 255
49:1–28, 263
49:8–12, 264, 342
49:10, 264
49:22–26, 264
49:29–31, 265
49:29–32, 179, 262
49:29–50:21, 265
50:1–14, 265, 266
50:13, 179
50:14, 231
50:16–17, 265
50:18, 265
50:19b-21a, 265
50:20, 233, 255
50:22–26, 266
50:24–25, 266
50:24, 336

50:25, 262, 263, 266
Xuất Ê-díp-tô Ký
1–15, 326
1:7, 261
2:11–22, 337
2:23–25, 337
2:24–25, 148
2:24, 254, 338
3, 358
3:5, 284
3:6, 254
3:12, 341
3:13–15, 289
3:15, 289
6:2–8, 338-338
6:2–3, 133, 289
6:3, 154
6:4, 339
6:5, 339
6:6–7, 339
6:8, 339
7:14–12:36, 281
9:30, 45
12:35–36, 281
12:35, 109
15:17, 341
17:14, 273, 288
18:13–27, 289
18:24–26, 290
19–24, 140, 326
19, 358
20, 288

20–23, 274
20:2, 145-146
20:9–11, 281
20:11, 281
22:18, 76
22:29, 175
23:24, 285
24:4, 273, 288
25–40, 274
25:1, 288
25:16, 273
25:21-22, 273
32:7–14, 161
34:13, 285
34:20, 175
34:27, 273, 288
Lê-vi Ký
Sách Lê-vi Ký, 274
1–7, 316
1:1, 288
18:3, 92
18:22, 166
19:26, 76
19:31, 76
20:6, 76
20:13, 166
20:27, 76
22:13, 239
25:38, 145
26:1, 285
Dân Số Ký
5:23–24, 290

14:11–20, 161
21:14, 303
26:1–51, 263
33:2, 273, 288

Phục Truyền Luật Lệ Ký
1:1, 288
2:23, 195
5–26, 273, 316
5:6, 145
6:6–7, 180
7:3, 222
7:4, 222
10:16, 154
10:22, 255
16:21–22, 285
18:10–11, 76
21:17, 192
23:7, 225
25:5–10, 240
26, 288
28, 316
28:36, 340
28:64, 340
30:6, 154
31:9, 273, 288-289
31:19, 273, 288
31:22, 288
31:24–26, 291
31:24, 273, 288
31:26, 311
32:22, 273

Giô-suê
1:2, 341
1:3, 341
1:5b, 341
1:6, 341
1:7–8, 274
1:8, 354
8:31–32, 274
10:13, 303
15:1–19:51, 263

Các Quan Xét
18:29, 279
19, 166-166
19:11–21, 200
19:15, 200
19:17–20, 200

Ru-tơ
1:16, 223
4:5–6, 241
4:16–22, 222
4:18–22, 85, 242

2 Sa-mu-ên
1:18, 303
3:2–5, 150
7, 148
8:16, 278
8:17, 278
13:1–29, 150
15:1–18:33, 150
20:14, 278
20:25, 278

1 Các Vua
2:3, 274

4:3, 278
4:25, 277
8:1–4, 311
8:12–13, 341
11:1–4, 150
11:1–6, 222
11:41, 303
14:19, 303
14:29, 303
15:7, 303
15:31, 303
1 Các Vua 17–2 Các Vua 13, 76
18:45, 89
19:14–18, 102

2 Các Vua
6:8–19, 334
6:16, 334
14:6, 274, 354
21:8, 274
22–23, 311

1 Sử Ký
1–9, 85

2 Sử Ký
3:1, 177

E-xơ-ra
1:2–4, 303
6:18, 274
9-10, 222

Nê-hê-mi
8:8, 280, 293
8:13, 280
13:1, 274

13:23-27, 222

Gióp
38, 26

Thi Thiên
19:1–6, 26
33:6, 33, 38, 351
33:9, 33, 38, 351
103:19, 358
104:24–30, 26
105:24, 261
110:4, 139
132:14, 341
148:5, 33, 38, 40

Châm Ngôn
1:8, 180
5:18–20, 51

Ê-sai
6:8, 39
7:14, 342
14:12–14, 54
32:17 162
32:27, 162
40:8, 189
41:8, 160
66:22–23, 26

Giê-rê-mi
4:4, 154
8:8, 290
34:18, 148

Ê-xê-chi-ên
37, 342
40–43, 342

Đa-ni-ên

2, 246-248

4, 246-248

9:2–21, 161

9:11, 274

9:13, 274

Giô-ên

2:28–29, 342

A-mốt

7:1–9, 161

Áp-đia

10–12, 225

Xa-cha-ri

8:6, 162

Ma-la-chi

4:4, 274

Ma-thi-ơ

1:1–17, 85

1:5, 222

1:23, 203

5:13–16, 79

6, 230

16:17–18, 153

19:4–6, 150

Mác

12:26, 274

14:36, 361

10:45, 102

Lu-ca

1:31–33, 148

1:37, 361

3:23–38, 85

3:33, 242

10:18–19, 54

16:16, 354

17:32–33, 167

Giăng

1:1–5, 26

1:1, 73

3:16, 177

4:8, 60

5:46–47, 274

7:19, 274

8:44, 53, 55

Công Vụ Các Sứ Đồ

1:3, 358

13:9, 153

3:22, 274

7:2–4, 104

Rô-ma

1:18–32, 60

1:26–27, 166

2:28–29, 154

4, 123, 140, 145

5:12–21, 59

5:12, 85

5:18, 57

8:32, 177

9:7–8, 143

10:5, 274

16:20, 57

1 Cô-rinh-tô

7:3–5, 51

10:13, 51

15:54–57, 86
5:17, 145
6:14–16, 223
12:9–10, 97
Ga-la-ti
2–4, 145
3:6–9, 143
3:6, 140
4:4, 40
4:21–31, 170
Ê-phê-sô
1:11, 358
5:22–23, 58
6:16, 55
2 Ti-mô-thê
3:16, 276
Hê-bơ-rơ
9:28, 189
11:1, 158
11:3, 33, 351
11:8, 110, 117
11:13, 38, 179
11:15–16, 180
11:21, 263
11:22, 267

12:1, 221
12:15–17, 193
13:2, 159
Gia-cơ
1:2–4, 176
1:2–5, 159
1:12, 60
1:13–15, 55
1:14–15, 60
2:21–23, 178
2:23, 160
2:24, 145
1 Phi-e-rơ
2:24, 189
3:18, 102, 189
5:8–9, 55
2 Phi-e-rơ
1:19–21, 276, 294
2:7–8, 165
1 Giăng
3:12, 60
Khải Huyền
12:8, 55
20:2, 55
20:10, 55

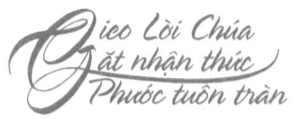

Công ty sách Cơ Đốc **Văn Phẩm Hạt Giống** chính thức ra đời vào tháng 4/2016 nhằm đáp ứng nhu cầu cấp thiết về văn phẩm Cơ Đốc có giá trị dành Cơ Đốc nhân người Việt với một sứ mệnh rõ ràng.

Văn Phẩm Hạt Giống sẽ cung cấp những văn phẩm Cơ Đốc:

- Có **giá trị cao**, **trung thành với sự dạy dỗ của Kinh Thánh**, phù hợp với nhu cầu và bối cảnh của các cộng đồng người Việt trong và ngoài nước.
- Nhằm **trang bị** từng cá nhân tín hữu Việt Nam **tăng trưởng đức tin** và **phát triển Vương Quốc Đức Chúa Trời**.

Tên gọi Hạt Giống vốn được truyền cảm hứng từ lời Chúa trong Mác 4:4. Lời của Đức Chúa Trời - Hạt Giống cứu rỗi - sẽ được những Cơ Đốc nhân gieo ra và trở lên lớn mạnh trong lòng người tin nhận.

Khi cho ra đời những văn phẩm có giá trị, chúng tôi ao ước chính mình sẽ là những người gieo trồng, kẻ tưới trong nhà Đức Chúa Trời. Chính Đức Chúa Trời sẽ hành động trong lòng độc giả khiến đời sống họ được biến đổi, lớn lên trong đức tin, được phước dư dật và đem phước hạnh ấy đến cho người khác (1 Cô. 3:5-9).

Với mong muốn phát hành nhiều hơn nữa những cuốn sách chất lượng, có giá trị cao tới cộng đồng, chúng tôi luôn cần sự cầu thay, giúp đỡ, nhận xét và đóng góp quý báu cho từng cuốn sách đã được xuất bản. Những lời làm chứng, chia sẻ về sự biến đổi đời sống trong năng quyền của Chúa khi quý vị đọc những cuốn sách này cũng sẽ là nguồn khích lệ lớn lao cho chúng tôi tiếp tục sứ mệnh của mình. Mọi tâm tình, ý kiến đóng góp, chia sẻ xin gửi cho chúng tôi theo địa chỉ:

nhabientap@vanphamhatgiong.com

hoặc chia sẻ với chúng tôi trên trang Facebook **Văn Phẩm Hạt Giống**.

Rất mong được đón nhận!

CÁC SÁCH ĐÃ XUẤT BẢN CỦA VĂN PHẨM HẠT GIỐNG

Bức Tranh Lớn của Đức Chúa Trời (Vaughan Roberts) cung cấp công cụ hữu ích để độc giả có thể đọc và hiểu Kinh Thánh một cách toàn diện thông qua chủ đề quan trọng của cả Kinh Thánh: Chúa Giê-xu Christ và sự cứu rỗi của Đức Chúa Trời ban cho con người.

Sổ Tay Thuật Ngữ Thần Học Anh-Việt (ấn bản thứ hai) do nhóm tác giả Daniel C. Owens, bà Phạm Xuân Thiều, cô Nguyễn Thị Hải Vân biên soạn, cung cấp công cụ hỗ trợ cho độc giả trong việc đọc, hiểu các thuật ngữ thần học khi nghiên cứu các tài liệu thần học bằng tiếng Anh.

Bộ sách Ngữ Pháp Căn Bản Tiếng Hê-bơ-rơ và Bài Tập Thực Hành (Daniel C. Owens và Trần Nguyễn Hữu Thiên) là bộ sách hướng dẫn học tiếng Hê-bơ-rơ bằng tiếng Việt đầu tiên được chính thức xuất bản dành cho những người bắt đầu hành trình học hỏi và khám phá Kinh Thánh bằng tiếng Hê-bơ-rơ.

Thực Hành Nhỏ Dành Cho Những Nhà Thần Học (Helmut Thielicke) không chỉ là sự chắt lọc những lời khuyên quý báu về sự dung hòa giữa học thuật tầm cao và sự thấm nhuần đức tin trong cuộc sống thường ngày nhưng còn là lời thì thầm đầy tâm huyết từ một đầy tớ Chúa có nhiều năm kinh nghiệm thực tiễn trong công tác mục vụ gửi đến cho tất cả chúng ta, những người khao khát hầu việc Chúa giữa vòng dân sự của Đức Chúa Trời.

Tư Vấn Mục Vụ Có Chiến Lược (David G. Benner) cung cấp những hướng dẫn chi tiết thực hành mô hình tư vấn ngắn vừa mang tính chiến lược vừa mang tính Cơ Đốc rõ ràng. Đây là một cuốn sổ tay thực hành có giá trị về chăm sóc mục vụ và tư vấn dành cho cả Mục sư, lãnh đạo Hội thánh cũng như các anh chị linh hướng cho các ban ngành trong Hội thánh.

Quý độc giả có nhu cầu mua sách, vui lòng liên hệ qua:

- **E-mail:** info@vanphamhatgiong.com
- **Facebook Page:** Văn Phẩm Hạt Giống

www.ingramcontent.com/pod-product-compliance
Lightning Source LLC
Chambersburg PA
CBHW022047160426
43198CB00008B/151